நட்ராஜ் மகராஜ்

நட்ராஜ் மகராஜ்
தேவிபாரதி (பி. 1957)

எண்பதுகளில் சிறுகதைகள் மூலம் அறிமுகமாகித் தொடர்ந்து பல்வேறு தீவிர இதழ்களில் சிறுகதைகள், கவிதைகள், நாடகங்கள், கட்டுரைகள் எழுதிவரும் தேவிபாரதி, மார்க்சிய, மார்க்சிய லெனினிய இயக்கங்களில் சிறிதுகாலம் செயல்பட்டவர்.

1993இல் வெளிவந்த இவரது முதல் சிறுகதைத் தொகுப்பான 'பலி' பரவலான கவனத்தைப் பெற்றது.

1994இல் இளம் நாடக ஆசிரியருக்கான மத்திய சங்கீத நாடக அக்காதெமியின் பரிசுபெற்றார்.

இவரது சிறுகதைகளில் சில ஆங்கிலத்திலும் இந்தி, மலையாளம் உள்ளிட்ட சில இந்திய மொழிகளிலும் மொழிபெயர்க்கப்பட்டுள்ளன. கடந்த 2014இல் காலச்சுவடு வெளியிட்ட 'வீடென்ப' என்னும் தலைப்பிலான இவரது தேர்ந்தெடுக்கப்பட்ட பத்துச் சிறுகதைகள் என். கல்யாண ராமன் மொழிபெயர்ப்பில் *Harper Collins Publications* வெளியீடாக 'Farewell Mahatma' என்னும் தலைப்பில் வெளிவந்து பரவலான கவனத்தைப் பெற்றுள்ளது.

திருப்பூர் மாவட்டம் காங்கயம் அருகேயுள்ள புதுவெங்கரை யாம்பாளையம் என்னும் கிராமத்தைச் சொந்த ஊராகக் கொண்ட தேவிபாரதி தமிழக அரசுக் கல்வித்துறையில் பணியாற்றி 2006இல் விருப்ப ஓய்வுபெற்றார். காலச்சுவடின் பொறுப்பாசிரியராக ஆறு ஆண்டுகள் பணியாற்றினார். பின்னர் 'புதுயுகம்' தொலைக்காட்சியில் ஓராண்டு பணியாற்றினார். தற்போது நூலகராகப் பணியாற்றும் மனைவி ரத்தினாம்பாளுடன் திருப்பூர் மாவட்டம் வெள்ளகோவிலில் வசித்துவருகிறார்.

ஆசிரியரின் பிற நூல்கள்

- ❖ 'வீடென்ப' (சிறுகதைகள், 2013)
- ❖ 'அற்ற குளத்து அற்புத மீன்கள்' (கட்டுரைகள், 2012)
- ❖ 'நிழலின் தனிமை' (நாவல், 2011)
- ❖ 'பிறகொரு இரவு' (நெடுங்கதைகள், 2009)
- ❖ 'புழுதிக்குள் சில சித்திரங்கள்' (கட்டுரைகள், 2004)
- ❖ 'மூன்றாவது விலா எலும்பும் விழுதுகளற்ற ஆலமரமும்' (நாடகம், 1996)
- ❖ 'கண் விழித்த மறுநாள்' (கவிதைகள், 1994)
- ❖ 'பலி' (சிறுகதைகள், 1993)

தேவிபாரதி

நட்ராஜ் மகராஜ்

காலச்சுவடு பதிப்பகம்

● அன்பார்ந்த வாசகருக்கு,

வணக்கம்.

காலச்சுவடு நூலை வாங்கியமைக்கு நன்றி.

நூலின் உள்ளடக்கம், உருவாக்கம், அட்டைப்படம் இன்ன பிற அம்சங்கள் பற்றிய உங்கள் கருத்துகளையும் ஆலோசனைகளையும் காலச்சுவடு வரவேற்கிறது. தகவல், எழுத்து, வாக்கியப் பிழைகள் தென்பட்டால் கட்டாயம் தெரிவித்து உதவுங்கள். நூல் தயாரிப்பில் கடும் குறைபாடு இருப்பின் மாற்றுப் பிரதி உங்களுக்குக் கிடைக்கக் காலச்சுவடு ஏற்பாடு செய்யும்.

மின்னஞ்சல்: publisher@kalachuvadu.com

காலச்சுவடு நாகர்கோவில் அலுவலகத்திற்குக் கடிதம் அனுப்பலாம்.

தங்கள்

எஸ்.ஆர். சுந்தரம் (கண்ணன்)

பதிப்பாளர் – நிர்வாக இயக்குநர்

நட்ராஜ் மகராஜ் ❖ நாவல் ❖ ஆசிரியர்: தேவிபாரதி ❖ © ந. ராஜசேகரன் ❖ முதல் பதிப்பு: மே 2016, ஐந்தாம் பதிப்பு: ஜூன் 2024 ❖ வெளியீடு: காலச்சுவடு பப்ளிகேஷன்ஸ் (பி) லிட்., 669, கே.பி. சாலை, நாகர்கோவில் 629001

naTraaj makaraaj ❖ Novel ❖ Author: Devibharathi ❖ © N. Rajasekaran ❖ Language: Tamil ❖ First Edition: May 2016, Fifth Edition: June 2024 ❖ Size: Demy 1 x 8 ❖ Paper: 18.6 kg maplitho ❖ Pages: 320

Published by Kalachuvadu Publications Pvt. Ltd., 669 K.P. Road, Nagercoil 629001, India ❖ Phone: 91-4652-278525 ❖ e-mail: publications@kalachuvadu.com ❖ Printed at Clicto Print, Jaleel Towers, 42 KB Dasan Road, Teynampet Chennai 600018

ISBN: 978-93-5244-045-0

06/2024/S.No. 722, kcp 5152, 18.6 (5) uss

ஆசான் கோவை ஞானிக்கும்
நண்பர் கவிஞர் இரா. சின்னசாமிக்கும்

நன்றி

முன்னுரை எழுதிய கவிஞர் சுகுமாரனுக்கும்
நாவலைச் செப்பனிட உதவிய
ஜி. குப்புசாமி, த. அரவிந்தன், ந. செல்லப்பா,
மண்குதிரை ஜெய்குமார், *அடவி முரளி* ஆகியோருக்கும்
வெவ்வேறு தருணங்களில் இந்த நாவலுக்கான
ஆலோசனைகளை வழங்கிய குற்றாலம் எஸ். தர்மராஜனுக்கும்
நாவலை எழுதும் தருணத்தில் துணைநின்ற
மனைவி ரத்தினாம்பாளுக்கும்
காலச்சுவடு ஆசிரியர் கண்ணனுக்கும்
ஆசிரியர் குழுவைச் சேர்ந்த எஸ்.வி.ஷாலினிக்கும்
வடிவமைத்த சுபாவுக்கும் மணிகண்டனுக்கும்.

முன்னுரை

'வரலாறு எல்லாவற்றையும் சரி செய்யும்', 'வரலாற்றின் கணக்கு சரி செய்யப்பட்டுவிடும்', 'உரிய நேரத்தில் உரியவர்களால் உரிய விதத்திலேயே வரலாற்றின் கணக்கு சரி செய்யப்படும்' – என்று நாவலில் வெவ்வேறு தொனியில் திரும்பத் திரும்ப இடம்பெறும் வாசகம் முக்கியக் கதை மாந்தர்களின் கூற்றாகவும் அதன் விளைவாக முதன்மைப் பாத்திர மான 'ந'வின் உட்கிடக்கை யாகவுமே மாறுகிறது. இந்த நிர்ணய வாசகமே 'நட்ராஜ் மகரா'ஜின் மையம்.

காலனியாதிக்கத்திற்கு எதிராகப் போராடி உயிர்நீத்த, நாட்டின் முதல் சுதந்திரப் போராட்ட வீரன், மாவீரன் காளிங்க நடராஜ மகாராஜாவின் உயிருள்ள நேரடி வாரிசான, ஒரே வாரிசான பிரின்ஸ் – நட்ராஜ் மகராஜ் ஓ என்னும் பெயரையுடைய சிறிய, மிகச்சிறிய கிராமத்தில் வெறும் நவாகவும் ந என்னும் பெயரையுடைய சத்துணவு அமைப்பாளராகவும் வாழ்ந்துகொண்டிருக்கிறான். வரலாற்றில் நேர்ந்து விட்ட இந்தப் பிழையான கணக்கு எப்படி சரி செய்யப் படுகிறது? அந்த நடவடிக்கையின் நேர்விளைவுகளும் எதிர்விளைவுகளும் என்னென்ன? இந்தக் கேள்வி களுக்குக் கண்டடையப்படும் பதில்களே நாவலின் கதையாடலை நிர்ணயிக்கின்றன. ஒரே சமயத்தில் இந்தக் கதையாடல் எதார்த்தமானதாகவும் வரலாறாகவும் வரலாற்றின் மீதான எள்ளலாகவும் நகர்ந்து இறுதியில் சமகால அவலமாக முற்றுப் பெறுகிறது.

தேவிபாரதியின் அநேகமாக எல்லா ஆக்கங்களையும் வாசித்திருப்பவன் என்ற முறையில் ஒரு கருத்தை முன்வைக்கத் தோன்றுகிறது. அதிகம் பேசப்பட்ட அவருடைய சிறுகதையான ‘பலி’ முதல் முந்தைய நாவலான ‘நிழலின் தனிமை’ வரையான அனைத்துப் புனைவுகளும் வரலாற்றின் பிழையை ஆய்வு செய்பவை எனலாம். நடந்து முடிந்த ஒன்றின் பிற்காலத்திய அல்லது சமகாலத்திய ஆய்வுகள். ‘பலி’ சிறுகதையில் தங்களை ஒரு காலத்தில் ஒடுக்கிய பிரிவைச் சேர்ந்த பெண்ணிடம் ஒடுக்கப்பட்ட ஒருவன் வஞ்சம் தீர்த்துக் கொள்கிறான். ‘ஊழி’ கதையில் மணிமேகலையின் துறவுக்கு முந்திய சம்பவங்கள் மறு ஆக்கம் பெறுகின்றன. ‘பிறகொரு இரவு’ கதையில் காந்தியின் கையறுநிலை பேசப்படுகிறது. ‘வீடென்ப...’ கதையில் சிதிலமாகிப் போன காலம் விசாரணை செய்யப்படுகிறது. நாவலான ‘நிழலின் தனிமையில்’ முன்னர் நடந்த அசம்பாவிதம் மீண்டும் நினைக்கப்படுகிறது, குறிப்பிட்ட இந்தப் படைப்புகள் அனைத்தும் கடந்துபோன ஒன்றை மீண்டும் நிகழ்காலத்துக்குக் கொண்டு வந்து அவற்றின் விளைவுகளைப் பற்றியே ஆய்வு செய்கின்றன. நடந்து முடிந்த பிழையை நிகழ்காலம் எப்படிச் சரி செய்கிறது என்றோ கடந்த காலத்தின் நிலை மதிப்பில் மறைந்திருக்கும் பிழையை எப்படி நிகழ்காலம் புரிந்துகொள்கிறது என்றோ பகுத்துப் பார்க்கிறது. இந்தப் பகுப்பாய்வின் ஆகச் சிறந்த எடுத்துக்காட்டு ‘நட்ராஜ் மகராஜ்’.

நாவலின் முதன்மைப் பாத்திரமான ந சாதாரணன். அரசுப் பணியும் குடியிருக்கக் குறைந்தபட்ச வசதியுள்ள இருப்பிடமும் கிடைத்தால் சொர்க்கம் என்று யோசிக்கிற எளியவன். ஒரு நிர்ணயத் தருணத்தில்தான் சாதாரணனோ எளியவனோ அல்ல என்று தெரிந்துகொள்கிறான். அல்லது அவனுக்குத் தெரிவிக்கப் படுகிறது. அவன் மகத்தான் ஒரு பரம்பரையின் சந்ததி என்றும் வரலாற்றின் உதாசீனத்தால் மரபுப் பெருமை அறியாமல் இருக்கிறான் என்றும் எடுத்துக்காட்டப்படுகிறது. தான் மாவீரன் காளிங்க மகராஜாவின் வாரிசு என்பதை ந ஆரம்பத்தில் சந்தேகிக்கிறான். முன்னால் வைக்கப்படும் மறுக்க முடியாத ஆதாரங்களும் அவனது உட்கிடக்கையும் மெல்லமெல்ல அந்த ‘மாபெரும் உண்மை’யை ஏற்றுக்கொள்ளும் நிலைக்கு அவனைக் கொண்டு செல்கின்றன. அந்த உண்மையை நிலைநிறுத்திக் கொள்ள அவன் படும் பாடுகள் முதலில் எதார்த்தமாகவும் தொடர்ந்து பகடியாகவும் இறுதியில் காவியச் சோகமுள்ள அவலமாகவும் நாவலில் சித்திரிக்கப்படுகின்றன. நாவலின் முதல் வரியிலேயே இந்த மூன்று இயல்புகளையும் ஆசிரியர் வெளிப்படுத்தி விடுகிறார். ந வை வெறும் பள்ளிக்கூட சத்துணவு

ஒருங்கிணைப்பாளாராக, சாதாரணனாகச் சொல்லுவதில்லை. அப்படி அறிமுகப்படுத்தியிருந்தால் இந்த நாவல் எளிமையான எதார்த்தவாத நாவலின் உருவத்தைக் கொண்டிருக்கும். தான் ராஜ பரம்பரையின் வாரிசு என்று அறிந்து கொண்டவனாகவே – ந என்பவன் வெறும் ந வோ, ந என்னும் பெயரையுடைய சத்துணவு அமைப்பாளரோ அல்ல; நட்ராஜ் மகராஜ் – என்று தெரிந்துகொண்டவனாகவே முன்னிருத்தப்படுகிறான். இந்த அறிமுகமே நாவலின் வடிவையும் போக்கையும் தீர்மானிக் கிறது. எதார்த்தவாதக் கதையாடலாக அல்லாமல் புனைவின் அதிகபட்ச சாத்தியங்களைக் கோரும் படைப்பாக மாற்றுகிறது. நாவலின் இறுதியை மறக்க முடியாத ஒன்றாகவும் மறு சிந்தனைக்குரியதாகவும் ஆக்குகிறது. ந வை வெறும் நவாக அல்லாமல் நட்ராஜ் மகராஜாக அறிமுகப்படுத்துவதில் ஆசிரியரின் சமகால விமர்சனமும் தொனிக்கிறது. தமிழ்ச் சமூகத்தில் இன்று எல்லாத் தரப்புகளும் தம்மை ஆண்ட பரம்பரையாகவே எடுத்துக்காட்ட விரும்புகின்றன. அந்த விருப்பத்தின் மீதான படைப்பாளியின் விமர்சனமாக இதைச் சொல்லலாம்.

தேவிபாரதியின் இதுவரையான படைப்புகளிலிருந்து இங்கே மேற்கோளாகச் சொல்லப்பட்டவற்றில் மேற்சொன்ன விமர்சனம் தொடர்ச்சியாகவே இடம் பெறுகிறது. 'நட்ராஜ மகரா'ஜில் அது மிகவும் கூர்மை பெற்றிருக்கிறது. ஒருவிதத்தில் படைப்பாளியின் கருத்தியல் நோக்கு அல்லது அரசியல் நோக்கு இது. படைப்பாளியின் பணி அரசியலின் வரலாற்றை அலசுவதல்ல; மாறாக வரலாற்றின் அரசியலைப் பகுத்துப் பார்ப்பதே. அதன் தெளிவான உதாரணம்: 'நட்ராஜ் மகராஜ்'.

துணைப்பிரதிகள் கொண்டவை தேவிபாரதியின் கதைகள். குறிப்பாக அவரது சமீபத்திய ஆக்கங்கள். எல்லாருக்கும் நன்கு அறிமுகமான நல்லதங்காள் கதையை மீளச் சொல்லும் 'உயிர்த்தெழுதலின் சாபம்' நெடுங்கதை, அதற்குள் சமகாலப் பொருத்தமுடைய துணைப் பிரதிகளை உள்ளடக்கிக் கொண்டிருக்கிறது.'பிறகொரு இரவு'ம் சமகாலச் சிக்கல்கள் பற்றிய துணைப் பிரதிகளைக் கொண்டது. 'நிழலின் தனிமை' நாவலும் இதே போன்றதுதான். பழி வாங்கும் கதைபோலத் தோன்றும் நாவலின் ஆழத்தில் உளவியல் சார்ந்த கருத்தோட்டங்கள் மறைந்திருக்கின்றன. இந்தப் படைப்புகள் மூலம் வசப்பட்ட தன்னுடையதான கதையாடலை தேவிபாரதி 'நட்ராஜ் மகரா'ஜில் உச்சமாக நிகழ்த்தியிருக்கிறார்.

நட்ராஜ் மகராஜ் நாவலில் நேரடியான முறையில் சொல்லப்படுவது ந வின்கதை. அதில் மறைமுகமாக அவனது

வம்சத்தின் கதையும் சமகால அரசியலும் துணைப் பிரதிகளாக இடம்பெறுகின்றன. இன்னொரு மறை பிரதியும் இந்த நாவலில் இருக்கிறது என்பதை நாவல் குறிப்பிடும் நிலப்பகுதியுடன் தொடர்புள்ள வாசகர்கள் இனங்காணக் கூடும்.

இன்றைய தேதிக்கு தேவிபாரதி என்ற எழுத்தாளரின் ஆக மேலான படைப்பு 'நட்ராஜ் மகராஜ்' என்று எண்ணுகிறேன். கதையாடலில் நிகழ்த்தியிருக்கும் புதுமையிலும் கதைமாந்தர்களை உருவாக்கியிருக்கும் நேர்த்தியிலும் மொழியைப் பயன்படுத்தி யிருக்கும் துல்லியத்திலும் செழுமையிலும் இந்த நாவல் அவரது படைப்பாற்றலின் உச்சத்தைக் காட்டுகிறது. இழை விலகாமல் நெய்ததுபோல நாவலில் எதார்த்தமும் கற்பனையின் மாயமும் பின்னியிருக்கின்றன.

ந வைக் குறிப்பிடும்போதும் இதர பாத்திரங்களைக் குறிப்பிடும்போதும் அவர்களது பெயர்களின் முதல் எழுத்துக்கள் மட்டுமே குறிப்பிடப்படுகின்றன. இடங்களும் ஒற்றை எழுத்தில் சுட்டப்படுகின்றன. இவை முதலில் வேடிக்கையாகவும் பின்னர் எச்சரிக்கைக் குறிப்பாகவும் பிறகு இயல்பானதாகவும் ஆகின்றன. ந என்பவன் வெறும் நவோ ந என்னும் பெயரையுடைய சத்துணவு அமைப்பாளரோ அல்ல என்றும் வ என்னும் மனைவி, பூ என்னும் பேராசிரியர், ஸ் என்னும் உதவியாளர் என்றும் வரும் சுட்டல்கள் முதலில் வேடிக்கையாகத் தொனிக்கின்றன. தொடர்ந்து வாசிக்கும்போது ஆசிரியர் எச்சரிக்கை காரணமாகவே இப்படிப் பயன்படுத்துகிறார் என்ற தெளிவு ஏற்படுகிறது. இறுதி வரை தொடரும் இந்தப் பயன்பாடு நாவலுக்குள்ளான வாசக சஞ்சாரத்தில் பழகி இயல்பானதாகவே ஆகிறது. உண்மையில் வாசிப்பில் அலுப்பை ஏற்படுத்தக் கூடியது இது. ஆனால் அப்படி நிகழாமல் இந்தக் கூறியது கூறல் கவிதையில் மறுபடிகளாகவோ சுருதி மீட்டலாகவோ அனுபவமாகின்றன. அப்படி அனுபவப்படச் செறிவான கதையாடலே காரணம்.

ந வை முன்னிருத்திச் சொல்லப்படும் நாவல் அவனை விட்டு விலகுவதே இல்லை. அவன் இடம்பெறாத காட்சிகள் ஒன்றுகூட நாவலில் இல்லை. அவன் விலகியிருப்பதாக வரும் சந்தர்ப்பங்களிலும் அவன் சூக்குமமாக இருக்கிறான். அல்லது அந்த சந்தர்ப்பத்தின் முடிவில் தூலமாக வெளிப்படுகிறான். ந வின் பிரதி வினைகளிலிருந்தே பிற பாத்திரங்களை வாசகர் தெரிந்து கொள்கிறார். இந்த ஒருமை நாவலுடன் ஒன்ற உதவுகிறது. அதை தேவிபாரதியின் மொழி சாத்தியமாக்குகிறது. கதைச் சந்தர்ப்பத்தை விரித்தும் ஆழ்ந்தும் உணரச் செய்யும் மொழி. எதார்த்தமும் அதிபுனைவுமான கதைப் போக்கை திட்பமாக நிலைப்படுத்த

மொழியால் எவ்வளவு முடியுமோ அத்தனை சாத்தியங்களையும் ஆசிரியர் வெற்றிகரமாகக் கையாண்டிருக்கிறார். ந தனது முன்னோன் ஆன மாவீரன் காளிங்க நடராஜ மகாராஜாவாக உருமாற்றப்படும் விதூஷகத் தருணத்திலும் அந்த உருமாற்றம் மூலம் சமூகம் திருவிழாக் கோலம் கொள்ளும் பகுதியிலும் மொழி அபாரமாகத் துலங்குகிறது – பிரகாசமான மின்னலின் காட்சிக் குளுமையும் விளைவின் தகிப்பும்போல.

வரலாற்றை மனிதர்கள் உருவாக்குகிறார்களா? வரலாறு மனிதர்களை உருவாக்குகிறதா? என்ற விடை காண முடியாத கேள்விக்கு பதில் தேடும் முயற்சியாக இந்த நாவலைச் சொல்லலாம். ந என்பவன் வெறும் ந என்பவனாகவோ ந என்னும் பெயருடைய சத்துணவு அமைப்பாளராகவோ இருக்க முடிவதில்லை. காலம் மென்று செரித்த அரண்மனையின் சிதிலங்களுக்கு மத்தியில் வாழும் தான் மகத்தான அதிகாரம் கொண்டிருந்த பரம்பரையின் கண்ணி என்று உணர்கிறான். அவனது நிகழ்கால இருப்பு அதை மறுக்கிறது. ஆனால் சொல்லப்பட்ட சரித்திரமும் அதை மெய்ப்பிக்க வைக்கப்படும் சான்றுகளும் அவனை நிகழ்காலத்திலிருந்து மீட்க முடியாத பொற்காலக் கனவுக்கு இட்டுச்செல்கின்றன. அதை அவன் மெல்ல மெல்ல ஏற்கவும் ஆயத்தமாகிறான். தன்னை மகாராஜா என்று நம்பவும் நிரூபிக்கவும் விரும்புகிறான். அது அதிகாரம் மிகுந்த இருப்பு. பெருமிதத்துக்குரிய வாழ்க்கை. அந்த வாழ்க்கையை எட்டிவிடும் பிரயத்தனத்தில் ந என்பவன் தன்னை இழக்கிறான். தனது நிகழ்காலத்தை இழக்கிறான். வரலாற்றின் கேலிச் சித்திரமாக மாறுகிறான்.

இது வரலாறு மனிதனுக்கு அளிக்கும் துயரமா? மனிதன் வரலாற்றுக்கு ஏற்படுத்தும் இக்கட்டா? இந்தக் கேள்விதான் 'நட்ராஜ் மகரா'ஜைக் களத்தை மிஞ்சிய படைப்பாக்குகிறது. காலத்தையொட்டிய படைப்பாகவும் அடையாளப்படுத்துகிறது. எல்லாக் காலத்திலும் எல்லா இடங்களிலும் தவிர்க்க இயலாத, தவிர்க்கக் கூடாத கேள்வி இது. இல்லையா?

திருவனந்தபுரம் **சுகுமாரன்**
9 மே 2016

பகுதி I

1

943 மாணவ மாணவியர் பயிலும் தா என்னும் பெயரையுடைய ஒரேயொரு கிராமத்தின் ஒரேயொரு அரசு மேல்நிலைப் பள்ளியின் ஒரேயொரு சத்துணவு அமைப்பாளரான ந, தான் 1802இல் கிழக்கிந்திய கம்பெனியாரால் ச என்னும் மலைநகரில் தற்போதும் இருந்துகொண்டிருப்பதாகக் கருதப்படும் மூப்புற்ற சாலையோரப் புளியமரமொன்றில் தூக்கிலிடப் பட்டுக் கொல்லப்பட்டதாகச் சொல்லப்படும் மாவீரன் காளிங்க நடராஜ மகாராஜாவின் உயிருள்ள நேரடியான ஒரே வாரிசு என்பதைத் தெரிந்துகொண்டபோது கிறித்து பிறந்து 1999 ஆண்டுகளும் நான்கு மாதங்களும் ஒன்பது நாள்களும் கடந்திருந்தன. இரண்டு வாரங்களுக்கு முன்புதான் பள்ளிகளுக்குக் கோடை விடுமுறை தொடங்கியிருந்தது. தொடக்கப் பள்ளியில் பயிலும் தன் குழந்தைகள் இருவரையும் செ என்னும் நகரில் வசிக்கும் கைத்தறி நெசவாளியான மைத்துனரின் வீட்டுக்கு அனுப்பிவிட்டு வ என்னும் பெயரையுடைய மனைவியின் உதவியோடு ஒ என்னும் சிறிய, மிகச் சிறிய கிராமத்தில் தான் வெகுகாலமாக வசித்துவரும் அரண்மனையைக் கைவிட்டுவிட்டு அரசால் ஒதுக்கப்பட்ட இலவசத் தொகுப்பு வீட்டைக் கட்டிக்கொள்வதற்கான பணிகளைத் தொடங்கியிருந்தான். அஸ்திவாரம் அமைக்கும் பணி நடந்துகொண்டிருந்தது. இரண்டு சித்தாள்களுக்குரிய கூலி மிச்சமாகுமென்பதாலும் அப்போது கோடை விடுமுறை என்பதாலும் நவும் வவும் மேஸ்திரியுடனும் அவனுடன் வந்திருந்த இரண்டு சித்தாள்களுடனும் அஸ்திவாரம் அமைக்கும் பணியில் சேர்ந்து கொண்டிருந்தனர். சித்தாள் சேற்றைக் குழைத்துக் கொடுத்துக்கொண்டிருந் தாள். நவும் வவும் அதைச் சுமந்துகொண்டு போய் அஸ்திவாரத்தை மெத்திக்கொண்டிருந்த

மேஸ்திரியிடம் சேர்த்துக்கொண்டிருந்தார்கள். எல்லா உடல்களிலும் சேறு படிந்திருந்தது. போதிய அனுபவம் இல்லாததால் ந தலை, முகம், கைகால்களிலெல்லாம் சேற்றை அப்பிக்கொண்டிருந்தான். ந என்பவன் வெறும் நவோ ந என்னும் பெயரையுடைய சத்துணவு அமைப்பாளரோ அல்ல, நட்ராஜ் மகராஜ் என்பதை நவுக்கும் அவனுடைய மனைவி வவுக்கும் குழந்தைகளுக்கும் ஓ என்னும் பெயரையுடைய அந்தக் கிராமத்துவாசிகளுக்கும் தெரிவிப்பதற்காகப் புதுதில்லியிலியின் நே என்னும் பெயரையுடைய புகழ்பெற்ற பல்கலைக்கழகமொன்றின் புகழ்பெற்ற வரலாற்றுத்துறைப் பேராசிரியர் பூவும் அவருடைய உதவியாளரும் பேரழகியுமான ஸ்ஸூம் அவன் வெகு காலமாக வசித்துவந்த அரண்மனையின் முன்னால் வந்து நின்றபோது நவும் அவனுடைய பட்டத்துராணியான வவும் சேறு படிந்த உடல்களுடனேயே அவர்கள் முன்னால் நிற்க வேண்டியிருந்தது.

2

ந வசித்துவந்த அரண்மனையை அரண்மனை எனக் குறிப்பிடுவதற்குக் காரணம் அது ஒரு அரண்மனை என்பதுதான். ஊர்க்காரர்களும் அதை அரண்மனை என்றே அழைத்தனர்.

ஆனால் பாழடைந்த அரண்மனை.

அதன் எண்ணற்ற சிதைந்துபோன தூண்களும் இற்று வீழ்ந்துவிட்ட ஆலோசனை மண்டபங்களும் மண்மூடிப் போய்விட்ட தர்பாரும் ராணிகளும் கூத்திப் பெண்களும் சேடிகளுமற்ற அந்தப்புரமும் உறக்கமஞ்சக் கூடங்களும் உடும்புகளும் முயல்களும் கீரிகளும் பாம்புகளும் இன்னும் எண்ணற்ற சிறு பிராணிகளும் பறவைகளும் வசிக்கும் குதிரை லாயமும் அடர்ந்த புதர்களாலும் முதிர்ந்த விருட்சங்களாலும் மூடப்பட்டிருந்தன. தர்பார் மண்டபத்தின் பதினெட்டுத் தூண்களில் எஞ்சி யிருந்தவை மூன்று மட்டுமே. இற்றுச் சரிந்து போய்விட்ட அவற்றைப் பிரண்டைக்கொடிகளும் கோவைக்கொடிகளும் ஊணாங்கொடிகளும் தம் வலுவான, முறுக்கேறிய கரங்களால் தாங்கிப் பிடித்துக்கொண்டிருந்தன. பிராணிகளும் பறவை களும் தமக்கென எடுத்துக்கொண்டவை போக எஞ்சியிருந்த மிகச் சிறிய இரண்டு அறைகளில் வெகு காலமாக வசித்துவந்தான் ந.

அவன் வசித்துவந்த சிதிலமடைந்த இரு சிறிய அறைகளும் முன்பு அரண்மனையின் வாயில் காவலர்கள் தங்கியிருந்து காவல்காத்து வந்த இடங்களாயிருந்திருக்க வேண்டும். நுழைவாயிலை யொட்டி இடமொன்றும் வலமொன்றுமாகக் கனத்த, விரிசலுற்ற, காரை பெயர்ந்த, பழுப்பேறிய சுவர்களையுடைய தலா இருநூறு சதுர அடி கொண்ட எதிரெதிரான இரண்டு பாழடைந்த அறைகள். முன்புறம் இரண்டரையடி உயரமுள்ள

திண்ணையும் இரண்டு மூலைகளிலும் சாய்ந்துகொள்ளத் தோதுவான கருங்காலி மரத்தாலான இரு தூண்களும் இருந்தன. திண்ணையின் இடதோரத்தை வ சமையல்கூடமாகப் பயன்படுத்தி வந்தாள். காற்றுத் தடுப்பான்களாக இரு சாக்குப் படுதாக்கள் தொங்கவிடப்பட்டிருந்தன. நடுவே அகழியைப் போன்ற கற்பாலங்களாலான அகன்ற, பெரிய பாதை. அதில் வசித்துவந்தவர்கள் யாராக இருந்தாலும் அவர்கள் நுழைவாயிலைக் கடந்து அந்தப் பாதையின் வழியாகத்தான் அரண்மனைக்குள் நுழைந்திருக்க வேண்டும். ராஜாவோ மந்திரிப் பிரதானிகளோ சேனாதிபதிகளோ அரண்மனைக்குள் நுழையும்போதும் வெளியே வரும்போதும் அவற்றில் வசித்துவந்த காவலர்கள் விறைப்பாக நின்று அவர்கள் ஒவ்வொருவரையும் பணிந்து வணங்கியிருப்பார்கள் அவர்களில் யாராவது ஆங்கில பாணியில் விறைப்பாக நின்று சல்யூட் அடித்திருப்பதற்கும் வாய்ப்புண்டு. அவர்களது கையில் ஈட்டிகள் இருந்திருக்க வேண்டும். இடைகளில் கூர்முனை கொண்ட வாள்கள் தொங்கவிடப்பட்டிருந்திருக்கலாம். எல்லோருமே திடகாத்திரமான தோள்களையும் உறுதியான கைகளையும் தீர்க்கமான விழிகளையும் முறுக்கிவிடப்பட்ட பெரிய மீசைகளையுமுடையவர்களாக இருந்திருப்பார்கள்.

அரண்மனைக்குள் நுழைய முயலும் தீயவர்களையும் பகைவர்களையும் அவர்கள்தான் முதலில் எதிர்கொண்டவர்களாக இருந்திருக்க வேண்டும். அதன் காரணமாகவே பகைவர்களின் முதற்பலிகளாகவும் அவர்களே இருந்திருக்கக்கூடும். அந்த அரண்மனையும் அதன் தர்பாரில் வீற்றிருந்த ராஜாக்களும் அவர்களுடைய குடையின் கீழிருந்த ராஜ்ஜியமும் அவற்றின் குடிகளும் சந்தித்த எல்லா நல்லது கெட்டதுகளுக்கும் அவர்கள் சாட்சியங்களாக விளங்கியிருந்திருப்பார்கள். அந்த அரண்மனையின் வரலாறு எங்கே செல்வதாக இருந்திருந்தாலும் அவர்களைக் கடந்துதான் சென்றிருக்க வேண்டும். எந்த அதிகாரமும் இருந்திருக்காவிட்டாலும் அவர்களே அவற்றின் தொடக்கமாகவும் முடிவாகவும் இருந்திருக்கமுடியும். வரலாற்றின் ஏதோ ஒரு புள்ளியில் சரிந்துபோய்விட்ட அந்த அரண்மனையில் முற்றாக உருக்குலைந்து போகாமல் எஞ்சியிருந்தவை அந்தக் காவல்கூண்டுகள்தாம்.

ந அவற்றில்தான் வெகுகாலமாக வசித்து வந்தான். வெகுகாலமாக என்றால் உண்மையிலேயே வெகுகாலமாக. அந்தக் காவல்கூண்டுகளில் ஒன்றில்தான் சரியாக முப்பத்து நான்காண்டுகளுக்கு முன்னால் ந பிறந்தான். அவற்றின் திண்ணை களில் தவழ்ந்தான். அவற்றின் உயரமான படிகளில் ஏறியும் இறங்கியும் நடை பயின்றான். அவனும் அவனுடைய பால்ய

நண்பர்களும் பாழடைந்து போன அந்த அரண்மனையின் சிதிலங்களுக்குள் ஓடிப்பிடித்து விளையாடினார்கள். பட்டாம்பூச்சிகளும் குருவிக்குஞ்சுகளும் பிடித்துத் திரிந்தார்கள். ந வசித்துவந்த அந்த இரு காவல்கூண்டுகளில் ஒன்றை இரண்டாண்டுகளுக்கு முன்புவரை அவனுடைய வயதான தந்தை பயன்படுத்தி வந்தார். பக்கவாதத்தால் தாக்கப்பட்டு ஆறேழுவருடங்கள் வரை வெளியுலகைத் தீண்டாமல் அவ்வறையிலேயே கிடைகொண்டு கிடந்த அந்த மனிதர் பயன்படுத்திய கயிற்றுக்கட்டிலும் கந்தலாகிப்போன போர்வையும் இன்னுங்கூட அதன் ஒரு மூலையில் கிடந்தன. இரண்டு வருடங்களாகியும் அந்த அறையைவிட்டு வெளியேறியிராத அவரது மூத்திர நெடியை நவோ அவனுடைய மனைவி வவோ அவர்களது குழந்தைகளோ ஒருபோதும் உணர்ந்ததில்லை. அந்த வீட்டுக்கு வரும் அந்நியர்களில் யாராவது அதை உணர்ந்து மூக்கைச் சுழித்துக்கொள்ளும்போதும் அவர்களில் இங்கிதமற்ற யாராவது ஒருவர் அதை அவர்களுக்குச் சுட்டிக்காட்ட முயலும்போதும் இருவரும் அவரைக் குழப்பமாகப் பார்த்துக்கொண்டிருப்பார்கள். பாழடைந்துபோன அந்த அரண்மனையில் தான் பிறக்க நேர்ந்ததற்கும் பிறகு அதன் இடிபாடுகளுக்கிடையே வசிக்க நேர்ந்ததற்குமான காரணங்களையோ பாழடைந்துபோன அந்த அரண்மனைக்கும் தனக்கும் என்ன உறவு என்பதையோ ந ஒருபோதும் யோசித்துப்பார்க்க முயன்றதில்லை.

3

எனினும் வ என்னும் பெயரையுடைய தன் மனைவியோடும் ஆணும் பெண்ணுமான இரு பிள்ளைகளோடும் அந்த அரண்மனையில் வசித்துவந்தான் ந.

அவனுடைய தந்தையின் மூத்திரநாற்றம் வீசும் அறைக்கு எதிரிலிருந்த மற்றொரு அறையில்தான் மிகச்சரியாகப் பன்னிரண்டு வருடங்களுக்கு முன்பு ந தன் பெண்டாட்டி வவுடன் இல்லற வாழ்வைத் தொடங்கியிருந்தான். அப்போது அவனுடைய தாய் உயிரோடு இருந்தாள். கல்யாணத்திற்கு எட்டுநாள்கள் முன்னதாகவே அதன் கனத்த சுவர்களைப் பூசிப் பசுஞ்சாணத்தால் தரையை மெழுகியிருந்தாள். வாசலில் இருந்த முதிர்ந்த கொன்றை மரம் அப்போது தன் எண்ணற்ற கிளைகளிலிருந்து குருதிச் சிவப்பான பூக்களை உதிர்த்துக்கொண்டிருந்தது. அவ்வளவு மோசமாகச் சிதைந்து போயிருக்காத நுழைவாயிலில் படர்ந்திருந்த இருள்வாசிக் கொடிகள் பூத்துக் குலுங்கிக்கொண்டிருந்தன. அவற்றிலிருந்த பூக்களைச் சேகரித்துத் தன் மருமகளுக்காகத் தொடுத்து வைத்திருந்த அவனுடைய தாய், வீடு முழுக்க அவற்றின் நறுமணத்தைப் படரவிட்டிருந்தாள்.

அப்போது ந வெறும் நவாக இருந்தான். ந என்பவன் வெறும் ந அல்ல, நடராஜ் மகராஜ் என்னும் வரலாற்று உண்மை அப்போது கண்டுபிடிக்கப்பட்டிருக்கவில்லை. அதற்கான ஆராய்ச்சியைப் பேராசிரியர் பூ அப்போது தொடங்கியிருக்கவேயில்லை.

அப்போது அ என்னும் பெயரையுடைய சிறுநகரிலிருந்த பைனான்ஸ் கடை ஒன்றில்

மேலாளராகப் பணிபுரிந்துகொண்டிருந்தான் ந. பைனான்ஸ்கடை என்றால் சுற்றுப்புறக் கிராமங்களில் வசிக்கும் ஏழை எளியவர்களுக்கும் சிறு, நடுத்தர விவசாயிகளுக்கும் வியாபாரிகளுக்கும் அதிக வட்டிவீதத்தில் கடன் தரும் ஒரு நிதிநிறுவனம்.

மேலாளர் என்றால் காலையில் ஒன்பதுமணிக்கு அவன் வசித்துவந்த ஒ என்னும் பெயரையுடைய சிறிய, மிகச் சிறிய கிராமத்திலிருந்து சுமார் பத்து கிலோமீட்டர் தொலைவிலிருக்கும் அ என்னும் பெயரையுடைய அச்சிறுநகரின் சந்தைத்திடலுக்கு அருகே நெடுஞ்சாலையில் இருந்த மூன்று அடுக்குகளையுடைய வணிக வளாகத்தின் முதல் அடுக்கில் இருக்கும் கடைக்குப் போய்விட வேண்டும். கடையின் ஷட்டரைத் திறந்து முந்தைய நாள் இரவிலிருந்து அதனுள் அடைபட்டுக்கிடக்கும் புழுக்கமான காற்றை வெளியேற்றிவிட்டுக் குப்பைகளைப் பெருக்கிச் சுத்தம்செய்து மேசைவிரிப்புகளை ஒழுங்குபடுத்திப் பொதுமேலாளரது இருக்கையின் மீது போர்த்தப்பட்டிருக்கும் தேங்காய்ப்பூ துவாலையை உதறிச் சுருக்கங்களை அகற்றிப் போர்த்திவைக்க வேண்டும். சுவரில் பொருத்தப்பட்டிருந்த ஏழுமலையான் படத்துக்கும் மகாலட்சுமியின் படத்துக்கும் தலா ஒரு முழ நீளமுள்ள பூச்சரங்களைத் தொங்கவிட்டு ஊதுபத்தி கொளுத்திவைத்துக் கன்னத்தில் போட்டுக்கொண்டு விபூதி துலங்கும் நெற்றியுடன் பணிகளைத் தொடங்க வேண்டும். பொது மேலாளர் காலை பத்துமணிக்கு மேல் மாலை ஐந்துமணிக்குள் அவருக்கு வசதிப்படும் ஏதாவதொரு நேரத்தில் வருவார்.

பொது மேலாளரின் வருகையைப் பற்றிக் கவலைப்படாமல் அவரது மேசையில் உள்ள பிளாஸ்டிக் குவளையில் தண்ணீரை நிரப்பி வைத்துவிட்டுச் சரியாகப் பத்து மணிக்குக் குறிப்பேடுகளையும் சிட்டாக்களையும் கோப்புக்களையும் தன் மேசையின் மீது பரப்பி வைத்துக்கொள்வான் ந. ஒவ்வொரு கடனாளியின் பெயருக்கு எதிராகவும் நிலுவையில் உள்ள அசல், வட்டித்தொகையைக் கணக்கிட்டுத் தவணைத்தேதியைக் குறித்து வைத்துக்கொள்வான். யாராவது கடன் கேட்டு வந்தால் பொது மேலாளர் வரும்வரை காத்திருக்கச் சொல்வான். கடனைத் திருப்பிச் செலுத்த வருபவர்கள் அபூர்வம். அது நிகழ்ந்துவிட்டால் ந நிலைகொள்ளாதவனாகிவிடுவான். வந்தவரை வரவேற்றுத் தனக்கெதிரில் உள்ள நாற்காலியில் உட்காரவைத்து அவர் கொடுக்கும் தொகையை மிகப் பணிவாக வாங்கி ஒருமுறைக்கு மூன்றுமுறை எண்ணிக் கணக்கிட்டுச் சிறிய கட்டாகக் கட்டி இழுப்பறைக்குள் வைத்துப் பூட்டிக்கொண்டு ரசீது எழுதித் தருவான். சில தருணங்களில் அந்த நிறுவனத்தின் பங்குதாரர்களாக

இருக்கும் இருபத்து நான்கு இயக்குநர்களில் யாராவது சிலர் இரண்டு, மூன்று பேர் கொண்ட குழுக்களாகக் கடைக்கு வருகை தருவார்கள். நிதிநிறுவனத்தின் அப்போதைய நிலை குறித்து அவர்கள் கேட்கும் கேள்விகளுக்குப் பதிலளிக்க வேண்டிய பொறுப்பும் மேலாளர் நவுக்கு இருந்தது. கீழ்த்தளத்திலிருந்த பேக்கரியிலிருந்து தேநீரும் சிகரெட்டுக்களும் வரவழைத்து அவர்களுக்குக் கொடுக்க வேண்டும். நிதிநிறுவனத்தோடு தொடர்பற்றவையே என்றாலும் அவர்கள் பேசுபவற்றைக் கேட்டுக்கொண்டிருக்க வேண்டும்.

பொது மேலாளர் வந்த பிறகு சிட்டையை எடுத்துக்கொண்டு வசூலுக்குப் புறப்படுவான் ந. கடனாளிகளைக் கெஞ்சியோ பொது மேலாளரின் சார்பாகவும் மற்ற இயக்குநர்களின் சார்பாகவும் மிரட்டியோ ஒரு சொற்பத்தொகையைப் பெற்றுக்கொண்டு திரும்புவான். வசூல் பொதுமேலாளரின் குறைந்தபட்ச எதிர்பார்ப்பையாவது பூர்த்திசெய்யாவிட்டால் ந அவரது கடுங்கோபத்தையும் வசைகளையும் எதிர்கொள்ள வேண்டுமென்பதால் வசூலுக்குப் போகும்போது ந தன் எளிய இயல்புகளைக் கைவிட வேண்டியிருக்கும். கடனாளிகளின் மீது வசைமாரி பொழிய வேண்டியிருக்கும். வீட்டுக்குள் புகுந்து அவர்களுடைய ட்ரங்பெட்டியையோ இரும்பு அலமாரியையோ நாற்காலிகளையோ சைக்கிள், மொபெட் முதலான இருசக்கர வாகனங்களையோ பெண்களின் காதுகளில் இருக்கும் அழுக்கேறிய இரண்டு கிராம் தங்கத்தையோ குழந்தைகளின் வெள்ளி அரைஞாண் கயிறுகளையோ பறிமுதல் செய்துகொண்டு போய்விடப்போவதாக மிரட்ட வேண்டியிருக்கும். எதுவுமே இல்லாதபோது ந சங்கடமாக உணர்வான். அப்போது கடனாளியின் தன்மானத்தைச் சிதைக்கும் விதத்தில் வசைபாட வேண்டியிருக்கும், “வாங்கறப்ப இருக்கற ஓணத்தி குடுக்கறப்பமு இருக்கோணு” என்றோ, “அப்பற அதுக்கு வக்கில்லாம எதுக்கு வாய இளுச்சுக்கிட்டு வந்து வாங்கறே?” என்றோ, “மரியாதையாப் பொழுதுக்குள்ள வாங்குன பணத்தக் கொண்டாந்து எண்ணி வெச்சுப்புட்டு வேற வேலயப் பாரு, அப்பற வாயில பேசிக்கிட்டிருக்கமாட்டெ ஆமா” என்றோ ந தனக்குச் சொந்தமில்லாத பல சொற்களால் அவர்களை அவமானப்படுத்தவும் மிரட்டவும் முற்படுவான். வசூலை முடித்துக்கொண்டு திரும்பிப் பொது மேலாளரிடம் கணக்குகளை ஒப்படைத்துவிட்டுக் கடனைத் திருப்பிச் செலுத்தாதவர்கள் சொன்ன தகுமானங்களைப் பற்றி அவருக்குச் சொல்வான். பொது மேலாளர் நகத்தைக் கடித்தபடியோ மீசையைத் தடவியபடியோ மேசையின் மீது இருக்கும் பேப்பர்வெயிட்டை உருட்டியபடியோ

வெற்றுத் தாளொன்றை எடுத்து வைத்துக்கொண்டு பால்பாயின்ட் பேனாவால் எதையாவது கிறுக்கியபடியே பொறுமையாகக் கேட்டுக்கொண்டிருப்பார். பெருமூச்சு விடுவார். முகபாவங்களை அடிக்கடி மாற்றிக்கொள்வார். குவளையிலிருந்து கொஞ்சம் தண்ணீரைக் கண்ணாடித் தம்ளர் ஒன்றில் சரித்து வைத்துக்கொண்டு ஒவ்வொரு மிடறாக விழுங்குவார்.

பிறகு அவன் என்னென்ன வசைகளைக் கடன்தாரர்களின் மீது பிரயோகித்தானோ அந்த வசைகளை அப்படியே தன்னிடம் சொல்லும்படி கேட்பார் பொது மேலாளர். எச்சிலைக்கூட்டி விழுங்கிக்கொண்டு மிகத் தயக்கத்துடன் அவர்கள்மீது தான் பிரயோகித்த வசைகளைப் பற்றிச் சொல்வான் ந. பொது மேலாளருக்கு அவை எப்போதுமே திருப்தியளித்ததில்லை, "அதெல்லாம் பத்தாது" என முகத்தை இறுக்கமாக வைத்துக் கொண்டு சொல்வார், "அவுனுககிட்டயெல்லா பேசற வழில பேசுனாத் தன்னப்போல கொண்டாந்து குடுத்துப்புட்டுப் போயிருவானுக" என அவனுக்கு மேலும் சில புதிய, கடனாளிகளின் மானத்தை இன்னும் மோசமாக வாங்கும் கெட்டவார்த்தைகளடங்கிய வசைகளைப் போதிப்பார். சிலதருணங்களில் தனது நாற்காலியிலிருந்து எழுந்து தனக்கெதிரே மிகப் பணிவான ஒரு மனிதனாக நின்றுகொண்டிருக்கும் நவைத் தனது கடனாளிகளில் ஒருவனாகப் பாவித்துக்கொண்டு வசைபாடுவார்.

ந வுக்கு வியர்த்துக்கொட்டும். பிறகு அந்தக் கெட்டவார்த்தைகளை மனதில் இருத்திக்கொண்டு மறுபடியும் மாலை ஐந்துமணிக்கு வசூலுக்குப் புறப்படுவான். அவற்றில் சிலவற்றை அவர்கள் மீது பிரயோகிப்பான். கிடைத்ததைப் பெற்றுக்கொண்டு ஏழுமணிக்குத் திரும்பிவருவான். மறுபடியும் பொது மேலாளரின் கோபத்துக்கும் வசைகளுக்கும் உள்ளாவான். பிறகு குறிப்பேடுகளிலும் பேரேடுகளிலும் அன்றைய வரவு செலவுக் கணக்குகளை எழுதி அவற்றைப் பூர்த்திசெய்து வைப்பான். அருகிலுள்ள கடைக்குப் போய்ப் பொது மேலாளரின் வீட்டுக்குத் தேவையான பழங்கள், காய் கனிகள், சில்லறைச் சாமான்களை வாங்கி வருவான். இரவு ஒன்பது ஒன்பதரை மணி வாக்கில் பொது மேலாளர் தன் வீட்டுக்குப் புறப்பட்டுப்போன பிறகு அவசர அவசரமாகக் கடையை இழுத்துப் பூட்டிவிட்டுப் பூட்டுக்கள் சரியாகப் பூட்டிக்கொண்டுள்ளனவா என்பதை தன் மெலிந்த கைகளால் இரண்டு மூன்று முறை பலங்கொண்ட மட்டும் இழுத்துப் பரிசோதித்துவிட்டு எங்குமே நிற்காமல் நேராக வீடு வந்துசேர்வான்.

அந்தப் பணிகளுக்காகத் தனக்கு மாதாந்திர ஊதியமாகக் கிடைத்துவந்த சொற்பத் தொகையை அதிலிருந்து அநேகமாக எதையும் எடுத்துக்கொள்ளாமல் தாயிடம் கொடுத்துவந்தான் ந. தாய் பொறுப்பானவள். குடும்பத் தேவைகளுக்காக அதிலிருந்து எவ்வளவு குறைவாகச் செலவிட முடியுமோ அவ்வளவு குறைவாகச் செலவிடுவாள். மிஞ்சிய தொகையைக் கொண்டு ஊரில் இரண்டாயிரம் ரூபாய் மதிப்புள்ள ஏலச்சீட்டு ஒன்றுக்குப் பணம் கட்டிவந்தாள். எப்பாடு பட்டாவது மகனின் கல்யாணத்துக்கும் பாழடைந்துபோய்விட்ட தனது வீட்டைச் செப்பனிடுவதற்கும் ஒரு கணிசமான தொகையைச் சேர்த்துவிட வேண்டுமென்பது அவளது கனவு.

4

தன் உறவினர்களும் நண்பர்களுமான சிலரைப் பார்த்து அவர்களைப் போல் தானும் அரசாங்க ஊழியனாக வேண்டுமென்னும் அந்தரங்கமான கனவை வளர்த்து வைத்துக்கொண்டிருந்தான் ந. மேல்நிலை வகுப்பில் தேர்ச்சிபெற்ற கையோடு தட்டச்சுப் பயின்றிருந்தான். தனக்கு ஆசிரியராயிருந்த தூரத்து உறவினர் ஒருவரின் ஆலோசனைகளின்படி நிதிநிறுவனத்தில் வேலை செய்துகொண்டே அஞ்சல்வழியில் இளங்கலைப் பட்டப்படிப்புப் பயில்வதற்கும் முயன்றான். வேலைப்பளு காரணமாக அந்த முயற்சியைப் பாதியிலேயே கைவிட வேண்டிய தாயிற்று. எனினும் ந சோர்வடையவில்லை. சுருக்கெழுத்துக் கற்றுக்கொள்வதன் மூலம் வேலைக்கான வாய்ப்புகளைப் பெருக்கிக் கொள்ள முடியும் என யாரோ சொன்னதால் அதைக் கற்றுக்கொள்ளத் தொடங்கியிருந்தான். வாய்ப்புக் கிடைத்தபோதெல்லாம் அரசுப் பணியாளர் தேர்வாணையம் நடத்திய எழுத்தர் – தட்டச்சருக்கான தேர்வுகளையும் கிராம நிர்வாக அலுவலர் பணிக்கான தேர்வுகளையும் எழுதிக் கொண்டிருந்தான். தூரத்து உறவினரான அந்த ஆசிரியர் அவனுக்கு வேலைவாய்ப்பு அலுவலகத்தில் பதிவறை எழுத்தராகப் பணிபுரியும் து என்னும் பெயரையுடைய ஒருவரை அறிமுகப்படுத்தி வைத்திருந்தார். அந்தப் பதிவறை எழுத்தரால் நிச்சயம் தனக்கு உதவமுடியும் என நம்பிய ந வாரம் தவறாமல் அவரைச் சந்தித்துக்கொண்டிருந்தான். அறிவுரைகளுக்காகவும் வழிகாட்டுதல்களுக்காகவும் அவரது வீட்டின் முற்றத்தில் இருந்த பூவரசமரத்தின் சிறிய நிழலில் பல மணி நேரங்கள்வரை பொறுமை யாகக் காத்திருந்தான்.

து என்னும் பெயரையுடைய அந்தப் பதிவறை எழுத்தர் அறிவுரைகளையும் வழிகாட்டுதல்களையும்

தாராளமாக வழங்கினார். செய்தித்தாள்களில் வரும் வேலைவாய்ப்பு தொடர்பான விளம்பரங்களை அவன் தொடர்ந்து கவனித்துவர வேண்டும் என அறிவுறுத்தினார். குறிப்பிட்ட வேலைக்கு அவன் தகுதியானவனாக இருக்கும்பட்சத்தில் தவறாமல் விண்ணப்பிக்க வேண்டும். எழுத்துத் தேர்வுகளிலோ நேர்முகத் தேர்வுகளிலோ கலந்துகொள்ள வேண்டியிருந்தால் அதற்குத் தயாராக வேண்டும். பொது அறிவை வளர்த்துக்கொள்ள வேண்டும். பொது அறிவை வளர்க்கும் புத்தகங்கள் சந்தையில் ஏராளமாக இருக்கின்றன. ந அவற்றில் ஒன்றையும் விட்டுவிடாமல் படிக்க வேண்டும். பதில்களை நெட்டுருப் போட்டு வைத்துக்கொள்ள வேண்டும். நேர்முகத் தேர்வில் ஒரு கேள்வி கேட்கப்படும்போது டக்கெனப் பதிலளிக்கத் தெரிந்திருக்க வேண்டும். ந அந்தப் பதிவறை எழுத்தரின் அறிவுரைகளைத் தவறாமல் பின்பற்றிக்கொண்டு வந்தான். பொது அறிவுப் புத்தகங்களையும் வழிகாட்டி நூல்களையும் தேடிப்பிடித்து வாங்கிக்கொண்டு வந்தான். அரசுப் பணியாளர் தேர்வாணையம் நடத்திய நான்காம்நிலைப் பணியாளர்களுக்கான தேர்வை ஐந்துமுறையும் கிராம நிர்வாக அலுவலர்களுக்கான தேர்வை ஏழுமுறையும் எழுதினான். நான்கு நேர்முகத் தேர்வுகளில் கலந்துகொண்டான். கேட்கப்பட்ட எல்லாக் கேள்விகளுக்கும் அநேகமாகச் சரியான பதில்களையே சொன்னான். தேர்வு முடிவுகளுக்காகவும் பணிநியமன ஆணைக்காகவும் மாதக்கணக்காகவும் வருடக்கணக்காகவும் காத்திருக்கப் பழகிக்கொண்டான்.

நிதிநிறுவனம் சார்ந்த பணிகளுக்காக ஏதாவதொரு அரசு அலுவலகத்திற்குப் போக வேண்டியிருக்கும்போது ந தன்னை அதன் எழுத்தர்களில் ஒருவராகக் கற்பனை செய்துகொள்வதற்குப் பழகிக்கொண்டிருந்தான். என்ன காரணத்தாலோ அவனால் தேர்வுகள் எதிலும் வெற்றிபெற முடியவில்லை. கேட்கப்பட்ட கேள்விகளுக்குச் சரியான பதில்களை அளித்திருந்தபோதிலும் எல்லா நேர்காணல்களிலும் தோல்விகளையே தழுவினான். பிறகு து என்னும் பெயரையுடைய வேலைவாய்ப்பகப் பதிவறை எழுத்தரின் இடையறாத முயற்சியின் காரணமாகத் தனக்குச் சத்துணவு அமைப்பாளர் பதவி கிடைத்தபோது ந தன்னை ஓர் அரசுப் பணியாளன் என நம்ப விரும்பினான். வட்டார வளர்ச்சி அலுவலகத்திலிருந்து தான் வசிக்கும் ஓ என்னும் பெயரையுடைய கிராமத்திலிருந்து வெறும் ஐந்து கிலோ மீட்டர் தொலைவிலிருந்த தா என்னும் ஊரிலிருக்கும் அரசு மேல்நிலைப் பள்ளியின் சத்துணவு அமைப்பாளர் பதவிக்கான பணிநியமன ஆணையைப் பெற்றுக்கொண்டு வீடு திரும்பியபோது ந தன் கனவு நிறைவேறிவிட்டதாக நினைத்துச் சந்தோஷப்பட்டுக்கொண்டான்.

கைப்பையிலிருந்த பணிநியமன ஆணை தனது வாழ்க்கையையே மாற்றிவிடுமெனக் கற்பனை செய்து கொண்டான் ந.

ஆணையை எடுத்துக்கொண்டுபோய் முதன்முதலில் தன் தாயிடம் காட்டி ஆசீர்வாதம் வாங்க வேண்டுமென விரும்பினான் அவன். மனம் பேதலித்துப்போன தந்தைக்கு, அவரால் அதை முழுமையாகப் புரிந்துகொள்ள முடியாவிட்டாலும்கூட மகிழ்ச்சியான இந்தச் செய்தியைச் சொல்ல வேண்டும். நல்லது ஏதாவது நடக்கும் ஒவ்வொரு தருணத்திலும் செய்வது போலவே இப்போதும் இந்த ஆணையை எடுத்துக்கொண்டு போய்க் குலதெய்வத்தைக் கும்பிட்டுவிட்டு அதை அந்தத் தெய்வத்தின் காலடியில் வைத்து ஆசீர்வதித்துத் தரச் சொல்லிப் பூசாரியைக் கேட்டுக்கொள்ள வேண்டும். ஜோதிடரைப் பார்த்துப் பணியில் சேர்வதற்கான நல்ல நாளையும் நேரத்தையும் குறித்துக் கொண்டு வந்துவிடலாம்.

திட்டமிட்டு வரிசைக்கிரமமாக எல்லாவற்றையும் செய்து முடிக்க விரும்பினான் ந. அவனிடம் பழைய மொபெட் ஒன்று இருந்தது. அதைக்கொண்டு அரைநாளில் எல்லா வேலைகளையும் முடித்துவிட முடியும் என நினைத்தான். அந்த வேலையைப் பெற முடிந்திருந்ததை ந ஒரு சாகசமாக நினைத்தான். அவன் பல தடைகளைக் கடக்க வேண்டியிருந்தது. அதிகாரமும் செல்வாக்கும் மிகுந்த எண்ணற்ற மனிதர்களின் முன் பணிந்து நிற்க வேண்டியிருந்தது. ஒருவரிடமிருந்து இன்னொருவரைப் பார்ப்பதற்காக ஓரிடத்திலிருந்து இன்னொரு இடத்திற்கு ஓடினான் ந. அன்பளிப்புகளாகவும் லஞ்சமாகவும் கணிசமான தொகையைச் செலவிட்டிருந்தான். அந்தப் பணத்தைப் புரட்டுவதற்கு எல்லா அவமானங்களையும் சந்தித்தான். தனக்கு அறிமுகமே இல்லாத பலருக்கு நிச்சயமற்ற வாக்குறுதிகளை அளித்தான். சிலரிடம் கண்ணீர் சிந்தினான். தனக்கெதிரான பல சதிகளை முறியடித்தான். அவனது நம்பிக்கைகள் தளர்ந்துகொண்டிருந்தபோது திடீரென து என்னும் பெயரையுடைய அந்த வேலைவாய்ப்பகப் பதிவறை எழுத்தரால் அழைக்கப்பட்டான். ந தனது அந்தப் பழைய மொபெட்டை எடுத்துக்கொண்டு வட்டார வளர்ச்சி அலுவலகத்தை நோக்கி விரைந்தான். பணிநியமன ஆணை கிடைக்கப்பெற்றபோது அழ வேண்டும் என விரும்பினான் ந. அப்போது அவன் வட்டார வளர்ச்சி அலுவலகத்தின் தாழ்வாரத்தில் நின்றுகொண்டிருந்ததால் பணிநிமித்தமாக வந்து அங்கு கூடியிருந்த தனக்கு அறிமுகமான சிலர் முன்னால் கண்ணீர் விடுவதற்குத் தயங்கினான். மிகச் சிரமப்பட்டு தன் உணர்வுகளைக் கட்டுப்படுத்திக்கொண்டான். வட்டார வளர்ச்சி

அலுவலகத்திலிருந்து ஆணையைப் பெற்றுத் தன்னிடம் வழங்கியது என்னும் பெயரையுடைய அந்தப் பதிவறை எழுத்தருக்கு நன்றி சொன்னபோது தனது குரல் தழுதழுப்பதை உணர்ந்தான் ந. இப்போது அந்தச் சாகசக் கதையை யாரிடமாவது முழுமையாகச் சொல்ல வேண்டுமென்னும் வேட்கை ஏற்பட்டது அவனுக்கு. தன்னைக் கேவலமாகக் கருதிய எல்லோரையும் ஆச்சரியத்தில் மூழ்கடிக்க விரும்பினான் அவன். அந்தச் செய்தியைக் கேட்கும் போது தன் தாய் எவ்வளவு பரவசமடைவாள் எனக் கற்பனை செய்துகொள்ள விரும்பினான்.

உணர்வுகளைக் கட்டுப்படுத்திக்கொள்ள முடியாமல் கண்கலங்குகிறாள் அவனுடைய அம்மா. உடனடியாகக் கைகளைக் குவித்துக் காற்றிலிருக்கும் தங்கள் குலதெய்வத்துக்கு நன்றி சொல்கிறாள். பாழடைந்த அந்த அரண்மனையில் வசித்துவந்த தன் முன்னோர்களை நினைத்துக்கொள்கிறாள், "இதயெல்லா இருந்து பாக்கறதுக்கு உங்கப்பாரய்யனுக்குக் குடுத்து வெக்காமப் போயிருச்சே சாமீ" எனத் தன் மீது பரிவு கொண்டிருந்த அவளுடைய மாமனாரை நினைத்துக் கண்ணீர் விட்டு அழுகிறாள் அவள்.

5

வெகு சீக்கிரத்திலேயே ந ஒரு சத்துணவு அமைப்பாளராக இருப்பது என்றால் என்ன என்று தெரிந்துகொண்டான்.

பணியில் சேருவதற்கு முன்பாகவே தனக்குக் கிடைத்திருக்கும் அந்த வேலை தான் கற்பனை செய்துகொண்டிருப்பதைப் போல அவ்வளவு கௌரவமானதல்ல என்னும் உணர்வு ஏற்பட்டிருந்தது அவனுக்கு.

பணிநியமன ஆணை கைக்கு வந்தபிறகு அந்தத் தகவலைச் சொல்வதற்காகவும் தன்னால் இனி அந்த நிதிநிறுவனத்தின் மேலாளராக நீடிக்க முடியாது என்பதைத் தெரியப்படுத்துவதற்காகவும் தான் பணிபுரிந்துவந்த அ என்னும் அந்தச் சிறுநகரத்திலிருந்த பைனான்ஸ் கடைக்குப் போனான் ந. வழக்கமான நேரத்தைத் தவிர்த்துவிட்டு வேண்டுமென்றே இரண்டுமணி நேரம் தாமதமாகப் புறப்பட்டான். போய்ச் சேர்ந்தபோது ஏற்கனவே கடை, வேறு யாராலோ திறக்கப்பட்டிருந்தது அவனுக்குக் கலக்கத்தை ஏற்படுத்தவில்லை. வெகு உற்சாகமாக மாடிப்படிகளைக் கடந்தவன் தனது சந்தோஷத்தை முழுமையாக மறைத்துக்கொண்டு, தனக்குப் பணிநியமன ஆணை கிடைத்திருக்கும் விவரத்தை ஏற்கனவே தன் ஆசனத்தில் வீற்றிருந்த பொது மேலாளரிடம் சொன்னான். ஆணையை உறையோடு அவரிடம் கொடுத்தான். அப்போது நிதிநிறுவனத்தின் வேறு இரண்டு இயக்குநர்களும் கடையில் இருந்தனர். அவன் கொடுத்த அந்தப் பணிநியமன ஆணையை ஒருமுறைக்கு இருமுறை கவனமாகப் படித்துப் பார்த்தார் பொது மேலாளர். முகத்தில் எந்த உணர்ச்சியுமற்றவராகத் தனக்கு வலப்புற இருக்கையொன்றில் உட்கார்ந்திருந்த இயக்குநர்களில் ஒருவரிடம் கொடுத்தார். அவரும்

இரண்டுமுறை கவனமாகப் படித்துவிட்டுத் தன்னை அடுத்து உட்கார்ந்திருந்த மற்றொரு இயக்குநரிடம் கொடுத்தார். ந அந்த மூவருக்கும் எதிரே அவர்களது முகங்களை மாறிமாறிப் பார்த்துக்கொண்டு நின்றான். யாரும் அவனை உட்காரச் சொல்லவில்லை. அதுநாள்வரை அவனுடையதாக இருந்த நாற்காலி அப்போது வேறு யாரோ ஒருவருடையதாகத் தோன்றியது. ஆகவே ந நின்றுகொண்டிருந்தான். பொது மேலாளர், “ஏப்பா நின்னுக்கிட்டே? உக்காரு” எனச் சொன்னவுடன் தயக்கத்துடனும் நன்றியுடனும் பட்டும்படாமல் அங்கு கிடந்த நாற்காலிகளில் ஒன்றில் உட்கார்ந்தான். முதலில் பொது மேலாளர் அவனுக்குத் தன் வாழ்த்துகளைத் தெரிவித்துக்கொண்டார். மற்ற இருவரும் அவர் பயன்படுத்திய அதே வார்த்தைகளைப் பயன்படுத்தி தனக்கு வாழ்த்துச் சொன்னபோது ந மகிழ்ச்சியடைந்தான். கொஞ்சம் பெருமிதமாகக்கூட உணர்ந்தான்.

ஆனால் பிறகு அவர்கள் அவன் ஏற்கவிருக்கும் புதிய உத்தியோகத்தைப் பற்றிப் பேசத் தொடங்கினார்கள். மேல்நிலைவகுப்புத் தேர்ச்சிபெற்ற, தட்டெழுத்தும் சுருக்கெழுத்தும் தெரிந்த ஒருவன் ஒரு கௌரவமான, மற்றவர்களின் மீது அதிகாரம் செலுத்துவதற்கான வாய்ப்புகளைக்கொண்ட நிதிநிறுவன மேலாளர் உத்தியோகத்தை விட்டுவிட்டு எதற்காகச் சமையலுக்கு அரிசி, பருப்பு அளந்துகொடுக்கும் அற்ப வேலைக்குப் போக வேண்டும் எனக் கேட்டார் பொது மேலாளர். அப்போதுதான் ந முதன் முதலாகத் திடுக்கிட்டுப் போனான். அதற்கு ஏதாவது பதிலளிக்க முற்பட்டான். ஆனால் சொல்வதற்குத் தன்னிடம் எதுவுமே இல்லை என்பதை உணர்ந்து பின்வாங்கினான். பொதுமேலாளர் அந்தக் கேள்வியை அவனிடமில்லாமல் தன் இயக்குநர்களில் ஒருவரிடமே கேட்டிருந்தார். ஒரு சத்துணவு அமைப்பாளரை யாருமே அரசாங்க ஊழியராக நினைப்பதில்லை என அந்த ஒருவர் அவருக்குப் பதிலளித்தார். ஊதியமும் குறைவு என்றார் மற்றொரு இயக்குநர். நிதிநிறுவனத்திலிருந்து அவனுக்கு அளிக்கப்பட்டதில் பாதிகூட இல்லை என்றார் பணிநியமன ஆணையில் குறிப்பிட்டிருந்த ஊதிய விகிதத்தைப் பார்த்த பொதுமேலாளர். ந பதற்றமடைந்தான். சீக்கிரமாகவே விடைபெற்றுக்கொண்டு போய்விட விரும்பினான். கடைசியாகப் பொது மேலாளர் நல்லதாக ஏதாவது சொல்ல விரும்பினார், “செரிச்செரி இதொரு வேலைன்னு போறே, போ, போயி ஜாயின் பண்ற வழியப் பாரு. எதையாவதொண்ணப் பண்ணி நல்லா இருந்தீனாச் செரி” என்றார். அது சாபம் போல் தென்பட்டது. இனி ஒருபோதும் அவரைச் சந்திக்கக் கூடாதெனத் தீர்மானித்துக்கொண்டு அங்கிருந்து வெளியேறினான்.

நேராகத் தன் உறவினரான பள்ளிஆசிரியரைத் தேடிக்கொண்டு போனான் ந. தனது மனக்குறையை அவரிடம் கொட்டித் தீர்க்க முயன்றான், "அல்லாருமு இதொரு வேலையான்னு கேக்கறாங்க மாமா, து நம்பள ஏமாத்தி நெறையாப் பணம் வாங்கீட்டாரு" என்றான். அவர் அவனைச் சமாதானப்படுத்த முயன்றார். ஒரு சத்துணவு அமைப்பாளர் வேலைக்காக அவ்வளவு பணத்தைக் கொடுத்திருக்க வேண்டியதில்லை என அவன் சொன்னதை ஒப்புக்கொண்டவர் அதைப் பற்றிக் கேட்பதற்காக அந்தப் பதிவறை எழுத்தரிடம் அவனை அழைத்துக்கொண்டு போனார். மூவரும் மதுவிடுதி ஒன்றுக்குப் போனார்கள். ஒதுக்குப்புறமான மேசை ஒன்றில் உட்கார்ந்தார்கள். எடுத்த எடுப்பிலேயே து என்னும் பெயரையுடைய அந்தப் பதிவறை எழுத்தர் பொது மேலாளரைப் போலவே அவனுக்கு வாழ்த்துச் சொன்னார். ந தனது அதிருப்தியைத் தெரிவிக்க முயன்றான்.

"இதொரு வேலையான்னு கேக்கறாங்க" எனத் தன் உறவினரான ஆசிரியரிடம் சொன்னதையே து என்னும் பெயரையுடைய அந்தப் பதிவறை எழுத்தரிடமும் சொன்னான்.

"ஆரு?" என்றார் அந்தப் பதிவறை எழுத்தர்.

"எல்லாருந்தான்" ந தான் அவருக்குக் கொடுத்திருந்த பெரும் தொகையை நினைவூட்ட முயன்றான்.

து நிதானத்தைத் தவறவிடாதவராகத் தென்பட்டார்.

"சொல்றவங்களுக்கென்ன? இந்த வேலைக்கு எத்தன போட்டி தெரியுமா? பணங் கெடக்குட்டுப் பணோ. அது ஆருகிட்ட இல்லாமக் கெடக்குது? சும்மா பணத்தக் குடுத்து இத வாங்கிற முடியுமாக்கு? கலெக்டரோட நேரடி கண்ட்ரோல்ல இருக்கற டிபார்ட்மென்ட், பிஏல இருந்து பியூன் வரைக்கு அல்லாரு மனசு வெச்சாத்தே நடக்கு"

"அது செரி, இல்லாட்டி வேலையாவுது" என்றார் ந வின் உறவினரான அந்த ஆசிரியர்.

வேறென்ன சொல்வது எனத் தெரியாமல் ந குடிக்கத் தொடங்கினான். அந்த வேலையிலிருந்துகொண்டே வேறு கௌரவமான அரசுப் பணியைப் பெறுவதற்கு முயலலாம் என ஆலோசனை சொன்னார் அந்தப் பதிவறை எழுத்தர். தவிர சத்துணவுப் பணியாளர்களை முழுநேர அரசு ஊழியர் களாக்க வேண்டும் என்னும் ஊழியர் சங்கங்களின் கோரிக்கை வலுப்பெற்றுக்கொண்டிருக்கிறது, அது இன்னும் கொஞ்சம் வலுப்பெற்றால் அரசு அதை நிறைவேற்றக்கூடும். அது தொடர்பாக

ஊழியர் சங்கங்கள் அரசுடன் பேச்சு வார்த்தை நடத்திக் கொண்டிருக்கின்றன என அவனுக்கு நம்பிக்கையூட்ட முயன்றார் து. முழு நேர அரசு ஊழியராகிவிட்டால் அவர்களுக்குக் காலமுறை ஊதியம் கிடைக்கும். தற்போதைய சொற்ப ஊதியத்துக்குப் பதிலாக கைநிறைய ஊதியம் வாங்குவதற்கான வாய்ப்பு இருக்கிறது. அது தவிர பென்ஷன், கிராஜுவிட்டி, பிஎப் போன்ற சலுகைகளும் உண்டு. அப்போது அரசாங்க வேலை என்றால் என்ன என்பது அவனைப் பற்றி மட்டமாகப் பேசிக்கொண்டிருப்பவர்களுக்குப் புரியும்.

"அதுக்கு நா என்னால முடிஞ்ச ஹெல்ப் பண்ணுவேன்"

பிறகு எல்லோருமே அமைதியாகக் குடிப்பதெனத் தீர்மானித்தார்கள். ந கால்கள் தள்ளாட வீட்டுக்கு வந்தான். பொதுவாக ந குடிப்பதில்லை. குடிப்பவர்களோடு நட்பும் வைத்துக்கொள்வதில்லை. ஆகவே அவனுடைய மனைவி வ அதைக்கண்டு அதிர்ச்சியுற்றாள். புலம்பினாள். தன்னந்தனி மனுஷியாகத் தூணில் சாய்ந்துகொண்டு அழுதாள், "உங்குளுக்குப் புத்தி கெட்டுப் போச்சாக்கு? இவ்வளவு நா ஒழுக்கமா இருந்துபுட்டு இப்ப என்ன வந்துது உங்குளுக்கு? வேல கெடச்சுருச்சுன்னு அவம்பாவம் புடுச்சுக்கிச்சாக்கு? இனி ஒரு நாளைல குடிச்சுப்புட்டு வந்ததக் கண்டுபுட்டன்னு வெச்சுக்குங்கொ, அப்பற என்ன உசுரோட பாக்க மாண்டீங்கொ. இந்தக் கொழந்தையக் கொண்டுக்கிட்டுப் போயி ஆத்துல கொளத்துல போட்டுட்டு நானுமு உளுந்துருவெ, ஆமா" என ஓயாது மிரட்டிக்கொண்டிருந்தாள். ஆனால் காலையில் அவளுக்கு முன்பாகவே எழுந்து குளிரைப் பொருட்படுத்தாமல் ஆற்றுக்குப் போய் வெதுவெதுப்பாகப் பெருகியோடிக்கொண்டிருந்த நீரில் குளித்துவிட்டு வந்து அவனுடைய தந்தை கிடைகொண்டிருந்த மூத்திர நாற்றம் வீசும் அறையில் கொஞ்ச நேரம் மௌனமாக நின்றுகொண்டிருந்ததைப் பார்த்தபோது அவள் கண்ணீர் விட்டாள்.

மறுநாள் தாயையும் மனைவியையும் குழந்தையையும் அழைத்துக்கொண்டு தங்கள் குலதெய்வக் கோயிலுக்குப் போனான் ந. அவன் கேட்டுக்கொண்டபடி பணி நியமன ஆணையை அந்தத் தெய்வத்தின் காலடியில் வைத்து ஆசீர்வதித்துக் கொடுத்த அந்தப் பூசாரி எதிர்காலத்தில் நிச்சயமாக அவனுக்கு அதைவிடப் பெரிய அரசாங்க உத்தியோகம் கிடைக்கும் என ஆசீர்வதித்தான்.

அது அவனுக்கு ஒரு வரம் போல் தென்பட்டது.

இரண்டு நாட்களுக்குப் பிந்தைய புதன்கிழமையொன்றின் காலையில் சித்தயோகத்தில் தா என்னும் ஊரிலுள்ள அரசு மேல்நிலைப்பள்ளியின் சத்துணவு அமைப்பாளராகப் பொறுப் பேற்றுக்கொண்டான் ந. வேலையில் சேர்ந்தபோது அவன் ஒன்றரை வயதுடைய ஆண் குழந்தை ஒன்றின் தகப்பனாக இருந்தான். பிரவசத்தின்போது ஏற்பட்ட ரத்தப் போக்கின் விளைவாக அவன் மனைவி வ பலவீனமாகியிருந்தாள். தாய் நோய்வாய்ப்பட்டிருந்தாள். வாழ்வின் மீது கசப்பும் அதிருப்தியும் மண்டியவளாக பாழடைந்துபோன அந்த அரண்மனையின் புதர்சூழ்ந்த பாதைகளில் தன் எடையற்ற உடலைச் சுமந்தபடி நடமாடிக்கொண்டிருந்தாள் அவள்.

6

வேலையில் சேர்ந்த புதிதில் தா என்னும் பெயரையுடைய அந்த ஊரின் அரசு மேல்நிலைப் பள்ளியில் அப்போது பணிபுரிந்துகொண்டிருந்த எல்லோரையும் கண்டு ந என்னும் பெயரையுடைய புதிதாக நியமிக்கப்பட்ட அந்தச் சத்துணவு அமைப்பாளர் பதற்றமடைந்தான். பள்ளியின் ஒரேயொரு தலைமையாசிரியர், மூன்று உதவித் தலைமையாசிரியர்கள், ஐந்து முதுகலையாசிரியர்கள், ஆறு பட்டதாரி ஆசிரியர்கள், அதே எண்ணிக்கையிலான இடைநிலையாசிரியர்கள், சிறப்பாசிரியர்கள், எழுத்தர், அலுவலக உதவியாளர், இரவுக் காவலர், பகுதிநேரத் துப்புரவாளர், இரண்டு சத்துணவு ஆயாக்கள் என எல்லோரும் அவனுக்குப் பதற்றத்தை ஏற்படுத்துபவர்களாகத் தென்பட்டனர். வேலையில் சேர்ந்த முதல் பதினைந்து நாட்கள்வரை அவமானத்தால் கூனிக்குறுகியவனாக அந்தப் பள்ளியின் வளாகத்திற்குள் நடமாடிக்கொண்டிருந்தான் ந. கதியற்றவனாகவும் பொருட்படுத்துவதற்குத் தகுதியற்றவனாகவும் தான் கருதப்படுவதாக நினைத்தான். பள்ளிக்குப் புதிதாக ஒருவன் வந்திருக்கிறான் என்ற உணர்வு யாரிடமும் தென்படாததைக் கண்டு ந அதிர்ச்சியடைந்தான். ஒருமாதம் வரை அவனது பெயரைத் தெரிந்துகொள்வதில்கூட யாரும் அக்கறை காட்டியதாகத் தெரியவில்லை. அவனைப் பார்க்கும்போது புன்னகைக்கக்கூட யாரும் முயலவில்லை.

அரிசி, பருப்பு மூட்டைகளும் எண்ணெய் டின்களும் காய்கறிகளும் விறகும் வைக்கப்பட்டுள்ள ஒரு கிடங்குதான் சத்துணவு அமைப்பாளருக்கான அலுவலகமாக இருந்தது. ஒரு பழைய மரநாற்காலியும் மேசையும் பதிவேடுகளை வைத்துக்கொள்வதற்கான

அலமாரி ஒன்றும் அங்கே இருந்தன. உண்மையில் அது ஒரு கைவிடப்பட்ட பழைய வகுப்பறை. சுவர்களில் தென்பட்ட விரிசல்களுக்குள் கூட்டங்கூட்டமாக ஊர்ந்து திரிந்த கரப்பான்களையும் பல்லிகளையும் தவிர ஏராளமான எலிகளும் அந்தக் கிடங்குக்குள் தென்பட்டன. அதன் ஒரு பகுதியில் குவிந்து கிடந்த கைவிடப்பட்ட பழைய நாற்காலிகளும் மேசைகளும் டெஸ்குகளும் அலமாரிகளும் அச்சிறு பிராணிகளுக்கான வாழ்விடங்களாக மாறியிருந்தன. தனக்காக ஒதுக்கப்பட்டிருக்கும் மேசையும் நாற்காலியும்கூடக் கைவிடப்பட்டவையாகவே இருக்க வேண்டுமென நினைத்தான் ந. மேசையின் நான்கு கால்களிலொன்று மற்ற மூன்றையும்விடச் சிறிது உயரம் குறைந்து காணப்பட்டது. அதைச் சரிக்கட்டுவதற்காகக் கருங்கல்துண்டு ஒன்றை முட்டுக்கொடுத்து வைத்திருந்தார்கள். கொஞ்சம் கவனக்குறைவாக மேசையின் மீது கைகளை அழுத்தி ஊன்றும்போதோ நான்கைந்து பதிவேடுகளை ஒரே சமயத்தில் அதன் மீது பரப்பி வைக்கும்போதோ அந்த மேசை நடுங்கும். அதன் நான்காவது காலுக்குக் கீழே முட்டுக்கொடுக்கப்பட்டிருக்கும் கருங்கல்துண்டு தெறித்து விலகிவிடும். பிறகு நாற்காலியிலிருந்து எழுந்து அதைத் தேடியெடுத்துப் பழையபடி முட்டுக்கொடுக்க வேண்டியிருக்கும். பழுதடைந்த அலமாரியைத் திறப்பதற்கும் சாத்துவதற்கும்கூடச் சிரமப்பட்டான் ந.

காலையில் மற்ற எல்லோருக்கும் முன்பாக வந்து சு என்னும் பெயரையுடைய அலுவலக உதவியாளரிடமிருந்து சாவியைப் பெற்றுத் தனக்கென ஒதுக்கப்பட்ட அந்தக் கிடங்கின் மரக்கதவுகளைத் திறக்கும்போது அதுவரை சுதந்திரமாக உலவிக்கொண்டிருந்த எலிகள் நாலாப்புறமும் தெறித்தோடுவதை ந வால் சகித்துக்கொள்ளவே முடியவில்லை. தரம் குறைந்த அரிசியின் மட்கிய வாடையையும் புழுக்கைகளின் குமட்டலெடுக்கும் நெடியையும் சுவாசித்துக்கொண்டு நாளின் பெரும்பகுதியைப் புழுக்கமான அந்தக் கூடத்தில் கழிப்பது அவனுக்குப் பீதியூட்டுவதாக இருந்தது. அப்போதெல்லாம் ந தான் முன்பு மேலாளராகப் பணிபுரிந்துவந்த நிதிநிறுவனத்தின் நேர்த்தியான தோற்றத்தை நினைத்துக்கொள்வான். வெறும் நூறு சதுரஅடிப் பரப்புக்கொண்ட அந்த அறையில் சத்தமின்றிச் சுழலும் இரண்டு மின்விசிறிகள் பொருத்தப்பட்டிருந்தன. ந அவற்றைப் பற்றி நினைத்துக்கொண்டான். மெருகு குலையாத மேசைகளையும் நாற்காலிகளையும் நினைத்துக்கொண்டான். மற்றவற்றைவிடத் தனது அதிகாரம் பறிபோனதைத்தான் ந பெரிய இழப்பாகக் கருதினான். தன்னுடைய முந்தைய பொது மேலாளரின் முன்பும் இருபத்து நான்கு இயக்குநர்களின் முன்பும்

எவ்வளவுதான் பணிந்து நிற்க வேண்டியிருந்திருந்தாலும் வசைகளை வாங்கிக்கட்டிக்கொள்ள நேர்ந்திருந்தாலும் சாயந்திரங்களில் வசூலுக்குப் போன ஒவ்வொரு முறையும் அவனால் யார் மீதாவது அதிகாரம் செலுத்த முடிந்திருந்தது. பொது மேலாளரால் தன் மீது பிரயோகிக்கப்பட்ட வசைகளைத் திரும்பச் செலுத்துவதற்குச் சிலர் அவனுக்குக் கிடைத்தனர்.

இங்கே யார் மீதும் அதிகாரம் செலுத்துவதற்குரிய உரிமை தனக்கு இல்லையென்பதைப் பணியில் சேர்ந்த ஓரிரு வாரங்களுக்குள்ளாகவே புரிந்துகொண்டிருந்தான் ந.

சமையல் பணிபுரியும் ஆயாக்களான இரு பெண்மணிகளும் அவனுக்கு ஒன்றுமே தெரியாது என்பதுபோல் நடந்து கொண்டார்கள். அவனிடம் எதையும் கேட்காமலேயே அரிசி பருப்பை அளந்துகொண்டு போனார்கள். அவனிடமிருந்து கொஞ்சம் பணத்தைப் பெற்றுக்கொண்டு போய் வாரச் சந்தைகளிலிருந்து அழுகும் நிலையிலிருந்த தக்காளிகளையும் சொத்தை விழுந்த கத்தரிக்காய்களையும் வாங்கிக்கொண்டு வந்தார்கள். பக்கத்துத் தோட்டம் துரவுகளில் கீரையும் முருங்கைக்காய்களும் பறித்தார்கள். முதல் பத்து நாள்கள் வரை சத்துணவு சாப்பிடும் மாணவர்களின் வருகைப் பதிவேட்டைக்கூட நவால் பார்க்க முடியவில்லை. பள்ளியின் அடிப்படைப் பணியாளர்களில் ஒருவரான சு என்னும் பெயரையுடைய அலுவலக உதவியாளர்தான் அதைத் தன் பொறுப்பில் வைத்துப் பராமரித்து வந்தார். உணவு வழங்கப்படும்போது அதை எடுத்துக்கொண்டு வரும் சு சாப்பிட்டுக்கொண்டிருக்கும் மாணவர்களின் வரிசையை ஒரு பார்வை பார்ப்பார். பிறகு கண்ணை மூடிக்கொண்டு பூர்த்திசெய்து எடுத்துக்கொண்டு போய்விடுவார். சாப்பாட்டுக்கூடத்தில் ஓர் ஓரமாக நின்று அதைப் பார்த்துக்கொண்டிருந்த நவுக்கு அவர் என்ன செய்கிறார் என்பதைப் புரிந்துகொள்வதற்கே சில நாள்கள் ஆயின. ஆனால் சத்துணவுக்கூடத்தின்மீது உண்மையான அதிகாரம் பெற்றவராக இருந்தவர் ரா என்னும் பெயரையுடைய பள்ளியின் எழுத்தர்தான். உணவு தயாரானதும் அலுவலக உதவியாளரை அழைத்துக்கொண்டு கரிப்புகை மண்டிய சமையல்கூடத்தினுள் நுழையும் ரா என்னும் பெயரையுடைய அந்த எழுத்தரைப் பார்த்ததும் ஆயாக்கள் இருவரும் பதற்றமடைவதையும் தாங்கள் சமைத்த உணவின் தரத்தைச் சோதிப்பதற்காக அதன் ஒரு விள்ளலை எடுத்து இலைக்கிழிசலொன்றில் வைத்து அவர் முன் வைப்பதையும் வெறுமனே பார்த்துக்கொண்டிருந்தான் ந. பெரும்பாலான நாட்களில் முகத்தில் எந்த உணர்ச்சியையும் காட்டாமல் சற்றுநேரம் அந்த விள்ளலை உற்றுப் பார்த்துக்

கொண்டிருப்பதோடு தன் பணியை முடித்துக்கொள்ளும் எழுத்தர் எதிர்பாராத சில நாட்களில் விரல்நுனிகளால் ஓரிரு பருக்கைகளைப் பற்றியெடுத்து நுனிநாக்கில் வைத்துச் சப்புக்கொட்டுவார். பிறகு ஆயாக்களை அழைத்து, "என்ன ஆயா, எண்ணெய்யே ஊத்தறதில்லையா? கவர்மென்ட் குடுக்கற எண்ணெய்யெல்லா என்னதாம் பண்ணுவீங்க?" என்றோ, "கொஞ்சமாச்சுப் பருப்பப்போட்டுச் சாம்பார் வெய்யுங்க, எல்லாத்தையுங் கொண்டுக்கிட்டுப் போயி சும்மா வடையச் சுட்டுத் தின்னுக்கிட்டிருந்தீங்கன்னா வவுறு பெருத்துக்கு" என்றோ எதையாவது சொல்லிவிட்டுப் போவார்.

ஒருநாள் சாயந்திரம் சத்துணவுக் கிடங்குக்கு வந்த சு என்னும் பெயரையுடைய அலுவலக உதவியாளர் அவனிடம் எவ்வித அனுமதியும் பெறாமல் தான் கையோடு கொண்டு வந்திருந்த இரண்டு மூன்று துணிப்பைகளில் கணிசமான அளவு துவரம் பருப்பை அள்ளிப்போட்டு நிறைத்துக்கொண்டிருந்தைப் பார்த்த ந அதிர்ச்சியடைந்தான். அவரிடம் அதுபற்றி ஏதாவது கேட்க நினைத்தான். வந்த வேலையை முடித்துக்கொண்டு எழுந்த சு தன் பொக்கைவாயை முழுமையாக விரித்துக் காட்டி அவனைப் பார்த்துப் புன்னகைக்க முயன்றார், "பருப்பு சார், வட சுடறதுக்கு ஆகும். இதுல ஒண்ணு நம்ப கிளார்க் சாருக்கு, இன்னொண்ணு ஏஎச்செம்முக்கு" என்றான். மூன்றாவது யாருக்கென்று சொல்லவில்லை, "நீங்க வேண்ணா ரண்டுகிலோ கொண்டுக்கிட்டுப் போயி வீட்ல குடுங்க சார்" எனச் சொல்லிவிட்டு வெளியேறிச் சென்றார்.

ந வெறுமனே அவரைப் பார்த்துக்கொண்டு நின்றான்.

7

இரண்டு வாரங்களுக்குப் பிறகு சத்துணவு மையத்தின் அதிகாரத்தைக் கைப்பற்றிக்கொள்ளும் நடவடிக்கைகளைத் தொடங்கினான் ந. முதலில் அலுவலக உதவியாளரிடமிருந்து வருகைப் பதிவேட்டை வாங்கித் தன் பொறுப்பில் வைத்துக் கொண்டான். அன்று மதியம் பதிவேட்டுடன் உணவு பரிமாறுமிடத்திற்கு வந்தவரிடம் மிக நாசுக்கான முறையில் அந்தப் பதிவேட்டைத் தன்னிடம் ஒப்படைக்கச் சொல்லிக் கேட்டான், "உங்குளுக்கெதுக்குச் சிரமொ? நம்பு வேலய நாம பாக்கோணுமில்லீங்களா?" எனக் கேட்டபோது அவர் பேசாமல் இருந்தார். பிறகு அன்றைய வருகையைப் பூர்த்திசெய்து அவனிடம் கொடுத்துவிட்டுப் போனவர் சாயந்திரம் அவனுடைய கிடங்குக்கு வந்தார். அந்த வருகைப் பதிவேடு நவுக்குப் பல விஷயங்களைப் புரிய வைத்திருந்தது. அந்த மையத்தில் சத்துணவு சாப்பிடுவதற்காக நூற்றியிருபது மாணவர்கள் பதிவு பெற்றிருந்தனர். அவர்களில் நூற்றுப் பதினாறு பேர் சாப்பிட்டதாகப் பதிவேட்டின் அன்றைய வருகைப் பதிவு காட்டியது. உண்மையாக வந்திருந்தவர்களின் எண்ணிக்கை ஐம்பதைக்கூட எட்டியிருக்கவில்லை. அந்த வித்தியாசம் அலுவலக உதவியாளருக்கோ வேறு யாருக்குமோ நிச்சயமாகப் ஆதாயமளிக்கக்கூடியது என நினைத்தான் ந. அதைப் பற்றி அலுவலக உதவியாளரிடம் ஏதாவது கேட்பதைப் பற்றியும் தனது எதிர்ப்பைத் தெரிவிப்பதைப் பற்றியும் யோசித்தான். அதற்கான தேவையே இல்லாமல் சாயந்திரம் அவனைத் தேடிக்கொண்டு கிடங்குக்கு வந்த அந்த அலுவலக உதவியாளர் எந்தத் தயக்கமும் இல்லாமல் அவனிடம் பேசினார்.

“இத பாருங்க ந சார், இதெல்லாம் எல்லா எடத்துலயும் ரெகுலரா நடந்துக்கிட்டிருக்கற விஷமுங்க சார். கவர்மென்ட் நூத்தியிருவது ஸ்டூடன்ஸுக்கு சத்துணவு போட நமக்கு பெர்மிஷன் குடுத்துருக்குது. ஆனா நாப்பது ஐம்பது பேருக்கு மேல வாறதில்ல. வந்தா எல்லோருக்கும் போடலாம். முக்காவாசிப் பசங்களுக்கு இந்தச் சாப்பாடு புடிக்கறதில்ல. சும்மா ஒரு இதுக்காகப் பேரக் குடுத்து வெச்சுருக்கறாங்க. அந்தக் கணக்குப்படி நூத்தியிருவது பேர். அந்த நூத்தியிருவது பேருக்கான அரிசி, பருப்பு, எண்ணெய் எல்லாம் கவர்மென்ட் குடுத்துடுது. ஒவ்வொருத்தருக்கும் தலைக்கு இத்தன பைசான்னு போட்டு கிராண்ட்கோடக் குடுத்துடுது. ஒரு ஸ்டூடன்ட்டுக்கு ஒரு நாளைக்குப் பதினோரு பைசா. அத வெச்சுத்தான் நாம கடுகு, புளி வாங்கணும், வெறகு வாங்கணும், காய்கறி வாங்கணும். அதயாவுது சும்மா குடுத்துடறானுகளா? செக்கக் கைல வாங்கறதுக்கே செக்ஷன் கிளார்க்குக்கு அம்பது நூறு வெட்டணும், சூப்பர்வைசர், பிடீஓன்னு யாராவது விசிட் வந்தா அவங்களுக்கு காபி, டீ வாங்கிக் குடுக்கணும், ஆடிட் வந்தா அதுக்குத் தனிச்செலவு. அவ்வளவுக்கு ஏம்போகோணுமுங்க ந சார்? உங்குளுக்குச் சம்பளம் என்ன? வெறும் இரநூத்தம்பது ரூபா. இத வெச்சுக்கிட்டுக் குடும்பந் தாட்ட முடியுமா? அரிசி, பருப்பு, உப்புப் புளி மொளகா வாங்கிச் சாப்புட முடியுமா? கொழந்தைங்களப் படிக்க வெக்க முடீமா? ஒரு நோம்பி நொடிக்கு எதாவது பண்ண முடியுமா? ஊர், சேரி போவ முடியுமா? வேற என்ன பண்ண முடியுஞ்சொல்லுங்கொ? என்னமோ ஒரு வேல. அவ்வளவுதே. பேருக்கு வேண்ணா கெவர்மென்ட உத்தியோகம்னு சொல்லிக்கலா. மத்ததெல்லா அரக்காசு உத்தியோகம்னா சத்துணவு ஆர்கனைசுருது காக்காசு உத்தியோகொ. எம்படதயே அப்பிடித்தேஞ் சொல்ல முடியு. படாதபாடு பட வேண்டி யிருக்குது. ஒண்ணாந்தேதி சம்பளத்த வாங்கி ஆசைக்கு ஒரு ரண்டு நா கைல வெச்சிருந்தாலே பெருசு. பேங்க் லோன், சொசைட்டிலோன், பைனான்ஸ்வட்டின்னு ஏகப்பட்ட மொள்ள, அஞ்சாந் தேதியான கைல சல்லிக்காசிருக்கறதில்ல. இந்த ஓட்டவண்டிக்கு பெட்ரோல் போட்டுக்கிட்டு வேலைக்கு வந்து சேர்றதுக்குள்ள கண்ணாமுழி திருவிப் போயிருது. நம்புளுக்கு அதத்தவுத்து வேற என்ன வருமானொ? எவனாவது டீசிகீசி வாங்கறதுக்கு வந்தான்னா பியூனக்குன்னு ரண்டு ரூவா குடுப்பே. அதுக்கே அவங்கிட்டத் தலையச் சொறிஞ்சுக்கிட்டு நிக்கோணு. நம்பு கிளார்க்க எடுத்துக்குங்கொ. அவுரு கல்லுல நாருரிக்கறவரு. முப்பதுரூபாயக் கண்ணுல பாக்காம டீசி புக்கத் தொட மாண்டாரு. ஜிபிஎப், சரண்டர், டிஏ பில்னு எதாருந்தாலு ட்ரெஷரிக்குக் குடுக்கோணும்னு பத்திருபதச் சேத்தி வாங்கி அவுரு வெச்சுக்குவாரு. டீச்சர்ச எடுத்துக்குங்க,

வெறுஞ் சம்பளத்த நம்பி அவுங்களால மட்டும் பொளச்சர முடியுமாக்கு? அல்லாருமே ட்யூசனெடுத்து நாலுபணம் சம்பாதிச்சுக்கிட்டு இருக்கறவங்கதான் ந சார். ட்யூசனுக்கு வராத ஸ்டூடன்சால க்ளாஸ்ல நிம்மதியா இருக்கவே முடியாது தெரியுமுங்களா? அப்பிடி டார்ச்சர் பண்ணிப்புடுவாங்க. அதுனால பேரண்ட்ஸ் போனாப் போவுதுன்னு மாச முப்பது நாப்பதுன்னு அழுவறாங்க. இங்க அல்லாருத்து நெலைமையு அதுதே. எந்த கெவர்மெண்ட் ஆபீஸ்லயாவது லஞ்சமில்லாம ஒரு சின்னக் காரியத்தப் பண்ணிப்புடுவாங்களா? ஒரு கம்யூனிட்டி சர்டிபிகேட் வேணும்னாக்கோட அம்பது ரூபா குடுக்காம விஏஓ ஆபீஸ்ல வேலையாவாது. நாம என்ன அப்பிடிப் புடுங்கியா திங்கறொ? இல்ல கொள்ளையடிக்கறமா? மிச்சமாவற அரிசி பருப்ப ஆளுக்குக் கொஞ்சமா எடுத்துக்கிட்டுப் போவப்போறொ. அதுகோட நல்ல அரிசியில்ல. புழுத்த அரிசி. சாப்படலாமுன்னுதே ஒவ்வொருத்தரு பேரு குடுக்கறாங்கொ, ஆனா இதத் திங்க முடியறதில்ல, இந்தப் புழுத்த அரிசிக்குக்கோட விதியில்லாத வீட்டுக் கொழந்தைங்கதே இங்க வந்து சாப்புட்டுக்கிட்டிருக்குது. இப்பிடி மிச்சமாகறத நாம யுட்டிலைஸ் பண்ணிக்கறோம். செரி அப்பிடி நேர்மையா இருந்து மிச்சம்புடுச்சுக் குடுத்துட்டா அதனால நாடு முன்னேறீடுமா ந சார்? மேல பெரிய பெரிய சுறாமீனெல்லா இருக்குது. லச்சக் கணக்குல கோடிக் கணக்குல அடிச்சு கார், பங்களா, தோட்டந் தொறவுன்னு ஒவ்வொருத்தனு மகாராஜாவாட்டவல்ல இருக்கறான். நாமெல்லா ராசாவுமில்ல, மந்திரியுமில்ல, ஏ ஒரு சிப்பாயோடகோட நம்பளச் சொல்லிக்க முடியாது. இதெல்லா ஒருத்தருக்கொருத்தரு பண்ணிக்கற ஒரு ஒதவி. மாசம் அஞ்சாறு கிலோ புழுத்த அரிசியக் கொண்டுக்கிட்டுப் போயி நம்பு கொளந்தைகளுக்கு ஆக்கிப் போடறதுனால நாம ராசா ஆகப் போறதில்ல, கெவர்மெண்ட்டும் திவாலாகப் போறதில்ல. அவ்வளவுதானுங்க ந சார். இந்தாங்க கோடோன் சாவி” எனச் சொல்லிவிட்டுக் கிடங்குக்கான சாவியை அவனது மேசை மீது வைத்துவிட்டு எழுந்தார் சு.

அவ்வளவு நேரமும் ந அவரையே கூர்ந்து கவனித்துக்கொண்டிருந்தான். வயது நாற்பதைத் தாண்டியிருக்க வாய்ப்பில்லை. ஆனால் அறுபது என மதிப்பிடத் தோன்றுமளவுக்குச் சிதைந்திருந்தார். பற்களில் ஆறேழைக் காணோம். முடி கொட்டி முற்றாக வழுக்கையாகிக் கிடக்கும் தலை. எழுந்து நடந்தபோது சு என்னும் பெயரையுடைய அந்த அலுவலக உதவியாளரின் பலவீனமான உடல் சிரமத்துடன் அசைந்து சென்றதைப் பார்த்துக்கொண்டிருந்த ந மூச்சை ஆழ்ந்து உள்ளிழுத்துக் கொண்டான்.

இரவு வெகுநேரம்வரை தூக்கம் வராமல் புரண்டுகொண் டிருந்தான் ந. ஒரு நேர்மையான சத்துணவு அமைப்பாளராகத் தன்னைக் கற்பனை செய்து பார்க்க முயன்றான். அதன் சாதக பாதகங்களைப் பற்றி யோசித்தான். யோசிக்க யோசிக்கக் கிடைத்துள்ள இந்த வேலையைத் தன்னால் காப்பாற்றிக்கொள்ள முடியாமல் போய்விடக்கூடுமோ என்னும் அச்சம்தான் பெருகியது அவனுக்கு. தன்னருகே அமைதியாகத் தூங்கிக்கொண்டிருக்கும் மனைவியையும் சின்னஞ்சிறிய குழந்தைகளைப் பற்றியும் யோசிக்க முயன்றான். சில மாதங்களுக்கு முன்புதான் அவனுக்கான முதல் பெண் குழந்தையைப் பெற்றெடுத்திருந்தாள் அவனுடைய மனைவி வ. அதைப் பற்றிக் கொஞ்சம் யோசித்துவிட்டுத் தான் வசித்துக்கொண்டிருக்கும் பாழடைந்துபோய்விட்ட அந்த அரண்மனையைப் பற்றிய யோசனைகளில் மூழ்கத் தொடங்கினான். அந்த அரண்மனை யாருடையதாக இருக்கும் எனவும் தனக்கும் அதற்கும் என்ன ஒட்டு எனவும் யோசிக்க முயன்றான்.

8

வேறு யாரையும்விட ரா என்னும் பெயரை யுடைய எழுத்தரைக் கண்டே அதிகம் பயந்தான் ந. அவரது பார்வையில் பள்ளியின் ஏவலாள்களைக் காட்டிலும் தான் கீழானவனாகக் கருதப்பட்டதாக நினைத்தான். எழுத்தர் தனது வேலைகளில் பலவற்றை அவனது தலையில் கட்டிவிடுவதை வழக்கமான நடைமுறையாக்கிக்கொண்டிருந்தார். அடிக்கடி சமையல்கூடத்திற்கு வந்து சோதனையிட்டார். சந்தேகம் நிரம்பிய விழிகளால் எழுத்தர் தன்னைக் கண்காணித்துக் கொண்டிருப்பதாக நினைத்தான் ந. அலுவலக உதவியாளரிடமிருந்து வருகைப் பதிவேட்டையும் சத்துணவுக் கிடங்குக்கான சாவியையும் பெற்றுக்கொண்ட பிறகு ந மிக எச்சரிக்கையாக இருந்தான். குற்றச்சாட்டுகளுக்கு உள்ளாகாமல் இருக்க வேண்டுமெனத் தீர்மானித்துக் கொண்டான். சாப்பிடுவதற்கு உண்மையில் எத்தனை பேர் வருகை தருகிறார்களோ அத்தனை பேருக்கு மட்டுமே சமைக்க வேண்டுமென ஆயாக்களிடம் வலியுறுத்தினான். இருப்புகளைத் துல்லியமாகக் கணக்கிட்டுப் பதிவேடுகளில் உரிய பதிவுகளைச் செய்து வைத்தான். வரவு செலவுக் கணக்குகளில் பிழைகள் இல்லாதவாறு பார்த்துக்கொண்டான். மானியமாக ஒதுக்கப்பட்ட தொகையை முழுமை யாகச் சத்துணவு சாப்பிடும் குழந்தைகளுக்குச் செலவு செய்தான். தானே நேரடியாகக் கடைக்குப் போய்த் தரமான காய்கறிகளையும் மளிகைப் பொருள்களையும் கொள்முதல் செய்து கொண்டு வந்தான். ஓரிரு வாரங்களில் சத்துணவு சாப்பிடும் மாணவர்களின் எண்ணிக்கை உண்மையாகவே அதிகரிக்கத் தொடங்கியபோது ந மகிழ்ச்சியடைந் தான். அவன் பணியேற்ற பிறகு வட்டார வளர்ச்சி அலுவலகத்திலிருந்து அவனது மையத்தைப் பார்வையிட வந்திருந்த அதிகாரிகள் இறுக்கமான

முகத்துடன் வெளியேறியது ஏன் என்பதைத்தான் அவனால் புரிந்துகொள்ள முடியவில்லை. தனது கிடங்கில் தனியாக உட்கார்ந்துகொண்டு அவர்கள் ஏன் தன்னிடம் அவ்வளவு கடுமையாக நடந்துகொண்டார்கள் என யோசித்துப் பார்க்க முயன்றான். அதைப் பற்றி அலுவலக உதவியாளர் சுவிடம் கேட்டதற்கு அவர் ஒன்றுமே சொல்லவில்லை. இரண்டு நாள்களுக்குப் பிறகு கிடங்குக்கு வந்த சு, ந எல்லோரையும் அனுசரித்துப்போகப் பழகிக்கொள்ள வேண்டும் எனப் போகிறபோக்கில் அறிவுறுத்திவிட்டுப் போனார். வட்டார வளர்ச்சி அலுவலக அதிகாரிகள் வந்தபோது முழுநேரமும் எழுத்தர் ரா அவர்களுடனேயே இருந்தார். அவர்கள் கேட்ட கேள்விகளுக்குக்கூட அவர்தான் பதிலளித்தார். ந கிடங்கைச் சுத்தமாக வைத்திருந்தான். எலிகள்கூட அவ்வளவு அதிகமாகத் தென்படவில்லை. அரிசியோ பருப்போ சிதறிக்கிடக்கவில்லை, வெங்காயத்திலிருந்தும் தக்காளியிலிருந்தும் அழுகல்வாடை வரவில்லை. ஆனால் ராவுக்கு எல்லாவற்றிலும் ஏதாவது குறைகண்டுபிடிக்கத் தெரிந்திருந்தது. தலைமையாசிரியர் ஒருமுறை சாப்பாட்டுக் கூடத்திற்கு வந்தார். அதிக நேரம் அங்கே இருக்க விரும்பாதவரைப் போலக் கதவருகிலேயே நின்று கண்களை ஒரு சுழற்றுச் சுழற்றிவிட்டுப் போனார். உதவித் தலைமையாசிரியர்கள் மூவரும் ஒருவர் மாற்றி ஒருவராக வந்துவிட்டுப் போனார்கள். எல்லோருடனும் ரா இருந்தார். எல்லோரது சார்பாகவும் அவரே கேள்விகள் கேட்டார், எச்சரிக்கைகள் விடுத்தார், மிரட்டினார். வெளியேறிச் செல்லும் ஒவ்வொரு முறையும், “என்ன ந அட்டனென்ஸ் எல்லா கரெக்டா மெயின்டைன் பண்றியா?” என்றோ, “பணத்த முழுசாச் செலவு பண்றியா, இல்ல பாக்கெட்ல கொஞ்சத்தப் போட்டுக்கறியா?” என்றோ கேட்டுவிட்டுப் போனார் ரா.

அவர் கேட்கும் கேள்விகளை ந என்னும் பெயரையுடைய அந்தச் சத்துணவு அமைப்பாளரால் ஒருபோதும் முழுமையாகப் புரிந்துகொள்ள முடிந்ததில்லை. எனவே கூடியவரை எந்தப் பதிலும் சொல்லாமல் மௌனமாக இருக்கப் பழகிக்கொண்டான். எழுத்தர் அநேகமாக நாள்தோறும் மாணவர்களுக்கு வழங்கப்படும் உணவின் தரத்தைச் சோதித்தார். உணவின் தரம் எப்போதுமே அவருக்குத் திருப்தியளித்ததில்லை. அதற்கு அவனே முழுப் பொறுப்பு என்பது போல் அடிக்கடிக் கடுமையான வார்த்தைகளால் அவனை விமர்சித்தார். அதைப் பற்றி ந சமையலுக்குப் பொறுப்பான ஆயாக்களிடம் கேட்டபோது அரசு மோசமான தரத்திலான அரிசியையே வழங்குகிறது என அவர்கள் பதிலளித்தார்கள். ஆயாக்கள் தனக்குச் சொன்னதை

அவன் எழுத்தரிடம் சொன்னபோது அவர் அவனை முன்னிலும் கடுமையாக எச்சரித்துவிட்டுப் போனதற்கான காரணத்தையும் அவனால் புரிந்துகொள்ள முடியவில்லை. எழுத்தர் சமையல் கூடத்திற்கு வந்துவிட்டுப் போன ஒவ்வொருமுறையும் தான் சீக்கிரத்திலேயே அந்த வேலையை இழக்க வேண்டி நேருமோ என அஞ்சி நடுங்கிக்கொண்டிருந்தான் ந.

ஆனால் எதிர்பாராதவிதமாகச் சீக்கிரத்திலேயே நிலைமை சரியாகத் தொடங்கியது. ரா என்னும் பெயரையுடைய எழுத்தர் தனக்கே அதில் ஒருவிதச் சலிப்புத் தட்டிவிட்டதைப் போல வருகையைக் குறைத்துக்கொண்டார். பதிலாக அலுவலகப் பணிகளில் சிலவற்றை அவன் மீது திணித்தார். நாள்தோறும் ஏதாவதொரு படிவத்தையோ பதிவேட்டையோ அவனிடம் ஒப்படைத்து அவற்றைப் பூர்த்திசெய்து தருமாறு பணித்தார். கோப்புகளை ஒழுங்குபடுத்தச் சொன்னார். தாள்களுக்குத் துளையிடச் சொன்னார். ஏதாவதொரு கடித உறையைக் கொடுத்து இருபத்திரண்டு கிலோ மீட்டர் தொலைவிலிருக்கும் மாவட்ட அலுவலகத்தில் கொண்டுபோய்ச் சேர்ப்பிக்குமாறு உத்தரவிட்டார்.

ந தனக்குரிய பணிகளைச் செய்வதற்கே திணறிக்கொண்டிருந்தான். சத்துணவு உண்ணும் மாணவர்களுக்கு அரசால் இலவசமாக வழங்கப்படும் பாடப் புத்தகங்கள், சீருடைகள், காலணிகள் போன்றவற்றை மாவட்ட அலுவலகங்களிலிருந்து பெற்றுக்கொண்டு வருவதற்கும் அவற்றை விநியோகிப்பதற்கும் ந திணற வேண்டியிருந்தது. அதற்கான போக்குவரத்துச் செலவை எப்படி ஈடுகட்டுவது எனத் தெரியாமல் தவித்தான். இரண்டு மூன்றுமுறை சொந்தப் பணத்தைக் கொண்டு சமாளித்தான். எப்போதும் அது தொடர்ந்துகொண்டிருக்க முடியாது என்பதை உணர்ந்தபோது ந அதைப் பற்றி வட்டார வளர்ச்சி அலுவலக எழுத்தரிடம் கேட்டான். அவரிடமும் அதற்கான பதில் இல்லாததால் ந அலுவலக உதவியாளர் சுவைச் சரணடைந்தான்.

“அதுக்கு எதுக்கு ந சார் இத்தன கஷ்டப்படோணு? உடுங்க நாம்பாத்துக்கறெ” என்றவர் அவனுடைய கிடங்குக்கு வந்து கைவிடப்பட்ட மிகப் புராதனமான மர நாற்காலியொன்றை இழுத்துப்போட்டு உட்கார்ந்துகொண்டு ஒவ்வொரு மாணவனையும் வரவழைத்து எல்லாவற்றையும் சிரமமின்றிப் பகிர்ந்தளித்தார். செலவுதொகையாக ஒவ்வொரு மாணவனிடமிருந்தும் தலா ஐந்து ரூபாயை அவர் வசூலித்துக்கொண்டததைப் பார்த்த ந வெலவெலத்துப் போனான். எந்தக் குறுக்கீட்டுக்கும் வழியில்லாததால் ந வெறுமனே அதைப் பார்த்துக்கொண்டு நின்றான். மதிய

உணவு இடைவேளைக்குள் விநியோகத்தை முடித்துக்கொண்ட சு வசூலித்த தொகையை எண்ணிக் கணக்கிட்டார்.

“ந சார் போக்குவரத்து, அது, இதுன்னு உங்குளுக்கு என்ன செலவாச்சு?”

மறுவார்த்தை பேசாமல் ந சொன்ன தொகையைக் கொடுத்த சு எஞ்சிய தொகையைத் தன் சட்டைப் பைக்குள் போட்டுக்கொண்டு வெளியேறினார். ந அதிர்ச்சியடைந்தான். வெகுநேரம் வரை அதே கிடையில் உட்கார்ந்துகொண்டு சு மாணவர்களிடமிருந்து எவ்வளவு தொகையை வசூலித்திருப்பார் எனக் கணக்குப் போட முயன்றான். அரசால் இலவசமாக வழங்கப்படும் எதற்காகவும் மாணவர்களிடமிருந்து தொகை எதுவும் வசூலிக்கக் கூடாது என மாவட்ட ஆட்சித் தலைவரிடமிருந்து கிடைக்கப்பெற்றிருந்த சுற்றறிக்கையின் வாசகங்களை நினைத்துக் கொண்டான் ந. பெரும் முறைகேடு ஒன்றுக்குத் தான் துணைபோய்விட்டதாகக் கருதிய ந பீதியடைந்தான். அது பற்றிய மோசமான கற்பனைகள் பெருகத் தொடங்கின. விதிகளுக்குப் புறம்பாகத் தான் குழந்தைகளிடமிருந்து பணம் வசூலித்ததாக மாணவர்களோ பெற்றோர்களோ ஆட்சித் தலைவருக்குப் புகார் மனு அனுப்பலாம் எனப் பயந்தான். ஆசிரியர்களில் யாராவதுகூட அதைப் பற்றி யோசிக்கலாம். அப்படியானால் ந யாருக்காவது பதில் சொல்ல வேண்டியிருக்கும். யார் முன்பாகவாவது கைகட்டி நிற்க வேண்டிய கட்டாயம் ஏற்படும். இந்த வேலைகூடப் பறிபோவதற்கான வாய்ப்பு இருக்கிறது. அதற்கு மேல் அந்தக் கற்பனைகளை வளர்த்துக்கொண்டு போகும் துணிவு இல்லாததால் அவன் அவற்றைக் கைவிட்டான்.

9

ரா என்னும் பெயரையுடைய எழுத்தர் ஒருநாள் நவை அழைத்துப் பள்ளியின் சேர்க்கைப் பதிவேட்டைப் பூர்த்திசெய்து தர முடியுமா எனக் கேட்டார். ந உடனடியாக அதற்கு இசைந்தான். இரண்டடி நீளமும் ஒன்றரையடி அகலமும் கொண்ட தலா ஆறு கிலோ எடையுள்ள மூன்று பதிவேடுகளும் முந்நூற்று முப்பத்தாறு சேர்க்கை விண்ணப்பங்களும் அவனிடம் தரப்பட்டன. ந அவற்றைச் சந்தோஷமாகப் பெற்றுக்கொண்டான். அந்த வேலையைச் சரியாகச் செய்து முடித்துத் திரும்ப ஒப்படைப்பதன் மூலம் ரா விடம் நல்ல பெயர் வாங்க முடியும் என நினைத்தான். அவற்றை நெஞ்சோடு அணைத்து எடுத்துக்கொண்டு அரிசி, பருப்பு மூட்டைகளும் எண்ணெய் டின்களும் காய்கறிகளும் விறகும் கரப்பான்களும் எலிகளும் நிரம்பிய கிடங்கில் போடப்பட்டிருந்த தன்னுடைய புராதனமான மேசைக்கு வந்தான். ஆயாக்களிடம் தன்னைத் தொந்தரவு செய்ய வேண்டாம் எனக் கூறிவிட்டுத் தனக்குக் கொடுக்கப்பட்டிருந்த பணியின் தன்மையை ஆராயத் தொடங்கினான். அதுவரை தனக்குக் கொடுக்கப்பட்ட பணிகளில் அதுவே முக்கியமானதாகத் தென்பட்டது நவுக்கு. அது மற்ற பதிவேடுகளைப் போன்றதல்ல எனச் சொல்லியிருந்தார் ரா. அந்தப் பதிவேடு பள்ளியின் முக்கியமான ஆவணங்களில் ஒன்றாக வெகுகாலம் நீடித்திருக்க வேண்டியது. பள்ளியை விட்டு நீங்கிச் சென்றுவிட்ட ஏதாவதொரு மாணவன் பத்து வருடங்கள் கழித்தோ இருபது வருடங்கள் கழித்தோ முப்பது வருடங்கள் கழித்தோ அவனுடைய வாழ்நாளில் வேறு எப்போதாவதோ தனக்கு மாற்றுச் சான்றிதழ் வேண்டுமெனக் கேட்டுக்கொண்டு வந்து நிற்கும்போது வழங்குவதற்கு அதிலுள்ள தகவல்களே ஆதாரம். அதில் ஏற்படும் சிறுபிழைகூட யாராவது ஒரு மாணவரின் எதிர்காலத்தைப் பாழடிக்கலாம் என அவனுடைய முகத்தை

ஆழமாகப் பார்த்துக்கொண்டு சொன்ன எழுத்தர் நவுக்கு மாற்றுச் சான்றிதழின் முக்கியத்துவம் பற்றி ஏதாவது தெரியுமா எனக் கேட்டார். எழுத்தர் தன்னை விவரம் தெரியாதவன் எனக் கருதிக்கொண்டிருப்பதாக நினைத்த ந அது தனக்கு நன்றாகத் தெரியுமென்றான். மாற்றுச் சான்றிதழ் என்ற ஒன்று இல்லாதபோது ஒருவன் உண்மையில் ஒன்றுமில்லாதவன்தான் என்றான். தான் தன்னுடைய மாற்றுச் சான்றிதழையும் மதிப்பெண் சான்றிதழ்களையும் பாதுகாத்து வைத்திருப்பதற்குக் கடந்த இருபது வருடங்களாக மேற்கொண்டுவரும் முயற்சிகளைப் பற்றியும் சொல்ல விரும்பினான். ஆனால் ரா அதைக் கேட்கும் மனநிலையில் இல்லாததால் ந அந்தத் திட்டத்தைக் கைவிட வேண்டியதாயிற்று. அந்தப் பணியைக் கொடுத்ததை எழுத்தர் தன்னுடைய அறிவின் மீது நம்பிக்கை வைத்திருப்பதற்கான அடையாளம் எனக் கருதிய ந அதை விரைவாகவும் பிழையில் லாமலும் செய்து முடிப்பதற்கான திட்டங்களை வகுத்துக் கொண்டு அவற்றில் ஒன்றைத் தன் மேசையின் மீது விரித்து வைத்துக்கொண்டான். தான் செய்ய வேண்டிய வேலையைப் பற்றிய ஆழ்ந்த ஈடுபாட்டுடன் ந பேனாவைக் கையிலெடுத்தான்.

விரும்பியதைப் போல ஒரு எழுத்தராகப் பணிபுரிவதற்கான வாய்ப்பு தனக்குக் கிடைத்திருக்கவில்லையெனினும் தற்காலிக மாகவேனும் அந்தப் பணியைச் செய்வதற்குக் கிடைத்திருந்த அற்புதமான அந்த வாய்ப்பை ந பெறற்கரிய பேறுகளில் ஒன்றாகக் கருதினான். மிகக் கவனமாகப் புனித நூலொன்றைக் கையாள்வது போல் பக்தி சிரத்தையாக அந்தப் பதிவேடுகளைக் கையாண்டான் ந. பள்ளியில் புதிதாகச் சேர்ந்திருந்த ஒவ்வொரு மாணவன் அல்லது மாணவியின் பெயருக்கு எதிராகவும் உள்ள பதினெட்டுக் கட்டங்களில் சேர்க்கை விண்ணப்பங்களில் உள்ளபடி அவர்களுடைய பாலினம், பிறந்த தேதி, பிறந்த மதம், சாதி உள்ளிட்ட விவரங்களை நிரப்ப வேண்டும். மாணவர்களின் பெயரை நீலநிற மையாலும் மாணவிகளின் பெயர்களை சிவப்புநிற மையாலும் எழுத வேண்டும். ந அதைச் சவாலானதொரு பணியாகக் கற்பனை செய்துகொண்டான். 1956இலிருந்து புழக்கத்திலிருந்து வரும் புனிதமான அந்தப் பதிவேடுகள் மிகப் பழையவை. தாள்கள் கிட்டத்தட்ட நைந்து போயிருந்தன. ஆகவே ந வெகுகவனமாகப் பக்கங்களைப் புரட்ட வேண்டியிருந்தது. மிகுந்த எச்சரிக்கையுடன் சேர்க்கை விண்ணப்பங்களைப் பரிசீலித்து வரிசைப்படுத்தித் தனது ஆட்டங்கண்ட மேசையின் மீது வைத்துக்கொண்டான். புறவுலகுடனான தொடர்புகளை முற்றாகத் துண்டித்துக்கொண்டு ஒவ்வொரு பெயராக எழுதத் தொடங்கினான். கையெழுத்துத் திருத்தமாகவும் அழகாகவும் இருக்க வேண்டும் என்பதற்காக வெகு நிதானமாகப் பேனா

முனையை ஓடவிட்டான். ந தனக்குக் கிடைத்திருந்த அந்த அரிய வாய்ப்பைப் பயன்படுத்திக்கொள்வதில் மூர்க்கமாக இருந்தான். பக்கத்திற்குப் பதினாறு வீதம் இரண்டு பக்கங்களில் முப்பத்து இரண்டு பெயர்களை எழுதும்வரை இருந்த இடத்தை விட்டு அசையவில்லை. அப்போது பள்ளி வளாகத்திற்குள் நடந்த எதுவுமே அவன் கவனத்திற்கு வரவில்லை. பதினொன்றாம் வகுப்புக் கலைப் பிரிவு மாணவர்கள் தங்களுடைய சரித்திர ஆசிரியரை நையாண்டி செய்து கூச்சலிட்டது பள்ளி வளாகத்திற்கப்பால் வயலில் நடவு வேலை செய்துகொண்டிருந்த பெண்களின் செவிகளை எட்டி அவர்கள் நாற்றுக்களை அப்படியே போட்டுவிட்டுச் சற்று நேரம் வாய்பிளந்து நின்று அந்தச் சத்தத்தைக் கேட்டுக்கொண்டிருந்தார்கள். ஆனால் ந வின் செவிகளை அவை எட்டவில்லை. அவன் தடிமனான நைந்துபோன தாள்களாலான அந்தச் சேர்க்கைப் பதிவேட்டில் மாணவ மாணவியரின் பெயர்களைப் பதிவுசெய்யும் மகத்தான பணியில் தன்னை மறந்து லயித்திருந்தான். பள்ளிநேரம் முடிந்து கடைசி மணி ஒலித்த பிறகும் ந அப்படியே உட்கார்ந்திருந்தான். காவலர் அலுவலக அறையையும் மற்ற எல்லா வகுப்பறைகளையும் பூட்டிவிட்டுச் சத்துணவுக் கிடங்குக்கு வந்து நின்றபோதுதான் அவன் அந்த வருடம் ஆறாம் வகுப்பில் புதிதாகச் சேர்ந்திருந்த ச என்னும் பெயரையுடைய மாணவியின் பெயரைச் சிவப்பு மையால் எழுத முயன்றுகொண்டிருந்தான். அப்போதுதான் இருள்சூழத் தொடங்கியிருந்தது. அமைதியாக அவன் முன்னால் வந்து நின்ற இரவுக் காவலரின் நிழல் அவன் எழுதிக்கொண்டிருந்த அந்தப் பக்கத்தின் மீது விழுந்தது. ந திடுக்கிட்டான். நிமிர்ந்து அது யாருடைய நிழல் எனப் பார்க்க முயன்றான்.

கவனம் சிதற அது போதுமானதாக இருந்தது.

எந்தச் சூழலிலும் எதற்காகவும் பதிவுகளில் சிறு பிழைகூட ஏற்படுவதற்கு அனுமதிக்கக் கூடாது என்னும் அவனது தீர்மானத்திற்கெதிராக ச என்னும் பெயரையுடைய அந்த மாணவியின் பெயரை ந தவறாக எழுதியிருந்தான். எழுதி முடித்த பிறகே அவன் அதைக் கவனித்தான். ச என்னும் அந்த மாணவியின் பெயர் தவறாக மட்டுமல்லாமல் ஒரு பொருளில் ஆபாசமாகவும் மாறியிருந்தது. அச்சத்தால் அவனுக்கு வியர்த்துவிட்டது. தவறு கண்டுபிடிக்கப்படும்போது தான் எதிர்கொள்ள வேண்டிய மோசமான விளைவுகள் பற்றிய கற்பனைகள் அவனைப் பீதியுறச்செய்தன. எழுத்தரால் மன்னிக்கவோ சரி செய்யவோ முடியாத தவறாக அது கருதப்படுமானால்? ந ஸ்தம்பித்துப் போனான். எழுத்தரின் கவனத்திற்குப் போகும் முன் அதைச் சரி செய்துவிட வேண்டுமென நினைத்தான். "கொஞ்சொ

வேலையிருக்குது" எனச் சொல்லிக் காவலரை அனுப்பிவிட்டு பிளேடு ஒன்றின் முனையால் தவறாக எழுதப்பட்டுவிட்ட அந்த எழுத்துக்களைச் சுரண்டி எடுக்க முயன்றான். கொஞ்சமும் எதிர்பாராதவிதத்தில் தாள் கிழிந்துவிட்டது. அதைச் சரிசெய்து விட முடியும் என ந அசட்டுத்தனமாக நம்பினான். அந்த முயற்சி ஏற்கனவே நைந்துபோயிருந்த அந்தத் தாளை மேலும் அதிகமாகச் சிதைப்பதற்கே வழிவகுத்தது. சுமார் மூன்றங்குல நீளத்திற்கு அதில் விழுந்துவிட்டிருந்த பெரிய துளையைக் கண்டு ந பீதியுற்றான். அந்தப் பதிவேட்டை வீட்டுக்கு எடுத்துச் சென்று எதையாவது கொண்டு ஒட்டிச் சரிசெய்யும் முடிவோடு கிளம்பினான்.

நல்ல வேளையாக வ அன்றைய இரவுக்கு ராகிக்களி கிளறியிருந்தாள். சாப்பிடுவதற்கும் கிழிந்துபோன தாள்களை ஒட்டுவதற்கும் ராகிக்களி அற்புதமான பதார்த்தம் என்பதால் ந அதில் கொஞ்சத்தை எடுத்து வைத்துக்கொண்டு கிழிந்த பகுதியை ஒட்டிச் சரிசெய்ய முயன்றான். விளைவு இன்னும் மோசமானதாக மாறியது. ந நிம்மதியிழந்தவனாகப் பாழடைந்த அந்த அரண்மனையின் முற்றத்தில் குறுக்கும் நெடுக்குமாக நடந்தவாறே யோசித்தான். ஆற்றின்கரை வரை போய்விட்டுத் திரும்பினான். தூணொன்றில் சாய்ந்து கண்களை மூடிக் கொண்டான். ஆனால் அதிகரித்துக்கொண்டே போகும் பீதியிலிருந்து அவனால் விடுபட முடியவில்லை. சாப்பிட அழைத்தபோது வேண்டாம் எனச் சொன்னபோதுதான் வ தன் கணவன் இயல்பாயில்லை என்பதைக் கண்டுபிடித்தாள். அதைப் பற்றிக் கேட்டபோது அவனது கண்களில் நீர் கோர்த்து விட்டது.

வ பதறிவிட்டாள்.

"ஏ, என்னாச்சு இப்படித் தன்னப்போல கண்ணுல தண்ணி வருது?" என அருகில் வந்து வாஞ்சையுடன் அவனது சிகையை வருடினாள். ந அதற்குப் பதில் சொல்லாமல் தொடர்ந்து கண்ணீர் வடித்துக்கொண்டேயிருந்தான். அவளிடம் சொல்வதால் நல்லதாக எதுவும் நடந்துவிடப்போவதில்லை என நினைத்தான். மூன்றாம் வகுப்பைக்கூடத் தாண்டாத வ என்னும் பெயரையுடைய தன் மனைவிக்கு நிச்சயமாகச் சேர்க்கைப் பதிவேடு என்றால் என்னவென்றோ அதில் உள்ள பதினெட்டுக் கட்டங்களில் என்னென்ன விவரங்களைப் பூர்த்திசெய்ய வேண்டுமென்பதோ தெரியாது. தா என்னும் ஊரின் அரசு மேல்நிலைப் பள்ளியில் அந்த வருடம் ஆறாம் வகுப்பில் புதிதாகச் சேர்க்கப்பட்டிருந்த ச என்னும் பெயரையுடைய மாணவியைப் பற்றியோ தான் அவளுடைய பெயரைத் தவறாக

எழுதியதைப் பற்றியோ அதன் விளைவாக அது ஆபாசமான பொருளைத் தரும் ஒரு சொல்லாக மாறிவிட்டதைப் பற்றியோ வ என்னும் பெயரையுடைய அவனுடைய மனைவியால் நிச்சயம் புரிந்துகொள்ள முடியாது. அதையெல்லாம்விட முக்கியமாக அவளுக்கு ரா என்னும் பெயரையுடைய எழுத்தரைப் பற்றியோ அவர் மீது தனக்குள்ள பயத்தைப் பற்றியோ எதுவுமே தெரியாது. நவுக்கு அவளிடம் சொல்வதற்கு ஒன்றுமில்லாததால் தொடர்ந்து கண்ணீர் வடித்துக்கொண்டிருந்தான். கடைசியில் வ மிகப் பயந்துபோனவளாக உதவிக்குத் தன் அண்டை வீட்டுக்காரர்களை அழைப்பதற்கு ஆயத்தமானபோதுதான் அவன் தன் மௌனத்தைக் கலைத்தான். பிறகு வ ஆறுகிலோ எடையுள்ள அந்த சேர்க்கைப் பதிவேட்டைப் பார்த்தாள். அதன் நைந்த தாள்களைப் பார்த்தாள். ச என்னும் மாணவியின் பெயரைத் தவறாக எழுதியதற்குப் பிராயச்சித்தம் தேட அவன் மேற்கொண்ட முயற்சிகளின் விளைவாக அந்தத் தாள் பிறகு எப்போதும் பயன்படுத்த முடியாத ஒன்றாக மாறியிருப்பதையும் பார்த்தாள். அவள் கிளறி வைத்திருந்த ராகிக்களியாலோ அதைவிடக் கடினமான வேறு ஏதாவது பதார்த்தத்தாலோகூட அதைச் சரிசெய்ய முடியாது என்ற உண்மையை வெகு எளிதாகப் புரிந்துகொண்டாள். கொஞ்சம் யோசித்தாள். சற்று நேரம் மௌனமாக இருந்தாள். பிறகு மிக நிதானமாக ந ஏன் சிதைந்துபோன அந்தத் தாளைப் பதிவேட்டிலிருந்து கிழித்து அப்புறப்படுத்திவிட்டு அடுத்த பக்கத்திலிருந்து பதிவுகளைத் தொடரக் கூடாது எனக் கேட்டாள்.

நவுக்கு மெய்சிலிர்த்தது.

தனக்கு ஏன் அவ்வளவு நேரமாக அந்த யோசனை தோன்றவில்லை என ஆச்சரியப்பட்டுக்கொண்டே மனைவியின் சொற்படி பதிவேட்டிலிருந்து அந்தத் தாளைக் கிழித்தெடுத்தான். பிறகு அவள் பரிமாறிய களி உருண்டைகளையும் கீரையையும் சாப்பிட்டுவிட்டு முன்பைவிட அதிக நிதானமாகவும் கூடுதலான எச்சரிக்கையுடனும் தன் வேலையைத் தொடர்ந்தான். ந அவனுக்கு வரக்காபி போட்டுக்கொடுத்தாள். விளக்கிலுள்ள மண்ணெண்ணெய் தீர்ந்துபோனபோது மறுபடியும் நிரப்பிக் கொடுத்தாள். எழுத்தர் கொடுத்த முந்நூற்று முப்பத்தாறு சேர்க்கை விண்ணப்பங்களில் இடம் பெற்றிருந்த எல்லா விவரங்களையும் எந்தச் சிறு பிழையுமில்லாமல் கவனமாகப் பூர்த்திசெய்து முடித்துத் திண்ணையிலேயே கவிழ்ந்து உறக்கத்தில் ஆழ்ந்த பிறகு பதிவேடுகளையும் சேர்க்கை விண்ணப்பங்களையும் பத்திரமாக ஒழுங்குபடுத்தி வைத்தாள் வ. ந அப்போதும் அப்பதிவேடுகளை மறக்கவில்லை. கனவுகளில் நீலமும் சிவப்புமான எழுத்துக்கள்

கைகோத்துக்கொண்டு நடனமாடுவதை அவன் பார்த்தான். அவன் அதைச் சாதனையாக நினைத்தான். மறுநாள் பள்ளியில் ரா என்னும் பெயரையுடைய அந்த எழுத்தர் மட்டுமில்லாமல், தலைமையாசிரியரும் மூன்று உதவித் தலைமையாசிரியர்களும் ஆசிரியர்களும் அலுவலகப் பணியாளர்களும் தன்னைப் பாராட்டுவதைப் பற்றிய கனவுகள் அவனைத் தூங்கவிடாமல் தொந்தரவு செய்துகொண்டிருந்தன.

"மிஸ்டர் ந உங்கள் கையெழுத்து அற்புதம்"

"மிஸ்டர் ந உங்களுக்குக் கொடுக்கப்பட்ட பணியைச் சிறப்பாகச் செய்து முடித்திருக்கிறீர்கள், வாழ்த்துகள்"

"மிஸ்டர் ந எங்கிருந்து இவ்வளவு அழகாக எழுதக் கற்றுக் கொண்டீர்கள்? பார்க்கப் பார்க்க எங்களால் ஆச்சரியத்தைக் கட்டுப்படுத்திக்கொள்ள முடியவில்லை"

"மிஸ்டர் ந இவ்வளவு திறமையை வைத்துக்கொண்டு எதற்காக ஒரு சாதாரணச் சத்துணவு அமைப்பாளராக இருக்கிறீர்கள்? உங்களை நினைத்தால் வருத்தமாக இருக்கிறது. நீங்கள் எழுத்தராகப் பணிபுரியும் தகுதி படைத்தவர்"

"மிஸ்டர் ந நம்மைப் போல ஆசிரியராகும் தகுதி படைத்தவர் என்றுகூடச் சொல்லலாம்"

மிஸ்டர் ந . . . மிஸ்டர் ந

தன்னை யாராவது மிஸ்டர் ந என அழைத்திருக்கிறார்களா எனத் தூக்கத்திற்கிடையே யோசித்துப் பார்க்க முயன்றான் ந. காலையில் பள்ளியை அடைந்ததும் எழுத்தரைத் தேடிக்கொண்டு நேராக அலுவலக அறைக்குப் போனான். எழுத்தர் அப்போது அலுவலகத்திற்கு வந்து சேர்ந்திருக்கவில்லை. எனவே ந ஏமாற்றமடைந்தான். பூர்த்திசெய்துகொண்டு வந்திருந்த பதிவேட்டைத் திறந்து வைத்துக்கொண்டு தன் நேர்த்தியான கையெழுத்தை ரசிக்கத் தொடங்கினான். பார்க்கப் பார்க்க அலுக்கவேயில்லை. யாரிடமாவது அதைக் காட்ட வேண்டுமென்ற ஆசை அவனை மூர்க்கமாகப் பற்றிக்கொண்டிருந்தது. அலுவலக உதவியாளரை அழைத்து அவரிடம் பூர்த்திசெய்யப்பட்ட அந்தப் பக்கங்களைக் காட்டி அபிப்ராயம் சொல்லும்படி கேட்கலாமா என யோசித்தான். ஆனால் அப்போது அவர் மாணவர்களின் வருகைப் பதிவேடுகளை வகுப்பறைகளுக்குக் கொண்டு சேர்ப்பதற்காக ஓடிக்கொண்டிருந்தார். மற்ற ஆசிரியர்கள் அவனிடம் ஒரு புன்னகையைப் பரிமாறிக்கொள்ளக்கூட நேரமில்லாதது போலத் தென்பட்டனர். ஆகவே ந தன் சொந்தக் கையெழுத்தைத் தானே மீண்டுமொருமுறை ரசிக்க முயன்றான். மூடி வைத்திருந்த பதிவேட்டைப் பிரித்துப் பக்கங்களைப்

புரட்டினான். அப்போதுதான் பதிவேட்டில் இருந்த தாள்களில் பக்க எண்கள் அச்சிடப்பட்டிருந்ததைக் கவனித்தான். முதலில் எதுவும் தோன்றாதபோதும் பிறகு திடுக்கிட்டுப் போனான். தன் மனைவி வவின் ஆலோசனைப்படி சிதைந்துபோன பக்கங்களைக் கிழித்தெடுத்திருந்ததில் பதிவேட்டில் இரண்டு பக்கங்கள் காணாமல் போயிருந்தன. யாராவது கவனமாகப் பார்த்தால் கண்டுபிடிக்கப்பட்டுவிடுவான். ச என்னும் பெயரையுடைய மாணவியின் பெயரைத் தவறாக எழுதியதை விடவும் அது மோசமான குற்றமாகக் கருதப்படும் எனத் தோன்றியது. பதற்றத்திற்குள்ளாவதைத் தவிர வேறு வழியில்லை என்பதால் ந மறுபடியும் பதற்றமடையத் தொடங்கினான். தன் மீது தீராப்பகை கொண்டவராகத் தென்படும் எழுத்தரின் கண்களில் அந்தத் தவறு பட்டுவிடாமல் இருப்பதற்கு என்ன செய்யலாம் என்பதைப் பற்றி மிஸ்டர் ந யோசிக்க முற்பட்டான்.

யோசித்தபடியே சத்துணவுக் கிடங்குக்குப் போனவன் ஆயாக்களிடம் அன்றைய உணவுக்குத் தேவையான பொருட்களை அளந்து கொடுத்துவிட்டு அலுவலக அறைக்குத் திரும்பி வந்து தலா ஆறுகிலோ எடை கொண்ட அந்த மூன்று பதிவேடுகளையும் ஒன்றன்பின் ஒன்றாக விரித்து வைத்துப் பார்த்துக்கொண்டிருந்தான். தனக்களிக்கப்பட்ட வேலையில் தீவிரமாக மூழ்கியிருப்பதைப் போல முகத்தை வைத்துக்கொண்டான். தாமதமாக வந்த ரா என்னும் பெயரையுடைய அந்த எழுத்தர் அதைக் கண்டு உண்மையாகவே பூரித்துப் போனார். கனிவாகப் புன்னகைத்தார். தான் தேநீர் அருந்தும்போது அவனுக்கும் ஒன்றை வரவழைப் பதற்கு அவர் தயங்கவில்லை. ஓரளவு பயம் நீங்கியவனாகப் பதிவேடுகளை எழுத்தரிடம் ஒப்படைத்தான் ந. எங்கே குட்டு வெளிப்பட்டுவிடுமோ என்னும் பயம் காரணமாக அவனது முகம் வெளுத்திருந்தது. ஆனால் மிஸ்டர் நவை அதிர்ஷ்டம் ஒரேயடி யாகக் கைவிட்டுவிடவில்லை. எழுத்தர் அந்தப் பதிவேடுகளைத் தொடக்கூட இல்லை. தன் முன்னால் வைக்கப்பட்ட தலா ஆறு கிலோ எடையுள்ள பதிவேடுகளின் பூர்த்திசெய்யப்பட்ட பக்கங்களை வெறுமனே ஒரு பார்வை பார்த்தார்.

"என்ன ந எல்லாம் முடிஞ்சுதா?"

"முடிஞ்சுதுங்க சார்"

"எதுவும் விடுபடலியே?"

"இல்லீங்க சார், எதுவும் விடுபடல"

"கணக்கு டேலியாயிருச்சா?"

"ஆயிருச்சுங்க சார்"

"குட்" என்றார் ரா.

10

ஆனால் எழுத்தரிடம் அச்சமின்றியும் இயல்பாகவும் பழக அதற்குப் பிறகும் அவனுக்குச் சில மாதங்கள் பிடித்தன. எழுத்தர் சில தருணங்களில் கருணையுடையவராக இருந்தார். அவனிடம் நட்புப் பாராட்டினார். கடைகளில் அவனுடன் சேர்ந்து தேநீர் பருகினார். மதிய உணவைப் பகிர்ந்துகொண்டார். நாகரிமாகவும் இதமாகவும் நடந்துகொள்ள அவருக்குத் தெரிந்திருந்தது. போதிய அளவுக்கு நகைச்சுவை உணர்ச்சி உள்ளவராகவும் இருந்தார். ஆனால் அவற்றுக்கெல்லாம் அப்பால் அவர் நவுக்குப் பதற்றத்தையும் அச்சத்தையும் மூளச்செய்பவராகவே இருந்தார். அலுவலகப் பணிகளில் பாதிக்கும் மேலானவற்றை அவனுடைய தலையில் கட்டிவிடுவதை மிஸ்டர் ரா கைவிடவே இல்லை. ஏதாவதொரு பதிவேட்டைக் கொடுத்து அவற்றைப் பூர்த்திசெய்யச் சொல்லும்போது அவரது முகம் கண்டிப்பானதாக மாறிவிடுவதையும் ஏதாவதொரு காரணத்துக்காக அவனால் அதைச் செய்ய முடியாமல் போகும்போது தயங்காமல் வசைபாடுவதையும் ந எதிர்கொள்ள முடியாதவனாக இருந்தான். தனது உத்தரவுகளை நிறைவேற்றா விட்டால், தனக்குக் கீழ்ப்படியாமல் போனால் நவால் தொடர்ந்து சத்துணவு அமைப்பாளராக நீடித்திருக்க முடியாமல்கூடப் போய்விடலாம் என்பதைக் குறிப்பால் உணர்த்திக்கொண்டே இருந்தார் ரா. உணவின் தரம் நாளுக்குநாள் மோசமாகிக்கொண்டே வருவதாகவும் அதைப் பற்றித் தலைமையாசிரியருக்கும் வட்டார வளர்ச்சி அலுவலருக்கும் சொல்லப்போவதாகவும் அவர் எச்சரிக்கும் ஒவ்வொரு தருணத்திலும் மனப்பிறழ்வுக் குள்ளாவதிலிருந்து தன்னைக் காத்துக்கொள்ள

ந மிகச் சிரமப்பட வேண்டியிருந்தது. தலைமையாசிரியரை அவன் அடிக்கடி சந்திப்பதில்லை. மாதமொருமுறையோ இரண்டுமுறையோ அவரிடம் சில கையொப்பங்களைப் பெற வேண்டியிருந்தது. அதற்காக ந அவருக்கு முன்னால் கைகளைக் கட்டிக்கொண்டு ஐந்து அல்லது பத்து நிமிடங்கள் வரை அமைதியாக நின்றுகொண்டிருப்பான். தலைமையாசிரியர் அநேகமாக அவனிடம் எதுவும் பேசமாட்டார். அவன் அவருக்கெதிரே நின்றுகொண்டிருப்பது தன் கவனத்துக்கு வந்ததும், "என்னப்பா ந எதாவது சைன் பண்ணணுமா?" எனக் கேட்பார். அநேகமாக எதையுமே சரிபார்க்காமல் அவசர அவசரமாகக் கேட்ட இடங்களில் கையொப்பமிடுவார். தலைமையாசிரியர் உள்பட எல்லோருமே நவை ஒருமையில்தான் அழைக்கிறார்கள். அற்பமாகப் பார்க்கிறார்கள். ஏதாவது தேநீர் விருந்து நடந்தால்கூட அவனுக்குச் சொல்வதில்லை. எல்லாம் முடிந்த பிறகு மிச்சமிருக்கும் மிக்சர், பிஸ்கெட்டுக்களில் சிறிதளவு அவனுக்கும் கிடைக்கிறது. அலுவலக உதவியாளரோ இரவுக் காவலரோ ஒரு பாலிதீன் பையில் போட்டுக் கொண்டு வந்து தந்துவிட்டுப் போகிறார்கள்.

அவமானங்களிலிருந்தும் புறக்கணிப்புகளிலிருந்தும் விடுபடுவதற்கான வழிகளைப் பற்றி ந ஓயாமல் சிந்தித்துக்கொண்டிருந்தான். நடை, உடை பாவனைகளில் சில மாற்றங்களைக் கொண்டுவர முயன்றான். புதிதாக இரண்டு செட் பேண்ட்சட்டை எடுத்துக்கொண்டான். செருப்பு வாங்கினான். ஞாயிற்றுக் கிழமையைத் தவிர அநேகமாக மற்ற எல்லா நாட்களிலும் தவறாமல் முகச்சவரம் செய்துகொண்டான். தான் வெகு காலமாகப் பயன்படுத்திவந்த பழைய மொபட்டை விற்றுவிட்டுப் புதிதாக ஒரு கியர் வண்டியை வாங்குவதைப் பற்றி யோசித்தான். அவனிடம் சிவப்பு நிறமுடைய ஒரு பழைய செகண்ட் ஹாண்ட் TVS *Champ* இருந்தது. தடதடவெனச் சத்தமெழுப்பிக்கொண்டு பள்ளி வளாகத்துக்குள் அது நுழையும் தருணத்தில் பதினொன்றாம் வகுப்பு மாணவர்களும் ஆசிரியர்களில் சிலரும் அதிர்ச்சியுடன் திரும்பிச் சத்தம் வரும் திசையை நோக்குவதையும் பிறகு வாய்விட்டுச் சிரிப்பதையும் ந கவனித்திருந்தான். மாணவர்கள் அதற்கு *Asohk Leyland* எனப் பட்டப்பெயர் சூட்டியிருந்தார்கள். ந ஒரு *Splender* வாங்க வேண்டுமென விரும்பினான். ஆனால் தனது அப்போதைய பொருளாதார நிலையைக் கொண்டு யோசித்துப் பார்த்தபோது அது எப்போதுமே கைகூடச் சாத்தியமற்ற கனவு என்பது அவனுக்குத் தெரிந்தது. எனவே ந தனது சுயமரியாதையை மீட்டுக்கொள்வதற்கு வேறு எதையாவதுதான் யோசிக்க வேண்டியிருந்தது.

ஒரு சத்துணவு அமைப்பாளர் என்பவன் எப்போதுமே ஒரு அற்பப் பிறவிதானா? அவமானங்களுக்கும் பரிகசிப்புகளுக்கும் உள்ளாக வேண்டியவன்தானா?

அப்படி அல்ல என்பது அனுபவம் வாய்ந்த வேறு சில சத்துணவு அமைப்பாளர்களைப் பார்த்தபோது தோன்றியது. மாதத்திற்கு ஒருமுறை மானியத்தொகை பெறுவதற்காக வட்டார வளர்ச்சி அலுவலகத்திற்குச் சென்றான் ந. சமூக நலத்துறையால் ஆட்சியர் அலுவலகத்தில் நடத்தப்படும் கூட்டங்களில் பங்கேற்றான். அவற்றில் சந்திக்க நேர்ந்த மற்ற மையங்களின் சத்துணவு அமைப்பாளர்களில் பலரும் நவைப் போல் பயந்து நடுங்கிக்கொண்டிருக்கவில்லை. யாரும் பதற்றமானவர்களாகத் தென்படவில்லை. அற்பம் எனக் கருதத்தக்க மிகக்குறைந்த ஊதியத்திற்காக அவமானங்களைச் சுமந்துகொண்டு வாழும் கசப்பு வேறு யார் முகத்திலும் தென்படவில்லை. பலர் உற்சாகமாக இருந்தார்கள். தன்னம்பிக்கை மிக்கவர்களாகக் காட்சியளித்தார்கள். வட்டார வளர்ச்சி அலுவலக எழுத்தர் களையோ கணக்காளர்களையோ கண்டு யாரும் பயப்படுவ தில்லை. அவர்களிடம் சிரித்துப் பேசுகிறார்கள். நாற்காலி களில் தயக்கமில்லாமல் உட்கார்கிறார்கள். அவனுடைய தலைமையாசிரியரைப் போன்ற அல்லது ரா என்னும் பெயரையுடைய எழுத்தரைப் போன்ற மற்றவர்களுடைய அதிகாரத்திற்குக் கீழ்ப்படிந்தவர்களாக அல்லாமல் தாங்களே அதிகாரம் மிக்கவர்களாக அவர்கள் நடந்துகொண்டதுதான் நவுக்கு அதிக ஆச்சரியத்தை ஏற்படுத்தியிருந்தது. ஏதோ சூட்சுமம் இருக்கிறது. ந அது என்னவென அறிந்துகொள்வதற்கு முயன்றான். அதற்காக அவர்களிடம் நட்புப் பாராட்டினான். அவர்களோடு சேர்ந்து பேக்கரிகளில் டீயோ வடையோ சாப்பிட்டான். சில சமயங்களில் ஓட்டல்களுக்கும் போனான். முக்கியமானவர்களாகக் கருதத்தக்க சிலரோடு சேர்ந்து சாப்பிடும்போது அவர்களுக்கும் சேர்த்து அவனே பணம் கொடுத்தான். சத்துணவு அமைப்பாளர் களுக்கான மூன்று வெவ்வேறு சங்கங்களில் தன்னை உறுப்பின ராகச் சேர்த்துக்கொண்டான். சங்கக் கூட்டங்களில் தவறாது கலந்துகொண்டு அங்கே பேசப்படுபவற்றைக் கூர்ந்து கவனித்தான்.

விளைவாகக் கொஞ்சம் கொஞ்சமாக ந வுக்குச் சூட்சுமம் பிடிபடத் தொடங்கியது.

மாணவர்களுக்காகச் சமூக நலத்துறையால் வழங்கப்படும் அரிசி, பருப்பு, எண்ணெய் முதலான சமையல் பொருள்களை மிச்சம் பிடிப்பது எந்தவிதத்திலும் முறைகேடான செயல் அல்ல என்பதைத் தெரிந்துகொண்டதுதான் அந்தச் சூட்சுமத்தின்

முதல்படி. அரிசியின் அளவை எவ்வளவு முடியுமோ அவ்வளவு குறைவாகப் பயன்படுத்தி எவ்வளவு முடியுமோ அவ்வளவு நிறைவாகக் குழந்தைகளுக்கு உணவளிக்க முடியும் என்பதையும் அரசு வழங்கும் மானியத் தொகை முழுவதையும் மாணவர்களுக்காகவே செலவிட வேண்டியதில்லை என்பதையும் வட்டார வளர்ச்சி அலுவலக எழுத்தர்கள், கண்காணிப் பாளர்கள், எழுத்தர்கள் என எல்லோரும் அதைப் பங்குபோட்டுக் கொள்ளும் உரிமை பெற்றவர்கள் என்பதையும் அவன் தெரிந்துகொண்டான். வருகைப் பதிவேட்டில் மாணவர்களின் எண்ணிக்கையை அதிகரித்துக் காட்டுவது வழக்கமான நடைமுறைதான் என்பது தெரியவந்தபோது தொடக்கத்தில் அதற்காக அவ்வளவு பதற்றமடைந்திருக்க வேண்டியதில்லை என நினைத்துக்கொண்டான். ஒரு சத்துணவு அமைப்பாளராக இருப்பது என்றால் என்ன என்பதற்குப் பல ஆலோசனைகள் அவனுக்குக் கிடைத்தன. மந்தமான மூளையையுடைவன் என மற்றவர்களால் கருதப்பட்ட ந ஆச்சரியப்படும் விதத்தில் எவ்வளவு முடியுமோ அவ்வளவு வேகமாக எல்லாவற்றையும் கற்றுக்கொண்டான்.

ஒரு நாள் சாயந்திரம் ந சத்துணவுக் கிடங்கிலிருந்து துணிப்பையொன்றில் இரண்டு மூன்றுகிலோ அரிசியையும் இரண்டுகிலோ துவரம்பருப்பையும் சமையல் எண்ணெயையும் எடுத்துக்கொண்டுபோய் எழுத்தரின் மேசைக்குக் கீழே கிட்டத்தட்ட அவரது காலடியில் வைத்துவிட்டு வந்தான். ரா அதைக் கண்டுகொள்ளவே இல்லை. தான் பார்த்துக்கொண்டிருந்த கோப்பினுள் தீவிரமாக மூழ்கியிருப்பதைப் போன்ற பாவனையுடன் குனிந்துகொண்டார். தன்னுடைய கிடங்குக்குத் திரும்பிய ந அதைப் பற்றி யோசித்தான். ஒரு வேளை ரா அதுபோன்ற முறைகேடுகளை விரும்பாதவராக இருக்கலாம் என நினைத்தான். என்ன நடக்கிறது என்பதை அறிந்துகொள்வதற்காக ந அரிசி மூட்டைகளின் மட்கியநெடி வீசும் தனது கிடங்குக்குள்ளிருந்து ஜன்னல் வழியாகப் பார்த்துக்கொண்டிருந்தான். கடைசிமணி ஒலித்தவுடன் மாணவர்கள் வகுப்பறைகளிலிருந்து வெளியேறி உற்சாகமாகக் கூச்சலிட்டுக்கொண்டே ஓட்டம் பிடித்தது தெரிந்தது. ஆசிரியர்கள் தம் இருசக்கர வாகனங்களைக் கிளப்பிக்கொண்டு பறந்து மறைந்தனர். தலைமையாசிரியர், ஆசிரியரொருவரின் ஸ்கூட்டரில் தொற்றிக்கொண்டார். சு என்னும் பெயரையுடைய அலுவலக உதவியாளர் வெகு சிரமப்பட்டுத் தன் மொபெட்டை ஸ்டார்ட் செய்துகொண்டு வெளியேறினார். இரவுக் காவலர் இன்னும் வந்திருக்கவில்லை. பள்ளி வளாகம் வெறிச்சோடியபோது அவன் கொண்டுபோய்

வைத்திருந்த துணிப்பையைச் சுமந்துகொண்டு ரா வெளியே வந்தார். அதைத் தனது ஸ்கூட்டரின் முன் பகுதியில் வைத்துக் கொண்டு வேகமாக அவர் வெளியேறியதைப் பார்த்த ந சூட்சுமம் முழுமையாகக் கைகூடிவிட்ட திருப்தியுடன் புன்னகைத்துக் கொண்டான்.

ஓரிரு மாதங்களுக்குள் கொஞ்சம் பணத்தைக் கடனாகப் பெற்றுக்கொள்ளுமளவுக்கு நவுக்கு நெருக்கமானவராகியிருந்தார் ரா. தவிர அவனுக்குச் சில யோசனைகளைச் சொன்னார். அவரது அறிவுரையின் பேரில் ந பள்ளியின் அலுவலக உதவியாளருக்கும் இரவுக் காவலருக்கும் இரண்டு பெண்டாட்டிக்காரரான பட்டதாரி ஆசிரியர் ஒருவருக்கும் பள்ளி வளாகத்தையொட்டிய ஒரு வீட்டில் குடியிருந்த தமிழாசிரியை ஒருவருக்கும் அரிசியும் பருப்பும் எண்ணெயும் கொண்டுபோய்க் கொடுத்தான். தனக்குத் தேவையான எதையும் சுதந்திரமாக எடுத்துக்கொண்டு போக ந தயங்கவில்லை.

அரிசியின் தரம் வவுக்கு அவ்வளவு திருப்தியளிக்கவில்லை. ஆனால் அதைக்கொண்டு தோசை மாவரைக்க அவள் தயங்க வில்லை. பருப்பின் தரம் அவ்வளவு மோசமாக இல்லாததால் வ மகிழ்ச்சியடைந்தாள். போதிய எண்ணெய் கிடைத்ததால் வாரத்தில் இரண்டுமுறை அவனுக்கும் குழந்தைகளுக்கும் வடை சுட்டுத் தந்தாள். பக்கத்து ஊரில் வசிக்கும் தன் அண்ணனுக்கும் அதே ஊரிலுள்ள தங்கை உறவுள்ள ஒருத்திக்கும் கொஞ்சம் அரிசியும் பருப்பும் போட்டுக்கொடுத்தாள். சில மாதங்களிலேயே ரா என்னும் பெயரையுடைய எழுத்தரின் அறிவுரையின்பேரில் வருகைப் பதிவேட்டில் சத்துணவு சாப்பிடும் மாணவர்களின் பதிவு எண்ணிக்கையை மேலும் அதிகரித்தான் ந. அதற்கான அனுமதியைப் பெறுவதற்கு வட்டார வளர்ச்சி அலுவலக எழுத்தருக்கும் கண்காணிப்பாளருக்கும் மற்ற சத்துணவு அமைப்பாளர்கள் கொடுத்துவந்ததைப் போலவே தானும் ஒரு சிறிய தொகையைத் தருவதற்கு ந தயங்கவில்லை. அதன் மூலம் வந்த அரிசி, பருப்பு, எண்ணெய் போன்றவற்றின் ஒதுக்கீடும் அதிகரித்தது. வாரச் சந்தைகளில் கிடைத்த கிட்டத்தட்ட அழுகிப் போய்விட்ட தக்காளி, காய்கறிகளை மிக மலிவான விலையில் வாங்குவதற்கும் போலியான பில்கள் தயாரிப்பதற்கும் வெகு சீக்கிரத்திலேயே கற்றுக்கொண்டான் ந.

அவனுடைய நல்லநேரம் சீக்கிரத்திலேயே மாணவர்களுக்குச் சத்துணவில் முட்டை வழங்குவதென்று அரசு முடிவு செய்தது. எழுத்தருக்கும் தலைமையாசிரியருக்கும் அலுவலக உதவியாளருக்கும் ஆளுக்கு ஐந்து முட்டைகள் கொடுத்தபோதிலும்

வாரமொன்றுக்கு 100 அல்லது 120 முட்டைகள் மீதமாயின. அவற்றை அப்படியே ஒரு மளிகைக் கடையில் கொடுத்ததில் கிடைத்த தொகை அவனை வியப்பிலாழ்த்தியது. ந பிறகு யாருக்காகவும் எதற்காகவும் பயந்து நடுங்கவில்லை. அவனது தன்னம்பிக்கை அதிகரித்துக்கொண்டிருந்தது. சத்துணவு அமைப்பாளராக வாழ்வது ஒன்றும் அவ்வளவு மோசமானதாகத் தென்படவில்லை அவனுக்கு. அவன் மனைவி வ மிகச் சிக்கனமானவள். அப்படியும் இப்படியுமாகச் சேர்த்து அவன் கொண்டுவந்த பணத்தை மிச்சம் பிடித்து செத்துப்போய்விட்ட தன் மாமியாரைப் போலவே உள்ளூரில் இரண்டு மூன்றுபேரிடம் ஏலச்சீட்டுக் கட்டிவந்தாள். கொஞ்சம் நகை சேர்த்தாள். ந மாதத் தவணையில் புதிய மொபட் ஒன்றை வாங்கிக்கொண்டான். கயிற்றுக் கட்டிலில் கிடைகொண்டிருந்த தகப்பனுக்கு ஒரு நல்ல போர்வை வாங்கிக்கொடுத்தான்.

அவன் வசித்துவந்த பாழடைந்த அந்த அரண்மனைதான் பெரும் குறையாகத் தோன்றியது. அதில் வசித்துவந்த பாம்புகள் அவ்வப்போது வீட்டுக்குள் நுழைந்துவிடுகின்றன. தோக்குருவிகள் அடலடாய்ப் பறந்து திரிகின்றன. எல்லா இடங்களிலும் பரவிக் கிடந்த எச்சங்களின் வீச்சம் தாளமுடியாததாயிருந்தது. நள்ளிரவு நேரங்களில் ஆந்தைகளின் இரைச்சல் காதைப் பிளக்கிறது. அதைக் கேட்கும் அவனுடைய சின்னஞ்சிறிய குழந்தைகள் இரண்டுபேரும் மிரண்டுபோய்விடுகிறார்கள், தூக்கத்திலிருந்து திடீரென விழித்துக்கொள்கிறார்கள், உளறுகிறார்கள், சிறுநீர் கழித்துவிடுகிறார்கள். அவர்களுக்காகவாவது சீக்கிரத்திலேயே ஒரு வீட்டைக் கட்டிக்கொள்ள வேண்டுமென விரும்பினான் ந. மிகச் சிறிய வீடு. அவனும் மனைவியும் குழந்தைகளிருவரும் நிம்மதியாகத் தூங்குவதற்கான ஓரிடம். தற்போதைய வருமானத்தைக் கொண்டு கணக்குப் போட்டுப் பார்த்தபோது அதற்குக் குறைந்தபட்சம் பத்து வருடங்களாவது உழைக்க வேண்டுமெனத் தோன்றியது. ஒரு சொந்த வீட்டுக்காகப் பத்து வருடங்கள் காத்திருப்பதென்பது அசாதாரணமானதுமல்ல என அவன் தன்னைத்தானே சமாதானப்படுத்திக்கொள்ள முயன்றபோதும் ஒரு மிகச் சிறிய வீடுகூட நிறைவேற முடியாத கனவாக இருப்பது அவனுக்குச் சலிப்பூட்டியது. அவன் பாழடைந்த அந்த அரண்மனையின் காவல்கூண்டுகளில் ஒன்றில் பிறந்தான். அதிலேயே வளர்ந்தான். கல்யாணம் செய்து பிள்ளைகளும் பெற்றுக்கொண்டான். அவனுடைய தகப்பனும் அப்பாரய்யனும் மட்டுமல்லாமல் பாட்டனும் பூட்டனும்கூட அதிலேயே பிறந்து, வாழ்ந்து மடிந்திருக்க வேண்டுமென நினைத்தான் ந. அவர்களில் யாருக்கும் ஒரு சிறிய வீட்டைக்

கட்டிக்கொள்ள வேண்டுமென்ற ஆசை ஏற்பட்டிருக்க வில்லை என்பது ந வுக்கு ஆச்சரியமானதாக இருந்தது. அவர்களுடைய காலத்தில் இப்போது பாழடைந்து கிடக்கும் இந்த அரண்மனை எப்படி இருந்திருக்கும் எனக் கற்பனை செய்து பார்ப்பதற்கு ந விரும்பினான். முன்னெப்போதாவதொரு காலத்தில் அவ்வளவு உருக்குலையாத, புதர் மண்டிப் போகாத, வௌவால்களும் ஆந்தைகளும் பாம்புகளும் மற்ற சிறு பிராணிகளும் இல்லாத ஓரிடமாக அது இருந்திருக்கக்கூடுமா என யோசிப்பான். சிறுவனாகவும் வாலிபனாகவும் இருந்த காலங்களில் அவன் பாழடைந்த அந்த அரண்மனைக்குள் சுற்றித் திரிந்திருக்கிறான். விசாலமான தர்பார் மண்டபத்திலும் நந்தவனத்திலும் உறக்கமஞ்சக் கூடங்களிலும் அந்தப்புரத்திலும் கிணற்றடியிலும் குதிரை லாயங்களிலும் நண்பர்களோடு சேர்ந்து வெறுமனே அலைந்து திரிந்திருக்கிறான். அவனும் அவனுடைய தோழர்களும் தூண்களுக்குப் பின்னால் ஒளிந்துகொண்டு கண்ணாமூச்சி விளையாடியிருக்கிறார்கள். நந்தவனத்தில் கூட்டாஞ்சோறு ஆக்கிச் சாப்பிட்டிருக்கிறார்கள். தர்பார் மண்டபத்தில் இருக்கும் மரப்பொந்துகளுக்குள்ளிருந்து கிளிக்குஞ்சுகள் பிடிப்பது பதின் பருவத்தின் முக்கியமான விளையாட்டுக்களில் ஒன்றாக அவனுக்கும் அவனுடைய தோழர்களுக்கும் இருந்தது. கரையான்புற்றுகள் நிரம்பிய உறக்கமஞ்சக் கூடங்களில் சிதைந்த கட்டில்களையும் தர்பார் மண்டபத்தில் கால்களே அற்ற சிம்மாசனமொன்றையும் குதிரைலாயத்தில் உடைந்த சேனங்களையும் அவன் பார்த்திருக்கிறான். கொய்யா மரங்களும் சீத்தாப்பழ மரங்களும் புளிய மரங்களும் பாழடைந்துபோன அந்த அரண்மனைக்குள் அடர்ந்திருந்தன. பிறகு கருவேல மரங்களும் முள்வேலியும் அடர்ந்து விரியன்களும் நாகங்களும் அண்டி வசிக்கத் தொடங்கிய பிறகு அவன் அந்த அரண்மனைக்குள் நுழைந்ததில்லை. ஒரு காலத்தில் அந்த இடத்தில் யாராவது ஒரு ராஜா வசித்திருக்கக்கூடும் என நினைத்துக்கொள்வான் ந. ஆள் அம்பு, படை பரிவாரங்களுடன் ஒரு ராஜா. அவனுக்கு ஒரு ராணி இருந்திருப்பாள். கூத்திப்பெண்கள் இருந்திருப்பார்கள். போகத்தில் சலிப்புத் தட்டும்போது ராஜா தர்பார் மண்டபத்திற்கு வந்து சிம்மாசனத்தில் வீற்றிருந்து குடிமக்களின் குறைகளைக் கேட்டுக் கொண்டிருந்திருப்பார்.

“மாதம் மும்மாரி பொழிகிறதா மந்திரிமார்களே?”

“பொழிகிறது மன்னா”

“மக்களனைவரும் சௌக்கியமாக இருக்கிறார்களா?”

“பூரண சௌக்கியம் மன்னா”

"சாப்பாட்டுக்கு என்ன செய்கிறார்கள்?"

"அதற்கென்ன சத்துணவுத் திட்டம் சிறப்பாக நடந்துவருகிறது மன்னா"

"நல்லது, குடியிருப்பதற்கு வீடு இருக்கிறதா?"

"இருக்கிறது மன்னா, பாழடைந்த அரண்மனையில் இருக்கும் சிதைந்துபோன இரு காவல்கூண்டுகள்"

"அது மிகவும் நல்லது. அனைவருக்கும் மங்கலமுண்டாகட்டும்"

பகுதி II

1

ந ஒரு சிறிய வீட்டைப் பற்றிய கனவுகளில் மூழ்கியிருந்த அந்தத் தருணத்தில்தான் அரசு ஏழைகளுக்கு இலவசமாகத் தொகுப்பு வீடு கட்டிக் கொடுக்கும் திட்டமொன்றை அறிவித்திருந்தது. 164 சதுர அடிப் பரப்புடைய, கழிப்பிட வசதியும் மின் இணைப்பும் கொண்ட கான்கிரீட் கூரையாலான வீடு. அதைப் பற்றிய தகவலைக் கேள்விப்பட்ட மாத்திரத்தில் ந பதற்றமடையத் தொடங்கினான். வீடு பற்றிய அவனது ஏக்கத்தை அறிந்திருந்த கு என்னும் பெயரையுடைய தமிழாசிரியைதான் அவனுக்கு அதைப் பற்றிச் சொன்னவள், "ஒடனே பிரசிடெண்டப் போயிப் பாரு ந, லேட் பண்ணீராத. ஒரு பஞ்சாயத்துக்கு அதிகமாப் போனாப் பத்துவீடு அலாட் பண்ணுவாங்க. அதுல நாலு எஸ்ஸிக்களுக்கு. மோஸ்ட் பேக்வேர்டுக்கு ரண்டு. மீதி நாலுதான் பேக்வேர்ட கிளாசுக்கு. நீ பிசிதான ந? முந்திக்க. வேணும்னா நம்ம பிடிஏ தலைவர்கிட்டச் சொல்லி பிரசிடெண்ட்கிட்ட ரெகமன்ட் பண்ணச் சொல்லலாம்" என்றாள். ஒவ்வொரு மாதமும் ந தனக்குத் தோசைக்கு அரிசியும் வடைக்குப் பருப்பும் எண்ணெயும் இலவச மாகத் தந்துகொண்டிருந்ததால் அதற்குப் பதில் ஏதாவது செய்ய வேண்டுமென நினைத்து அது தொடர்பான செய்தி இடம்பெற்றிருந்த இரண்டு வாரங்களுக்கு முந்தைய செய்தித் தாளைக் கொண்டு வந்து அவனுக்குத் தந்திருந்தாள் அவள். அதை வீட்டுக்குக் கொண்டுவந்த ந மனைவி வவுக்கு அந்தச் செய்தியைப் படித்துக் காட்டினான். வ அதில் ஆர்வம் காட்டவில்லை. உதட்டைப் பிதுக்கிக் கொண்டு எழுந்து போனாள். செய்தி உண்மை யானதுதானா என்னும் சந்தேகம் அவளுக்கு ஏற்பட்டிருக்கக்கூடும் என நினைத்தான் ந. சாப்பாட்டுக்குப் பிறகு திண்ணையில் பாயை

விரித்துப் படுத்துக்கொண்டவன் அதைப் பற்றியே யோசித்துக் கொண்டிருந்தான். குழந்தைகளைத் தூங்க வைத்துவிட்டுப் பக்கத்தில் வந்த வ, "கவர்மென்டு அல்லாருக்குமு அப்பிடி ஊடு கட்டிக் குடுத்துருமா?" எனக் கேட்டபோதுதான் அவளுக்கும் வீட்டைப் பற்றிய ஆசை இருந்துகொண்டிருந்ததை அறிந்தான் ந. அவன் அவளுக்கு நம்பிக்கையூட்ட முயன்றான். பெ என்னும் பெயரையுடைய தங்களுடைய ஊராட்சித் தலைவர் தனக்கு ஓரளவு அறிமுகமானவர், ஒரு வகையில் தங்களுக்குத் தூரத்துச் சொந்தம். தான் போய்க் கேட்கும்போது நிச்சயமாக மறுக்க மாட்டார் என்றான். வ வெகுநேரம்வரை பெருமூச்சு விட்டுக்கொண்டிருந்தாள். யோசனையில் மூழ்கியவளாகத் தென்பட்டாள். வெறும் 164 சதுரஅடிப் பரப்புடைய ஒரு மிகச் சிறிய வீட்டுக்காக யாரிடமாவது கையேந்தி நிற்க வேண்டிய வாழ்வின் கையறுநிலை அவளுக்குக் கசப்பை மூளச்செய்திருக்க வேண்டும். ஒரு குடியானவனுக்கு அதிலும் பாழடைந்ததே என்றாலும் அரண்மனையில் வசிக்கும் ஒருவனுக்கு அது பெரிய அவமானமாயிருக்கும் என நினைத்திருப்பாள். வ பெருமூச்செறிந்தாள், "அஞ்சாறு தலக்கட்டா இந்த எடத்துல இருந்து என்ன பொளப்புப் பொளச்சீங்களோ காணா. எடங்கெடக்குது. அந்தக் குட்டிச்செவுத்துக்குள்ள கெடக்கற கல்லு மண்ணப் பேத்து வெச்சுக் கட்டீருந்தாக்கோட இன்னைக்கு எனக்கு உக்கார ஒரு எடங்குடுன்னு ஒருத்தங்கிட்டப் போயித் தலையச் சொறிஞ்சுக்கிட்டு நிக்க வேண்டீதில்ல" என்றாள். தானும் தன் மூதாதைகளும் அவமதிக்கப்பட்டதாக உணர்ந்தான் ந, "கட்டீருக்கலாந்தே, அப்ப அவுங்குளுக்கெல்லா என்ன கஷ்டமோ? ஆரு கண்டா?" எனத் தணிந்த குரலில் அவளைச் சமாதானப்படுத்த முயன்றான். "அப்படியென்ன கஷ்டொ?" எனக் கேட்டாள் வ. "எங்கப்பமூட்டுலயாட்ட அஞ்சாறு கொளந்த குட்டியா இருந்துது? தலக்கட்டுக்கு ஒண்ணு. அதுக்கொரு குச்சக் கட்டி வெக்க முடியாமப் போச்சாக்கு?" எனத் தொடர்ந்து பேசிக்கொண்டிருந்தாள். எரிச்சலடைந்த ந, "பேசாமத் தூங்குலே" என அதட்டிவிட்டுக் கண்களை மூடிக்கொண்டான். பிறகு அவள் எழுந்து உள்ளே போய்க் கதவைத் தாழிட்டுக்கொண்டாள். ந அந்தச் சிறிய இலவசத் தொகுப்பு வீட்டைப் பற்றி யோசிக்கத் தொடங்கினான். ஓ என்னும் அந்தச் சிறிய, மிகச் சிறிய கிராமத்தின் கடைக்கோடியில் தாழ்த்தப்பட்டவர்கள் வசிக்கும் காலனியில் அரசால் இலவசமாகக் கட்டிக்கொடுக்கப்பட்ட அதுபோன்ற தொகுப்பு வீடுகள் உண்டு. சாய்வான கூரையைக் கொண்ட மஞ்சள்நிற டிஸ்டம்பர் பூசப்பட்ட கான்கிரீட் வீடுகள். ந அவற்றைப் பார்த்திருக்கிறான். பதினாறடி நீளமும் பத்தடி அகலமும் கொண்ட ஒரு கான்கிரீட் கூரை. அதை இரண்டாகத்

தடுத்து இடுப்புயரத்தில் ஒரு சுவர். உள்ளே அடுப்பு இருக்கிறது. பாத்திரம் பண்டங்களை வைத்துக்கொள்வதற்கு அலமாரி இருக்கிறது. புருஷனும் பெண்டாட்டியும் இரண்டு குழந்தைகளும் அதற்குள் கால்களை நீட்டிப் படுத்துக்கொள்ள முடியும். மற்ற எல்லாவற்றையும்விட முக்கியமாக அதில் கழிப்பறை இருந்தது. இரண்டு வாரங்களுக்கு முந்தைய அந்தச் செய்தித்தாளில் இடம் பெற்றிருந்த இலவசத் தொகுப்பு வீடு பற்றிய செய்தியைப் பலமுறை திரும்பத் திரும்பப் படித்துப் பார்த்தான் ந. எப்படியாவது வவுக்குப் புரியவைக்க முயன்றான். இரண்டுநாட்கள் வரை ஒன்றுமே சொல்லாமல் முகத்தைத் தூக்கி வைத்துக்கொண்டிருந்த வ பிறகு கொஞ்சம் இறங்கி வந்தாள். அதைப் பற்றித் தங்கள் ஜோதிடனிடம் ஆலோசனை கேட்க விரும்பினாள். அவளுடைய விருப்பப்படியே ந ஜோதிடனைச் சந்திக்க முடிவெடுத்தான். விடுமுறை நாளொன்றில் குழந்தைகள் இருவரையும் அண்டைக் கிராமமொன்றிலிருந்த வவின் சகோதரியின் வீட்டில் விட்டுவிட்டு இருவரும் நதியின் வறண்ட படுகையைக் கடந்து அதன் மறுகரையில் வசித்துவந்த ஜோதிடனைப் போய்ப் பார்த்தார்கள்.

மூத்த பிள்ளைக்கு எட்டு முடிந்து ஒன்பது வயது தொடங்கும் போது அவன் ஒரு புதிய வீட்டைக்கட்டி அதில் குடியேறிவிடுவான் என ஆறேழு வருடங்களுக்கு முன்பாகவே அவர்களுக்குச் சொல்லியிருந்தான் அந்த ஜோதிடன். அவனுடைய கணக்குப்படி மூத்த பிள்ளைக்கு இப்போது எட்டு வயது பூர்த்தியாகும் தருணம். ந இப்போது அதை நினைவூட்டிக் கொண்டான். அந்த ஜோதிடன் மிக வயதானவன். சுருங்கிய தோலையும் வற்றிய தேகத்தையும் குழிந்த கண்களையுமுடையவன். தன் பாழடைந்த வீட்டில் கயிற்றுக் கட்டிலொன்றில் முடங்கிக் கிடந்த அந்த ஜோதிடனால் எடுத்த எடுப்பில் அவர்களை அடையாளம் காண்டுகொள்ள முடியவில்லை. தான் யாரெனப் புரிய வைப்பதற்கு ந வெகுநேரம் வரை முயன்றுகொண்டிருந்தான். தன் பெயர் ந என்றான். தான் ஓ என்னும் சிறிய, மிகச் சிறிய கிராமத்தில் உள்ள பாழடைந்த அரண்மனையின் காவல்கூண்டுகளில் வெகுகாலமாக வசித்துவருவதாகச் சொன்னான். அப்போதும் அந்த ஜோதிடனால் தன்னை அடையாளம் காண முடியாமல் போனபோது ந தன் தகப்பனாரைப் பற்றியும் பாட்டனாரைப் பற்றியும் சொன்னான். பாட்டனாரின் பெயரைக் கேட்டபோது ஜோதிடனின் குழிந்த கண்கள் மேலெழும்புவதைக் கண்ட ந பொறுமையாகக் காத்திருந்தான். தன் கயிற்றுக் கட்டிலிலிருந்து மிகச் சிரமப்பட்டு எழுந்த ஜோதிடன் தட்டுத்தடுமாறி நடந்து அப்பாழடைந்த வீட்டின் பூச்சிக்கூடுகள் மண்டிய மூலைமுடுக்குகளைக் குடைந்து இருபத்து நான்கு ஏடுகள் கொண்ட ஓலைச்சுவடியொன்றை

எடுத்து வந்தான், "இதுல எல்லாமே இருக்குது" என்றவன் நெடுநேரம்வரை அவற்றைப் புரட்டிக்கொண்டிருந்தான். பிறகு அவர்களை நிமிர்ந்து பார்த்துப் புன்னகைத்தான். கற்பனை செய்துபார்க்க முடியாத பேரதிர்ஷ்டமொன்று அவர்களை நெருங்கிவந்து கொண்டிருப்பதாக அவன் சொன்னதை ந என்னும் பெயரையுடைய அந்தச் சத்துணவு அமைப்பாளராலோ வ என்னும் பெயரையுடைய அவன் மனைவியாலோ புரிந்துகொள்ள முடியவில்லை. அந்தப் பேரதிர்ஷ்டம் என்னவெனக் கற்பனை செய்யவும் அவர்கள் முயலவில்லை. எனவே ந நேரடியாகவே தனக்குச் சொந்தவீடு ஒன்றைக் கட்டிக்கொள்வதற்கு அந்தப் பேரதிர்ஷ்டம் உதவுமா எனக் கேட்டான். பெரிதாக ஒன்றும் வேண்டாம் ஒரேயொரு சிறிய, மிகச் சிறிய வீடு, ந என்னும் பெயரையுடைய சத்துணவு அமைப்பாளருக்கு அதுபோதும். அவனும் அவன் மனைவியும் இரு குழந்தைகளும் பாதுகாப்பாக முடங்கிக்கொள்வதற்கான ஓரிடம்.

கருணை ததும்பும் கண்களால் வெகுநேரம்வரை அவனைக் கூர்ந்து பார்த்துக்கொண்டிருந்தான் ஜோதிடன். சுருக்கம் விழுந்த அவனது முகத்திலிருந்து தளர்ந்த புன்னகையொன்று அரும்பி உதிர்வதைக் கண்டான் ந. பிறகு கிரகங்களின் சாதகமான சுழற்சியால் அவனுக்கு நிச்சயமாக ஒரு வீடு கிடைக்கும் என்றான் ஜோதிடன். அவர்கள் விரும்பியதைப் போல மிகச் சிறிய வீடு அல்ல, அரண்மனை. அரண்மனையென்றால் அரண்மனை போன்ற வீடுகூட அல்ல, அரண்மனையேதான். அதைக் கேட்ட ந ஜோதிடனை ஒரு வெற்றுப் பார்வை பார்த்தான். பிறகு ஒன்றுமே சொல்லாமல் எழுந்து பாழடைந்துபோன தனது அரண்மனையை நோக்கி நடந்தான். மௌனமாகத் தன்னைப் பின்தொடர்ந்து கொண்டிருந்த மனைவியைப் பொருட்படுத்தாமலும் தன்னைச் சூழவிருக்கும் பேரதிர்ஷ்டத்தின் விளைவுகள் பற்றிய கற்பனைகளில் மூழ்க விரும்பாமலும் அந்தப் பேரதிர்ஷ்டம் தனக்குச் சிறியவீடு ஒன்றைக் கட்டிக்கொள்வதற்கு உதவுமா என்பதைப் பற்றி மட்டுமே யோசிக்க முயன்றான்.

2

பேரதிர்ஷ்டம் அன்றிரவு கொடிய நாகமொன்றின் வடிவில் அவர்கள் வசித்துவந்த சிதைந்துபோன அந்தக் காவல்கூண்டுக்குள் நுழைந்தது. அது பேரதிர்ஷ்டம் என்பதால் அந்த நள்ளிரவின் எதிர்பாராத ஒரு தருணத்தில் மிக ரகசியமாக அவனது அந்தச் சிறிய வீட்டுக்குள் நுழைந்து காரை பெயர்ந்த சுவரையொட்டிச் சத்தமில்லாமல் ஊர்ந்துவந்து அவனுடைய சிரசருகில் சுருண்டது. ஆழ்ந்த உறக்கத்திலிருந்தவன் எதேச்சையாகத் தன் கைகளிலொன்றை வீசினான். நாகம் உஷ் என்று சீறியது. அது காதில் விழுந்ததும் அவனுக்கு உறக்கம் நழுவியது. தலையைப் பக்கவாட்டில் உயர்த்திப் பார்த்தபோது மண்ணெண்ணெய் விளக்கின் நோயுற்றது போன்ற மங்கலான ஒளியில் உலர்ந்த அரசிலையைப் போல அசைந்துகொண்டிருந்த நாகத்தின் சிரசைக் காணமுடிந்தது. தூக்கக் கலக்கத்திலிருந்து முற்றாக விடுபட்டிருக்கவில்லை. அவனக்கு அது ஒரு கனவு போலத் தென்பட்டது. கனவில் நாகத்தைப் பார்ப்பது வரவிருக்கும் பேரதிர்ஷடத்தின் அறிகுறியென நினைத்துக்கொண்டான் அவன். ஆனால் நாகத்தின் சருமத்திலிருந்தும் பிளந்த வாயிலிருந்தும் பெருகிக் கொண்டிருந்த மிருகவாடை அவர்களுடைய புழுக்கமான அந்தச் சிறிய அறையையும் அவனது நாசித் துவாரங்களையும் நிரப்பத் தொடங்கிய போது அவன் எச்சரிக்கையடைந்தான். நாகம் தன் சுருண்ட உடலின் மீது சிரசைச் செங்குத்தாக நிறுத்தி வைத்துக்கொண்டு ஒடிசலான கழுத்தை வளைத்து எதிரே கிடந்த நான்கு மனித உடல்களின் அசைவுகளைக் கூர்ந்து கவனித்துக்கொண்டிருந்தது. சிறு அசைவுங்கூடப் பேராபத்தாகும் என

அச்சத்துடன் நினைத்துக்கொண்டான் ந. தன் மனைவியையும் குழந்தைகளையும் குறித்தே அவன் அதிகக் கவலையடைந்தான். செய்வதற்கு அநேகமாக ஒன்றுமில்லை என்பதை அதிகம் யோசிக்காமலேயே புரிந்துகொண்ட ந வெகு தொலைவில் ஊஞ்சமரக் காடுகளால் சூழப்பட்ட சிறுகோயிலொன்றில் குடிகொண்டிருந்த தன் குலதெய்வத்தைச் சரணடைந்தான். காப்பாற்று என மன்றாடத் தொடங்கினான். சிரசருகில் காத்திருந்த பேராபத்தைப் பற்றி எதுவுமே அறியாதவர்களாய் உறக்கத்தில் மூழ்கியிருக்கும் மனைவியோ குழந்தைகளோ திடீரெனப் படுக்கையிலிருந்து எழ நேர்ந்தால் என்ன நடக்கும் என்பது பற்றிய கற்பனைகளால் அவனுக்கு வியர்த்துக் கொட்டத் தொடங்கியது. ஆனால் நாகம் எதனாலோ அவர்கள் மீது கருணை காட்டியது. சிரசைத் தாழ்த்திக்கொண்டு அவர்களுக்கு எந்தத் தொந்தரவும் தராமல் சுவரோரமாகவே ஊர்ந்து வெளியேறியது. பிறகு அவன் கொஞ்சம் துணிச்சலைப் பெற்றுக்கொண்டு எழுந்தான். டார்ச் விளக்கை எடுத்துக்கொண்டு வெளியே வந்தவன் வாசற்படியிலோ சலதாரையிலோ வாசலிலோ வேறு எங்காவதோ அது தட்டுப்படுகிறதா எனத் தேடினான்.

“அது இன்னொ அங்கயே இருந்துக்கிட்டிருக்குமாக்கு? பொதருக்குள்ள போயிருக்கு” எனத் தன்னைக் கேலி செய்த வவின் குரலைக் கேட்டுத் திரும்பினான்.

“நீ முளிச்சுக்கிட்டுத்தே இருந்தியாக்கு?”

“ஆமா, அது வந்து தல மாட்டுல சும்மாடு சுத்தி நின்னப்பவே எனக்குமு முளுப்புத் தட்டிக்கிச்சு. ஐயோ இதென்னெ தீவெனைன்னு கண்ண மூடிக்கிட்ட. அப்பறொ எங்கொளைந்தைகள ஒண்ணும் பண்ணீராதீன்னு அந்தக் கருப்பராயன நெனச்சு மனசுக்குள்ளயே ஒரு மூச்சமுதெ. அந்தக் கருப்பராயந்தே வந்து அத அக்கட்ட கூட்டிக்கிட்டுப் போயிருச்சு போங்கொ. புள்ளைகளக் கீது தொட்டுருந்தா என்னாவறது? இல்ல உங்களக் கீது தொட்டுருந்தா நா ஒத்தைல இதுகளக் கூட்டிக்கிட்டு எங்க திரியுட்டு?” எனத் தேம்பியபடி வாசல்படியில் உட்கார்ந்தாள். டார்ச் விளக்கின் ஒளியில் வாசல், வாசல்படிகள், திண்ணைகள், சுவர்கள், கூரை என எல்லா இடங்களையும் நாகம் தட்டுப்படுகிறதா என இருவரும் எச்சரிக்கையாக ஆராய்ந்தனர். பிறகு தயக்கத்தோடும் கூச்சத்தோடும் அவளருகே அதே வாசல்படியில் அவளை ஒட்டி உட்கார்ந்துகொண்டான் ந. இருவரும் ஒருவர் முகத்தைஒருவர் பார்த்துக்கொண்டு நெடுநேரம் வரை அப்படியே உட்கார்ந்திருந்தார்கள், பெருமூச்சுவிட்டார்கள். புதர் மண்டியதும் பாழடைந்ததும் அபாயமானதுமான

பாழடைந்த அந்த அரண்மனையிலிருந்தும் சிதைந்துபோன காவல்கூண்டுகளிலிருந்தும் வெளியேறிப் பாதுகாப்பாக வாழ்வதற்குரிய இடமொன்றைத் தேடிக்கொள்வதைக் குறித்து யோசித்தார்கள்.

மூளையைச் சுறுசுறுப்பாக வைத்துக்கொள்வதற்காக இடையிடையே அவள் அவனுக்குக் வரக்காபி போட்டுக் கொடுத்தாள்.

உறக்கமற்றதும் அச்சத்தால் சூழப்பட்டதுமான அந்த இரவை நவால் பிறகு எப்போதும் மறக்க முடிந்ததில்லை. ந என்பவன் வெறும் நவோ ந என்னும் பெயரையுடைய சத்துணவு அமைப்பாளரோ அல்ல, தேசத்தின் முதல் சுதந்திரப் போராட்ட வீரன், மாவீரன் காளிங்க நடராஜ மகாராஜாவின் நேரடியான, உயிருள்ள ஒரே வாரிசு எனப் பேராசிரியர் பூ அறிவித்த பிறகும்கூட அவனால் அந்த இரவை மறக்க முடியவில்லை.

3

இரண்டு நாள்களுக்குப் பிந்தைய அதிகாலையில் பெ என்னும் பெயரையுடைய ஊராட்சித் தலைவரின் அரண்மனை போன்ற பெரிய வீட்டின் முன் நின்றுகொண்டிருந்தான் ந. உறையிலிடப்பட்ட விண்ணப்பமொன்றைச் சிறிய ரெக்சின் பையில் வைத்து எடுத்துக்கொண்டு வந்திருந்தான். பரிதாபத்துக்குரியவனாகத் தோற்றம ளிக்கும் பாவமொன்று அவனது முகத்தின் மீது மிக இயல்பாகப் படிந்திருந்தது. தலைவர் இன்னும் படுக்கையிலிருந்து எழவில்லையெனவும் அதுவரை காத்திருக்கும்படியும் சொல்லியிருந்தான் அவருடைய தோட்டக்காரன். வீட்டின் முன்புறம் நெடிதுயர்ந்த இரண்டு அசோக மரங்களும் மொடமொடப்பான இலைகளையுடைய பாதாம் மரமொன்றும் இருந்தன. வலமும் இடமும் மாதுளை, நெல்லி, கொய்யா, சப்போட்டா மரங்கள். சப்போட்டா மரங்களின் கிளைகளில் அந்த அதிகாலையிலேயே நிறையக் கொண்டைக் குருவிகளும் அனாலாங்குருவிகளும் தத்திக்கொண்டிருந்ததைப் பார்த்தான் ந. கீழே பத்திருபது சப்போட்டாப் பழங்கள் உதிர்ந்து கிடந்தன. இரவு நேரங்களில் சப்போட்டா பழங்களைச் சாப்பிடுவதற்கு நிறைய வெளவால்கள் வருமெனவும் அவைதான் அந்தப் பழங்களை உதிர்த்துவிட்டுப் போனவையென்றும் சொன்ன தோட்டக்காரன் மூங்கில் கூடையொன்றில் அவற்றைச் சேகரிக்கத் தொடங்கினான். வெளவால்கள் மாதுளைகளையும் கொய்யாக்களையும் சாப்பிடுவதற்கு விரும்புவ தில்லையா என நடுத்தர வயதைக் கடந்திருந்த அந்தத் தோட்டக்காரனிடம் கேட்டான் ந. மாதுளைகள் இன்னும் பழுக்கவில்லையென்ற தோட்டக்காரன் கொய்யாவைக் கிளிகளுக்குத்தான் மிகவும் பிடிக்கும் என்றான். தான் சேகரித்தவற்றிலிருந்து அதிகம் சேதப்படுத்தப்படாத இரண்டு சப்போட்டா பழங்களைத் தேர்ந்தெடுத்து நவிடம் கொடுத்தான்.

"காலைல இதெதுக்கு?" எனச் சொன்னபடியே கூச்சத்துடன் அவற்றை வாங்கிக்கொண்டான் ந. அவற்றை என்ன செய்வது என யோசித்தபடியே, "தலைவர் எந்திரிக்கறதுக்கு நேரமாவுமா?" எனத் தோட்டக்காரனிடம் கேட்டான். அவன் மறுப்பது போல் தலையை அசைத்தான், "எப்பவுங் காத்தால அஞ்சு அஞ் சரைக்கெல்லா எந்துருச்சு வாக்கிங் பொறப்பட்டுருவாங்க. இன்னைக்கென்னமோ இன்னங் காணா. ராத்திரி ரொம்ப நேரங் கழிச்சு வந்துருப்பாங்களாட்ட இருக்குது" என்றான். ந அவன் கொடுத்திருந்த சப்போட்டா பழங்களில் ஒன்றைச் சாப்பிட விரும்பினான். தோட்டக்காரன் ஏதாவது நினைத்துக் கொள்வானோ எனத் தயங்கவும் செய்தான். அவற்றின் கிறக்கமூட்டும் வாசனையிலிருந்து தப்ப முடியாமல் தவித்துக் கொண்டிருந்தவன் சற்றுத் தொலைவிலிருந்த வேலியோரத்திற்குப் போய்ச் சிறுநீர் கழிப்பது போல் பாவித்துக்கொண்டு இரண்டையும் அவசர அவசரமாக விழுங்கினான். பழங்கள் தித்திப்பாக இருந்தன. போகும்போது தோட்டக்காரனிடம் கேட்டுக் குழந்தைகளுக்காக ஒன்றிரண்டை வாங்கிக்கொண்டு போக வேண்டுமென நினைத்தான். உதடுகளைத் துடைத்துக்கொண்டு திரும்பியபோது தான் ஏற்கனவே நின்றுகொண்டிருந்த பாதாம் மரத்தினடியில் வெள்ளை வேட்டியும் வெள்ளை அரைக்கைச் சட்டையும் உடுத்தியிருந்த நடுத்தர வயதுடைய ஆள் ஒருவன் நின்றுகொண்டிருந்ததைப் பார்த்த ந அந்த இடத்தைத் தவிர்த்துவிட்டு எதிர்ப்புறத்திலிருந்த அசோக மரத்தடியில் நின்றுகொண்டான். புதிதாகத் தென்பட்ட அந்த மனிதனோடு அறிமுகமாவதற்கோ பேச்சுக்கொடுப்பதற்கோ ந விரும்பவில்லை. ந கறுப்பு நிறமுடைய பேண்ட்டும் அடர் நீலநிறக் கோடுகள் போடப்பட்ட வெளிர் மஞ்சள்நிறப் பின்னணி கொண்ட முழுக்கைச் சட்டையும் உடுத்தியிருந்தான். ரெக்சின் பை ஒன்றைக் கையில் வைத்திருந்தான். அந்த மனிதனிடம் அதுபோன்ற பை எதுவும் இல்லை, வலக்கையில் தாளொன்றைச் சுருட்டி வைத்திருந்தான். அவ்வப்போது அதை இடக்கைக்கு மாற்றிச் சற்றுநேரம் வைத்திருந்தான். தன்னைப் போலவே அந்த மனிதனும் இலவசத் தொகுப்பு வீடு கோரும் விண்ணப்பத்துடன் ஊராட்சித் தலைவரைச் சந்திப்பதற்காகவே அங்கு வந்திருக்க வேண்டுமென நினைத்தான். தன் விண்ணப்பத்தை ப்ரௌன் நிற உறை ஒன்றில் போட்டு வைத்திருந்தான் ந. அவனிடம் இருந்தது தட்டச்சு செய்யப்பட்ட விண்ணப்பம். எனவே அது கௌரவமானது, பொருட்படுத்தத் தகுந்தது என நினைத்தான். அந்த மனிதன் வைத்திருக்கும் விண்ணப்பம் நிச்சயம் கையால் எழுதப்பட்டதாகவே இருக்க வேண்டும். தவிர நவின் விண்ணப்பம் அலுவலக ரீதியிலான விதிமுறைகளைப் பின்பற்றி

ஒரு விண்ணப்பம் எப்படி எழுதப்பட வேண்டுமோ அப்படி எழுதப்பட்டது. நேர்த்தியான வாக்கியங்களைக் கொண்டது. ந அதை வேறு யாருடைய கண்களிலும் பட்டுவிட அனுமதிக்கக் கூடாது எனத் தீர்மானித்திருந்தான். விண்ணப்பத்தை வடிவமைப்பதற்குத் தனக்கு உதவிய தா என்னும் பெயரையுடைய ஊரின் அரசு மேல்நிலைப்பள்ளியின் கு என்னும் பெயரையுடைய தமிழாசிரியையைப் போலவோ ஆங்கில ஆசிரியரைப் போலவோ ஓவிய ஆசிரியரைப் போலவோ தகுதியானவர்கள் யாரும் இலவசத் தொகுப்பு வீடு கோரி விண்ணப்பிக்க விரும்பும் வேறு யாருக்கும் கிடைத்திருக்க மாட்டார்கள் என நம்பினான் ந. தன்னைப் போல் விண்ணப்பத்திற்கு இறுதிவடிவம் கொடுத்த ரா என்னும் பெயரையுடைய எழுத்தரைப் போன்ற ஒருவரது உதவியை நிச்சயமாக வேறு யாராலும் பெற்றிருக்க முடியாது என்னும் அசைக்க முடியாத நம்பிக்கை அவனுக்கு ஏற்பட்டிருந்தது. முதுகலை ஆங்கில ஆசிரியரின் உதவியுடன் அந்தத் தமிழாசிரியையும் ஓவிய ஆசிரியரும் எழுதிக் கொடுத்திருந்த விண்ணப்பத்தின் கரட்டு வடிவத்தில் ரா ஏராளமான திருத்தங்களைச் செய்தார். சில வாக்கியங்களை மாற்றியமைத்தார், வேறு சில வாக்கியங்களை நீக்கினார். பல வாக்கியங்களைச் சேர்த்தார். உண்மையாகப் பார்க்கப் போனால் அவர்கள் மூவரும் அரும்பாடு பட்டு உருவாக்கிய விண்ணப்பத்தை ரா முற்றாக நிராகரித்திருந்தார்.

நவுக்கு அது வருத்தமாக இருந்தது.

முந்தைய நாள் காலையில் இலவசத் தொகுப்பு வீடு கோரும் விண்ணப்பம் ஒன்றை எழுதுவதற்குத் தனக்கு உதவும்படி கேட்பதற்காக ந பள்ளிவளாகத்தை ஒட்டியிருந்த தமிழாசிரியையின் வீட்டுக்குப் போயிருந்தான். அப்போதுதான் அந்தத் தமிழாசிரியை புறப்பட்டுக்கொண்டிருந்தாள். கதவை லேசாகச் சாத்திக்கொண்டு சேலையை உடுத்திக் கொண்டிருந்தாள். உடுத்துதல் அதன் இறுதிக் கட்டத்தை நெருங்கிக்கொண்டிருந்த சமயத்தில், “டீச்சர், டீச்சர்” என ந அழைத்ததைக் கேட்டு “யாரது?” எனக் கேட்டபடியும் முந்தானையை இழுத்துச் சரிசெய்தபடியும் வெளியே வந்தபோது அவளுடன் கூடவே அமிர்தாஞ்சன் வாடையும் வந்தது. “என்னங்க டீச்சர் தலவலியா?” எனக் கேட்டான் ந. அதற்கு, “ஆமா” எனப் பதிலளித்த கு என்னும் பெயரையுடைய அந்தத் தமிழாசிரியை அன்று பனி சற்று அதிகமாக இருந்ததால் பொறுக்க முடியாத தலைவலியால் அவதிப்பட்டு வருவதாகச் சொன்னாள். ந அவளிடம் நல்லவிதமாக ஏதாவது சொல்ல வேண்டுமே என்பதற்காக அமிர்தாஞ்சனம்

போன்ற கிரீம்களையும் ஆயின்ட்மென்ட்களையும் பயன்படுத்த வேண்டாமெனவும் அதனால் சுவாசம் தொடர்பான பாதிப்புகள் ஏற்படுமெனவும் சொன்னான். அதற்கு அவள் தலைவலி வந்தால் வேறு என்னதான் செய்வது எனக் கேட்டாள். பேசிக்கொண்டே பூந்தொட்டியிலிருந்த ஆரஞ்சு வண்ண ரோஜா ஒன்றைக் கிள்ளித் தலையில் செருகினாள். அவள் தன் பல்லிடுக்குகளில் ஹேர்பின் ஒன்றைக் கடித்துக்கொண்டிருந்ததால் வார்த்தைகள் மிகச் சிரமப்பட்டு வெளிவந்தன. ந தனக்குத் தெரிந்த மூலிகை யொன்றின் பெயரைச் சொல்லி அதைப் பயன்படுத்தினால் தலைவலி சரியாகிவிடும் என்றான். அவள் அதில் அக்கறை காட்டவில்லை. ந அவளுக்காக ஒரு டஜன் முட்டைகளை மஞ்சள் நிறப்பையொன்றில் வைத்து எடுத்துப்போயிருந்தான். அதைச் சந்தோஷமாக வாங்கி வைத்துக்கொண்டவள் அந்த அவசரத்திற்கிடையிலும் நவுக்கு ஒரு டீ போட்டுக்கொடுத்தாள். டீ குடித்துக்கொண்டிருக்கும்போதுதான் ந அரசாங்கத்தின் இலவசத் தொகுப்பு வீடு வழங்கும் திட்டத்தின் கீழ் தனக்கு ஒரு வீடு ஒதுக்கீடு செய்யக் கோரும் விண்ணப்பம் ஒன்றை எழுதித்தர வேண்டும் எனக் கேட்டான். அவள் உடனடியாக அதற்குச் சம்மதித்தாள். நேரமாகிவிட்டதால் பள்ளியில் வைத்து எழுதித்தருவதாக வாக்களித்தாள். ந அவளுக்கு நன்றி சொன்னான். இதற்கெல்லாம் எதற்கு நன்றி என்றவள் நிச்சயமாக எழுதித்தருவதாக மீண்டுமொருமுறை வாக்களித்தாள். ஆனால் முதல் இரண்டு பிரிவேளைகளிலும் தான் வகுப்புகளுக்குச் செல்ல வேண்டியிருப்பதால் மூன்றாவது பிரிவேளையின்போது ஆசிரியர்களின் ஓய்வறைக்கு வந்து தன்னைப் பார்க்குமாறு கேட்டுக்கொண்டாள்.

ந ஆயாக்களிடம் சமையல் பொருட்களை எடுத்துக்கொடுத்து விட்டு கணக்கு வழக்குகளைப் பார்த்துக்கொண்டிருந்தான். இரண்டாவது பிரிவேளை முடிந்து தேநீர் இடைவேளைக்கான மணி அடித்ததும் ந ஆசிரியர்களின் ஓய்வறைக்குப் போனான். அப்போதுதான் வகுப்பிலிருந்து அவசர அவசரமாக அங்கு வந்த அந்தத் தமிழாசிரியைத் தன் கையிலிருந்த நோட்டுப் புத்தகங்களை டெஸ்கின் மீது வைத்துவிட்டு நவைப் பார்த்து ஒருவிதமாகப் புன்னகைத்தபடியே வெளியேறினாள். ந பதற்றமடைந்தான். தானும் அவளைப் பின்தொடர்ந்து வெளியே வந்தான். ஆனால் கு கழிவறையை நோக்கி விரைவதைக் கண்டதும் அந்தத் தருணத்தில் அவளைப் பின்தொடர நேர்ந்துவிட்டதற்காக வருத்தப்பட்ட ந ஓய்வறைக்கு எதிர்ப்புறமாகச் சுமார் இருபதடி தொலைவில் இருந்த அசோக மரத்துக்குக் கீழே நின்றுவிட்டான். கு கழிவறைக்குள் நுழைந்து கதவைத் தாழிட்டுக்கொண்டதைப்

பார்த்ததும் கூச்சத்துடன் முகத்தைத் திருப்பிக்கொண்டான். ஆனால் அவள் ஒரே நிமிடத்தில் அதிலிருந்து வெளியே வந்துவிட்டதைக் கண்ட ந மகிழ்ச்சியடைந்தான். அவளை வேறெங்கும் செல்லவிடாமல் ஓய்வறைக்கு அழைத்துச் செல்லத் தயாராகிக்கொண்டிருந்த வேளையில் கழிவறையை நோக்கிச் சென்றுகொண்டிருந்த இடைநிலையாசிரியைகள் இருவர் அவளோடு பேச்சுக்கு நின்றுவிட்டனர். மூன்றுபேரும் சிரித்துச் சிரித்துப் பேசத் தொடங்கியிருந்தார்கள். அந்தச் சமயத்தில் தேநீர் இடைவேளை முடிந்து மூன்றாவது பிரிவேளைக்கான மணி அடிப்பது கேட்டது. ஆனால் ஆசிரியைகள் மூவரும் அதைப் பொருட்படுத்தவில்லை. மாணவர்களும் மற்ற ஆசிரியர்களும் வகுப்பறையை நோக்கி ஓடிக்கொண்டிருந்தார்கள். ந பொறுமையை இழந்திருந்தான். கு வருவதற்குள் ஒரு நடை போய்ச் சமையல் கூடத்தை எட்டிப் பார்த்துவிட்டு வந்துவிடலாமா என நினைத்து நகரத் தொடங்கியபோது அவள் பேச்சை முடித்துக்கொண்டு மற்ற இருவரையும் கழிவறைக்குள் அனுப்பிவைத்தாள். சமையல்கட்டை நோக்கி நடக்கத் தொடங்கியிருந்த நவைக் கைதட்டி அழைத்தாள். ஏதோ விண்ணப்பம் எழுத வேண்டும் என்று சொன்னாயல்லவா ந எனக் கேட்டாள். ந சமையல்கூடத் திற்குப் போகும் யோசனையைக் கைவிட்டுவிட்டு அவளுடன் ஓய்வறைக்குள் நுழைந்தான். அப்போதுதான் வே என்னும் பெயரையுடைய முதுகலை ஆங்கில ஆசிரியரும் க என்னும் பெயரையுடைய ஓவிய ஆசிரியரும் உள்ளே வந்தார்கள். இருவரும் ஒருவரிடம் ஒருவர் ஒரே சமயத்தில், “என்ன சார் லிஷரா?” எனக் கேட்டுக்கொண்டார்கள். தன்னுடைய இடத்தில் வந்து உட்கார்ந்த தமிழாசிரியை கு, “என்ன ந பேப்பர் இருக்கா?” எனக் கேட்டாள். ஓவிய ஆசிரியர் க முதுகலையாசிரியரைப் பார்த்து, “ஒரு ரவுண்ட் செஸ் வெளையாடலாமா சார்?” எனக் கேட்டார். முதுகலையாசிரியர் தனக்குக் களைப்பாக இருப்பதாகவும் பிற்பகலில் ஏழாவது பிரிவேளை தனக்கு ஓய்வு கிடைக்கும் அப்போது விளையாடலாமெனவும் சொல்லிவிட்டு பெஞ்ச் ஒன்றில் கால்களை நீட்டி மல்லார்ந்து மாணவர்களின் கட்டுரை நோட்டுகளின் ஒரு கட்டைத் தலைக்கு இழுத்து வைத்துப் படுத்துக்கொண்டார். க தமிழாசிரியையைப் பார்த்து, “பேப்பர் எதுக்கு?” எனக் கேட்டார்.

பிறகு இருவரும் சேர்ந்து விண்ணப்பத்தை எழுதத் தொடங்கினார்கள். ந தன் குடும்ப அட்டையை மறக்காமல் எடுத்து வந்திருந்ததால் க, “என்ன ந ரேஷன் கார்டு கொண்டு வந்திருக்கறயா?” எனக் கேட்டபோது தயங்காமல் எடுத்துக் கொடுக்க அவனுக்கு முடிந்திருந்தது. பிறகு கவும் குவும்

தணிந்த குரலில் தங்களுக்குள் எதையோ விவாதித்துக்கொண்டு விண்ணப்பத்தின் இடது மூலையில் அனுப்புநருக்கான முகவரியை முதலில் எழுதிக்கொண்டார்கள். பெறுநர் யாரென்பதில் குழப்பம் ஏற்பட்டது. ஊராட்சித் தலைவரா? ஊராட்சி ஒன்றியத் தலைவரா? வட்டார வளர்ச்சி அலுவலரா? மாவட்ட ஆட்சித் தலைவரா? சட்டமன்ற உறுப்பினரா? அதைப் பற்றி விவாதித்தார்கள். ஓவிய ஆசிரியர் விண்ணப்பத்தைப் பேசாமல் முதலமைச்சருக்கே அனுப்பினால் என்ன என ஒரு கேள்வியைக் கேட்டு நவையும் தமிழாசிரியையும் ஒரே சமயத்தில் திகைக்க வைத்தார். ஓவிய ஆசிரியர் விளக்கமளிக்க முற்பட்டார். விண்ணப்பத்தில் பெறுநர் முகவரியில் முதல்வருடைய பெயர்தான் இடம்பெற வேண்டும். நகல்களை வேண்டுமானால் சமூக நலத்துறை அமைச்சர், சட்டமன்ற உறுப்பினர், மாவட்ட ஆட்சியர், ஊராட்சி ஒன்றியத் தலைவர், ஊராட்சித் தலைவர் ஆகியோருக்கு அனுப்பலாம். இதன் மூலம் நிச்சயமாக நவுக்கு இலவச வீடு ஒன்று கிடைக்கும் என்பதற்கான உத்தரவாதத்தையும் அளித்தார். அவர் சொல்லச் சொல்லத் தமிழாசிரியை எழுதத் தொடங்கினார்.

மாண்புமிகு தமிழக முதல்வர் – அவர்களுக்கு தா என்னும் ஊரிலுள்ள அரசு மேல்நிலைப் பள்ளியில் மேற்குறிப்பிட்ட தேதியிலிருந்து நாளது தேதிவரை சத்துணவுத் திட்ட அமைப்பாள ராகப் பணிபுரிந்துவரும் நவாகிய நான் எழுதும் விண்ணப்பம் என்னவென்றால் மாண்புமிகு தமிழக முதல்வர் – அவர்களே, நான் மேற்காண் ஒ என்னும் பெயருடைய கிராமத்தில் மேற்காண் முகவரியில் உள்ள மேற்காண் கதவிலக்கம் கொண்ட வீட்டில் என் ஒரு மனைவியுடனும் இரண்டு குழந்தைகளுடனும் கடந்த நாற்பது ஆண்டுகளாக வசித்து வருகிறேன்–

கட்டுரை நோட்டுகளைத் தலைக்கு வைத்துப் பெஞ்சில் மல்லார்ந்து படுத்துக்கொண்டிருந்த முதுகலையாசிரியர் ஏதோ கெட்ட கனவு கண்டவரைப் போலத் திடீரென்று எழுந்து உட்கார்ந்தார். தூக்கக் கலக்கம் நிரம்பிய விழிகளால் மூவரையும் உற்றுப் பார்த்தவர், “நீங்க சொன்ன பர்ஸ்ட் சென்டன்ஸ்லயே தப்பு இருக்கு” என்றார். எடுத்த எடுப்பிலேயே சிக்கல். அவர் முதுகலையாசிரியர் என்பதாலும் சீனியர் என்பதாலும் ஆங்கிலம் தெரிந்தவர் என்பதாலும் நவும் குவும் கவும் மற்ற எல்லோரும் அவர் விஷய ஞானமுள்ளவர் எனக் கருதியதாலும் ஓவிய ஆசிரியர் தனக்கு வந்த ஆத்திரத்தைக் கட்டுப்படுத்திக்கொள்ள முயன்றுகொண்டிருந்தார்.

“சொல்லுங்க வே சார்”

“ந நாப்பது வருஷமா அந்த வீட்ல இருக்கறது சரி, ஆனா நாப்பது வருஷமா மனைவியோடயும் ரண்டு குழந்தைகளோடயும் இருக்கரா?”

“கரெக்ட் சார்”

“அப்புறம் மேற்காண் கதவிலக்கம் கொண்ட வீட்டில்னு போடறீங்க, வீடுன்னு எதுவுமே இல்லாதவங்களுக்குத்தானே இந்த ஸ்கீம்? வீடு இருக்குதுங்கற அர்த்தம் வர்ற மாதிரி சென்டன்ஸஸ் இருந்துச்சுன்னா தே வில் சம்மரிலீ ரிஜக்ட் த அப்ளிகேஷன். புரியுதுங்களா?”

“ஆமா, நீங்க சொல்றது யோசிக்க வேண்டிய விஷயந்தான்”

“சென்டன்ஸ சேஞ் பண்ணுங்க”

“அப்புறம் மேற்காண் மேற்காண் அப்படீன்னு ஒரு சென்டன்ஸ்ல நாலு தடவ வருது. டீச்சர் நீங்க அதக் கவனிச்சுக்குங்க” என்றவர் ஆர்வம் மேலிட்டவராக எழுந்துவந்து பிளாஸ்டிக் நாற்காலியொன்றை இழுத்துப்போட்டு எதிரே உட்கார்ந்து கொண்டார். ந தொடக்கத்திலிருந்தே நின்றுகொண்டுதான் இருந்தான். பிறகு விண்ணப்பத்தை எழுதுவதற்கான முயற்சியில் அவர்களோடு முதுகலையாசிரியரும் சேர்ந்துகொண்டார். ஆனால் அது அவ்வளவு சுலபமாக இருக்கவில்லை. நவுக்கு வீடு எதுவும் இல்லை. ஆனால் நாற்பது ஆண்டுகளாக வாழ்ந்திருக்கிறான். கல்யாணம் செய்துகொண்டிருக்கிறான். இரண்டு குழந்தைகளைப் பெற்றுக்கொண்டிருக்கிறான். அப்படியானால் ந என்பவன் எங்காவது ஒரு இடத்தில் வசித்துக்கொண்டுதான் இருந்திருக்க வேண்டும் இல்லையா? அதுதானே லாஜிக்?

“அரண்மனையில்” என ந உடனடியாக அதற்குப் பதிலளித்தான். எல்லோரும் பெருங்குரலெடுத்துச் சிரித்தார்கள். ந அதைப் பொருட்படுத்தாமல் அவர்களுக்கு விளக்க முயன்றான். ஓ என்னும் பெயரையுடைய சிறிய, மிகச் சிறிய கிராமத்தில் இருக்கும் புதர்களால் சூழப்பட்ட பாழடைந்த அரண்மனையொன்றில். அதன் சிதைந்துபோன இரு காவல்கூண்டுகளில் வெகுகாலமாக வசித்துவருகிறான் அவன். உண்மையில் தான் அங்குதான் பிறந்திருக்க வேண்டும் என்றான், தன்னுடைய தகப்பனும் அப்பாரய்யனும் பாட்டனும் முப்பாட்டனும்கூட அங்குதான் பிறந்து, வளர்ந்து, வாழ்ந்து மடிந்திருக்க வேண்டும். பாழடைந்த அந்த அரண்மனையைப் பற்றி எதுவும் சொல்வதற்கில்லை என்றாலும் தான் வசித்துவரும் காவல்கூண்டுகள் இரண்டும் நிச்சயமாகத் தனக்குச் சொந்தமானவை.

“ஆனா அத இந்த அப்ளிகேஷன்ல குறிப்பிடனுமா ந?”

“குறிப்பிடலாம், பட், பேலஸ்ல குடியிருக்கற ஒருத்தருக்கு நிச்சயமா யாரும் ஒரு இலவசத் தொகுப்பு வீடு கட்டித்தரச் சம்மதிக்க மாட்டாங்க”

“அப்ப எனக்குச் சொந்தமா வீடு எதுவுமில்லன்னு குறிப்பிடலாம் சார்”

மூவரும் யோசித்தார்கள்.

அந்த வாக்கியம் அதன்படியே திருத்தப்பட்டது. விண்ணப்பம் கருணையுடன் பரிசீலிக்கப்படுவதற்கு ந தான் வறுமையில் வாடுவதாகக் குறிப்பிட வேண்டும் என ஓவிய ஆசிரியர் க சொன்னார். அது எல்லோராலும் எந்த ஆட்சேபனையுமின்றி ஏற்றுக்கொள்ளப்பட்டது. பிறகு ந தானும் தனது குழந்தைகளும் பாதுகாப்பாக வாழ்வதற்குரிய சூழல் பாழடைந்த அந்த அரண்மனையில் தான் வசித்துவரும் காவல்கூண்டுகளில் இல்லை, அங்கு பாம்புகளும் தேள்களும் பூராண்களும் நடமாடுகின்றன. சில சமயம் அவர்களது வசிப்பிடங்களுக்குள்ளேயே நுழைந்து விடுகின்றன. நவும் அவன் மனைவி வவும் இரு குழந்தைகளும் உயிரைக் கையில் பிடித்துக்கொண்டு வாழ வேண்டியிருக்கிறது என்பதையும் விண்ணப்பத்தில் குறிப்பிட வேண்டுமென வலியுறுத்தினான்.

“குட் ஐடியா, பட் அதுக்கு சப்போர்ட் பண்ற மாதிரி ஏதாவது எவிடென்ஸ் இருக்கா?” எனக் கேட்டார் முதுகலையாசிரியர்.

இரண்டு வாரங்களுக்கு முந்தைய நள்ளிரவு நேரமொன்றில் தன் வீட்டுக்குள் எதிர்பாராதவிதமாக நுழைந்துவிட்ட கொடிய நாகத்தைப் பற்றிச் சொன்ன ந அதற்கு ஆதாரமாக அந்த இரவில் தனக்கேற்பட்ட பயங்கரமான அனுபவத்தையும் அப்போது தான் எப்படிப் பயந்து நடுங்கிக்கொண்டிருந்தான் என்பதையும் அவர்களிடம் விளக்கமாகச் சொல்லத் தொடங்கினான். மூவரும் மூச்சு விடாமல் அதைக் கேட்டுக்கொண்டிருந்தனர். தமிழாசிரியை பேனாவை மூடி வைத்துவிட்டார். ஓவிய ஆசிரியர் கதை கேட்டுக்கொண்டே ந கொண்டு வந்திருந்த தாள்களில் ஒன்றை எடுத்து பால்பாயின்ட் பேனாவால் படமெடுத்தாடும் நாகமொன்றின் ஓவியத்தை வரைய முயன்றுகொண்டிருந்தார். முதுகலை ஆசிரியர் பால்பாயின்ட் பேனாவைக்கொண்டு டெஸ்க்கின் மீது ஆங்கிலத்தில் கோப்ரா கோப்ரா என ஏழெட்டுத் தரம் எழுதி அதைச் சுற்றிக் கோலம் போட்டுக்கொண்டிருந்தார். கு என்னும் பெயரையுடைய அந்தத் தமிழாசிரியைக்கு வியர்த்துவிட்டது. அவள் பெருமூச்சு விட்டாள். மெய்மறந்தாள். அப்போது டெஸ்கிலிருந்த கட்டுரை நோட்டு ஒன்று நழுவி

அவளது காலடியில் விழுந்தது. அதைப் பாம்பு என நினைத்து வீல் என அவள் கத்தியதைக் கேட்டதும்தான் ந கதையை நிறுத்தினான்.

"ஒரு பெர்சனல் ஸ்டோரிய யாரும் ஒரு எவிடென்ஸா ஏத்துக்க மாட்டாங்க. தென், ந சொல்ற மாதிரி இந்த ஸ்டோரிய அப்ளிகேஷன்ல இன்குளூட் பண்ணா அதப் படிச்சுப் பாக்கற சியெம், நம்ம தமிழ் டீச்சர் கத்துன மாதிரிதான் வீல்னு கத்துவாங்க. அப்புறம் நவுக்கு ஜென்மத்துக்கும் வீடு கிடைக்காது"

எல்லோரும் மீண்டுமொருமுறை பெருங்குரலெடுத்துச் சிரித்தார்கள்.

ஆனால் கட்டாயமாக அந்த அனுபவத்தை விண்ணப்பத்தில் குறிப்பிட வேண்டுமென வீல் எனக் கத்திய அந்தத் தமிழாசிரியை வலியுறுத்தினாள். ஓவிய ஆசிரியரும் அதை ஏற்றுக்கொண்டார். ஆனால் முதுகலையாசிரியர் கடுமையாக ஆட்சேபித்தார். இருவருக்கும் அது தொடர்பாக ஒரு விவாதம் மூண்டது. தமிழாசிரியை மறுபடியும் பேனாவை மூடி வைத்தாள். ஓவிய ஆசிரியர் அவர்களுக்கிடையேயான விவாதத்தை ரசித்துக் கொண்டே விரல்களைச் சொடக்கெடுத்துக்கொண்டார். அவர்கள் இருவரும் கவனிக்காதபோது அடிக்கோலொன்றின் உதவியால் இன்னொரு கட்டுரை நோட்டை அவளது காலடியில் தள்ளிவிட்டார். ஆனால் இந்த முறை கு வீல் என்று கத்தவில்லை, கொஞ்சம்கூடப் பயமில்லாமல் குனிந்து அந்தக் கட்டுரை நோட்டை எடுத்து டெஸ்கின் மீது வைத்தவள், "சார் ஆரா இருந்தாலு ஒரு தடவதான் ஏமாறுவாங்க" எனச் சிரித்தாள். அப்போதுதான் மூன்றாவது பிரிவேளை முற்றுப்பெற்று நான்காவது பிரிவேளை தொடங்குவதற்கான மணிச்சத்தம் கேட்டது. முதுகலையாசிரியர் வாரிச்சுருட்டிக்கொண்டு எழுந்தார். "இருங்க சார் நவுக்கு அப்ளிகேஷன முடிச்சுக் குடுத்துட்டுப் போயிரலாம்" என்றார் ஓவிய ஆசிரியர். "பேசாம இருங்க சார், இன்னைக்குக் கம்பைன் க்ளாஸ், ஏ,பி ரண்டு கிளாஸ்ல இருந்தும் டோட்டலா நைன்டி த்ரீ ஸ்டூடன்ஸ். இந்த வீக்குக்குள்ள போர்ஷன கம்ப்ளீட் பண்ணியாகணும். பப்ளிக் பக்கத்துல வந்துருச்சு" எனச் சொல்லிக்கொண்டே எழுந்து நடந்தார். கவும் குவும் நவின் விண்ணப்பத்தை முடித்துக்கொடுத்த பிறகே வகுப்புகளுக்குப் போவதென முடிவெடுத்தனர். முதுகலையாசிரியரின் குறுக்கீடு இல்லாததால் பாம்புக் கதை விண்ணப்பத்தில் விரிவாகச் சித்தரிக்கப்பட்டிருந்தது. முழுமையாக ஆறு பக்கங்கள் வரை நீண்டிருந்த அந்த விண்ணப்பத்தைப் படித்துப் பார்த்த ந சரிபார்ப்பதற்காக ரா

என்னும் பெயரையுடைய எழுத்தரிடம் அதைக் கொண்டு சென்றான். அவ்வளவையும் பொறுமையாகப் படித்துப் பார்த்த ரா அதை யார் எழுதிக்கொடுத்தது எனக் கேட்டார். ந நடந்ததைச் சுருக்கமாக விவரித்தான். கேட்டுக்கொண்டிருந்த ரா வேறெதுவும் பேசாமல் ஆறுதாள்களையும் ஒன்றாகச் சேர்த்து, இரண்டாகக் கிழித்துக் குப்பைக்கூடைக்குள் வீசினார். அதிர்ச்சியடைந்த ந அதைத் திரும்பவும் எடுத்து டேப் போட்டு ஒட்டி எழுத்தரிடம் கொடுத்து மற்ற மூவர் சார்பாகவும் மன்னிப்புக் கேட்டுக்கொண்டு எப்படியாவது அந்த விண்ணப்பத்தில் உரிய திருத்தங்கள் செய்து தருமாறு மனமுருக அவரை வேண்டிக்கொண்டான்.

பிறகு அந்தப் பகுதி முழுமையாக நீக்கப்பட்டது. சில சொற்களை மாற்றி, பல வாக்கியங்களை நீக்கி பலவற்றைச் சேர்த்து அனுப்புநர், பெறுநர், பொருள், பார்வை என ஒரு விண்ணப்பத்திற்கு என்னவெல்லாம் தேவையோ அவற்றை யெல்லாம் வரிசைக் கிரமமான முறையில் சேர்த்து முழுக்க முழுக்க அலுவல் ரீதியான ஒரு விண்ணப்பத்தைத் தயார் செய்து கொடுத்தார் ரா. தா என்னும் ஊரிலிருந்த தட்டச்சு நிலையத்திற்குப் போய்ப் பக்கத்திலேயே இரண்டு, மூன்று மணி நேரம்வரை உட்கார்ந்திருந்து தட்டச்சு செய்து எடுத்துக்கொண்டு வீட்டுக்கு வந்து எல்லோரும் தூங்கிய பிறகு வ அவனுக்குப் போட்டுக்கொடுத்த வரக்காப்பியைக் குடித்துவிட்டுத் திண்ணையில் சிம்னி விளக்கு வெளிச்சத்தில் மண்டியிட்டு உட்கார்ந்துகொண்டு எல்லா நகல்களிலும் கையொப்பமிட்டு, இடம், நாள் போன்ற விவரங்களைப் பூர்த்திசெய்து ப்ரௌன் நிற ஆபீஸ் கவர்களில் முகவரிகளை எழுதி, ஒட்டி முடித்தபோது நேரம் நள்ளிரவைக் கடந்திருந்தது.

அந்தக் கொடிய நாகம் அப்போதும் அவனுடைய சிறிய, மிகச் சிறிய காவல்கூண்டுக்குள் நுழைந்தது. சுண்டெலி ஒன்றைப் பின்தொடர்ந்து வந்திருந்த அந்த நாகம் ந மண்டியிட்டு உட்கார்ந்திருந்த திண்ணையை அவனது பார்வையில் படாமல் கடந்து, ஒருக்களித்து வைக்கப்பட்டிருந்த கதவின் வழியாக வீட்டுக்குள் நுழைந்து ஒரு மரப்பெட்டிக்குப் பின்னால் பதுங்கிக் கொண்டிருந்த சுண்டெலியொன்றைக் கவ்விக்கொண்டு சத்தமில்லாமல் வந்தவழியே வெளியேறிப் பாழடைந்த அந்த அரண்மனையின் புதர்களுக்குள் மறைந்தது. அப்போது வ ஆழ்ந்த உறக்கத்தில் இருந்தாள். அவளும்கூட அதைக் கவனித்திருக்கவில்லை. சுண்டெலியின் மிகப் பலவீனமான தொண்டையிலிருந்து ‘ச்சிட்’ என எழுந்தடங்கிய ஒலியை அவளோ நவோ குழந்தைகளோ கேட்டிருக்கவில்லை.

4

அது கோடைக் காலம் என்பதால் வெயில் சுட்டெரித்துக்கொண்டிருந்தது. பாதாம் மரத்தின் இலைகள் அடர்த்தியாகவும் தடிமனாகவும் மொடமொடப்பாகவும் இருந்ததால் அதன் நிழல் ஒரு கரிய மேகத்தைப் போல் படர்ந்திருந்தது. குறைந்தது நான்கு பேர் சௌகரியமாக அதற்குக் கீழே காத்திருக்க முடியும். நெருக்கியடித்துக்கொண்டு நின்றால் பத்துப் பேர்வரை நிற்கலாம். வீட்டு வாசலிலிருந்து ஐம்பதடிகள் தள்ளியிருந்த தென்னை வரிசைக்குக் கீழே அறுபது எழுபது நபர்களுக்குப் போதுமான நிழல் உண்டு என்றாலும் அங்கே காத்திருப்பதற்கு யாரும் விரும்புவதில்லை. பாதாம் மரம் வாசலை ஒட்டி இருந்தது. ஊராட்சித் தலைவர் வீட்டை விட்டு வெளியே வரும்போது அவரது கண்களில் உடனடியாகவும் தவிர்க்க முடியாமலும் பட்டுவிட முடியுமென்பதால் அவரைப் பார்க்க வருபவர்கள் அந்த பாதாம் மர நிழலிலேயே காத்திருக்க விரும்புகிறார்கள். வெளியே வரும்போது யாராவது தனக்காக அங்கே காத்திருப்பதைக் காண நேரும்போது தலைவர் முதலில் புருவங்களை நெரித்துக்கொள்வார். பார்வையாளர் தன் இரு கரங்களையும் கூப்பி வணக்கம் செலுத்தும்போது லேசாகப் புன்னகைப்பார். பதிலுக்கு வணக்கமும் செலுத்துவார். என்ன விஷயம் எனக் கேட்பார். அவர்களது முறையீடுகளுக்குச் செவிமடுப்பார், அவர்களிடமிருந்து விண்ணப்பங்களைப் பெற்றுக்கொள்வார். பிறகு வேறு ஏதாவது ஒரு நாளைக் குறிப்பிட்டு அப்போது வந்து சந்திக்குமாறு பணிப்பார். பார்வையாளர் குறிப்பிட்ட அந்த நாளை வெகுகவனமாக மனதில் குறித்துக்கொண்டு தலைவர் தனது காருக்குள் ஏறிப் பின் சீட்டில் முதுகைச் சாய்த்து அமர்வதையும், 'எடுப்பா' எனத் தனது சாரதிக்கு உத்தரவிடுவதையும் காரின் கதவு

இழுத்துச் சாத்தப்படுவதையும் அது, எந்தச் சத்தத்தையும் எழுப்பாமல் பின்பக்கமாக நான்கடி நகர்ந்து வலப்புறமாகத் திரும்பி முன்பக்கமாகப் பாய்ந்து மறைவதையும் வெறுமனே பார்த்துக்கொண்டு நிற்பார். தலைவரைப் பார்ப்பதற்காக அடுத்ததாக வர வேண்டியிருக்கும் நாள் மட்டுமே அப்போது அவரது நினைவிலிருக்கும்.

ந கடந்த நாற்பது நாள்களில் ஏழாவது முறையாக அந்தப் பாதாம் மர நிழலில் காத்திருந்தான். அந்த நாற்பது நாள்களில் பல குறிப்பிடத்தக்க சம்பவங்கள் நடந்து முடிந்திருந்தன. ரா என்னும் பெயரையுடைய எழுத்தரால் இறுதி செய்யப்பட்ட விண்ணப்பத்தை அளிப்பதற்காக முதல் முறை ந வந்தபோது தலைவரைப் பார்ப்பதற்காக அவன் நீண்ட நேரம் காத்திருக்க வேண்டியிருக்கவில்லை. அப்போது அவருக்கு நவையும் அவனைப் போலவே இலவசத் தொகுப்பு வீடு கோரும் விண்ணப்பத்துடன் காத்திருந்த வெள்ளை வேட்டியும் வெள்ளை முழுக்கைச் சட்டையும் உடுத்தியிருந்த மனிதனையும் தவிர வேறு பார்வையாளர்கள் இல்லை. முதல்முறை ந அங்கே காத்திருந்தபோது தலைவர் தோட்டத்தில் உலாவுவதற்காக வெளியே வந்தார். அப்போது அவர் சட்டை எதுவும் அணிந்திருக்கவில்லை. கைலியொன்றை மடித்துக் கட்டிய கோலத்தில் வெற்றுடம்பில் ஒரு ஈரிழைத் துண்டைப் போர்த்திக்கொண்டிருந்தார். அவர்கள் கொண்டுவந்திருந்த விண்ணப்பத்தை அப்போது அவர் வாங்கவில்லை. இலவசத் தொகுப்பு வீடு தொடர்பாக அரசிடமிருந்து ஊராட்சி மன்ற அலுவலகத்திற்கு எந்தத் தகவலும் வரவில்லை என்றார். பதினைந்து நாள்களுக்கு முன்னால் செய்தித்தாள்களில் அப்படியொரு செய்தி வந்ததைச் சுட்டிக்காட்டினான் ந. தலைவர் ஆச்சரியப்பட்டார், "அப்படியா? எப்ப? பதனஞ்சு நாளைக்கு முன்னாலயா? எங்கண்ணுல படக்காணமா?" என்றவர் உதவியாளரைப் போல அவருக்குப் பின்னால் நின்றுகொண்டிருந்த நடுத்தர வயதுள்ள நபரிடம் அப்படியொரு செய்தி வந்ததை அவர் கவனித்தாரா எனக் கேட்டார். அவர் அதுபோன்ற ஒரு செய்தியை எந்தச் செய்தித்தாளிலும் தான் பார்த்ததாக நினைவில்லையென்றார்.

"ந, ந தானே உங்க பேரு? நீங்க எந்த பேப்பர்ல அதப் படிச்சீங்க? தந்திலயா?"

"இல்ல சார் தினமணில"

"தினமணிலன்னா நியூஸ் பொய்யா இருக்கறதுக்கு வாயப்பில்ல. சரி நா பாக்கறேன். நீங்க ஒரு வாரங்கிருமிச்சு வந்து பாருங்க"

ந ஏமாற்றமாக உணர்ந்தான். எனினும் சோர்வடையாமல் விண்ணப்பத்தின் நகல்களை முதலமைச்சர், சமூக நலத்துறை அமைச்சர், சட்டமன்ற உறுப்பினர், மாவட்ட ஆட்சித் தலைவர், ஊராட்சி ஒன்றியப் பெருந்தலைவர் என ரா என்னும் பெயருடைய எழுத்தர் யார் யாருக்கெல்லாம் அனுப்பச் சொல்லி அறிவுறுத்தியிருந்தாரோ அவர்கள் எல்லோருக்கும் பதிவஞ்சலில் அனுப்பிவைத்தான். பள்ளிக்கு வரும் தினமணியுடன்கூட டீக்கடைகளில் படிக்கக் கிடைக்கும் தினத்தந்தி, தினமலர், தினகரன், மாலைமலர் என எல்லாத் தினசரிகளையும் தவறாது பார்த்துவந்தான். அப்போதுதான் சத்துணவு அமைப்பாளர்களை நிரந்தர ஊழியர்களாக்கும் அரசின் யோசனையைப் பற்றிய செய்தியொன்று அவனது கண்களில் பட்டது. ந பதற்றமடைந்தான். செய்தி வெளிவந்திருந்த அந்த நாளிதழின் மூன்று பிரதிகளைக் காசு கொடுத்து வாங்கிக் கொண்டான். எழுத்தரிடமும் தமிழாசிரியையிடமும் ஓவிய ஆசிரியரிடமும் சு என்னும் பெயரையுடைய அலுவலக உதவியாளரிடமும் அந்தச் செய்தியைக் காட்டி அவர்களில் யாருக்காவது அதைப் பற்றி ஏதாவது தகவல் தெரியுமா எனவும் அந்தச் செய்தி நம்பத் தகுந்ததுதானா எனவும் கேட்டான். தான் சந்திக்க நேர்ந்த பிற சத்துணவு அமைப்பாளர்களிடமும் வட்டார வளர்ச்சி அலுவலக எழுத்தர்களிடமும்கூடக் கேட்டுப் பார்த்தான். யாரிடமிருந்தும் அவனால் அதன் நம்பகத்தன்மையை உறுதிப்படுத்திக்கொள்ள முடியவில்லை. ஆனால் ஊழியர் சங்கங்கள் அப்படியொரு கோரிக்கையை முன் வைத்து நீண்ட காலமாகப் போராடி வருவதாகவும் இரண்டாண்டுகளுக்குப் பிறகு வரவிருக்கும் சட்டமன்றத் தேர்தலுக்கு முன்பாக அதற்கான அறிவிப்பு வரக்கூடுமெனவும் ஊழியர் சங்கத்தின் பிரதிநிதியொருவர் சொன்னதைக் கேட்டு ஓரளவுக்குத் தன் உற்சாகத்தைத் தக்கவைத்துக்கொண்டான் ந. தொடர்ந்து இரு வாரங்கள் வரை அதைப் பற்றி யோசித்துக் கொண்டிருந்தான். சத்துணவு அமைப்பாளர்கள் நிரந்தர அரசு ஊழியராக்கப்படும்போது தனக்கு என்ன கிடைக்கக்கூடும் எனத் தொடர்ந்து சிந்தித்துக்கொண்டிருந்தான். அதைப் பற்றிய எழுத்தரின் ஊகங்களைக் கொண்டு கணக்குப்போட்டுப் பார்த்தபோது அவனுடைய வருங்கால ஊதியம் அப்போது அவன் பெற்றுக்கொண்டிருந்ததைவிட மூன்று மடங்குக்கும் அதிகமாக இருக்கக்கூடுமென நினைத்தான் ந. வவிடம் அதைச் சொன்னபோது அவளுக்கு அந்தச் செய்தி இலவச வீடு பற்றிய செய்தியைவிட அதிக ஆர்வமூட்டுவதாக இருந்தது. அது நடக்கக்கூடுமானால் சம்பளத்துடன் கூடவே அவனது கௌரவமும் உயரும். அப்போது வெறும் 164 சதுர அடிப்

பரப்புடைய இலவசத் தொகுப்பு வீட்டைப் பற்றி அவர்கள் சிந்திக்க வேண்டியதில்லை. சொந்தமாக ஒரு வீட்டைக் கட்டிக்கொள்வது என்பது வெறும் கனவாக அப்போது இருக்க முடியாது.

ந வீட்டைப் பற்றி அதிகம் கவலைப்படாமல் இருக்க விரும்பினான். ஆனால் ஊராட்சித் தலைவர் வரச்சொன்ன நாளில் வழக்கம் போல் அதிகாலையிலேயே எழுந்து அவரது வீட்டின் முன்னால் உள்ள அந்தப் பாதாம் மரத்தினடியில் மூன்றாம் முறையாகப் போய் நிற்பதற்கு அவன் தவறவில்லை. ஆனால் அப்போது தலைவர் ஊரிலேயே இருந்திருக்கவில்லை. வர இரண்டு மூன்று நாள்களாகும் என அந்த வீட்டிலிருந்து கிடைத்த தகவல் அவனைச் சோர்வுறச் செய்தது. நான்காவதாக அந்தப் பாதாம் மரத்தடிக்குப் போய் நின்றபோது அவனைத் தவிர வேறு பார்வையாளர்கள் இல்லாததால் அது காலியாக இருந்தது. ந அப்போது தன்னால் தலைவரிடம் யாருடைய குறுக்கீடும் இல்லாமல் பேச முடியும் எனக் கற்பனை செய்துகொண்டான். அதிக நேரம் காத்திருக்கத் தேவையில்லாமல் அப்போது அவரை உடனடியாகச் சந்திக்கவும் அவனுக்கு முடிந்திருந்தது. ஆனால் அப்போதும் நிலைமையில் எந்த மாற்றமும் ஏற்பட்டிருக்கவில்லை. ந சொன்னதுபோன்ற தகவல் எதுவும் அவருக்கு அதிகாரபூர்வமாகக் கிடைத்திருக்கவில்லை. ஆகவே அவரால் அப்போதும் ப்ரௌன் நிற உறையில் இடப்பட்டுப் பாதுகாத்து வைக்கப்பட்டிருந்த அவனுடைய விண்ணப்பத்தைப் பெற்றுக்கொள்ள முடியவில்லை. அடுத்த முறை எப்போது அவரைச் சந்திக்க வேண்டும் எனக் கேட்டுக்கொண்டு திரும்பிய ந வீட்டைப் பற்றியும் தனது பணி நிரந்தரமாக்கப்படுவதைப் பற்றியும் தொடர்ந்து யோசித்துக்கொண்டிருந்தான்.

அடுத்த வாரத்தின் வேலைநாளொன்றில் முதலமைச்சரின் தனிப்பிரிவிலிருந்து அஞ்சலட்டையொன்று அவனது வீட்டு முகவரிக்கு வந்து சேர்ந்திருந்தது. அப்போது அவன் தனது சத்துணவுக்கூடத்தில் இருந்தான். அஞ்சலக ஊழியரிடமிருந்து வதான் அந்தக் கடிதத்தைப் பெற்றுக்கொண்டிருந்தாள். அது முதலமைச்சரிடமிருந்து வந்திருந்ததை அவள் ஆச்சரியத்துடன் பார்த்துக் கொண்டிருந்தாள். இலவசத் தொகுப்பு வீடு கோரிய விண்ணப்பம் மேல்நடவடிக்கைக்காக மாவட்ட ஆட்சியருக்கு அனுப்பப்பட்டிருப்பதாகவும் சம்பந்தப்பட்ட மாவட்ட ஆட்சியரை உடனடியாகத் தொடர்புகொள்ளுமாறும் ந வைக் கேட்டுக்கொண்டிருந்தார் முதலமைச்சர். கீழே முதலமைச்சரின் தனிப்பிரிவு என்னும் ரப்பர் முத்திரை, பச்சை மையால் இடப்பட்ட ஒரு கையொப்பம். அது நிச்சயம் முதலமைச்சருடையதாகவே

இருக்க வேண்டுமென நினைத்த வ பதற்றமடைந்தாள். மூச்சுவிடத் திணறினாள். உடனடியாகக் கை, கால், முகம் கழுவி, தன்னிடம் இருந்ததிலேயே நல்லதாக ஒரு சேலையை உடுத்திக்கொண்டு நவைப் பார்ப்பதற்காக அவன் பணிபுரியும் பள்ளிக்கு விரைந்தாள். அரை கிலோமீட்டர் நடந்தவள் பிறகு அந்த வழியாக மொபெட்டில் போய்க்கொண்டிருந்த இளைஞனொருவனிடம் கேட்டு அதில் ஏறிக் கூச்சத்துடனும் யாராவது பார்த்துவிடுவார்களோ என்னும் கவலையுடனும் பட்டும்படாமல் உட்கார்ந்துகொண்டாள். ந சமையல் கூடத்தில் இருந்தான். வ அதற்கு முன்பு ஒரே ஒரு முறை மட்டுமே அவனைத் தேடிக்கொண்டு அந்தப் பள்ளிக்கு வந்திருந்தாள். அது இரண்டு வருடங்களுக்கு முன்னால் கிடையாகக் கிடந்த அவனுடைய தந்தை திடீரெனப் பேச்சு மூச்சில்லாமல் போனதைப் பற்றிய தகவலைச் சொல்வதற்காக. அப்போதே ந அவளைக் கடிந்துகொண்டான், “ஆருகிட்டயாவுது சொல்லியுட்டுருக்க வேண்டீததுதான? நீயெதுக்கு வாறே?” எனத் தணிந்த குரலில் கடுகடுப்பான முகத்துடன் ந கேட்டது இப்போதும்கூட அவள் நினைவில் இருந்தது. ஆனால் இப்போது அவள் அசாதாரணமான ஒரு விஷயத்துக்காக வந்திருக்கிறாள். மாநிலத்தின் முதலமைச்சரிடமிருந்து அவனுக்குக் கடிதம் வந்திருக்கிறது. அவன் உடனடியாக மாவட்ட ஆட்சித் தலைவரைப் போய்ப் பார்க்க வேண்டும். நவின் கிடங்கியில் புழுங்கிப்போன அரிசியின் வாடையைச் சுவாசித்துக்கொண்டு வ அவனுக்காகக் காத்திருந்தாள். அவள் எதிர்பார்த்ததைப் போலவே கடுகடுத்த முகத்துடன் வந்துசேர்ந்தான் ந. அவள் ஏதாவது கெட்ட தகவலைக் கொண்டுவந்திருக்கிறாளோ எனக் கவலையாகவும் இருந்தது அவனுக்கு. ஆனால் வ மகிழ்ச்சியான மனநிலையுடன்தான் வந்திருக்கிறாள் என்பது மலர்ந்து கிடந்த அவளது முகத்தைப் பார்த்தபோது தெரிந்தது.

“என்ன எதாச்சு அவுசரமாக்கு?” என அவன் அவளிடம் கேட்டுக்கொண்டிருந்தபோதே வ மடியிலிருந்த அந்த கார்டை எடுத்து அவனிடம் நீட்டினாள். கடிதத்தைப் படித்த ந உடனடியாக என்ன செய்வதெனத் தீர்மானிக்க முடியாமல் திணறினான். நான்கைந்து முறை படித்து விஷயத்தைத் தெளிவுபடுத்திக் கொண்டவன் அதைப் பற்றி ரா என்னும் பெயரையுடைய எழுத்தரிடமோ தமிழாசிரியை குவிடமோ ஆலோசனை கேட்கலாமா என நினைத்தான். ஆனால் அது அவர்களுக்குத் தன் மீது பொறாமையை ஏற்படுத்திவிடுமோ என்னும் சந்தேகமும் ஏற்பட்டது. ஆயாக்களிடமும் தலைமையாசிரியரிடமும் ஓர் அவசரமான விஷயமாகப் போக வேண்டியிருப்பதாகச் சொல்லி அனுமதி பெற்றுக்கொண்டு அவளுடன் புறப்பட்டான்.

வழியெல்லாம் ந உடனடியாக கலெக்டரைப் போய்ப் பார்க்க வேண்டுமென வற்புறுத்திக்கொண்டே வந்தாள் மொபெட்டின் பின் சீட்டில் உட்கார்ந்திருந்த வ. தானும் அப்படித்தான் முடிவு செய்திருப்பதாக அவளுக்குப் பதிலளித்தான் ந. செய்தியை எவ்வளவு முடியுமோ அவ்வளவு ரகசியமாக வைத்திருக்க வேண்டுமென இருவருமே முடிவு செய்தனர். அப்போதே புறப்பட்டுப் போவதா மறுநாள் காலையில் சென்றால் போதுமா எனக் கேட்டாள் வ. அவன் அதற்கு உடனடியாக எந்தப் பதிலும் அளிக்கவில்லை. பிறகு அவள் கலெக்டரைச் சந்திக்கச் செல்லும்போது ந நல்ல முறையில் உடுத்திக்கொண்டு போவது அவசியம் அல்லவா எனக் கேட்டாள். ந ஆமாம் என்றான். அப்படியானால் மறுநாள் காலையில் புறப்படுவதுதான் சரியாக இருக்கும் என்றாள். பிறகு வீட்டை அடையும்வரை இருவரும் எதுவும் பேசிக்கொள்ளவில்லை. வீட்டுக்கு வந்து சேர்ந்ததும் உடனடியாக அதைப் பற்றி ஆலோசிப்பதற்காக இருவரும் சிதைந்துபோன அந்தக் காவல்கூண்டின் திண்ணையில் உட்கார்ந்துகொண்டார்கள். வ வரக்காபி போட்டுக் கொண்டு வந்தாள். காபி சாப்பிட்டபடியே கலெக்டர் ஆபீஸ் எப்படியிருக்கும் என அவனைக் கேட்டாள். ந அதற்கு முன்னால் இரண்டு முறை மாவட்ட ஆட்சித் தலைவர் அலுவலகத்திற்குப் போயிருந்ததால் அதைப் பற்றி அவளுக்குச் சொல்ல விரும்பினான்.

“அது ஏழு மாடிக் கட்டடம்” என்றான் ந.

“ஏழு மாடியா?”

“ஆமா ஏழு மாடி. ஆனாக் காரக் கட்டடம் இல்ல. கண்ணாடிக் கட்டடம்” என்றான் ந.

“கண்ணாடிக் கட்டடம்னா? செங்கல்லெல்லா இல்லாம வெறுங் கண்ணாடிய வெச்சே கட்டியிருக்கறாங்களாக்கு?” என ஆச்சரியமாகக் கேட்டாள் வ.

என்ன பதில் சொல்வதென உண்மையாகவே நவுக்குத் தெரியவில்லை. பிறகு அவன் மாவட்ட ஆட்சியர் அலுவலகத்தின் பெரிய அழகான நுழைவாயிலைப் பற்றியும் வரவேற்புக் கூடத்தைப் பற்றியும் அதற்கெதிரே உள்ள காத்திருப்போர் கூடத்தைப் பற்றியும் அங்கே போடப்பட்டிருக்கும் ஏராளமான நாற்காலிகளைப் பற்றியும் மேசைகளைப் பற்றியும் அலமாரிகளைப் பற்றியும் திரைச்சீலைகளைப் பற்றியும் சுவர்களைப் பற்றியும் இன்னும் என்னென்னவெல்லாம் தன் நினைவில் இருந்தனவோ அவை எல்லாவற்றைப் பற்றியும் அவளுக்குச் சொன்னான். தான் அங்கு போயிருந்த இரண்டு தருணங்களில் ஒன்றில் வரவேற்பு

மேசையில் இருந்த மிக அழகான தோற்றமுடைய சிவப்பு நிறம் கொண்ட இளம்பெண் ஒருத்தியைப் பார்த்திருந்தான் ந. அவளது சிவந்த உதடுகளையும் பளீரென மின்னும் பல்வரிசையையும் வேறெங்குமே காண முடியாது என அப்போது அவனுக்குத் தோன்றியிருந்தது. அவளைப் பற்றி வவிடம் சொல்லலாமா வேண்டாமா என அவனால் முடிவெடுக்க முடியாததால் ந எதுவும் சொல்லவில்லை.

வீட்டுக்கு வந்தவுடன் துணி துவைப்பதற்காக ஆற்றுக்குக் கிளம்பினாள் வ. அவனுடையவற்றோடு தன்னுடையவற்றையும் குழந்தைகளினுடையவற்றையும் எடுத்துக்கொண்டாள். துணைக்குத் தனது அண்டை வீட்டுக்காரியை அழைத்துக்கொண்டாள். ந வீட்டிலேயே இருந்தான். திண்ணையில், தனது கயிற்றுக் கட்டிலில் கால்களை நீட்டிப் படுத்துக்கொண்டு மாவட்ட ஆட்சித் தலைவருடனான தனது சந்திப்பு எப்படியிருக்குமெனக் கற்பனை செய்ய முயன்றான். அவனுக்குப் பசித்தது. மதிய உணவுக்கு முன்பாக வ அவனைப் பள்ளிக்கூடத்திலிருந்து அழைத்துக்கொண்டு வந்துவிட்டதால் ந அங்கு எதுவும் சாப்பிட வில்லை. தொடக்கத்தில் ந வீட்டிலிருந்து டிபன் பாக்சில் தனக்கான மதிய உணவை எடுத்துச் சென்றுகொண்டிருந்தான். பிறகு மாணவர்களுக்காகச் சமைக்கப்படும் சத்துணவே போதுமென முடிவு செய்துவிட்டிருந்தான். ஆயாக்கள் எழுத்தருக்காகவும் ஓவிய ஆசிரியருக்காகவும் நவுக்காவும் தங்களுக்காகவும் தனியாக ஏதாவது செய்து வைத்திருப்பார்கள். முட்டையும் இருந்ததால் நவுக்கு அதைச் சாப்பிடுவதில் எந்தப் பிரச்சினையும் ஏற்பட்டதில்லை. அப்போது பசி அதிகமாக இருந்ததால் வீட்டில் ஏதாவது இருக்கிறதா என மேத்திண்ணையின் மீதிருந்த பாத்திரங்களைத் துளாவினான் ந. கொஞ்சம் சோறு இருந்தது. கிண்ணத்தில் கொஞ்சம் தக்காளித் தொக்கு இருந்தது. தவிர சில்வர் போசி ஒன்றில் நல்ல மோர் இருந்தது. ந மோரில் சோற்றைக் கரைத்துத் தக்காளித் தொக்கைத் தொட்டுக்கொண்டு இரண்டு மூன்று தம்ளர்கள் வரை குடித்தான். சந்தையிலிருந்து வாங்கி வந்திருந்த பொரிகடலையிலிருந்து கொஞ்சம் பொட்டுக் கடலையையும் நிலக்கடலையையும் பிரித்தெடுத்துக் கொறித்தான். சற்று நேரம் கண்ணயரலாமா எனவும் யோசித்தான். அதற்குப் பதிலாக பார்பர் ஷாப்புக்குப் போய் முடிவெட்டிக்கொண்டு வந்துவிடலாம் என முடிவெடுத்தவன் அண்டை வீட்டிலிருந்த முதியவர் ஒருவரிடம் வ வந்தால் அவளிடம் அந்தத் தகவலைச் சொல்லிவிடும்படி கூறிவிட்டுக் கிளம்பிச் சென்றான்.

நவுக்கு முடிவெட்டிவிட்ட நாவித இளைஞன் அவனது தலைமயிர் பாதிக்கு மேல் நரைத்திருப்பதாகவும் டை

அடித்தால் நன்றாக இருக்குமெனவும் சொன்னான். அதற்கு அதிகச் செலவாகுமா என ந கேட்டான். அவன் சொன்ன கட்டணத்தைக் கேட்ட ந அது மிக அதிகம் என்றான். நாவித இளைஞன் சிரித்தான்.

“எசமாங்க கூட்டமெல்லா இப்பிடிச் சொன்னா என்னயாட்ட இருக்கறவங்க எப்பிடீங்க பொழைக்கறது?” என்றான்.

“நாங்க என்ன எசமாங்க கூட்டமாக்கு உனக்கு? அட ஏப்பா நீ வேற” என்றான் ந.

இளைஞன் சும்மா விடவில்லை.

“பின்ன இல்லீங்களா? நீங்க எங்களயாட்டக் குட்டிச் செவுத்துலயா இருக்கறீங்கொ? என்னதேம் பழசா இருந்தாலு நீங்க இருக்கறது அரமனையல்லொ?” என்றான்.

ந அதற்குப் பதில் சொல்லவில்லை. ஆனால் டை அடித்துக் கொள்வதற்குச் சம்மதித்தான். அவன் சொன்னது போல் ஒரு மணி நேரம் கழித்து ஆற்றுக்குப் போய்க் குளித்துவிட்டு வந்தான். வ ஆச்சரியப்பட்டுப் போனாள். வெட்கம் பிடுங்க நெடுநேரம் வரை அவனைப் பார்த்துக்கொண்டிருந்தாள். பிறகு, “தாரு மூவா மசுரு வெட்டியுட்டது? அவுனுக்கு இதெல்லாங்கோடப் பண்ணியுடத் தெரியுதாக்கு? நல்லா அடிச்சிருக்கறே. வலசப் பயனாட்டப் பண்ணிப்புட்டேம்போங்கொ” என்றாள். கண்ணாடியில் தன் பிம்பத்தைப் பார்த்தபோது அவனுக்கும்கூட வெட்கம். வ மறுநாள் பயணத்துக்கான ஏற்பாடுகளில் மும்முரமாக இருந்தாள். பெட்டி போடுவதற்காகத் தன்னுடையதும் அவளுடையதும் குழந்தைகளினுடையதுமாக ஒரு மூட்டைத் துணிகளை எடுத்துக்கொண்டு வ உள்ளூர் ஏகாளி வீட்டுக்குப் புறப்பட்டபோதுதான் அவளும் குழந்தைகளும் தன்னோடு புறப்படத் தயாராகிக் கொண்டிருக்கிறார்கள் என்பதை அவனால் ஊகிக்க முடிந்தது.

5

பேருந்திலிருந்து இறங்கும்போதே ஏழு அடுக்குகள் கொண்ட மாவட்ட ஆட்சியர் அலுவலக வளாகத்தின் பிரம்மாண்டமான கட்டடத்தை ஆச்சரியத்துடன் பார்க்கத் தொடங்கியிருந்தாள் வ. பேருந்து நுழைவாயிலுக்கு வெகு அருகிலேயே நின்றது. குழந்தைகளிருவரையும் பத்திரமாக இறக்கிய ந, வவின் அகன்ற கண்களில் தென்பட்ட மருட்சியைப் பார்த்து அவர்களைத் தன் பொறுப்பில் எடுத்துக்கொண்டான். வ எதுவுமே பேசவில்லை. நுழைவாயிலை அண்ணாந்து பார்த்தபடியே நடந்தாள். குரோட்டன்களும் ரோஜாக்களும் கல்வாழைகளும் பன்னீர் மரங்களும் சூழ்ந்த பாதையில் அவர்கள் நடந்தார்கள். கார்களும் வேன்களும் ஆட்டோக்களும் ஸ்கூட்டர்களும் மோட்டார் சைக்கிள்களும் நின்றுகொண்டும் புறப்பட்டுக்கொண்டும் வெளியேறிக்கொண்டும் நுழைந்துகொண்டுமிருந்தன. பலவிதமான தோற்றங்களையுடைய எண்ணற்ற மனிதர்கள் அங்கே நடமாடிக் கொண்டிருந்தார்கள். முட்டை வடிவம்கொண்ட பிரம்மாண்டமான ஆட்சியர் அலுவலகத்தின் கூட்ட அரங்கின் முன்னுள்ள படிக்கட்டுக்களில் வெகு சாதாரணமாகத் தென்பட்ட ஆண்களும் பெண்களுமாக ஐம்பது அறுபது நபர்கள் உட்கார்ந்திருந்தனர். ஆண், பெண் காவலர்களும் கறுப்பு கோட் அணிந்திருந்த வழக்கறிஞர்களும் மரத்தடிகளில் நின்று விவாதித்துக் கொண்டிருந்தார்கள். வ பயந்து போனாள். உடலை ஒடுக்கிக்கொண்டு நடந்தாள். ந பதற்றத்தை வெளியே காட்டிக்கொள்ளாமல் எல்லோரையும் வரவேற்புக் கூடத்தை நோக்கி அழைத்துச் சென்றான். முதலமைச்சரிடமிருந்து வந்திருந்த அந்தத் தகவலட்டையையும் ஆட்சியருக்கு ஏற்கனவே அனுப்பிவைத்திருந்த விண்ணப்பத்தின் இரண்டு நகல்களையும் ந தயாராகக் கையில் வைத்திருந்தான்.

வரவேற்புக் கூடத்தின் வாயிலில் நின்றுகொண்டிருந்த சீருடையணிந்த காவலர்களால் நான்கு பேரும் தடுத்து நிறுத்தப் பட்டார்கள். எல்லோரும் ஆளுக்கொரு வாயகன்ற பித்தளைக் கரண்டியைக் கையில் பிடித்துக்கொண்டிருப்பது எதற்கு என்பது வவுக்குப் புரியவில்லை. அதைப் பற்றி நவிடம் கேட்கலாமாவென நினைத்தாள். அதற்குள் ஒரு பெண் காவலர் அந்தக் கரண்டியைக் கொண்டு அவளுடைய உடலை மேலிருந்து கீழாக வருடினாள். மற்றொரு பெண் காவலர் அவளைத் தொட்டுத் தடவினாள். தோள்பட்டையிலிருந்து வேகமாகக் கீழே இறங்கிய அவளுடைய கைகள் முலைகளை ஒரு அழுத்து அழுத்திவிட்டு இடுப்பின் வழியாக ஊர்ந்து சென்று பிட்டங்களைத் தழுவின. வ நெளிந்தாள். பிறகு அந்தப் பெண் காவலர் அருவருப்புடன் முகத்தைச் சுழித்துக்கொண்டு அவளை விடுவித்தாள். நீள்சதுர வடிவமாகத் தென்பட்ட கதவுச் சட்டத்தின் வழியே புகுந்து அதிலிருந்து ஒலித்துக்கொண்டிருந்த பீப்பீப் ஒலியைக் கேட்டு மிகப் பயந்து போனவளாக ந இருந்த இடத்தை அடைந்தாள். அவளுடைய வெளிறிய முகத்தைப் பார்த்த ந காவலர்களின் கையிலிருந்த கரண்டியைப் பற்றி விளக்கினான்.

“அது மெட்டல் டிடக்டர்”

“அப்படீன்னா?”

“யாராவது கத்தி கித்தி, அருவாக் கிருவா, துப்பாக்கி கிப்பாக்கி வெச்சுருக்கறாங்களான்னு கண்டுபுடிக்ககறதுக்கான மிசுனு” எனத் தணிந்த குரலில் சொன்னான் ந.

வ ஆச்சரியப்பட்டாள்.

“நாம எதுக்கு அதையெல்லா இங்க கொண்டாரப் போறொ? திருட வந்துருக்கறம்னு நெனச்சுக்கிட்டாங்களாக்கு?”

“அவிய இங்க வாற அல்லாருத்தையு இப்பிடித்தேஞ் சோதன பண்ணுவாங்கொ” என்றான் ந. பிறகு வ அதைப் பற்றி எதுவும் கேட்கவில்லை.

அந்த இடம் வவுக்கு மருத்துவமனை போல் தெரிந்தது. ஆகவே அவள் நவிடம் அது கலெக்டர் ஆபீஸ்தானே எனக் கேட்டாள். ந அதற்கு எந்தப் பதிலும் சொல்லவில்லை. அவளையும் குழந்தைகளையும் பிரம்மாண்டமான அந்தக் கூடத்தில் ‘ட’ வடிவில் வரிசையாகப் போடப்பட்டிருந்த நாற்காலிகளில் உட்காரச் சொல்லிவிட்டு ந வரவேற்பாளர்களின் நீள்வட்ட வடிவ மேசைக்குப் போனான். ந ஏற்கனவே அங்கு வந்திருந்த இரு தருணங்களிலும் தென்பட்ட சிவப்பு நிறமுடைய அழகான இளம்பெண்ணை அப்போது அங்கு காணமுடியவில்லை. அவள்

உட்கார்ந்திருந்த இடத்தில் நடுத்தர வயதைக் கடந்த மீசையே இல்லாத ஒருவன் இருந்தான். அங்கு அவனைத் தவிர வேறு இரண்டு இளைஞர்களும் தென்பட்டனர். இளைஞர்களில் ஒருவன் யாருடனோ தொலைபேசியில் பேசிக்கொண்டிருந்தான். மற்றொருவன் குனிந்து மேசையின் மீது விரித்து வைக்கப்பட்டிருந்த நோட்டுப் புத்தகமொன்றில் எதையோ எழுதிக்கொண்டிருந்தான். ந நடுத்தர வயதைக் கடந்த அந்த மனிதனை நெருங்கி, "எக்ஸ்க்யூஸ் மீ சார்" என்றான். அந்த மனிதனுக்கு அது காதில் விழுந்ததாகவே தெரியாததால் ந தொடர்ந்து இரண்டுமுறை, "எக்ஸ்க்யூஸ் மீ சார், எக்ஸ்க்யூஸ் மீ சார்" எனச் சொல்லிக்கொண்டிருந்தான். அதற்குப் பிறகுதான் அந்த மனிதன் நிமிர்ந்து அவனது முகத்தைப் பார்த்தான்.

"சொல்லுங்க மிஸ்டர், நான் எதுக்கு உங்கள மன்னிக்கணும்? நீங்க என்ன தப்புச் செஞ்சீங்க?" எனப் புன்னகைத்தவாறே கேட்டான். ந அதற்கு என்ன பதில் சொல்வது எனத் தெரியாதவனாகத் தான் மாவட்ட ஆட்சியரைச் சந்திக்க வேண்டியிருப்பதாகச் சொன்னான். அந்த மனிதன் அதற்கும் புன்னகைத்தான். தொலைபேசியில் பேசிக்கொண்டிருந்த இளைஞன் ஓரக் கண்களால் அவனை ஒரு பார்வை பார்த்தான். நடுத்தர வயதைக் கடந்த அந்த மனிதன் நவிடம் தான் அவனது பெயரைத் தெரிந்துகொள்ளலாமா எனக் கேட்டான். ந எந்தத் தயக்கமும் இல்லாமல் தன்னுடைய பெயர் ந என்றான்.

"மிஸ்டர் ந, நீங்க என்ன விஷயத்துக்காகக் கலெக்டரப் பாக்க விரும்பறீங்கன்னு தெரிஞ்சுக்கலாமா?"

இந்த முறை ந கொஞ்சம் தயங்கினான்.

"சியெம் பாக்கச் சொல்லியிருக்காங்க"

"சியெம்னா? யு மீன் சீப் மினிஸ்டர்?"

"எஸ்" என ந முதலமைச்சரின் தனிப் பிரிவிலிருந்து தனக்கு வந்திருந்த தகவலட்டையையும் விண்ணப்ப நகலையும் அவருக்குக் காட்டினான். அந்த மனிதன் புன்னகை மாறாமல் அவற்றைப் பரிசீலித்தான். பிறகு, "மிஸ்டர் ந" என்றான்.

மிஸ்டர் ந அவன் சொல்லப்போவதைக் கேட்கத் தயாரானான்.

"மிஸ்டர் ந, ந தானே உங்க பேரு? ஆமாம் ந, நீங்க இதுக்கு கலெக்டர நேர்ல பாக்க வேண்டியதில்ல. பிப்த் ப்ளோர்ல, அதாவது அஞ்சாவது மாடீல ரூரல் வெல்பேர் டிபார்ட்மென்ட்டுக்குப் போங்க. அங்க சி செக்‌ஷன்ல ஞான்னு

ஒருத்தர் இருப்பாரு அவருகிட்டக் குடுங்க" என மிருதுவான குரலில் சொல்லிக்கொண்டே அவனுடைய விண்ணப்பத்தையும் முதலமைச்சரின் தனிப் பிரிவிலிருந்து வந்திருந்த அட்டையையும் திருப்பிக்கொடுத்தான். ஆனால் முதலமைச்சர் சொல்லியிருந்தபடி தான் ஆட்சியரை நேரில் சந்திக்க வேண்டியதில்லையா எனக் கேட்க விரும்பினான் ந. ஆனால் அந்த மனிதன் கேள்விகளுக்கு இடந்தராதவனாக முகத்தை இறுக்கிக்கொண்டான். தன்னெதிரே நின்றுகொண்டிருந்த மற்றொரு பார்வையாளரை நோக்கி, "மிஸ்டர் சூ, சூ தானே உங்க பேரு?" எனக் கேட்கத் தொடங்கியிருந்தான். ஆகவே ந அவன் சொன்னது போல ஐந்தாவது மாடியில் உள்ள ஊரக வளர்ச்சித்துறை அலுவலகத்திற்குப் போய் சி பிரிவிலுள்ள ஞா என்பவரைச் சந்திக்க முடிவு செய்தான். மாடிப் படிக்கட்டு எங்கே இருக்கிறதெனப் பார்ப்பதற்காகக் கண்களைச் சுழல விட்டபோது வரவேற்புக் கூடத்தின் ஒரு கோடியில் இரண்டு லிப்ட்கள் இயங்கிக் கொண்டிருந்ததைப் பார்த்து அதிலேயே போனாலென்ன என யோசித்தான். இதற்கு முன்னால் வந்திருந்த இரு தடவைகளில் ஒன்றில்கூட ந லிப்டைப் பயன்படுத்தியதில்லை. அதற்கான யோசனையே அவனுக்கு அப்போது எழுந்திருக்கவில்லை. அந்த அலுவலகத்தில் பணிபுரிபவர்களுக்காகவே அவை அங்கே இயக்கப்பட்டுக்கொண்டிருக்க வேண்டும் என நினைத்திருந்ததால்தான் ந அவற்றைப் பயன்படுத்தாமல் விட்டிருந்தான். இப்போது மனைவியும் குழந்தைகளும் பார்த்துக் கொண்டிருக்கும்போது படிக்கட்டுக்களைப் பயன்படுத்துவது தன்னைப் பற்றிய தாழ்வான எண்ணத்தை அவர்களுக்கு உருவாக்கிவிடுமோ என நினைத்தான். ஆனால் முந்தைய சந்தர்ப்பங்களைப் போல் அல்லாமல் இப்போது ஆட்சித் தலைவரை நேரடியாகச் சந்திப்பதற்கான உரிமை அவனுக்கு இருக்கிறது. முதல்வரே அதற்கு உத்தரவிட்டிருக்கிறார். ந முதல்வரின் கையொப்பமிடப்பட்ட அந்தத் தகவலட்டையைக் கையில் எடுத்துக்கொண்டான். லிப்டை நெருங்கியபோது குழந்தைகள் இருவரும் ஓடிவந்து அவனது கால்களைக் கட்டிக்கொண்டனர், "எங்களையும் கூட்டிக்கிட்டுப் போ அப்பா" என லிப்டை நோக்கி இருவரும் ஒருசேரக் கை நீட்டினார்கள். அது அனுமதிக்கப்படக் கூடியதல்ல என நவுக்குத் தோன்றியது. மிகத் தயக்கத்துடன் ஐந்து வயதுடைய பெண் குழந்தையை மட்டும் அழைத்துக்கொண்டு லிப்டிற்குள் நுழைந்தான்.

"எந்த ப்ளோர்?" என லிப்டில் இருந்தவர்களைப் பார்த்துப் பொதுவாகக் கேட்டான் ஆபரேட்டர்.

"செகண்ட்"

"தேர்ட ஒரு அழுத்து அழுத்துப்பா"

"அப்படியே போர்த்"

ஆபரேட்டர் வரிசையாக எல்லா பட்டன்களையும் அழுத்திவிட்டு "பிப்த் யாராவது இருக்கீங்களா?" எனக் கேட்டான். ந அதற்குப் பதிலளிக்கும் முன்பே லிப்ட் புறப்பட்டது.

லிப்ட் மூன்றாவது மாடியைக் கடந்துகொண்டிருந்த போது தான், "அஞ்சாவது மாடி வந்தா சொல்லுங்க, நாங்க அங்கதான் எறங்கனும்" என்று ஆபரேட்டரிடம் தணிந்த குரலில் சொன்னான் ந.

"ரூரல் டெவலப்மென்டுக்கா?"

"ஆமா, ரூரல் டெவலப்மென்ட்"

"தொகுப்பு வீடா?"

"ஆமா"

"அலாட் ஆயிருச்சா?"

ந கொஞ்சம் தயங்கினான்.

"அதுக்குத்தான் சியெம் கலெக்டர பாக்கச் சொல்லீருக்காங்க"

"சியெம்மா?"

"ஆமா சியெம்"

பிறகு ஆபரேட்டர் எதுவும் பேசவில்லை. ஐந்தாவது மாடியை அடைந்ததும் ந அவசர அவசரமாக இறங்கிக்கொண்டான். ஊரக வளர்ச்சித்துறை அலுவலகத்தில் கூட்டம் அதிகமாக இருக்க வேண்டும் என ந கற்பனை செய்துகொண்டிருந்ததற்கு மாறாக அது வெறிச்சோடிக் கிடந்தது. அங்கு யாருமே தென்படவில்லை. ந தயங்கி நின்றான். மிகப் பயந்துபோனவளாகத் தென்பட்ட மகளின் சிறிய வலக்கையைக் கெட்டியாகப் பிடித்துக்கொண்டு அங்கிருந்த எழுத்தர்களுக்கும் கண்காணிப்பாளர்களுக்கும் மற்ற அலுவலர்களுக்கும் என்ன ஆகியிருக்கக்கூடும் என ஊகிக்க முயன்றான். எல்லா அரசு அலுவலகங்களிலும் காணப்படுவதைப் போலவே அங்கு ஏராளமான நாற்காலிகளும் மேசைகளும் அலமாரிகளும் தென்பட்டன. அவற்றுக்கு மேலே கூரையிலிருந்து தொங்கிக்கொண்டிருந்த நாற்பது ஐம்பது மின்விசிறிகளில் ஒன்று பாக்கியில்லாமல் எல்லாமே அசுர வேகத்தில் சுழன்று கொண்டிருந்தன. அங்கிருந்தவர்கள் எல்லோரும் தேநீர் அருந்துவதற்காகவோ சிறுநீர் கழிப்பதற்காகவோ போயிருக்க வேண்டுமென நினைத்த ந காத்திருக்க முடிவு செய்தான்.

நீண்டதொரு மேசைக்கு எதிரில் கிடந்த நாற்காலிகளில் ஒன்றில் அடக்க ஒடுக்கமாக உட்கார்ந்து குழந்தையை மடியில் வைத்துக்கொண்டான். குழந்தை அவனிடமிருந்து திமிறி அருகில் காலியாக இருந்த மற்றொரு நாற்காலியில் உட்கார்ந்துகொண்டது. காலியாகக் கிடந்த அந்த அலுவலகத்தை ஆச்சரியமாகப் பார்த்தது. அவ்வளவு மேசைகளில் சி பிரிவுக்குரிய பகுதி எதுவாக இருக்கும் என்பதையும் ஞா என்பவருக்குரிய இருக்கை எதுவாக இருக்குமெனவும் ந ஊகிக்க முயன்றான். மேசைகளின் மீது ஏராளமான கோப்புகள் இறைந்து கிடந்தன. மின்விசிறிகளிலிருந்து வேகமாகச் சுழன்றுவந்துகொண்டிருந்த காற்று கோப்புகளை அடித்துக்கொண்டு போய்விடுமோ எனக் கவலைப்படத் தொடங்கினான் ந. அப்படிக் கவலைப்பட்டுக்கொண்டிருந்தபோதே அவன் உட்கார்ந்திருந்த இடத்திலிருந்து சுமார் இரண்டுமூன்று அடிகள் தள்ளியிருந்த மேசையொன்றின் மீதிருந்த கோப்புகள் யாரோலோ தள்ளிவிடப்பட்டவற்றைப் போலத் தடதடவென்ற ஓசையுடன் சரிந்து தரையில் விழுந்தைப் பார்த்தான். பதற்றமடைந்த ந எந்த யோசனையுமில்லாமல் அவற்றை நோக்கி ஓடினான். அதே சமயத்தில் சொல்லி வைத்தாற்போல் வேறு சில மேசைகளிலுமிருந்தும் கோப்புகள் ஓசையுடன் சரியத் தொடங்கின. ந ஒவ்வொன்றையும் நோக்கி ஓட விரும்பினான். காற்றின் போக்கில் அடித்துச் செல்லப்படுவதிலிருந்து அவற்றைக் காப்பாற்ற வேண்டியது ஓர் அரசு ஊழியனான தனது கடமை என நினைத்தான். அங்குமிங்கும் ஓடிச் சிதறியோடிக் கொண்டிருந்த தாள்களைச் சேகரிக்க முயன்றான். தாள்கள் அவனது கைகளுக்குச் சிக்காமல் நழுவிச் சென்றுகொண்டிருந்தன. ந மூர்க்கமாக அவற்றைத் துரத்தத் தொடங்கினான். சேகரித்தவற்றை ஒரு கையில் அணைத்துப் பிடித்துக்கொண்டு மற்றொரு கையால் மீதியிருந்த தாள்களைச் சேகரிக்க முற்பட்டான்.

அப்போதுதான் தன் பெயர் பொறிக்கப்பட்ட தாளொன்று காற்றில் வேகமாக அடித்துச் செல்லப்பட்டுக்கொண்டிருந்ததைப் பார்த்தான். எடுத்த எடுப்பிலேயே அது அவன் இலவசத் தொகுப்பு வீடு கோரி முதலமைச்சருக்கு அனுப்பிய விண்ணப்பம் என்பது தெரிந்தது. ந பதற்றமடைந்தான். மற்ற தாள்களை நழுவவிட்டுவிட்டு அதைப் பிடிக்க முற்பட்டான். சில அடிகள் பறந்து நாற்காலியொன்றின் கால்களுக்கிடையே சிக்கிக்கொண்ட அந்த விண்ணப்பத்தைச் சிரமப்படாமல் கைப்பற்றிக்கொள்ள முடிந்தபோது ந அதை ஒரு நல்ல நிமித்தமாகக் கருதினான். விண்ணப்பத்தின் முதல் பக்கத்திலிருந்த தாளின் தலைப்புப் பகுதியில் எண்ணற்ற முத்திரைகள் குத்தப்பட்டிருந்தன. வெவ்வேறு நிறங்களையுடைய மைகளால் குறிப்புகள் எழுதப்பட்டிருந்தன.

ந என்பவரின் விண்ணப்பம் உரிய நடவடிக்கைக்காக உரிய அலுவலருக்கு உரிய விதத்தில் பரிந்துரைத்து அனுப்பலாகிறது. இப்படி நான்கைந்து குறிப்புகள். உரிய நடவடிக்கை என்றால் என்ன எனவும் உரிய அலுவலர் என்றால் யார் எனவும் உரிய விதம் என்பது எதைக் குறிப்பது எனவும் ந ஊகிக்க முயன்றான். அதே சமயத்தில் தன்னுடன் வந்திருந்த அவனுடைய இரண்டாவது குழந்தை காற்றின் திசையில் பறந்துகொண்டிருந்த கோப்புகளின் சிதறிய தாள்களைப் பார்த்து உற்சாகமடைந்து அவற்றைத் துரத்திக்கொண்டிருந்ததை ந கவனித்தான். குழந்தையைத் தடுத்து அதைத் தன் கட்டுப்பாட்டுக்குள் கொண்டுவர முயன்றான், “பாப்பா, நில்லு. என்ன பண்ற? இங்க வா, வந்து இப்பிடிப் பேசாம உக்காரு” என உரத்த குரலில் அழைத்துக்கொண்டே அதை நோக்கி விரைந்தான். குழந்தை பயப்படவில்லை, தந்தை தன்னைத் துரத்த முற்பட்டதைக் கண்டு அதை ஒரு விளையாட்டாக மாற்ற முற்பட்டது. சிதறிக் கிடந்த கோப்புகளுக்கிடையே புகுந்து அவற்றை மிதித்துக்கொண்டு ஓடத் தொடங்கியது, “பாப்பா, நில்லு நில்லு” எனக் கத்திக்கொண்டே அதைப் பின்தொடர்ந்து ஓடினான். குழந்தை அந்தக் கூடம் முழுவதையும் ஒரு விளையாட்டுத் திடலாக மாற்ற முயன்று கொண்டிருந்தது. தென்பட்ட மேசைகளுக்குக் கீழேயும் அலமாரிகளுக்குப் பின்பாகவும் ஒளிந்துகொண்டு அவனுக்குக் கண்ணாமூச்சி காட்டிக்கொண்டிருந்தது. ந மிகக் கோபம் கொண்டவனாக அதை விரட்டினான். குழந்தை சளைக்காமல் அந்த அலுவலகக் கூடத்தின் வலதுகோடியில் வெறுமனே சாத்தப்பட்டிருந்த அறையின் கதவைத் தள்ளிக்கொண்டு உள்ளே நுழைந்தது. “பாப்பா நில்லு, அடிச்சுப்புடுவெ” எனக் கத்திக்கொண்டே ந அந்தக் கதவைத் தள்ளினான். தென்பட்ட காட்சி அவனைத் திகைக்கவைத்தது. அது ஒரு விசாலமான, துப்புரவான, அமைதியான, குளிரூட்டப்பட்ட, ஒழுங்கு குலையாத அறை. தர்பார் மண்டபத்தைப் போலத் தோற்றமளித்த அந்த அறையில் சிம்மாசனம் போன்ற நாற்காலியொன்றும் நீண்ட மேசையும் ஏராளமான நாற்காலிகளும் தென்பட்டன. மிக மிக மதிப்புக்குரியவராகத் தோற்றமளித்த நடுத்தர வயதுடைய மனிதர் ஒருவர் சிம்மாசனம் போல் தென்பட்ட அந்த நாற்காலியில் உட்கார்ந்திருந்தார். அவனைப் பார்த்ததும் புன்னகைத்தார்.

“மிஸ்டர் ந நான்தான் ஆட்சித் தலைவர். நீங்கள் என்னைப் பார்க்கத்தானே வந்திருக்கிறீர்கள்?” எனக் கேட்டுக்கொண்டே அவனுடன் கைகுலுக்குவதற்காக எழுந்து நின்றார்.

6

பாதாம் மரத்தின் கிளைகளில் உட்கார்ந்திருந்த காகங்களிலொன்று தன் மண்டையில் எச்சமிட்டதை ஏழாவது முறையாக அந்த மரத்திற்குக் கீழே நின்றுகொண்டிருந்த நவால் உணர முடியவில்லை. தோட்டக்காரன் அதைப் பார்த்தான். உள்ளுக்குள் சிரித்துக்கொண்டான். கடந்த நாற்பது நாள்களில் திரும்பத் திரும்ப அதே பாதாம் மரத்தினடியில் தனது எஜமானனுக்காகக் காத்திருக்கும் ந மீது அந்தத் தோட்டக்காரனுக்குக் கொஞ்சம் கருணை ஏற்பட்டிருந்தது. ஒவ்வொரு முறையும் நம்பிக்கையோடு வருகிறான், அவனைப் பார்த்துப் புன்னகைக்கிறான், அவனிடமிருந்து இரண்டு சப்போட்டா பழங்களையோ கொய்யாப் பழங்களையோ பெற்றுக்கொள்கிறான், சிறுநீர் கழிக்கப் போவது போல் வேலியோரம் போய் நின்றுகொண்டு ஒரு கையால் குறியைப் பற்றிக் கொண்டு மறுகையால் அந்தப் பழங்களைச் சாப்பிட்டுவிட்டுத் திரும்பிவருகிறான். தன்னுடைய ரெக்சின் பையிலிருக்கும் உறையை வெகு எச்சரிக்கையாக வெளியே உருவி அதைவிட எச்சரிக்கையாக விண்ணப்பத்தை எடுக்கிறான். தட்டச்சு செய்யப்பட்ட அந்தத் தாள்களில் உள்ள வாக்கியங்களை மீண்டும் மீண்டும் படித்துப் பார்க்கிறான். ஒவ்வொரு முறையும் புன்னகைத்துக் கொள்கிறான். பெருமூச்சு விடுகிறான். பிறகு உறையிலிட்டு மூடி மறுபடியும் அந்த ரெக்சின் பைக்குள் வைத்துக்கொண்டு தலைவரின் வருகையை எதிர்பார்த்துக் காத்திருக்கிறான். கதவு திறக்கப்படும்போதும் தலைவரின் உருவம் வெளியே தென்படும்போதும் அவன் பதற்றமடைகிறான். ஓடோடியும் சென்று அவரது பார்வையில் படுமாறு நின்றுகொண்டு கைகளைக் குவித்துப்

பணிவான முறையில் அவருக்குத் தன் வணக்கத்தைத் தெரிவித்துக்கொள்கிறான். பெ என்னும் பெயரையுடைய அந்த ஊராட்சித் தலைவரால் இப்போது அவனை முதல் பார்வையிலேயே அடையாளம் கண்டுகொள்ள முடிகிறது. அவனைப் பார்த்தவுடன் அவரும் புன்னகைக்கிறார். தானும் பதிலுக்குக் கைகூப்பி வணங்குகிறார், "என்ன ந சௌக்கியமா?" எனக் கேட்கிறார், "மறுக்கா கலெக்டரப் போயிப் பாத்தையா? கலெக்டர் நல்லாருக்காரா?" எனக் கேட்கிறார். அது கிண்டல் என்பதைப் புரிந்துகொண்டிருந்ததால் ந கூச்சத்துடன் அவரைப் பார்க்கிறான், "கலெக்டருகிட்டப் போனாலு, முதல் மந்திரிகிட்டப் போனாலு கடசில இங்க வந்துதே நிக்க வேண்டீதாப் போச்சு பாத்தையா ந?" எனக் கேட்டுவிட்டுச் சிரிக்கிறார். அவர் சிரிப்பதைப் பார்க்கும்போது ந நம்பிக்கை கொள்கிறான். தயாராக வைத்திருக்கும் விண்ணப்பத்தை எப்போதும்போல் மிகப் பணிவோடு அவரிடம் நீட்டுகிறான். எப்போதும்போல் அவர் அதை வாங்க மறுத்துவிடுகிறார், "நீயே வெச்சுரு" என்கிறார். "எங்குளுக்கு இன்னொ ஆடர் வரக்காணமே, வருட்டு அப்பறமா வாங்கிக்கறெ, எதுக்குமு நீ இன்னொ ஒரு எட்டு நாக் கிருமிச்சு வந்து பாரு" என அவனுக்கு விடை கொடுக்கிறார். அதற்குப் பிறகும் கொஞ்ச நேரம் அங்கே நின்றுகொண்டிருப்பதை வழக்கமாக்கிக் கொண்டிருந்த ந தொடர்ந்து அங்கேயே நின்றுகொண்டிருக்கிறான். தனது எஜமானர் விடைகொடுத்தனுப்பிய பிறகும் அவன் எதற்காக இன்னும் அங்கே நின்றுகொண்டிருக்கிறான் என்பதைப் புரிந்துகொள்ள முடியாவிட்டாலும் தோட்டக்காரன் அவனிடம் பரிவுடன் நடந்துகொள்ள முயல்கிறான். கடந்த ஆறு முறையும் அவன் ந விடம் குழந்தைகளுக்குக் கொடுக்கச் சொல்லி கொஞ்சம் சப்போட்டா பழங்களையும் கொய்யாப் பழங்களையும் மாதுளைகளையும் கொடுத்தனுப்புவதை வழக்கமாக்கிக் கொண்டிருந்தான். அப்படிக் காத்திருக்கும்போது பெ என்னும் பெயரையுடைய அந்த ஊராட்சித் தலைவருடைய வயதான தாயுடனும் நடுத்தர வயதையுடைய மனைவியுடனும் கல்லூரி மாணவியான அவருடைய மகளுடனும் நட்புப் பாராட்டுமளவுக்கு அவனுக்கு அவகாசம் கிடைத்திருந்தது. அவர்களில் யாராவதொருவர் நவிடம் சற்றுச் சிரமம் பார்க்காமல் பலசரக்குக் கடைக்கோ ஸ்டேஷனரி ஷாப்புக்கோ போய் அப்போது தங்களுக்கு அவசரமாகத் தேவைப்படும் ஏதாவதொரு பொருளை வாங்கிவந்து தந்துவிட்டுப் போகும்படி அவனிடம் கோருகிறார்கள். நவும் சிரமம் பார்க்காமல் அவர்கள் சொன்னதைச் செய்கிறான். அதற்காக அவர்கள் அவனுக்கு நன்றி சொல்ல முயலும்போது ந தான் எதற்காகத் தலைவரைப் பார்ப்பதற்காக

அடிக்கடி வந்துசெல்ல வேண்டியிருக்கிறது என்பதை அவர்களிடம் சொல்ல முற்படுகிறான். மற்றவர்களைவிட அந்த ஊராட்சித் தலைவரின் வயதான தாய் அவன் சொல்வதைக் காதுகொடுத்துக் கேட்கிறாள். அவனுடைய பிரச்சினை என்ன என்பதைத் தனக்குப் புரியும் விதத்தில் சொல்லுமாறு அவனை வற்புறுத்துகிறாள். ந தனக்கு வ என்னும் பெயரில் ஒரு மனைவியும் இரண்டு குழந்தைகளும் இருப்பதாகவும் தான் ஓ என்னும் பெயரையுடைய சிறிய, மிகச் சிறிய கிராமத்தில் இருக்கும் பாழடைந்துபோன அரண்மனையொன்றின் சிதைந்துபோன காவல்கூண்டுகளில் வெகுகாலமாக வசித்துவருவதாகவும் சொல்கிறான். பாழடைந்த அந்த அரண்மனை புதர்களால் சூழப்பட்டிருப்பதையும் அவ்வப்போது கொடிய விஷமுள்ள பாம்புகள் தான் வசிக்கும் அந்தக் காவல்கூண்டுக்குள் நுழைந்துவிடுவதைப் பற்றியும் ஒரு நள்ளிரவில் கொடிய நாகமொன்று தன் வீட்டுக்குள் வந்ததைப் பற்றியும் அவளுக்குச் சொல்கிறான். ஒரு கதைபோல் அவள் அதைக் கேட்டுக்கொண்டிருக்கிறாள். பிறகு அவனுக்காக அனுதாபப்படுகிறாள். அவனுடைய பரிதாபமான நிலையைத் தான் நன்றாகப் புரிந்து கொண்டுவிட்டதாகச் சொல்கிறாள். கடைசியாக, தன் மனைவியுடனும் குழந்தைகளுடனும் நிம்மதியாகத் தூங்கியெழுவதற்குப் பாதுகாப்பான ஒரு வீடுகூட இல்லாத அந்த மனிதனுக்கு ஊராட்சித் தலைவரான தன் மகனால் என்ன செய்ய முடியும் எனக் கேட்கிறாள் பெயின் அந்த வயதான தாய். அது அவருடைய கையில்தான் இருக்கிறது என்கிறான் ந. அதாவது பெ ஒரு கையெழுத்துப்போட வேண்டும்.

“ஒரு கையெழுத்துப் போட்டா போதுமாக்கு?”

“ஆமாங்காத்தா ஒரு கையெழுத்து”

வயதான அந்தத் தாய்க்கு ஆச்சரியமாக இருக்கிறது.

“அவனொரு கையெழுத்துப் போட்டுக் குடுத்தான்னா கெவர்மென்டு உனக்கு ஒரு ஊடு கட்டிக் குடுத்துருமாக்கு?”

“ஆமாங்காத்தா தலைவருகிட்ட நீங்க ஒரு பேச்சுச் சொல்லுங்கொ, புண்ணியமாப் போவு”

“செரி போ, ஒரு ரண்டு நா இல்ல நாலு நா கிருமிச்சு வா, எத்தன கையெழுத்து வேணுமோ அத்தன கையெழுத்துப் போடச்சொல்றெ” என அவனை வழியனுப்பி வைக்கிறாள் அந்தத் தாய்.

பிறகு ஒரு சாப்பாட்டு வேளையில், “அந்தப் பயெ என்னமோ ஊடு வேணு, ஊடு வேணும்னு நடையா நடந்துக்கிட்டிருக்கறானே, என்னமோ நீயொரு கையெழுத்தப் போட்டுக் குடுத்தீனா

போதுமுங்கறே, அப்பிடியாக்கு?" என அவள் தன் மகனிடம் கேட்டதையும் மகன் அதற்கு ஏதோ சொன்னதையும் அவள் பதிலுக்கு, "அதெப்பிடியோ போவுட்டு, நீ அந்தப் பயனுக்கு என்ன செய்யோணுமோ அதச் செஞ்சு குடுத்துரு, பாவொ நடையா நடக்கறே" எனத் தன் மகனின் கழிவிரக்கத்தைத் தூண்ட முயன்றதையும் தோட்டக்காரன் கேட்டுக்கொண்டிருந்தான். அப்போது தன்னுடைய எஜமானர் நல்ல மனநிலையில் இருந்ததையும் இரண்டு நாள்களில் அந்தக் கையெழுத்தைப் போட்டுக்கொடுத்துவிடுவதாகத் தன் தாய்க்கு அவர் வாக்குக் கொடுத்ததையும் கேட்டுக்கொண்டிருந்த தோட்டக்காரன் தன் எஜமானர் அன்றைய தினம் எப்படியும் நவிடமிருந்து விண்ணப்பத்தை வாங்கிக் கொள்வார் எனவும் அவனுக்குத் தேவைப்படும் கையெழுத்தைப் போட்டுக் கொடுத்துவிடுவார் எனவும் உறுதியாக நம்பினான். அதனால்தான் காலையில் வழக்கம்போல் பாதாம் மரத்தினடியில் தன் ரெக்சின் பையோடு வந்து நின்றபோது அந்தத் தோட்டக்காரனால் நவைப் பார்த்து இதமான முறையில் புன்னகைக்க முடிந்திருந்தது. வழக்கம்போல் அவனுக்கு இரண்டு சப்போட்டா பழங்களைத் தரமுடிந்தது. வௌவாலோ குருவியோ கடித்துத் துப்பியவையன்று, தன் எஜமானரின் குடும்பத்தினருக்காகப் பறித்துவைத்திருந்த பழக்கூடையிலிருந்து அவனுக்காக எடுத்து வைத்திருந்த புத்தம்புதிய சதைப்பற்று மிக்க இரண்டு பழங்கள். பழத்தைப் பெற்றுக்கொண்ட ந சிறுநீர் கழிக்கும் பாவனையுடன் வேலியோரத்திற்குப் போய் அவற்றைச் சாப்பிட்டுவிட்டுத் திரும்பி வந்து உதடுகளைத் துடைத்துக்கொண்டு அந்தப் பாதாம் மரத்துக்குக் கீழே நின்றபோதுதான் காகத்தின் எச்சம் அவனது மண்டையில் தெறித்திருக்க வேண்டும். ந அதைக் கவனிக்கவில்லை. எச்சம் நடுமண்டையில் விழுந்து சிறுகோடாக அவனது வலது கன்னத்தின் வழியாக இறங்கிக்கொண்டிருந்தது.

ந தன் எஜமானரின் முன்னால் காகத்தின் எச்சம் தெறித்த மண்டையுடன் நிற்பதையும் எஜமானர் விழுந்து விழுந்து சிரிப்பதையும் கற்பனை செய்ய முயன்றான் தோட்டக்காரன். பொங்கிவந்த சிரிப்பை அவனால் கட்டுப்படுத்திக்கொள்ள முடியவில்லை. உடனடியாக அவ்விடத்தை விட்டு அகன்று மறைவிடமொன்றில் பதுங்கிக்கொண்டவன் கொஞ்ச நேரம் ஆசைதீரச் சிரித்தான். பிறகு அதைப் பற்றிச் சொல்லி மண்டையில் பழுப்பு நிறத்தில் சீழ் போலப் படிந்திருக்கும் காகத்தின் எச்சத்தைத் துடைத்துக்கொள்ளும்படி அறிவுறுத்துவதற்காக நவைத் தேடிக்கொண்டு மீண்டும் அந்தப் பாதாம் மரத்தடிக்குப் போனான். அப்போது ந ஊராட்சித் தலைவரின் முன்னால் கைகட்டி

நின்று முறையிட்டுக்கொண்டிருந்தான். அப்போது அவனுடைய மண்டையில் காகத்தின் எச்சத்தைக் காணமுடியவில்லை. தோட்டக்காரன் குழம்பிப்போனான். உண்மையிலேயே அந்த மனிதனின் மண்டையில் தான் காகத்தின் எச்சத்தைப் பார்த்தோமா அல்லது அப்படிக் கற்பனை செய்துகொண்டோமா என யோசிக்க முயன்றான். அதற்குள் ஊராட்சித் தலைவர் தோட்டக்காரனை அழைத்தார். மிகப் பதற்றம் கொண்டவனாக அவன் தன் எஜமானனின் அருகில் போன அதே தருணத்தில் பணிந்து வணங்கி விடைபெற்றுக்கொண்டு அந்த இடத்தைவிட்டு அகன்றிருந்தான் ந. அவர் தன் வயதான தாயின் கட்டளையை ஏற்று அவனிடமிருந்து விண்ணப்பத்தைப் பெற்றுக்கொண்டிருப்பாரா என்பதையும் அவனுக்குத் தேவைப்பட்ட கையெழுத்தைப் போட்டுக்கொடுத்திருப்பாரா என்பதையும் பற்றி யோசித்தபடியே தோட்டக்காரன் தன் வேலையைப் பார்க்க முற்பட்டான்.

7

பெ என்னும் பெயருடைய அந்த ஊராட்சித் தலைவர் நவிடம் சில கேள்விகள் கேட்டார்.

"இப்ப எங்க குடியிருக்கிற ந? ந தான உம்பட பேரு?" எனப் பாதாம் மரத்தடியில் காகத்தின் எச்சம் தெறித்த மண்டையுடன் நின்று கொண்டிருந்தவனை அழைத்துத் தன் முதல் கேள்வியைக் கேட்டார் பெ. ந அப்போதுதான் தன் மண்டையில் காகம் எச்சமிட்டிருந்ததை உணர்ந்து அதைத் துடைத்துக்கொள்ள முற்பட்டிருந்தான். கைக்குட்டையோ துண்டோ எதுவுமில்லாததால் வெறும் கைகளைக் கொண்டே துடைத்துக்கொண்டான். அது அவனது உள்ளங்கைகளில் கொழகொழவெனப் படிந்துவிட்டிருந்ததால் பாதாம் மரத்தின் மொடமொடப்பான இலைகளில் சிலவற்றைப் பறித்து அவற்றைக்கொண்டு தனது உள்ளங்கைகளைச் சுத்தப்படுத்திக்கொண்டு அவரது கேள்விகளுக்குப் பதிலளிக்கத் தயாரானான்.

அவர் தன் பெயரை நினைவில் வைத்திருப்பது குறித்து ந மகிழ்ச்சியடைந்தான். தன் பெயர் ந என்பதை ஒப்புக்கொண்டவன் தான் ஓ என்னும் சிறிய, மிகச் சிறிய கிராமத்தில் இருக்கும் பாழடைந்த அரண்மனையொன்றின் சிதிலமடைந்த காவல்கூண்டுகளில் ஒன்றில் வசித்துவருவதாகச் சொன்னான். அதைக் கேட்ட பெ அவன் அங்கே எவ்வளவு காலமாக வசித்துவருகிறான் எனக் கேட்டார். ந அதைப் பற்றித் தனக்கு நிச்சயமாகத் தெரியாது என்றான். ஆனால் தான் அங்கு தான் பிறந்ததாகவும் தன்னுடைய தகப்பனும் பாட்டனும் முப்பாட்டனும் அங்கு வசித்துவந்தது தனக்குத் தெரியுமென்றும் சொன்னான். பிறகு

பாழடைந்துபோன அந்த அரண்மனை – அரண்மனைதானா அது?– யாருக்குச் சொந்தமானது என அவனுக்குத் தெரியுமா எனக் கேட்டார் பெ. ந அதுபற்றித் தனக்கு எதுவும் தெரியாது என்றான். பிறகு ந பாழடைந்த அந்த அரண்மனை எப்படிப்பட்டது என அவருக்கு விளக்க முயன்றான். அங்கே சிதிலமடைந்த தர்பார் மண்டபம் ஒன்று இருக்கிறது. கரையான்புற்றுகளால் சூழப்பட்ட உறக்கமஞ்சக் கூடங்களும் சேடிகளும் கூத்திப்பெண்களும் வசித்துவந்த நந்தவனங்களும் இருக்கின்றன. மொத்தமுள்ள பதினெட்டுத் தூண்களில் பெரும்பாலானவை சரிந்துவிட்டன. அங்கே சிதிலமடைந்து போன குதிரை லாயமொன்று இருக்கிறது. அவற்றிலிருந்து இப்போதும் சில நள்ளிரவுகளில் குதிரைகளின் கனைப்பைக் கேட்க முடிகிறது என்றான் ந. அதைக் கேட்டுக் கொண்டிருந்த பெ ஆச்சரியத்திற்குள்ளானவரைப் போல் தென்பட்டார். உண்மையாகவே குதிரைகளின் கனைப்பை அவனால் கேட்க முடிந்திருக்கிறதா எனக் கேட்டார். அவரிட மிருந்து அதுபோன்ற கேள்வியை எதிர்பார்த்திருக்காத ந அது உண்மைதான் எனவும் நள்ளிரவு நேரங்களில் நான்கு அல்லது ஐந்து குதிரைகள் ஒன்றன்பின் ஒன்றாகவும் ஒரே சமயத்திலும் கனைப்பதைத் தன்னால் தெளிவாகக் கேட்க முடிந்திருப்பதாகவும் அதனால் பல சமயங்களில் தனது தூக்கம்கூடத் தொலைந்து போயிருக்கிறதாகவும் சொன்னான். பெ அதற்கு ஒன்றும் சொல்லவில்லை. அவர் அவனுடைய பதிலால் அதிருப்தியுற்றவரைப் போல உதடுகளைக் கடித்துக் கொண்டதைப் பார்த்த ந அது தன் பிரமையாக இருக்கலாம் எனத் தணிந்த குரலில் முனகினான். பெ அவன் சொன்னதை ஒப்புக்கொண்டு புன்னகைத்தார். தனக்குக்கூடச் சிறு வயதில் அதுபோன்ற சில கனவுகள் வந்ததாகச் சொன்னார். பத்து வயதாகும்வரை தான் சிட்டுக்குருவியாகவோ புறாவாகவோ மாறிக் காடுமலைகளையெல்லாம் சுற்றி வருவதுபோல் கனவு கண்டுகொண்டிருந்ததாகவும் அந்தக் கனவுகள் தனக்குப் பிடித்திருந்ததாகவும் விழித்திருக்கும்போது அவற்றை நினைவு கூர்ந்து கற்பனைகளில் திளைத்திருந்ததாகவும் சொன்னார். ந தன் பால்யகாலக் கனவுகளை நினைவுகூர முயன்றான். சில கனவுகளில் தான் ஒரு ராஜாவாக இருந்ததை நினைவுபடுத்திக்கொண்ட ந அதைப் பற்றி பெயிடம் சொல்வது பொருத்தமாக இருக்குமா எனத் தெரியாமல் குழம்பினான். அதைக் கொஞ்சம் மாற்றி அந்த அரண்மனையில் ராஜா ஒருவரும் ராணியும் வசித்துக் கொண்டிருந்ததைத் தன் கனவுகளில் கண்டதாகச் சொன்னான். பெ அந்த ராஜாவும் ராணியும் எப்படி இருந்தார்கள் எனக் கேட்டார். அதாவது அவனது கனவுகளில் தோன்றிய ராஜா

என்ன மாதிரியான உடைகளை உடுத்துக்கொண்டிருந்தார்? அவரது தலையில் கிரீடம் இருந்ததா? இடையில் வாள் ஏதாவது தொங்கிக்கொண்டிருந்ததா? புருவங்களும் மீசையும் எப்படி இருந்தன? அந்த ராஜா யாருடனாவது சண்டைக்குப் போனதை ந தன் கனவுகளில் பார்த்திருக்கிறானா என அடுக்கடுக்காகப் பல கேள்விகளைக் கேட்டார் பெ. நவைப் போன்ற ஒரு சத்துணவு அமைப்பாளர் அதுபோன்ற கனவுகளைக் கண்டிருக்கவே முடியாது என அவர் கருதியிருக்க வேண்டுமென நினைத்தான் ந. தவிர ஒரு ராஜாவும் ராணியும் எப்படி வாழ்ந்திருப்பார்கள் என்பதைக் கற்பனை செய்யமுடியாததால் அவன் தடுமாறினான். நல்லவேளையாக பெ என்னும் பெயரையுடைய அந்த ஊராட்சித் தலைவர் அதற்குள் கதை கேட்பதில் தனக்கேற்பட்டிருந்த ஆர்வத்தை இழந்திருந்தார். தனக்கு நேரமாகிவிட்டதை உணர்த்த முற்படுபவரைப் போல இரண்டு மூன்று தரம் மணிக்கட்டை வளைத்துக் கைக்கடிகாரத்தைப் பார்த்தார். பிறகு நவிடம் பேச வேண்டிய விஷயத்தைப் பேசி முடித்துவிட வேண்டுமெனத் தீர்மானித்தவராக அரசு வழங்கும் இலவசத் தொகுப்பு வீடு ஒன்றைப் பெறுவதற்கு ஒருவரிடம் குறைந்தபட்சம் 275 சதுர அடி நிலம் சொந்தமாக இருக்க வேண்டும் என்றவர் அவனிடம் அது இருக்கிறதா எனக் கேட்டார். ந அதற்கு என்ன பதில் சொல்வது எனத் தெரியாததால் மௌனமாக நின்றான். பிறகு பெ அவன் அப்போது குடியிருந்துவரும் பாழடைந்த அந்த அரண்மனைக்கு யார் பெயரிலாவது பட்டா இருக்கிறதா எனக் கேட்டார். அதைப் பற்றியும் நவுக்கு எதுவும் தெரியாததால் தொடர்ந்து மௌனமாகவே இருந்தான். அந்த ஊராட்சித் தலைவருக்கு அதற்கு மேல் அவனிடம் பேசுவதற்கு எதுவுமில்லாமல் போயிற்று.

உண்மையில் ந கலங்கிப் போனான். தன்னிடம் பட்டா எதுவும் இல்லை என்பதை உணரத் தொடங்கிய அந்தக் கணத்திலேயே அவன் நம்பிக்கையிழக்கத் தொடங்கினான். அவனுக்குக் கண்கள் கலங்கின. அதைப் பார்த்துத் திடுக்கிட்டுப்போன பெ எப்படியும் அவனுக்கு எவ்வளவு சீக்கிரம் முடியுமோ அவ்வளவு சீக்கிரம் தன்னால் என்ன செய்ய முடியுமோ அதைச் செய்வதாக வாக்களித்தார். பிறகு அவர் எப்போதும்போல் தன் காரை நோக்கி நடக்கத் தொடங்கினார். ந பின்தொடர்ந்தான். காருக்குள் ஏறிக் கதவைச் சாத்திக்கொள்ளும் முன்பு தன் கருணை மிகுந்த கண்களால் அவனைப் பார்த்தவர், "இத பாரு ந, பட்டா இல்லாம ஆருக்காருந்தாலு ஊடு கெடைக்காது. நீ குடியிருக்கற எடத்துக்கு எதாவதொரு காலத்துல உம்பட பாட்டம்பூட்ட ஆராவது பட்டா வாங்கி வெச்சுருந்துருப்பாங்கொ. அப்பிடி இல்லாமப் போவாது. எதுக்குமு ஊட்டுக்குப் போயி எங்கியாவுது தேடிப்பாரு. இருக்கு,

அத எடுத்துக்கிட்டு நாளைக்குப் பஞ்சாயத்தாபீசுக்கு வந்துசேரு. அப்பிடிப் பட்டா இல்லீனாக்கோட சட்டப்படி அதுக்கு என்ன செய்யறதுன்னு பாக்கலா, கவலப்படாத" எனச் சொல்லிவிட்டுக் கதவைச் சாத்திக்கொண்டு தன் சாரதியின் முதுகில் ஒரு தட்டு தட்டி, "எடுப்பா" என்றார். கார் நான்கைந்தடி முன்னால் போனது, பத்தடி பின்னோக்கி வந்தது, வலப்புறமாகத் திரும்பியது. பிறகு குலுங்கலுடன் அங்கிருந்து விரைந்தது. கார் மறைந்தவுடன் தோட்டக்காரன் நவிடம் நான்கைந்து சப்போட்டா பழங்களும் இரண்டு மூன்று கொய்யாப் பழங்களும் அடங்கிய பிளாஸ்டிக் பையொன்றைக் கொண்டுவந்து தந்துவிட்டு, "தலைல காக்கா பேண்டு வெச்சிருந்துதாட்ட இருந்துது, பாத்தெ. தொடச்சுக்கச் சொல்லிச் சொல்லலாமான்னுகோட நெனச்ச. நீங்க அத எப்பிடி எடுத்துக்குவீங்களோன்னுதே உட்டுட்டெ. தலைவர் முன்னால காக்காப் பீயோட போயி நின்னுக்கிட்டிருந்தா நல்லாவா இருக்கு? அதுக்குத்தே. அப்பறம் பாத்தா அதக் காணா. தொடச்சுக்கிட்டீங்களாக்கு?" எனக் கேட்டான். அவனுக்கு எந்தப் பதிலும் சொல்லாமல் பட்டாவைப் பற்றியும் ஊராட்சித் தலைவரின் வாக்குறுதியைப் பற்றியும் யோசித்துக்கொண்டே வீடு வந்து சேர்ந்தான் ந.

8

அவனிடமிருந்து நம்பிக்கையூட்டும் தகவலொன்றை எதிர்பார்த்துக் கொன்றை மரத்திற்குக் கீழே காத்திருந்த அவன் பெண்டாட்டியிடம் எதையுமே பகிர்ந்துகொள்ளத் தோன்றாமல் பாழடைந்த அவ்வீட்டுக்குள் நுழைந்தான் ந.

வீட்டில் இரண்டு டிரங்குப் பெட்டிகளும் பூர்வீகச் சொத்தாக அவன் மதிக்கும் அவனுடைய தாத்தாவின் கருங்காலி மரப்பெட்டி ஒன்றும் இருந்தன. டிரங்குப் பெட்டிகளில் அவன் தன்னுடையதும் தன் மனைவியினுடையதும் குழந்தைகளுடையதுமான நல்ல நிலையிலுள்ள உடைகள் சிலவற்றை வைத்திருந்தான். மரப் பெட்டியில் தனது கல்விச் சான்றுகள், அரசு தொடர்பான ஆவணங்கள், பாடப் புத்தகங்கள், பழைய தாள்கள், கடிதங்கள் ஆகியவற்றைப் பாதுகாத்து வைத்திருந்தான். அவற்றில் ஏதாவதொன்றில் எங்காவதொரு மூலையில், வீட்டின் இண்டு இடுக்குகளில், சந்து பொந்துகளில் பாழடைந்து போய்விட்ட அந்த அரண்மனைக்கான பட்டா இருக்கும் எனக் கற்பனை செய்துகொண்டு திரும்பத் திரும்ப அவற்றைச் சோதனையிட்டான். பிறகு அவற்றைத் தள்ளி வைத்துவிட்டு ஜன்னல்கள், சுவர்களின் விளிம்புகள், மாடங்கள் என எங்கெங்கெல்லாம் அதுபோன்ற ஒரு தாள் இருந்துகொண்டிருப்பதற்குச் சாத்தியமோ அங்கெல்லாம் தேடினான்.

எங்குமே இல்லாத அந்தத் தாளை எங்கிருந்தும் அவனால் கண்டுபிடிக்க முடியவில்லை. கடைசியில் ஏமாற்றமும் சோர்வுமே மிஞ்சின. மறுநாள் ஊராட்சி அலுவலகத்துக்குப் போனபோது தலைவர்

இலவச வீட்டுமனைப் பட்டாவுக்காகவும் இலவசத் தொகுப்பு வீட்டுக்காகவும் தனித் தனியாக இரண்டு விண்ணப்பங்களை எழுதி ஊராட்சி எழுத்தரிடம் அளித்துவிட்டுச் செல்லுமாறு பணித்தார். அந்த ஒரு வாக்கியத்தைத் தவிர வேறு எதுவுமே சொல்வதற்கான அவகாசமோ மனநிலையோ அற்றவராகத் தென்பட்ட பெ உடனடியாக அவனது பார்வையிலிருந்து மறைந்தார். ரா என்னும் பெயரையுடைய எழுத்தரால் இறுதி செய்யப்பட்டுத் தட்டச்சு செய்யப்பட்ட விண்ணப்பத்தின் நகல் ஒன்றுடன் கோ என்னும் பெயருடைய அந்த எழுத்தரின் முன்னால் போய் நின்றான் ந. எழுத்தர் அவனைக் கொஞ்சம் கூடப் பொருட்படுத்தாமல் மேசையின் மீது தாறுமாறாகக் கிடந்த கோப்புகளை ஆராய்ந்துகொண்டிருந்தார். எழுத்தர்களைப் பற்றி நன்கறிந்திருந்த ந எழுத்தர் என்பவர் அப்படி யாரையுமே பொருட்படுத்தாமலிருப்பது மிகவும் இயல்பான ஒன்றுதான் என எச்சிறு சங்கடமுமில்லாமல் காத்திருந்தான். தன்னிடம் பட்டா எதுவும் இல்லை என்பதை எழுத்தரிடம் சொல்லிவிட விரும்பினான். புதிதாக ஒரு பட்டாவை உருவாக்குவதற்கோ பட்டா இல்லாமலேயே வீடு ஒதுக்கீடு பெற்றுத் தருவதற்கோ எழுத்தர்களால் முடியும் என ந திடமாக நம்பினான். எழுத்தரைத் தனிமையாகவும் அந்தரங்கமாகவும் சந்திக்க விரும்பினான். ஆனால் அது சுலபத்தில் நடந்துவிடக்கூடிய காரியமாகத் தென்படவில்லை. ஊராட்சி அலுவலகத்தின் காத்திருப்போருக்கான கூடத்தில் அல்லது அதைப் போன்ற ஒன்றில் அவனைத் தவிர வேறு பலரும் காத்திருந்தார்கள். ஒவ்வொருவரது கையிலும் ஒரு விண்ணப்பம் இருந்ததைக் கவனித்தான் ந. பெரும்பாலானவை கையால் எழுதப்பட்டவை. விண்ணப்பங்களை எழுதித் தருவதற்காக ஊராட்சி அலுவலகத் திற்கு வெளியே மரத்தடியொன்றில் இரண்டு முதியவர்கள் இருந்ததை ந கவனித்தான். பெ கேட்டுக்கொண்டது போன்ற விண்ணப்பங்களை எழுதுவதற்கு அவர்களில் யாராவது ஒருவருடைய உதவியை நாட முடிவு செய்து அந்த மரத்தடியை அடைந்தான். இருவருமே முதியவர்கள். இருவரும் ஏற்கனவே தனக்கு ஓரளவு அறிமுகமானவர்களாகவும் இருந்ததைக் கண்டு ந மகிழ்ச்சியடைந்தான். இருவருமே ஒரே சமயத்தில் தலையை உயர்த்தி ஒரே விதமான புன்னகையோடு அவனை வரவேற்றார்கள். இருவரில் யாரைத் தேர்ந்தெடுப்பது எனத் தெரியாமல் ந குழப்பத்துடன் அந்த மரத்தடியில் நின்றான்.

"என்னப்பா ந, இலவசத் தொகுப்பு வீட்டுக்கான மனு எழுதித் தரோணுமாக்கு? ரேஷன் கார்டு கொண்டாந்திருக்கறாப்பலயா?" என அந்த இருவரில் ஒருவர் முந்திக்கொண்டு கேட்டபோது

ந அவரையே தேர்ந்தெடுத்தான். ஒரு பழைய டிரங்குப் பெட்டிக்குப் பின்னால் கால்களை மடக்கி உட்கார்ந்திருந்த முதியவருக்கு எதிரே குத்துக்காலிட்டு உட்கார்ந்த ந, தன்னால் புறக்கணிக்கப்பட்ட மற்றொரு முதியவர் ஆத்திரத்துடன் தன்னைப் பார்த்துக்கொண்டிருப்பதைக் கவனித்தான். தனது ரெக்சின் பையிலிருந்து ரேஷன் கார்டை எடுத்து அந்த முதியவரிடம் கொடுத்த ந விண்ணப்பத்தை எழுதத் தொடங்குவதற்கு முன்னால் அவசரப்படாமல் தான் சொல்வதைப் பொறுமையாகக் கேட்க வேண்டுமென அவரைக் கேட்டுக் கொண்டான். அவன் சொல்ல முயல்வதைத் தன்னால் நிச்சயமாகப் புரிந்துகொள்ள முடியாது எனத் திடமாக நம்பியவரைப் போல், தன் இடுங்கிய கண்களால் அவனைக் கூர்ந்து பார்த்த அந்த முதியவர் அவன் சொல்லப்போவதைக் கேட்கத் தயாரானார். எடுத்த எடுப்பிலேயே 275 சதுர அடிப் பரப்புடைய வீட்டுமனை எதுவும் தனக்குச் சொந்தமாக இல்லை என்பதைச் சொல்லிவிட விரும்பினான் ந. அதற்கு முன்னால் தானும் தன் மனைவியும் தங்களுடைய இரண்டு குழந்தைகளும் ஓ என்னும் பெயரையுடைய சிறிய, மிகச் சிறிய கிராமத்தில் இருக்கும் பாழடைந்த அரண்மனையின் சிதைந்துபோன காவல்கூண்டுகளில் வெகுகாலமாக வசித்துவருவதைப் பற்றியும் அவற்றில் வசிப்பது எவ்வளவு மோசமான அனுபவம் என்பதைப் பற்றியும் அந்த முதியவருக்குச் சொல்ல முயன்றான். எப்படியாவது தன் வீட்டுக்குள் நுழைந்த அந்தக் கொடிய நாகத்தைப் பற்றியும் ஆச்சரியமூட்டும் விதத்தில் எல்லோரும் அதனிடமிருந்து தப்பியதைப் பற்றியும் சொல்லிவிட வேண்டுமென்பதே அவனது நோக்கம். ஆனால் மிகச் சோர்வடைந்திருந்த அந்த முதியவர் அவன் பேசத் தொடங்கிய உடனேயே கொட்டாவி விட்டார். கண்களை மூடி அவன் சொல்வதைக் கேட்டுக்கொண்டிருப்பது போல் நடித்தார். பிறகு உண்மையாகவே தூங்க ஆரம்பித்தார். அவரிடமிருந்து வெளிப்படத் தொடங்கியிருந்த குறட்டைச் சத்தத்தைக் கேட்ட பின்பே ந தான் அதுவரை சொன்னவற்றில் எதையுமே அவர் கேட்டிருக்க முடியாது என்னும் முடிவுக்கு வந்தான். ஏமாற்றமடைந்த ந குரோதத்துடன் தன்னைப் பார்த்துக்கொண்டிருந்த மற்றொரு முதியவரை அணுகலாமா என யோசிக்கத் தொடங்கியபோது அவர், "சொல்லு" என்றார். ந இப்போது நேரடியாக விஷயத்துக்கு வந்துவிடுவதே நல்லது என நினைத்தான். தான் சொல்ல விரும்புபவற்றைச் சுருக்கமாகச் சொல்ல முயன்றான். அதையும்கூட அனுமதிக்காமல் அந்த முதியவர் குறுக்கிட்டார். அவனுக்கு என்ன தேவை என்பதைத் தான் நன்கு புரிந்துகொண்டுவிட்டதாகவும் தேவைப்படும் சில

விவரங்களை மட்டும் சொன்னால் போதுமென்றும் சொன்னார். நவிடமிருந்த பெற்றுக்கொண்டிருந்த அவனது ரேஷன் கார்டை விரித்து வைத்துக்கொண்டு டிரங்குப் பெட்டியிலிருந்து சில வெள்ளைத் தாள்களையும் பேனாவையும் எடுத்தார். பெட்டியை இழுத்து மூடி, அதையே மேசையாக உபயோகித்து அவனுடைய விண்ணப்பத்தை எழுதத் தொடங்கினார். ந எதுவுமே பேசாமல் தன் நடுங்கும் கரங்களால் அந்த முதியவர் அந்த விண்ணப்பத்தை எழுதிக்கொண்டிருந்ததை வெறுமனே பார்த்துக்கொண்டிருந்தான். கொட்டை கொட்டையான எழுத்துக்களைக் கொண்ட இரண்டு பக்கங்களையுடைய அந்த விண்ணப்பத்தை எழுதி முடிப்பதற்கு அந்த முதியவருக்கு அதிக நேரம் பிடிக்கவில்லை. உரிய கட்டணத்தைப் பெற்றுக்கொண்டு விண்ணப்பத்தை அவனிடம் ஒப்படைத்தபோது நவுக்கு அவர் சில அறிவுரைகளை வழங்க விரும்பினார். ஆனால் ந உடனடியாக அவரிடமிருந்து விடைபெற்றுக்கொண்டான். உடனடியாக அதை எழுத்தரிடம் சமர்ப்பிக்கவும் விரும்பினான்.

ஊராட்சி மன்ற அலுவலகத்தின் காத்திருப்போர் கூடத்திலிருந்த கூட்டம் இப்போது இரு மடங்காகப் பெருகி யிருந்தது. எல்லோருமே இலவசத் தொகுப்பு வீடு கோரி விண்ணப்பிப்பதற்காக வந்திருப்பவர்கள் என்பது தெரியவந்த போது ந அதிர்ச்சிக்குள்ளானான். அவ்வளவு பேருக்கும் அரசாங்கத்தால் இலவசமாக வீடு கட்டிக்கொடுக்க முடியுமா என வவைப் போலவே அவனுக்கும் சந்தேகம் ஏற்பட்டது. எல்லோருமே பதற்றத்திற்குள்ளானவர்களாகத் தென்பட்டார்கள். ஒவ்வொருவரும் மற்ற யாராவது ஒருவரோடு தணிந்த குரலில் எதையோ பேசிக்கொண்டிருந்தார்கள். எல்லா முகங்களிலும் கலவரம் படர்ந்திருந்தது. அதைக் கவனித்த ந அதுபோன்ற சூழலில் இருந்துகொண்டிருக்க வேண்டியிருப்பது கலவரமூட்டக் கூடியதுதான் என நினைத்தான். அவன் அவர்களது ஒவ்வொரு அசைவையும் கூர்ந்து கவனித்துக்கொண்டிருந்தான். ஆனால் அவர்கள் அவனைப் பொருட்படுத்தவில்லை. அவர்களால் அவனைச் சுலபமாக ஏமாற்ற முடிந்தது. அவர்களில் யாருமே நவுக்கு எதையும் உணர்த்தாமல் ஒரே சமயத்தில் திடீரென எழுந்து கண்ணிமைக்கும் நேரத்திற்குள் எழுத்தரின் அறைக்குள் நுழைந்து அவர் உட்கார்ந்திருந்த மேசையைச் சூழ்ந்துகொண்டார்கள்.

தான் வஞ்சிக்கப்பட்டதாக உணர்ந்தான் ந.

தானும் ஒரே பாய்ச்சலாகப் பாய்ந்து எழுத்தரின் மேசையை நெருங்க முயன்றான். ஆனால் கோ என்னும் பெயரையடைய அந்த

எழுத்தரைச் சூழ்ந்துகொண்டிருந்த கூட்டத்தைப் பிளந்துகொண்டு அவனால் ஓர் அங்குலம்கூட முன்னேற முடியவில்லை. எழுத்தர் தன்னைச் சூழ்ந்து நின்றுகொண்டிருந்த எல்லோரிடமும் எரிந்து விழுந்துகொண்டிருந்தார். பெருங்குரலெடுத்துக் கத்தியபடியே கைகளை வீசி ஒவ்வொருவரையும் விரட்டியடிக்க முயன்றுகொண்டிருந்தார். எழுத்தரின் மேசையிலிருந்து ந மிகவும் தொலைவில் இருந்தான். கிட்டத்தட்டக் கதவுக்கு வெளியே. ஆனால் அவ்வளவு களேபரங்களையும் மீறி எழுத்தரின் பார்வை தன்மீது கவிவதைக் கவனித்தான் ந. அவரது கண்கள் அவனை நேருக்கு நேர் சந்தித்தன. அவர் அவனை வரவேற்கும் விதத்தில் புன்னகைக்க முயன்றதாகக்கூட ந கற்பனை செய்துகொண்டான். அந்தக் கற்பனை தந்த துணிச்சலில் அவரைப் பார்த்து, "ஹலோ சார்" எனச் சொல்வதற்கும்கூட அவனுக்கு முடிந்திருந்தது. சற்றும் எதிர்பாராதவிதமாக எழுத்தர் அவனைத் தன்னருகே வருமாறு சைகை செய்ததைக் கண்ட ந வெகு சிரமப்பட்டு அவரை நெருங்கினான். மறுபடியும், "ஹலோ சார்" என்றான். தன் பெயர் ந என்றான். தான் தா என்னும் ஊரில் உள்ள அரசு மேல்நிலைப் பள்ளியில் சத்துணவு அமைப்பாளராகப் பணிபுரிவதாகச் சொன்னான். பிறகு தானும் தன்னுடைய மனைவியும் இரண்டு குழந்தைகளும் ஓ என்னும் ஊரில் இருக்கும் பாழடைந்த அரண்மனையொன்றின் சிதைந்துபோன காவல்கூண்டுகளில் வெகு காலமாக வசித்துவருவதைப் பற்றிச் சொல்ல முற்பட்டான். எழுத்தர் குறுக்கிட்டார். அப்போது அவன் எதற்காக அங்கு வந்திருக்கிறான் என்பதைத் தனக்குத் தெரிவிக்கும்படி கேட்டார். ந ஒரு புன்னகையுடன் விஷயத்தை விளக்க முயன்றான். எழுத்தர் அவன் சொன்னவற்றைத் தன்னால் புரிந்துகொள்ள முடியவில்லை என்பது போல் குழப்பமாகப் பார்த்தார். திடீரென நினைவூட்டிக்கொண்டு தன் கையிலிருந்த விண்ணப்பங்களை அவரிடம் நீட்டினான் ந. எழுத்தர் அவற்றைப் பிரித்து அலட்சியமாக ஒரு பார்வை பார்த்தார். பிறகு இரண்டாக மடித்து அதன் மீது பேப்பர் வெயிட் ஒன்றை வைத்துவிட்டு நிமிர்ந்தார். எந்த யோசனையுமற்றவராக ஒருவாரம் கழித்து வந்து தன்னைப் பார்க்குமாறு பணித்தார். ந அதிர்ச்சியடைந்தான். அவரிடமிருந்து அதுபோன்ற பதிலைத் தான் எதிர்பார்க்கவிலலை எனச் சொல்ல விரும்பினான். ஆனால் சூழலை எந்தவிதத்திலும் சங்கடமானதாக மாற்றிவிடக் கூடாது எனக் கருதியதால் வெறுமனே அவரை ஆழமாகப் பார்த்துக்கொண்டு நின்றான்.

வேறு வழியே இல்லாததால் ந திரும்பிச் சென்றான். ஒருவாரம் வரை அதைப் பற்றித் தீவிரமாக யோசித்துக்கொண்டிருந்தான். மனைவியிடமோ குழந்தைகளிடமோ ஆசிரியர்களிடமோ

ரா என்னும் பெயரையுடைய எழுத்தரிடமோ சு என்னும் பெயரையுடைய அலுவலக உதவியாளரிடமோ ஆயாக்களிடமோ அதைப் பற்றி எதுவும் சொல்லவில்லை. சரியாக ஏழாம் நாள் காலையில் சுத்தமாக முகச்சவரம் செய்துகொண்டு தன்னிடம் இருப்பதிலேயே நல்லதாகத் தென்பட்ட பேண்ட், சட்டையை உடுத்திக்கொண்டு ஊராட்சி மன்ற அலுவலகத்திற்குப் போனான். அப்போது அந்த அலுவலகத்தில் யாருமே இல்லை. இலவசத் தொகுப்பு வீடு கோரி விண்ணபிப்பதற்காகவும் எழுத்தரைச் சந்திப்பதற்காகவும் போன வாரம் அங்கே முண்டியடித்துக் கொண்டிருந்த பெரும் கூட்டத்தில் ஒருவர்கூட அப்போது அங்கே இல்லை. விண்ணப்பம் எழுதிக் கொடுப்பதற்காக மரத்தடியில் காத்திருந்த அந்த முதியவர்களையும்கூடக் காணோம். ந சற்று நேரம் தனி ஆளாக அங்கே நின்றுகொண்டிருந்தான். தனியாக இருந்ததால், வேறு எதைப் பற்றியும் யோசிக்காததால் எப்படியும் தனக்கு அரசிடமிருந்து இலவசத் தொகுப்பு வீடொன்றைப் பெற்றுத் தருவதாக வாக்களித்திருந்த பெ என்னும் பெயரையுடைய ஊராட்சித் தலைவரை நினைத்துக்கொண்டு தனக்கு நன்கு அறிமுகமான மொடமொடப்பான இலைகளையுடைய பாதாம் மரத்தின் நிழலுள்ள அவருடைய வீட்டை நோக்கிச் சென்றான்.

துரதிர்ஷ்டவசமாக அந்த வீட்டின் பெரிய மரக்கதவுகள் மூடப்பட்டிருந்தன. அங்கு போகும் ஒவ்வொரு முறையும் அவனுக்கு இரண்டு சப்போட்டா பழங்களைத் தந்துகொண்டிருந்த தோட்டக்காரனையும்கூட அவனால் அப்போது காண முடிய வில்லை. திடீரென யாராவது வந்து அந்த வீட்டின் கதவுகளைத் திறக்கக்கூடுமெனக் கற்பனை செய்துகொண்டு ந சற்றுநேரம் காத்திருக்க முடிவு செய்தான். வழக்கமாக நிற்கும் பாதாம் மரத்திற்குக் கீழே வந்து நின்றுகொண்டு எதிரிலிருந்த சப்போட்டா மரத்தைப் பார்த்தான். அந்த மரத்திலிருந்து ஏராளமான பழங்கள் உதிர்ந்து கிடந்தன. கீகீயெனக் கத்திக்கொண்டு எண்ணற்ற சிறு பறவைகளும் சில கிளிகளும் அதன் கிளைகளுக்குள் தத்திக்கொண்டிருந்தன. வேறு யாரும் அங்கு இல்லாததால் ந உதிர்ந்து கிடந்த அந்தச் சப்போட்டா பழங்களை வவுக்காவும் குழந்தைகளுக்காவும் எடுத்துச்செல்வதென முடிவு செய்தான். பழங்களின் எண்ணிக்கை அதிகமாக இருந்ததால் அவற்றைச் சேகரித்து எடுத்துக்கொண்டு போவதற்கு ஏதாவது பாலிதீன் பை கிடைக்குமா எனத் தேடினான். அசோக மரத்திற்கு அப்பால் குப்பைக் குவியல் ஒன்று இருந்தது அவனுடைய பார்வையில் பட்டது. ந உடனே அதை அடைந்தான். அவன் எதிர்பார்த்ததைப் போலவே பயன்படுத்தி வீசப்பட்ட எண்ணற்ற பாலிதீன் பைகள் அங்கே சிதறிக் கிடந்தன. அவற்றிலிருந்து

ஓரளவு நல்ல நிலையிலிருந்த பாலிதீன் பையொன்றைத் தேடியெடுத்துக்கொண்டு சப்போட்டா மரத்தடிக்கு வந்தான். சிதறிக்கிடந்த எண்ணற்ற பழங்களிலிருந்து சதைப்பற்று மிகுந்த, பறவைகளால் சேதப்படுத்தப்படாத சில பழங்களைச் சேகரித்து அந்தப் பாலிதீன் பையில் நிரப்பத் தொடங்கியிருந்தபோது எங்கிருந்தோ அவனைக் கண்காணித்துக் கொண்டிருந்த நாய் ஒன்று பயங்கரமாகக் குரைக்கத் தொடங்கியது.

ந திடுக்கிட்டுப் போனான். சத்தம் வந்த திசையை அச்சத்துடன் திரும்பிப் பார்த்தான். சங்கிலி ஒன்றால் பிணைக்கப்பட்டு சிமெண்ட் தூண் ஒன்றில் கட்டப்பட்டிருந்த மூர்க்கமான அந்த விலங்கைப் பார்த்துப் புன்னகைக்க முயன்றான்.

9

மூன்று வாரங்களுக்குப் பிறகு அலுவலக உதவியாளர் சு அவனை மு என்னும் பெயரையுடைய சிறுநகரில் வாடகை வீடொன்றில் வசித்துக் கொண்டிருந்த ஊராட்சி மன்ற எழுத்தர் கோவைச் சந்திப்பதற்காக அழைத்துச் சென்றிருந்தான்.

மூன்று வாரங்களில் அவருடனான நவின் மூன்றாவது சந்திப்பு அது.

அந்த மூன்றாவது சந்திப்பின்போது ந முன்னெப்போதையும்விட அதிக நம்பிக்கையோடு இருந்தான். ரா என்னும் பெயரையுடைய எழுத்தரிடமிருந்தும் தமிழாசிரியையிடமிருந்தும் அலுவலக உதவியாளர் சுவிடமிருந்தும் நவுக்கு நிறைய ஆலோசனைகள் கிடைத்திருந்தன. முதலில் ந இலவசத் தொகுப்பு வீடு என்றால் என்ன என்பதையும் அதைப் பெற யார்யாரெல்லாம் தகுதி பெற்றவர்கள் என்பதையும் அறிந்துகொண்டான். தகுதியற்றவர்கள் தம்மைத் தகுதியுடைவர்களாக மாற்றிக்கொள்வதற்கான வழிமுறைகளைப் பற்றிச் சொன்ன சு தானே அதற்கான முயற்சிகளையும் மேற்கொண்டார். நவுக்கு வீட்டுமனை ஒன்றை ஒதுக்கீடு செய்வதற்கும் அதற்குப் பிறகோ அதனுடன் சேர்த்தோ இலவசத் தொகுப்பு வீட்டுக்கான அனுமதியை அளிப்பதற்கும் யார்யாருக்கெல்லாம் அதிகாரம் இருக்கிறது என்பதையும் மொத்தமாக எவ்வளவு செலவாகும் என்பதையும் சுதான் அவனுக்குச் சொன்னார். கோ என்னும் பெயருடைய ஊராட்சி எழுத்தரைச் சந்தித்து அவனுக்காகப் பேசியதுகூட அவர்தான். எனவே ந முதலில் சு என்னும் பெயரையுடைய அலுவலக உதவியாளருக்கு விசுவாசமாக இருக்கவும் அவரது ஆலோசனைகளின் படி செயல்படவும் முடிவு செய்தான். அவரது வழிகாட்டுதலை ஏற்று ஊராட்சி

எழுத்தருக்குக் கொடுப்பதற்காகவும் அதைத் தொடர்ந்து கிராம நிர்வாக அலுவலருக்கும் வருவாய் ஆய்வாளருக்கும் வட்டாட்சியர் அலுவலகக் கண்காணிப்பாளருக்கும் எழுத்தருக்கும் ஆணையில் கையொப்பமிடுவதற்கான இறுதி அதிகாரத்தைப் பெற்றுள்ள துணை வட்டாட்சியருக்கும் கொடுப்பதற்காக ந கணிசமான தொகையைப் புரட்ட வேண்டியிருந்தது. அதற்காக ந மனைவியின் கழுத்திலிருந்த இரண்டு பவுன் தங்கச் சங்கிலியை அடகு வைத்தான். தொகையை மொத்தமாகக் கணக்கிட்டு சுவிடமே கொடுத்து அவரவருக்கான பங்கைக் கணக்கிட்டு அவரவர்களுக்குத் தந்துவிடும்படி கேட்டுக்கொண்டான். மீந்ததில் ஒரு பகுதியைக் குடும்பச் செலவுகளுக்காக வவிடம் தந்துவிட்டுக் கையிருப்பாகத் தன் பொறுப்பில் கொஞ்சத்தை வைத்துக்கொண்டான்.

“நீங்க கோ கிட்ட ஒண்ணுங்கேக்க வேண்டா ந சார், போறெ, பணத்தக் குடுக்கறெ, காரியத்த முடிச்சுத் தரச் சொல்லிக் கேட்டுட்டு நம்பு பாட்டுக்கு வாறெ. மத்தத அவுரு பாத்துக்குவாரு, ஒண்ணும் கவலப்பட்டுக்கிட்டு இருக்க வேண்டியதில்ல. ஆடர் ஊடு தேடி வந்துரு. அவுரு நாணயமான மனுஷன். மத்தவங்க காசத் திங்கணும்னு கெனாவுலகோட நெனைக்கமாண்டாரு” என வழியெல்லாம் அவர் அவனுக்கு நம்பிக்கையூட்டிக்கொண்டே வந்ததால்தான் ந அந்த மூன்றாவது சந்திப்பின்போது அதிக நம்பிக்கையோடிருந்தான். அவர் சொன்னதைக்கொண்டு கோ அதிகாரம் மிக்க, வசதியாக வாழும் நபராக இருப்பார் எனக் கற்பனை செய்துகொண்டிருந்தான் ந.

ஆனால் கோ சாதாரணமானதொரு வாடகை வீட்டில் வசித்துவந்தார். ஒரு சிறிய படுக்கையறையையும் மிகச் சிறிய சமையலறையையும் கூடத்தையும் கொண்ட மிகச் சிறிய வீடு. அவர்கள் போனபோது கோ கூடத்தில் வைக்கப்பட்டிருந்த சிறிய கறுப்பு வெள்ளைத் தொலைக்காட்சிப் பெட்டியின் முன்னால் தகரத்தாலான மடக்கு நாற்காலியொன்றில் உட்கார்ந்திருந்தார். அவருடைய மனைவி சமையலறையில் இருந்தாள். சமையலறையிலிருந்து வந்துகொண்டிருந்த காரல் நெடியைச் சுவாசித்துக்கொண்டும் அவருடன் சேர்ந்து தொலைக்காட்சி நிகழ்ச்சிகளைப் பார்த்துக்கொண்டும் அவர்களுடைய கைக் குழந்தையை மடியில் வைத்துத் தரையில் உட்கார்ந்திருந்த கோவின் நடுத்தர வயதைக் கடந்த தாய் அவர்களைக் கண்டதும் குழந்தையை எடுத்துக்கொண்டு வெளியே போய்விட்டதால் நவுக்கும் சுவுக்கும் அங்கே உட்கார்ந்துகொள்வதற்கான இடம் இருந்தது. கோவின் மனைவி சுவுக்கு ஒரு மர ஸ்டூலைக் கொண்டுவந்து போட்டாள். ந

நின்றுகொண்டிருக்க முடிவு செய்தான். சற்றுநேரம்வரை இருவரும் அவன் நின்றுகொண்டிருந்ததைக் கவனிக்காதவர்களைப் போல் தணிந்த குரலில் பேசிக்கொண்டிருந்தனர். பிறகு திடீரெனத் தான் உட்கார்ந்துகொண்டிருந்த தகர நாற்காலியிலிருந்து எழுந்துகொண்டு, "ஏ நின்னுக்கிட்டே இருக்கறீங்க ந? உக்காருங்க" என அவனை உபசரிக்கத் தொடங்கினார் கோ, "பரவால்ல சார், நீங்க உக்காருங்க" எனச் சொல்லிவிட்டு ந, சுவைப் பார்த்தான். அதற்குள் சு தான் உட்கார்ந்திருந்த மர ஸ்டூலிலிருந்து எழுந்துகொண்டார், "நீங்க உக்காருங்க ந சார் நா சித்த நிக்கறேன்" என்றார். ந தோள்களைப் பற்றி அழுத்தி மீண்டும் அவரை உட்கார வைத்தான், "காலைல இருந்து உக்காந்துக்கிட்டே இருந்து பட்டெக்செல்லா வலிக்குது. நின்னுக்கிட்டிருக்கறது கொஞ்சம் ரிலாக்ஸாத் தெரியுது" எனச் சொல்லிக்கொண்டே பிட்டங்களை அழுத்திவிட்டுக்கொண்டான். பிறகு இருவரும் அதைப் பற்றிக் கவலைப்படாமல் கிராம நிர்வாக அலுவலரைப் பற்றிப் பேசத் தொடங்கினார்கள், "ஆமா கோ சார், நம்பு ரெவின்யூ இன்ஸ்பெக்டர் எப்பிடி? அட்ஜஸ்டபிள் டைப்தான?" என அவரிடம் கேட்டார் சு, "ஐயோ, பேசாதீங்க, தங்கமான மனுஷன். நா முந்தா நேத்து நீங்க சொன்ன ஒடனே அவருகிட்டப் பேசீட்டேன். நாளைக்கே ஓவுக்குப் போயி ந குடியிருக்கற எடத்தப் பாத்து அது ஓடப் பொறம்போக்கா, நத்தப் பொறம்போக்கான்னு பாத்துட்டு வந்துர்றெ, நத்தப் பொறம்போக்கா இருந்தா பிரச்சினையே இல்ல, ரண்டே நாள்ள பட்டாப் போட்டுக் குடுத்தரலாம்னு சொல்லீருக்கறாரு. வீடு அலாட் பண்றது எங்க பஞ்சாயத்து வேல. அத நாம்பாத்துக்கறெ" என இரண்டு பேரையும் மாறிமாறிப் பார்த்துச் சொல்லிக்கொண்டிருந்தபோது அவரது மனைவி இரண்டு எவர்சில்வர் தம்ளர்களில் அவர்கள் இருவருக்கும் காபி கொண்டு வந்தாள். அவள் பருமனான உடலையுடையவளாக இருந்தாள். முகம், கழுத்து, முன்கை என எங்கும் ஆறாகப் பெருகும் வியர்வை. அங்கே மூன்று பேர் இருக்கும்போது அவள் ஏன் இரண்டு பேருக்கு மட்டும் காபி கொண்டு வந்திருக்கிறாள் என ந யோசிக்க முயன்றபோது அவள் அவற்றில் ஒன்றை அவனிடம் நீட்டினாள். மற்றொன்றைச் சுவிடம் தந்தாள். சு, "சார் நீங்க காபி சாப்பிடலையா?" எனக் கேட்டதற்கு, "நா இப்பத்தான் குடிச்சேன்" எனச் சொல்லிவிட்டு மனைவியைப் பார்த்தார் கோ. அதற்குள் மனைவி சமையலறைக்குப் போய் மற்றொரு தம்ளர் காபியுடன் திரும்பி வந்தாள். காபி சாப்பிட்டபடியே சத்துணவுக் காக வழங்கப்படும் அரிசி தரமானதாக இருக்கிறதா என நவிடம் கேட்டார் கோ. ந தரமான அரிசிதான் வழங்கப்படுகிறது என அதற்குப் பதிலளித்தான்.

சு அதை ஆமோதித்து, “தரமான அரிசிதான் சார்” என்றவர், “எங்க வீட்ல தோசைக்கே அதத்தான் யூஸ் பண்றோம்” எனக் கூடுதலாக ஒரு வாக்கியத்தைச் சேர்த்துக்கொண்டார். கோ அதைக் கேட்டு ஆச்சரியப்பட்டவராகத் தென்பட்டார். காலியான தம்ளரை அந்த மரஸ்டூலுக்குக் கீழே தள்ளிவிட்டுச் சந்திப்பின் இறுதிக் கட்டத்தைப் பூர்த்தி செய்யும்விதமாகத் தன் பொறுப்பில் வைத்திருந்த நவின் பணத்தைக் கோவிடம் கொடுத்தார். அது ஐம்பது ரூபாய்த் தாள்களாலான ஒரு கட்டு. கோ அந்தக் கட்டை வாங்கி வெறுமனே ஒருமுறை புரட்டிப் பார்த்துவிட்டு மனைவியிடம் கொடுத்துப் பத்திரமாக வைத்திருக்கும்படி அறிவுறுத்தினார். ஈரமாக இருந்த தன் கைகளை முந்தானையால் அழுந்தத் துடைத்துக்கொண்டு வந்து அதை வாங்கிக்கொண்டாள் அவள். கோ, நவின் முகத்தை ஆழமாகப் பார்த்தார், “இதுல எனக்கு ஒரு பைசா கெடையாது. ஆர்ஐயும் விஏஓவும் பேசுன பணத்துல ஒத்த ரூவா கொறச்சுக் குடுத்தாலு வாங்க மாண்டானுக” என்றார். ந அதற்கு என்ன பதில் சொல்வது என யோசிக்கத் தொடங்கியபோது சு, “முடிச்சுக் குடுங்க சார் இன்னொ ஒரு ரண்டு தரச் சொல்றேன்” என்றார். “ரண்டெல்லாம் பத்தாது” என்றார் கோ, “உங்ககிட்டப் பட்டா இருந்து வெறும் ஹவுஸ் அலாட்மென்ட்னாக்கோடப் போதும்னு சொல்லீருவெ. இப்ப ரண்டுக்குமல்ல சேங்ஷன் வாங்கியாகணும்?” என்றார். சு அதற்கு எந்தப் பதிலும் சொல்லாததால் பதற்றமடைந்த ந, “செய்யுங்க சார், உண்டானதென்னமோ அதக் குடுத்தரலா” என்றான். சு, “அது செரியே” என அதை ஆமோதித்தார். சற்று நேரம் கண்களை மூடி யோசித்துக்கொண்டிருந்த கோ மீண்டும் தன் மனைவியை அழைத்து அந்தப் பணத்தைக் கொண்டுவரச் சொன்னார். திடீரென அவர் தன் பேரத்தை முறித்துக்கொள்ள முடிவெடுத்துவிட்டாரோ எனக் கருதிய ந பதற்றமடைந்தான். சு குழப்பாக அவரது முகத்தை ஏறிட்டார். கோ அவர்களைப் பொருட்படுத்தாமல் நோட்டுக்கட்டைப் பிரித்து ஒரு முறை எண்ணினார். பிறகு சில தாள்களை எண்ணிக் கணக்கிட்டு அதைத் தனியே எடுத்து வைத்தார். மீதியிருந்த தொகை முழுவதையும் அதே போல் எண்ணிக் கணக்கிட்டுத் தனித் தனிக் கூறுகளாகப் பிரித்து வைத்துக்கொண்டார். மொத்தம் நான்கு கூறுகள். மனைவியை அழைத்து, “ரப்பர் பேண்டு இருந்தா நாலு கொண்டா” என உத்தரவிட்டார். அவள் வேகமாக உள்ளே போய் மூன்று ரப்பர் பேண்டுகளைக் கொண்டுவந்து அவரிடம் கொடுத்தாள். “மூணுதே இருக்குதா, இன்னொ ஒண்ணு கொண்டா” என்றார். அவள் அங்கே மொத்தமே மூன்றுதான் இருந்தன என்றாள். “வேற எங்கயாச்சும் பாத்து இன்னொன்னக் கொண்டா, அவுங்க இருக்கறப்பவே வேலய

முடிச்சரலா” என்றார். என்ன செய்வதெனத் தெரியாமல் யோசித்தவள் திடீரென நினைத்துக்கொண்டவளைப் போலத் தன் கொண்டையில் சிக்கியிருந்த ரப்பர் பேண்டு ஒன்றை உருவி அவரிடம் தந்தாள். கோ திகைத்துப் போனார். நவும் சுவும் புன்னகைக்க முயன்றதைப் பார்த்தவள் வெட்கம் தாளாமல் சமையலறைக்குள் புகுந்துகொண்டாள். அந்த ரப்பர் பேண்டுகளின் உதவியோடு நான்கு கூறுகளையும் நான்கு சிறிய கட்டுகளாகக் கட்டும் வேலையைப் பொறுமையாகச் செய்து முடித்த கோ அவற்றை மற்ற இருவரது முகங்களுக்கும் எதிராக உயர்த்திப் பிடித்தார், “இத பாருங்க சு, இதுல ஒண்ணு இருக்குது, இது விஏஓவுக்கு, ஆர்ஐக்கு ஒன்ர, தாசில்தார் ஆபீஸ் செக்‌ஷன் கிளார்க்குக்கு ஒன்ர, மீதி ஒண்ணு டெபுடிக்கு. டெபுடி ரண்டு கேட்டான். அவங்கிட்ட மறுபடி தாரன்னு சொல்லிச் சமாளிக்கணும்” என்றவர் அவர்கள் ஏதாவது சொல்ல வேண்டுமென எதிர்பார்த்தவரைப் போல் சில கணங்கள் மௌனமாக இருந்தார். பிறகு மறுபடியும் மனைவியை அழைத்து அந்த நான்கு சிறிய கட்டுகளையும் பத்திரமாக வைக்கச் சொல்லிக் கொடுத்தார். “மொதல்லயே சொன்னாப்பல இதுல எனக்குப் பைசா பிரயோஜனமில்ல, என்னமோ ஒரு பழக்க வழக்கத்துக்குச் செயயறெ” என்றார். “இருக்குட்டுங்க சார், வேல முடியுட்டு, கெவுனிக்கச் சொல்றெ, என்ன ந சார், வேல முடிஞ்சா சாருக்கு ஒரு ரண்டு குடுத்தரலாமல்ல?” என்றார் சு. ந அப்படியொரு வாக்குறுதியைக் கொடுக்கலாமா வேண்டாமா என யோசித்துக்கொண்டிருந்ததைப் பார்த்த சு மறுபடியும் அதே கேள்வியைக் கேட்டார். வேறு வழியே இல்லாத ந, “குடுத்தரலாங்க சார்” என்றான். பிறகு இருவரும் விடைபெற்றுக்கொள்ள விரும்பினார்கள். கோ இருவரையும் சாப்பிட்டுவிட்டுப் போகலாமே என்றார், “சாப்பாட்டுக்கென்னுங்க சார்” என இருவரும் ஒரே குரலில் சொல்லிவிட்டு எழுந்தார்கள். விடைபெறும் தருணத்தில் கோ மீண்டுமொரு முறை சத்துணவுக்காக வழங்கப்படும் அரிசியின் தரத்தைப் பற்றிக் கேட்டார். சு அவரது முகத்தைக் கூர்ந்து பார்த்தார், “தரமான அரிசிதான் சார்” என்றார், “வேணும்னா ந கிட்டச் சொல்லிக் கொண்டாந்து தரச் சொல்றெ, தோசைக்குப் போட்டு அரைக்கச் சொல்லுங்க” என்றார். “அதப் போயி ஏ தோசைக்குப் போடோணு?” என்ற கோ, தன் மனைவியைச் சுட்டிக்காட்டி “அதக் கொண்டாந்து குடுத்துத் தோசையச் சுடு, இட்லியச் சுடுன்னு சொன்னா இவ எம்பட மண்டையப் பொளந்துபுடுவா. என்ன ரண்டு கோழிக் குஞ்சுக இருக்குது, கொஞ்சங்கொண்டாந்து வெச்சா அதுகளுக்குத் தீனியாகுமேன்னு பாத்தெ” என்றார். அதைக் கேட்ட ந, சு இருவருமே சிரித்துக்கொண்டார்கள். “நாளைக்குச்

சாயந்திரம் ஒரு பத்து கிலோ போட்டு சாருகிட்டக் கொண்டாந்து குடுத்துருங்க ந சார், இல்ல எங்கிட்டக் குடுங்க நானே கொண்டாந்து குடுத்துட்டுப்போறெ, உங்குளுக்கு எதுக்குச் சிரமொ?" என்றான். குறுக்கிட்ட கோ "இல்லல்ல, அவரே கொண்டாருட்டு அதுக்குள்ள நா விஏஓ, ஆர்ஐகிட்டயெல்லாம் பேசி ஒரு ஏற்பாட்டப் பண்ணி வெச்சுருக்கறெ. என்னுன்னு தெரிஞ்சுக்கிட்டுப் போயிறலா" என்றார். சற்றுத் தயங்கி நின்ற ந, "கொஞ்சொ பாத்துச் செஞ்சு குடுங்க சார்" எனக் கருணையைத் தூண்டும் குரலில் சொன்னான். அதற்குப் பதிலளிக்க கோ வாயைத் திறந்தபோது அப்போதுதான் குழந்தையுடன் அங்கே வந்து நின்ற அவரது தாய்,"அதெல்லா ஒண்ணுங் கவலப்படாமப் போங்கொ, இன்னொ நாலே மாசத்துல புது ஊடு கட்டிக் குடி போயரலா. ஆபீஸ்ல இவுனுக்கு இல்லாத செல்வாக்கா?" என ஆசிர்வதிப்பதுபோல் சொன்னதைக் கேட்டு சுவை அழைத்துக்கொண்டு திருப்தியுடன் வெளியேறினான் ந.

10

மறுநாள் சாயந்திரம் ஒரு சாக்குப் பையில் பத்து கிலோ அரிசியை அள்ளிப்போட்டுக்கொண்டு ந, கோ வின் வீட்டுக்குப் போனான். அப்போதும் சு துணைக்கு வந்தார். எங்கோ அவசரமாகப் புறப்பட்டுக்கொண்டிருந்தவர் துண்டுச் சீட்டு ஒன்றை நவிடம் கொடுத்து மறுநாள் காலையில் விண்ணப்பத்துடன் கிராம நிர்வாக அலுவலரைப் போய்ப் பார்க்கும்படி அறிவுறுத்தினார். ந கொண்டு போயிருந்த அரிசியின் தரம் அவருக்குத் திருப்தி தரவில்லை. ஆனால் கோவின் தாய் அது அருமையான அரிசி என்றாள். கோ அதிலிருந்து ஒரு கைப்பிடியை அள்ளிக் கோழிகளுக்கு இறைக்க முயன்றபோது அவள் தடுத்தாள், “அதெதுக்கு இதத் தூக்கிக் கோழிக்குப் போடறெ, சொன்னாப்பல தோச கீச சுடறதுக்கு ஆவு” எனத் தன் மருமகளை அழைத்து அந்தப் பையை உள்ளே கொண்டுபோய் வைக்கச்சொன்னாள். போகும் அவசரத்திலும் கிராம நிர்வாக அலுவலரிடம் கொடுக்க வேண்டிய விண்ணப்பம் எப்படி இருக்க வேண்டும் என்பதை விளக்கிவிட்டுத்தான் சென்றார் கோ. சு அவர் சொன்னதைக் கவனமாகக் கேட்டுக்கொண்டார். இருவரும் நேராகப் பள்ளிக்குச் சென்றார்கள்.

இந்த முறை அலுவலக உதவியாளரான சுவே விண்ணப்பத்தை முழுமையாக வடிவமைத்தார். படித்துப் பார்த்தபோது நவுக்குத் திருப்தியாக இருந்தது. அதிகாலையிலேயே தட்டச்சு நிலையத் திற்குச் சென்றான். சு தட்டச்சருடைய வீட்டுக்கே சென்று அவரை அழைத்து வந்து வழக்கமான நேரத்திற்குச் சற்று முன்னதாகவே கடையைத் திறக்கச் செய்தார். அப்படியும் கிராம நிர்வாக அலுவலகத்திற்குப் போனபோது நேரமாகி

விட்டிருந்தது. தன்னைச் சந்திப்பதற்காகக் காத்திருந்த பத்துப் பதினைந்து நபர்களைப் பொருட்படுத்தாமல் நவிடமிருந்து விண்ணப்பத்தைப் பெற்று உடனடியாக அதைப் பரிசீலித்தார் கிராம நிர்வாக அலுவலர், "கோ அனுப்பிச்சாரா?" எனக் கேட்டுக்கொண்டே அதன் பின்பக்கத்தில் சில குறிப்புகளை எழுதி தனது ரப்பர் முத்திரையைப் பதித்துக் கையெழுத்திட்டு அவனிடம் திருப்பிக்கொடுத்தார். கோ கொடுத்தனுப்பியிருந்த துண்டுத் தாளை வாங்கித் தான் வைத்துக்கொண்டு வேறொரு துண்டுத் தாளில் எதையோ கிறுக்கி அதை நவிடம் கொடுத்து உடனடியாக அங்கிருந்து இரண்டு கிலோ மீட்டர் தொலைவிலிருக்கும் மா என்னும் பெயரையுடைய வருவாய் ஆய்வாளரைப் போய்ப் பார்க்கும்படி அறிவுறுத்தினார். அவருடைய உதவியாளரான தலையாரிக்கு இருபது ரூபாய்த் தாளொன்றை அன்பளிப்பாகக் கொடுத்துவிட்டு ந உடனடியாக வருவாய் ஆய்வாளரைப் பார்ப்பதற்காகப் புறப்பட்டான்.

சத்துணவு மையத்தின் பொறுப்பைச் சுவிடம் ஒப்படைத்து விட்டுத் தலைமையாசிரியரின் முன் அனுமதியையும் பெற்றுக் கொண்டிருந்ததால் ந பதற்றப்படாமல் இருக்க முயன்றான். சுவின் ஆலோசனைப்படி கோவை அவருடைய இல்லத்திற்குச் சென்று சந்தித்தது வீண்வேலையல்ல என நினைத்தான் ந. மாவின் அலுவலகத்தில் அதிக நேரத்தைச் செலவிட வேண்டியிருக்கும் எனத் தோன்றியதால் போகும் வழியில் டீக்கடை ஒன்றில் நின்று ஒரு டீயும் வடையும் சாப்பிட்டுவிட்டுப் போனான்.

அப்போது மா ஓய்வாக இருந்தார். தன்னந்தனி மனிதராகத் தன் மரநாற்காலியில் சாய்ந்து உட்கார்ந்திருந்தார். அவர் தன்னை எதிர்பார்த்துக் காத்திருப்பதாகவே நினைத்தான் ந. அவர் தன்னந்தனி மனிதராக இருந்ததாலும் ஓய்வாக இருந்ததாலும் ந சொல்வதைக் கேட்பதற்குத் தயாராக இருந்தார். அலுவலகத்திற்குள் நுழைந்த உடனேயே ந பேசத் தொடங்கினான். முதலில் தன் பெயர் ந எனவும் தான் அவரது அதிகார வட்டத்திற்குள்ளிருக்கும் தா என்னும் பெயரையுடைய ஊரின் அரசு மேல்நிலைப் பள்ளியில் சத்துணவு அமைப்பாளராகப் பணிபுரிவதாகவும் சொன்னான். மா என்னும் பெயரையுடைய அந்த வருவாய் ஆய்வாளர் அதைக் கேட்டுப் புன்னகைத்தார். பிறகு தனக்கு ஒரு மனைவியும் இரு குழந்தைகளும் இருப்பதாகச் சொன்னான். அவர் அதற்கும் புன்னகைத்தார். பிறகு தான் ஓ என்னும் ஊரிலிருக்கும் பாழடைந்த அரண்மனையொன்றின் சிதிலமடைந்து போன காவல்கூண்டுகளில் வெகு காலமாக வசித்துவருவதாகச் சொன்னான். "அப்படியா?" என்பது போல் நெற்றியைச் சுருக்கினார் ஆய்வாளர்.

தான் பெருநகரமொன்றில் பிறந்து அங்கேயே வளர்ந்திருந்ததால் தன்னால் அரண்மனை என்றால் என்னவென்பதைப் புரிந்துகொள்ள முடிந்தாலும் பாழடைந்த அரண்மனை என்றால் என்னவென்பதையோ சிதைந்துபோன காவல்கூண்டு என்றால் என்னவென்பதையோ புரிந்துகொள்ள முடியவில்லை என்ற அந்த வருவாய் ஆய்வாளர் முதலில் தனக்கு அவற்றைப் பற்றி விளக்கமாகச் சொல்லும்படி அவனைக் கேட்டுக்கொண்டார். ஆகவே ந அதைப் பற்றி அவருக்கு விளக்க முயன்றான். அவன் எவ்வளவு விளக்கியும் அதைப் புரிந்துகொண்டதற்கான தடயம் எதுவும் அந்த ஆய்வாளரின் முகத்தில் தென்படாததால் ந பல வருடங்களுக்கு முன்னால் செத்துப்போன தன் தாயைப் பற்றியும் இரண்டாண்டுகளுக்கு முன்னால் தான் வசித்துவந்த அந்தக் காவல்கூண்டுகளில் ஒன்றில் மூத்திர நாற்றத்தை விட்டுவிட்டுச் செத்துப்போன தந்தையைப் பற்றியும் சொல்லத் தொடங்கினான். அவற்றைக் கேட்டுக்கொண்டிருந்த ஆய்வாளரின் முகம் விம்மிப் புடைத்ததைக் கண்டு உற்சாகமடைந்த ந சில வாரங்களுக்கு முன்னால் பாழடைந்த அந்த அரண்மனையின் அடர்ந்த புதர்களுக்குள் வசித்துவந்த கொடிய விஷமுள்ள நாகமொன்று ஒரு நள்ளிரவில் தன் வீட்டுக்குள் நுழைந்துவிட்ட சம்பவத்தைப் பற்றி விவரிக்கத் தொடங்கினான். திடுக்கிட்டுப் போனது போல ஆய்வாளர் தோள்களை உயர்த்தினார். இடைமறித்து அந்த நாகத்தின் பருமனைப் பற்றியும் நீளத்தைப் பற்றியும் இரண்டு சுருக்கமான கேள்விகளைக் கேட்டார். ந குழம்பினான். ஆனால் உடனடியாகச் சுதாரித்துக்கொண்டான். அங்கிருந்த குடிநீர்க் குழாயொன்றைச் சுட்டிக்காட்டி அப்போது தன் வீட்டுக்குள் நுழைந்த நாகம் அந்த அளவு பருமனுள்ளது என்றான். அதைக் கேட்ட ஆய்வாளர் மீண்டுமொருமுறை புன்னகைத்தார். பிறகு அதன் நீளம் எவ்வளவு எனக் கேட்டார்.

"ரொம்பப் பெருசுங்க சார், ஒரு மார் நீளம், அதாவது ரண்டரையடி நீளமிருக்கும்"

"நாகப்பாம்புதானா? நல்லா பாத்தீங்களா?"

"நாகமேதான் சார். அது படமெடுத்து நின்னத எங்கண்ணால பாத்தெ"

ஆய்வாளர் கொஞ்சம் மிரண்டது போல் தென்பட்டார். பிறகு ந அந்த நாகம் தங்களுக்கு எந்தத் தொந்தரவும் தராமல் தங்களில் யாரையும் தீண்டாமல் எப்படி வெளியேறியது என்பதைப் பற்றிச் சொல்லத் தொடங்கினான். ஆய்வாளர் தன் உதவியாளரை அழைத்து இரண்டு தேநீர் கொண்டுவரச் சொல்லி உத்தரவிட்டார். ந நெகிழ்ந்துபோனான். அவனது

விழிகளில் நீர் பிதுங்கத் தொடங்கியது. குனிந்து சட்டைத் தலைப்பால் மிக ரகசியமாகத் துடைத்துக்கொண்டு முன்னிலும் அதிக உற்சாகத்துடன் அந்த இரவின் கதையைச் சொல்ல முற்பட்டான்.

அவன் சொல்ல விரும்பியது அன்றைய இரவு முழுவதும் தானும் தன் மனைவியும் விழித்திருந்ததைப் பற்றி. ஒரு பாதுகாப்பான சிறிய வீட்டின் தேவையைக் குறித்து இருவரும் அப்போது யோசித்ததைப் பற்றி, பிறகு இலவசத் தொகுப்பு வீடு கோரும் விண்ணப்பத்தை அளிப்பதற்காக பெ என்னும் பெயரையுடைய ஊராட்சித் தலைவரைப் போய்ப் பார்த்ததைப் பற்றி, அவரது அறிவுரையின்படி எழுத்தரையும் அதற்குப் பிறகு கிராம நிர்வாக அலுவரையும் சந்தித்ததைப் பற்றி, துண்டுத் தாளொன்றுடன் அப்போது அவரைச் சந்திக்க வந்திருந்ததைப் பற்றி. எல்லோருடைய சேவைக்கும் வெகுமதியாக மொத்தமாக ஒரு தொகையை கோ என்னும் பெயரையுடைய எழுத்தரிடம் கொடுத்ததைப் பற்றி ஆய்வாளிடம் சொல்லலாமா வேண்டாமா என யோசிக்கவும் முற்பட்டான் ந. ஆனால் நாகத்தைப் பற்றிய கதை ஆய்வாளருக்கு அதிக உற்சாகத்தைத் தந்ததைக் கவனித்த ந அவரை மேலும் உற்சாகப்படுத்த விரும்பி அதைச் சற்று நீட்டிக்க விரும்பினான். சிறு வயதிலிருந்து தன் கண்களுக்குத் தென்பட்ட பாம்புகளைப் பற்றித் தனக்கு நினைவிலிருந்த சம்பவங்களை விவரிக்கவும் பொதுவாக நாகங்களில் எத்தனை வகை உண்டெனவும் அவற்றின் பயங்கரமான குணங்களைப் பற்றியும் சொல்லத் தொடங்கினான். நாகங்களில் கருநாகமும் கோதுமை நாகமும்தான் அதிக மூர்க்கமானவை என அவன் சொன்னதைக் கேட்ட ஆய்வாளர் ராஜநாகத்தைத்தான் அவன் கருநாகமெனக் குறிப்பிடுகிறானா எனக் கேட்டார். அதற்கு நேரடியாகப் பதிலளிக்காத ந ஒருமுறை பெரிய ராஜநாகம் ஒன்று ஆற்றின் மறுகரையிலிருந்து நீந்தி வந்துகொண்டிருந்ததைத் தான் நேரடியாகப் பார்த்ததாகச் சொன்னான் ந. ஆய்வாளருக்கு அது பெரிய ஆச்சரியத்தை ஏற்படுத்தும் தகவலாக இருந்தது. நாகம் நீந்துமா எனக் கேட்டார். எல்லாப் பாம்புகளுமே நீந்தக்கூடியவைதான் எனத் தயங்காமல் அவருக்குப் பதிலளித்தான் ந. அவர் மேலும் மேலும் ஆச்சரியப்பட்டுக்கொண்டே போனதைப் பார்த்த ந நாகமும் சாரையும் கூடும் அற்புதமான கதையைப் பற்றிச் சொல்லத் தொடங்கினான்.

"உண்மைல நாகமும் சாரையும் கூடுமா ந? ரெண்டும் வெவ்வேற பேமிலி இல்லையா?" என ஆய்வாளர் இடைமறித்தார். ந அது தவறான தகவலெனவும் இரண்டும் ஒரே குடும்பம்தான்

எனவும் நாகம்தான் ஆண் எனவும் சாரை பெட்டை எனவும் சொன்னான்.

"அப்படியானா நாகம் முட்டையிடாதுன்னு சொல்றீங்களா?"

"ஆமா, பெட்டதானேங்க சார் முட்டையிடும்? அட காக்கறதும் அதுதானுங்க சார். சாரை அட காத்துக்கிட்டிருக்கறப்போ நாகம் அதுக்கு எந்த ஆபத்துமில்லாமப் பாத்துக்கும்" என்றான் ந.

"அப்படியா சொல்றீங்க?"

"ஆமா சார். இத நா எங்கண்ணால பாத்திருக்கறேன்"

ஆய்வாளர் பெருமூச்சு விட்டார்.

"அதுல நெறைய விஷயமிருக்குதுங்க சார். நாகமும் சாரையும் கூடறப்ப ஒரு வெள்ளத்துணியக் கொண்டுக்கிட்டுப் போயிப் பக்கத்துல போட்டம்னு வெச்சுக்குங்க, அதுக ரண்டுக்கும் செரியான கோபம் வந்துரும். துணியப் போட்டுக் கொத்துகொத்துன்னு கொத்தி வெஷத்தப் பீய்ச்சிப்புடு. வெள்ள வெளேர்னு இருந்த துணி வெஷம் பட்டு பச்சப் பசேல்னு ஆயிரு. மறுநாப் போயி அத எடுத்துக்கிட்டு வந்து வீட்ல வெச்சுக்கிட்டா ஐஸ்வர்யம் பெருகும் சார்"

"நெஜமாவா?"

"ஆமா சார், எங்க ரிலேட்டிவ் ஒருத்தரு வீட்ல அப்பிடியொரு துணி இருக்குது. அவங்க பாட்டங் காலத்துல கொண்டாந்து வெச்சது. அப்ப அவிங்க வெறும் மண்ணு வீட்லதான் இருந்தாங்களாம். அதக் கொண்டு போயி வெச்சதுக்கப்பறம் செல்வம் பெருகீடுச்சு. இப்ப தோட்டம் துரவு, கார் பங்களான்னு வசதியா இருக்கறாங்க சார்"

"ந எனக்கு அது மாதிரி ஒரு துணி கெடைக்குமா?" எனப் பேராசையுடன் கேட்டார் ஆய்வாளர்.

"பாக்கலாம் சார், அடுத்த தடவ நா பொணையல் பாம்பப் பாத்தன்னா நிச்சயமா ஒரு வெள்ளத் துணியக் கொண்டுக்கிட்டுப் போயிப் போட்டு எடுத்துக் கொண்டாந்து உங்குளுக்குத் தாறே. கொண்டு போயி வீட்ல வைங்க. நிச்சயமா செல்வம் பெருகும்"

ஆய்வாளர் யோசனையில் மூழ்கினார். தான் வந்த காரியத்தைப் பற்றிப் பேச அது சரியான தருணமாக இருக்கும் என நினைத்தான் ந. ஆனால் ஆய்வாளர் இன்னும் நாகத்தைப் பற்றிய சிந்தனைகளிலிருந்து விடுபட்டிருக்கவில்லையென்பது அவரது அடுத்த கேள்வியில் தெரிந்தது.

“ந இதச் சொல்லுங்க, பொதுவா நாகங்க அதாவது நீங்க சொல்றாப்பல நாகமும் சாரையும் எவ்வளவு நேரத்துக்கு செக்ஸ் வெச்சுக்கும்? ரண்டு மூணு மணி நேரமாகும்னு கேள்விப்பட்டனே?”

ந சிரிக்க முற்பட்டான்.

“ரண்டு மூணு மணி நேரமில்ல சார், ரண்டு மூணு நாள்”

“நெஜமாவா சொல்றீங்க?”

“ஆமா சார், அமாவாச பௌர்ணமிக்குத்தான் அதுக கூடும். அமாவாசைக்கு ஒரு நா முன்னதாச் சேரும். அப்பறம் தொடர்ந்து மூணு நாளைக்கு ஒண்ணோட ஒண்ணு பின்னிக்கிட்டுத் தலையத் தூக்கித் தூக்கி ஆடிக்கிட்டிருக்கும். நீங்க நீயான்னு ஒரு படம் பாத்திருப்பீங்களே சார்?”

“இல்ல நாம் பாக்கல”

“அதுல ஒரு பாட்டுக்கோட இருக்கும், ஒரே ஜீவன் ஒன்றே உலகம் வாராய் கண்ணான்னு”

“ஆமா கேட்ட மாதிரியிருக்குது”

“அந்தப் படத்துல காட்டுவாங்க”

ஆய்வாளர் மறுபடியும் யோசனையில் மூழ்கினார்.

“நாகத்துல கொம்பேறி மூக்கன்னு ஒரு வகையிருக்குதாமே?”

“ஆமா சார், இந்தப் பக்கத்துல அதுக்கு வில்லரணைன்னு பேரு. ஈக்கிமாறாட்ட நீளமா, ஒடிசலா இருக்கும். படு ஸ்பீடாப் போகும். அது கடிச்சா மருந்தே இல்ல. கடிச்சுட்டு நேரா சுடுகாட்டுக்குப் போயி அங்க ஒசரமா இருக்கற வெள்ள வேலா மரத்துல ஏறி உச்சாணிக்குப் போயி நிண்ணுக்கிட்டுக் கடி வாங்குன ஆளு செத்துட்டானா இல்லையான்னு பாத்துக்கிட்டிருக்கும். அத ஏமாத்தறதுக்கு இங்க இருக்கறவங்க ஒரு தந்தரம் பண்ணுவாங்க. வில்லரண கடிச்ச ஒடன சுடுகாட்டுக்குப் போயி ரண்டு குப்பையப் போட்டுத் தீ மூட்டிப் பொகைய எழுப்புவாங்க. அதப் பாத்துக் கடி வாங்குன ஆளு செத்துட்டான்னு திருப்திப்பட்டுக்கிட்டு மரத்துல எறங்கிப் போயிரு அந்தப் பாம்பு. அப்பிடிப் போயிருச்சுனாக் கடி வாங்குன ஆளு ஒடம்புல இருந்து வெஷம் எறங்கீரும். அப்பிடியொரு பாம்பு அது”

“ஆச்சரியமாத்தே இருக்கு”

ஆய்வாளர் அந்தக் கதையில் லயித்துக் கொஞ்ச நேரம் மௌனமாக இருந்தார்.

அது சரியான தருணம் என நினைத்த ந தன்னிடமிருந்த துண்டுச் சீட்டை ஆய்வாளரிடம் நீட்டினான். ஆய்வாளர் அதை வாங்கித் தன் உள்ளங்கையில் வைத்துக்கொண்டு ஒரு பார்வை பார்த்தார். பிறகு மேசையின் மீது மலர்த்தி பேப்பர் வெயிட் ஒன்றை அதன் மீது வைத்தார்.

"ந பொதுவா நாகப்பாம்பு எத்தன வருஷத்துக்கு உயிரோட இருக்கும்?"

"நூறு, எரநூறு வருஷத்துக்கு இருக்கும் சார்"

"அப்படியா? சில பேரு நாகம் ஆயிரம் வருஷத்துக்கு உயிரோட இருக்கும்னு சொல்றாங்களே, ஆயிரம் வருஷமானா அதுக வாயில இருந்து மாணிக்கக் கல்லுக வருமாமே? நீங்க அதப் பத்திக் கேள்விப்பட்டிருக்கீங்களா?"

ந தடுமாறினான்.

"எல்லாப் பாம்புகளுமே ஆயிர வருஷத்துக்கு இருக்காது சார். சிலது இருக்கும். பத்தாயிரத்துல ஒண்ணு, லச்சத்துல ஒண்ணுன்னுகூடச் சொல்லலாம். அப்படியிருக்கற பாம்புகதான் மாணிக்கத்தக் கக்கும்"

"அது சரி, எல்லாப் பாம்புகளும் மாணிக்கத்தக் கக்கற மாதிரியிருந்தா ஊர் பூரா மாணிக்கமாவல்ல கெடக்கும்?" ஆய்வாளர் வாய்திறந்து சிரித்தார்.

"ஆமா சார், லச்சத்துல ஒண்ணு. ஆயிரம் வருஷமாவறப்பொ அதுகளுக்குக் கண்ணுத் தெரியாதுன்னு சொல்றாங்க. ஒடம்புமு அரையடி நீளமாக் குறுகிப் போயிருமா. மேலெல்லா மயிரு மொளச்சுக்குமா. பாத்தாப் பாம்பாட்டவே தெரியாதுங்கறாங்க. பெருக்கானாட்ட, கீரியாட்டத்தே இருக்குமாமா. ஆரு கண்ணுக்குந் தட்டுப்படாதாமா. மாசத்துல ஒரு நா அமாவசையன்னைக்கு மட்டுந்தே எர தேடறதுக்கு வெளில வருமாமா. நல்லா இருட்டுனதுக்கப்பறந்தே வரு. இருட்டுல அதுக்குக் கண்ணுத் தெரியாதில்லீங்க சார்? அதுக்காக வாயில வெச்சுருக்கற மாணிக்கத்தக் கக்கி ஒரு எடத்துல வெச்சுட்டு அந்த வெளிச்சத்துல வந்து எர தேடிக்கிட்டிருக்கு"

"அதுக்கு மாணிக்கம் எங்க இருந்து கெடைக்கும் ந?" என ஆய்வாளர் இடைமறித்தார் அந்த வருவாய் ஆய்வாளர்.

"நஞ்சுதானுங்க சார். ஆயிரம் வருஷமாகறப்பொ அதனோட நஞ்சு முத்தி நல்லா வெளஞ்சு கல்லா மாறிப்போயிருமா. அதத்தான் மாணிக்கம்னு சொல்றொ"

அதை மறுப்பதற்கு எந்த ஆதாரமும் தன்னிடம் இல்லாததால் ஆய்வாளர் மௌனமாக இருந்தார்.

“சில பேரு அதத் தெரிஞ்சுக்கிட்டு அதுக எரதேடப் போறப்பப் பின்னாலயே போயி நாகம் கக்கி வெச்சுருக்கற மாணிக்கத்த ஒரு கூட சாணியக் கொட்டி மூடீருவாங்க. சாணியக் கொட்டுனா என்னாகும்? மாணிக்கம் இருண்டு போயிரு. அந்த வெளிச்சத்த நம்பி எரதேடிக்கிட்டிருக்கற பாம்புக்குக் கண்ணுத் தெரியாது. புத்துக்குத் திரும்பி வர வழியுந் தெரியாது. அங்கியும் இங்கியும் அலஞ்சு திரிஞ்சு ஒரு நாலு நாளைல செத்துப் போயிரு. அந்தச் சாணிய வழிச்சுக் கொண்டாந்து நாலஞ்சு நா கிருமிச்சுத்தான் மாணிக்கத்த வெளில எடுப்பாங்க”

ஆய்வாளர் பூரித்துப் போனவராகத் தென்பட்டார். ந எதுவும் கேட்காமலேயே அவனது வந்த நோக்கத்தைப் பற்றிப் பேசத் தொடங்கினார்.

“ந உங்களுக்கு வீடு கட்டறதுக்கு மொதல்ல ஒரு வீட்டுமனப் பட்டா வேணும் இல்லையா?”

“ஆமாங்க சார்”

“கோ, நம்ம பஞ்சாயத்து கிளார்க் உங்களுக்கு ஹெல்ப் பண்ணச் சொன்னாரு”

“ரொம்ப தேங்க்ஸ்ங்க சார்”

“ந நீங்க இப்பக் குடியிருக்கற எடத்துலயே ஒரு முன்னூறு சதுர அடிக்குப் பட்டா போட்டுக் குடுத்துட்டா அதுல ஒரு தொகுப்பு வீட்டக் கட்டிக்க உங்களால முடியுமில்லையா”

“ரொம்ப ரொம்ப தேங்க்ஸ்ங்க சார்”

“மொதல்ல அது பொறம்போக்குதானான்னு தெரிஞ் சுக்கணும். பொறம்போக்குன்னா ஓடப் பொறம்போக்கா நத்தப் பொறம்போக்கான்னு பாக்கணும். எதாவது டிஸ்பியூட் இருந்தரக் கூடாது”

“ஆமா சார் டிஸ்பியூட் இருந்தரக் கூடாது, பின்னால வம்பாப் போயிரு”

“விஏஓ என்ன சொல்றாரு”

“அவரு இந்தச் சீட்டக் குடுத்து உங்களப் பாக்கச் சொன்னாருங்க சார்”

“காசு மட்டும் வாங்குவானுக ஆனா பொறுப்பா ஒரு காரியத்தச் செய்ய மாட்டானுக” எனத் தனக்குள்ளேயே

முணுமுணுத்துக்கொண்ட ஆய்வாளர், “ஆமா அந்த விஏஓவுக்கு எவ்வளவு குடுத்தீங்க?” எனக் கேட்டார்.

ந என்ன சொல்வதெனத் தெரியாமல் எச்சிலைக்கூட்டி விழுங்கத் தொடங்கியிருந்தான்.

அப்போதுதான் அவர்களுக்கிடையேயான அந்த உரையாடலை யாருமே எதிர்பாராத வகையில் பாதியில் முறித்துக்கொண்டு யாரோ ஒருவர் அங்கே வந்தார். கொஞ்சம் கூடச் சத்தமெழுப்பாத சுழல் விளக்குப் பொருத்தப்பட்ட வாகனமொன்றில் திடீரென வந்து சேர்ந்திருந்தார் அவர். அவருக்கு முன்னும் பின்னும் சீருடையணிந்த இரு பணியாளர்கள் வந்தனர். பக்கவாட்டில் குலைந்த உடலுடன் ஒருவன் நடந்து வந்தான். திடீரெனப் பிரவேசித்துவிட்ட அந்த மனிதரின் பருத்த உடலைப் பார்த்ததும் ஆய்வாளர் நிலைகுலைந்தார். நாற்காலியைப் பின்னுக்குத் தள்ளிவிட்டு வளையைத் தேடும் பயந்த எலியைப் போல அங்குமிங்கும் ஓடத் தொடங்கினார். உடனடியாக வெளியேறும்படி தணிந்த குரலில் நவுக்கு உத்தரவிட்டுவிட்டு வந்தவருக்குத் தன் நாற்காலியைச் சுட்டிக்காட்டி அமரும்படி பணிவுடன் வேண்டிக்கொள்ளத் தொடங்கினார். அந்த மனிதர் அசௌகரியமான அந்த நாற்காலியில் ஒருவித அசூயையுடன் அமர்வதை ந பார்த்தான். அவரை அதற்கு முன்னாள் எங்கேயோ பார்த்திருக்கிறோமே என அதைப் பற்றி யோசித்தபடியே ந வெளியேறினான்.

ஆய்வாளர் அலுவலகத்திற்கு எதிரே இருந்த மாரியம்மன் கோயிலின் முற்றத்தில் தென்பட்ட வேப்பமரமொன்றின் நிழலுக்குக் கீழே நீண்ட நேரம் காத்திருந்தான் ந.

11

நீண்ட காத்திருப்புகளுக்கு ந தன்னைப் பழக்கப்படுத்திக்கொண்டான். சந்தித்த ஆட்களை மீண்டும் மீண்டும் சந்திப்பதற்கும் அவர்களுடைய வெவ்வேறு கேள்விகளுக்கு அவனிடமிருக்கும் வெவ்வேறு பதில்களைத் திரும்பத் திரும்பச் சொல்வதற்கும் அவன் சோர்வடையவில்லை. ஊராட்சித் தலைவர், கிராம நிர்வாக அலுவலர், வருவாய் ஆய்வாளர், வட்டாட்சியர், எழுத்தர்கள், யாராவது ஒரு அரசியல்வாதி, யாராவது ஒரு தலைவர், யாராவதொரு அதிகாரி, யாராகவுமற்ற யாராவது ஒருவர் எனப் பலரையும் சந்திப்பதற்காக எல்லா நாள்களிலும் எல்லா இடங்களுக்கும் எல்லா நேரங்களிலும் அலைந்துகொண்டிருந்தான் ந. யாராவதொருவர் ஏதோவொரு துண்டுக் தாளில் எதையாவது கிறுக்கியாரையாவது ஒருவரைப் பார்க்கச் சொல்லும்போது அவன் அவரைப் பார்த்தான். யாராவது ஒருவர் நம்பிக்கையூட்டும்போது அவன் தயக்கமில்லாமல் நம்பினான். யாராவது ஒருவர் ஏமாற்றும்போது கசப்புடன் ஏமாந்தான். கோடைக் காலம் வளர்ந்துகொண்டே போனது. வெப்பம் தாளமுடியாதபடி அதிகரித்திருந்தது. ஆறாகப் பெருகும் வியர்வையைத் துடைத்துக்கொண்டே ந அலைந்து திரிந்தான். கோடை தணிந்து காற்று மெலிதாக வீசத்தொடங்கியது. பிறகு வலுவடைந்தது. வறண்ட நிலங்களிலிருந்து புழுதியை வாரிச் சுழற்றி இறைத்தது. ஒவ்வொரு நாளும் புழுதிபடிந்த உடலுடன் காற்றைச் சபித்தபடி வீட்டைவிட்டுக் கிளம்பினான் ந. காற்றுக்கெதிராகக் கைகளை வீசிக்கொண்டு நடக்கப் பழகிக்கொண்டான். மழைக் காலம் தொடங்கியது. ந என்னும் பெயருடைய அந்தச் சத்துணவு அமைப்பாளரும் வ என்னும் பெயருடைய அவனுடைய மனைவியும் அப்போது பீதியுறத் தொடங்கினர்.

வேறெந்தக் காலத்தையும்விட மழைக் காலமே அவர்களுக்குக் கடினமானது. பாழடைந்த அந்த வீட்டின் சுவர்களை மழை கருணையே இல்லாமல் நனைத்துவிடும். நனைந்த சுவர்களிலிருந்து ஓயாமல் நீர் கசிந்துகொண்டே இருக்கும். பாய்விரிக்கக்கூட முடியாதபடி தரை சொதசொதத்துப் போய்விடும். படுக்கை விரிப்புகள் சில்லிடும். குழந்தைகளால் குளிரைத் தாங்கவே முடியாது. விடிய விடிய நடுங்கிக்கொண்டே கிடப்பார்கள். சில தருணங்களில் கடுமையான காய்ச்சல் கண்டு அவதிப்பட நேர்வது மழைக் காலங்களில்தான். ஓயாமல் இருமிக்கொண்டே இருப்பார்கள். அவன் அவர்களை அழைத்துக்கொண்டு அ என்னும் ஊரிலிருக்கும் ஆரம்ப சுகாதார நிலையத்திற்கு ஓட வேண்டியிருக்கும். அவர்கள் வசித்துவந்த பாழடைந்த அந்த அரண்மனையில் மண்டிக் கிடக்கும் புதர்கள் மழைக் காலங்களில் மேலும் அடர்த்தியாகிவிடும். வெகுகாலமாக அங்கு வசித்துவரும் பறவைகளும் பிராணிகளும் பாம்புகளும் குதூகலத்துடன் சுற்றித் திரியும் நாட்கள் அவை. நனைந்த சுவர்களில் ஊர்ந்து திரியும் பூராண்களைக் கண்டு குழந்தைகள் கூச்சலிடுவார்கள். நள்ளிரவில் சிறுநீர் கழிக்கப் போவதற்காகப் படியிறங்கும் அவன் மனைவி காலடியில் ஒரு தேளைப் பார்த்ததும் போன காரியத்தைப் பாதியில் விட்டுவிட்டு ஓடி வந்து அவனை எழுப்பி நடுங்கும் குரலில் விஷயத்தைச் சொல்வாள். அவன் தன் செருப்பையோ விளக்குமாரையோ எடுத்துக்கொண்டுபோய் அதை அடித்துப்போடும்வரை அடிவயிற்றை இறுக்கிப் பிடித்துக்கொண்டு நிற்பாள். அல்லது வாசலிலேயே இருந்துவிட்டுப் போவாள். மலம் கழிப்பதற்கான இடத்தைக் கண்டு பிடிப்பது மழைக் காலத்தின் பெரிய சவால். மலம் கழிப்பதற்காக நாள்தோறும் ஆற்றங்கரைக்குப் போவதை வழக்கமாகக் கொண்டிருந்தான் ந. சில தருணங்களில் குழந்தைகளையும் அழைத்துச் செல்வான். ஆற்றில் தண்ணீர் பெருக்கெடுத்தோடும் மாதங்களில் காலைக்கடன்களை முடித்த கையோடு குளியலையும் முடித்துக்கொள்வான். அவன் மனைவி சமயத்துக்குத் தக்கபடி பாழடைந்த அந்த அரண்மனையில் அடர்ந்து கிடக்கும் ஏதாவதொரு புதரைத் தேடிக்கொள்வாள். மழை வலுக்கும்போது அவள் மிகச் சிரமப்படுவாள். ஏற்கனவே பலருக்கும் வெளிக்காடாக மாறிப்போய்விட்ட அந்த அரண்மனை மழைக் காலங்களில் நாறிக்கிடக்கும். அதனுள் கொடிபோலப் படர்ந்திருக்கும் ஒற்றையடிப் பாதைகளில் மலம் கொழகொழப்பாக நகர்ந்துகொண்டிருக்கும். கால் வைக்கவே அருவருப்பாக இருக்கும். கழிப்பறையொன்றைக் கட்டிக்கொள்ள வேண்டுமென்பது அவர்களது நீண்ட காலக் கனவு. இந்தக் கனவு மழைக் காலத்தில்தான் மூர்க்கம் பெறும்.

கார்த்திகை முடியும் வரை அமைதியற்ற ஒரு மிருகத்தைப் போல அலைந்துகொண்டிருக்கும். மார்கழியானால் தாளமுடியாத குளிர். இருக்கும் ஒன்றிரண்டு போர்வைகளைக் குழந்தைகளுக்குப் போர்த்திவிட்டுவிட்டு அவன் கையது கொண்டு மெய்யது பொத்தி முடங்கிக்கொள்வான். குழந்தைகளிடமிருந்து குறட்டைச் சத்தம் கேட்கத் தொடங்கியதும் ந சத்தமில்லாமல் நகர்ந்துபோய் மனைவியின் கதகப்பான உடலை அணைத்துக்கொள்வான்.

ந என்னும் பெயரையுடைய அந்தச் சத்துணவு அமைப்பாளருக்கு மழைக் காலத்தின் ஒரே அற்புதமான விஷயம் அது. அப்போது அவர்களது பாழடைந்த அந்த அரண்மனையின் முற்றத்தை வேகமாகக் கடந்து சென்றுகொண்டிருந்தது மழைக் காலம். அதைவிடவும் மோசமான குளிர் காலம் இரண்டு மூன்று வாரங்களுக்குள் தொடங்கவிருந்தது. அதை நினைத்து ந பீதியுற்றான். பன்னிரண்டு வருடங்களுக்கு முந்தைய குளிர் காலத்தில் அவன் தன் தாயை இழக்க வேண்டியிருந்தது. மூன்றாண்டுகளுக்கு முந்தைய மற்றொரு குளிர் காலத்தில் தன் கயிற்றுக் கட்டிலில் கிடைகொண்ட அவன் தந்தை அடுத்து வந்த குளிர் காலம்வரை வதைபட்டுக்கொண்டிருந்தார். குளிர் காலங்களில் அவர்கள் அறிந்த ஏதாவதொரு ஊரிலிருந்து அவர்களுக்கு நெருக்கமான யாராவது ஒருவரின் மரணச் செய்தியைக் கேட்க வேண்டியிருந்தது. குளிர் காலங்களைச் சபிக்கப்பட்டவையாக நினைத்தான் அந்தச் சத்துணவு அமைப்பாளர். நெருங்கிவரும் குளிர் காலத்தை எதிர்கொள்வதைப் பற்றிய அச்சம் அவனைப் பீடிக்கத் தொடங்கியிருந்தது. வெகு சீக்கிரத்திலேயே அவனுக்கு வீடு ஒதுக்கப்பட்டுவிடும் என அவன் அதுவரை சந்தித்திருந்த எல்லோருமே உறுதியளித்திருந்தனர். ஆனால் அவன் யாருடைய சொற்களையும் நம்பச் சக்தியற்றவனாக இருந்தான். எல்லா வாக்குறுதிகளையும் சந்தேகிக்கத் தொடங்கியிருந்தான்.

ஆனால் அடுத்த மூன்று மாதங்களுக்குள் அவனுக்கு வீடு ஒதுக்கப்பட்டுவிட்ட தகவலைப் பெ என்னும் பெயரையுடைய ஊராட்சித் தலைவரின் தோட்டக்காரன் அவனுக்குக் கொண்டு வந்தபோது அவன் தாளமுடியாதவனான்.

தோட்டக்காரன் வந்தபோது நன்றாக இருட்டியிருந்தது. அப்போது நவைத் தவிர மற்ற எல்லோரும் உறக்கத்தில் மூழ்கியிருந்தனர். தனது பாழடைந்த அந்த அரண்மனையின் முற்றத்தில் அவன் குடியிருந்து வந்த சிதிலமடைந்த காவல்கூண்டின் குண்டும் குழியுமான திண்ணையில் மண்டியிட்டு உட்கார்ந்தபடி மண்ணெண்ணெய் விளக்கின் மங்கலான ஒளியில் கணக்கு

வழக்குகளைச் சரிபார்த்துக்கொண்டிருந்தான் ந. அவன் முன்னால் பதிவேடுகளும் ரசீதுப் புத்தகங்களும் எண்ணற்ற துண்டுத் தாள்களும் இரைந்து கிடந்தன. வழங்கப்பட்ட அரிசி, பருப்பு, எண்ணெய் முதலான பொருள்களின் இருப்புக்கும் செலவுக்குமிடையே தென்பட்ட மோசமான முரண்பாடுகளைக் களைவதற்காக இரண்டு மணி நேரமாக அவற்றோடு போராடிக்கொண்டிருந்தான் ந. சென்ற நான்கைந்து மாதங்களில் அவன் வழக்கத்தை விட அதிகமான அளவில் அரிசி, பருப்பு, எண்ணெய் போன்றவற்றைத் தனக்காக எடுத்துக்கொண்டிருந்தான். கையிருப்பு முழுவதும் இலவச வீடு பெறுவதற்கான அலைச்சலில் கரைந்துபோயிருந்ததால் சாப்பாட்டுக்கு முழுமையாக அவற்றையே நம்பியிருக்க வேண்டியிருந்தது. வவும் குழந்தைகளும் அவனும் மூன்று வேளையும் முகம் சுழிக்காமல் அவற்றைச் சாப்பிடப் பழகிக்கொண்டிருந்தனர். கணக்கு வழக்குகளை ஒழுங்குபடுத்த வேண்டியிருந்ததுதான் பிரச்சினை. நான்கைந்து இரவுகளாக ந அதற்கான முயற்சிகளில் ஈடுபட்டிருந்தான். அப்போதுதான் பேரூராட்சித் தலைவரின் தோட்டக்காரன் முற்றத்திலிருந்த கொன்றை மரத்தடிக்கு வந்து நவுக்குத் தன் வருகையை உணர்த்துவதற்காகப் பலமாகக் கனைத்தான். அது குதிரையின் கனைப்பைப் போல தென்படவே ந திடுக்கிட்டுப் போனான்.

ஏனென்றால் ஓ என்னும் பெயருடைய அந்த மிகச் சிறிய கிராமத்தில் எங்கும் குதிரை இல்லை. அந்த ஊரின் வரலாற்றில் குதிரை என்னும் விலங்கு இருந்ததற்கு எந்தத் தடயமும் இல்லை. அந்தக் கிராமத்துக்கென்று எந்த வரலாறும் இல்லாமல் இருந்ததுதான் காரணம். ஆனால் ந தன் எண்ணற்ற கனவுகளில் குதிரைகளின் கனைப்பைக் கேட்டிருந்தான். அது கனவா என்ற சந்தேகம்கூட அவனுக்கு இருந்தது. ஒருவேளை பாழடைந்துபோய்விட்ட அந்த அரண்மனைக்குள் அதில் வாழ்ந்துவந்த ராஜாக்களால் கைவிடப்பட்ட குதிரைகள் வசித்துக்கொண்டிருக்கலாம். யாருடைய கண்ணுக்கும் தெரியாமல் அவை அங்கு ஒளிந்து வாழக்கூடும் என நினைத்தான் அவன். அதனால்தான் அது குதிரையொன்றின் கனைப்பாக இருக்குமோ என அவனால் சந்தேகிக்க முடிந்தது. ஒருவேளை கனைத்தது குதிரையாக இல்லாமல் வேறு ஏதாவது கொடிய விலங்காக இருக்குமானால்? பாழடைந்த அந்த அரண்மனையின் அடர்ந்த புதர்களுக்குள் ஏதாவதொரு கொடிய விலங்கு வசிக்கக்கூடும் என்பதுகூட அவனது நெடுநாளைய கற்பனைகளில் ஒன்று. அந்தக் கற்பனை தோன்றியதும் அவனுக்குச் சப்த நாடியும் ஒடுங்கிவிட்டது. காற்றை ஊதி உடனடியாகத் தன் முன்னால்

இருந்த மண்ணெண்ணெய் விளக்கின் சுடரை அணைத்தான். பதிவேடுகளை அப்படியே விட்டுவிட்டு எழுந்து வீட்டுக்குள் நுழைந்து கதவைத் தாளிட முயன்றுகொண்டிருந்தபோது அந்தத் தோட்டக்காரன் மறுபடியும் ஒருமுறை கனைத்தான். இந்தமுறை அவனால் அச்சு அசல் மனிதனைப் போலவே கனைக்க முடிந்திருந்ததால் நிலைமை தலைகீழாக மாறியது. கொஞ்சம் துணிச்சலை வரவழைத்துக்கொண்டு இருளுக்குள்ளிருந்து "யாரது?" எனச் சற்று அதட்டலான தொனியில் அவனைப் பார்த்துக் கேட்பதற்கு அவனால் முடிந்திருந்தது. அந்த மனிதன் தான் யாரெனச் சொன்னபோது ந அவனது குரலை உடனடியாக அடையாளம் கண்டுகொள்ள முடியாமல் போனதற்காக வெட்கப்பட்டான். மனைவியை எழுப்பி விளக்கைப் பற்ற வைக்கும்படி சொன்னான்.

"இன்னாரத்துல, எதாவது அவுசரமான சோலியா?" என விளக்கைப் பற்றியெடுத்துக்கொண்டு திண்ணைக்கு வந்த வ கேட்டாள்.

தோட்டக்காரன் அதற்கு உடனடியாகப் பதில் சொல்லவில்லை. சிறிய பாலிதீன் பையொன்றில் தான் கொண்டுவந்திருந்த நான்கைந்து சப்போட்டா பழங்களையும் ஓரிரு கொய்யாப் பழங்கயையும், "கொழந்தைக திங்குமேன்னு கொண்டாந்தெ" எனச் சொல்லிக்கொண்டே திண்ணையின் மீது வைத்தான். பிறகு நிதானமாக நவுக்கு இலவசத் தொகுப்பு வீட்டுக்கான ஆணை கையெழுத்தாகிவிட்டதாகவும் காலையில் சீக்கிரத்திலேயே ஊராட்சி அலுவலகத்திற்குப் போய்த் தலைவரைப் பார்த்து அதற்கான உத்தரவைப் பெற்றுக்கொள்ளலாமெனவும் தெரிவித்தான்.

"தலைவருதே பாவ ஒரெட்டுப் போயிச் சொல்லீட்டு வந்துருன்னு சொன்னாங்கொ" எனச் சொன்னவன் மறுபடியும் இரண்டுமுறை குதிரையைப் போல கனைத்தான். ந இந்த முறை திடுக்கிடவில்லை. ஆனால் அந்தச் சத்தத்தைக் கேட்டு முதலில் தான் எப்படித் திடுக்கிட்டுப் போனான் என்பதை அவனுக்குச் சொல்லத் தயங்கவில்லை, "நெசமாலுமே நா எதாவது குதர கிதர வந்து வாசல்ல நிக்குதோன்னு பயந்து போயிட்டம் போ" எனச் சொல்லிக் குதூகலத்துடன் சிரித்தான் ந. வ இருவருக்கும் கொஞ்சம் வரக்காபி போட்டு எடுத்துக்கொண்டு வந்தாள்.

"குதரயா இருந்தாக்கோடத் தேவுலியே, அதென்ன பண்ணப்போவுது? எனக்கு அதக் கேக்கங்காட்டிக் கரடி கத்தறாப்பல இருந்துது போ" என்றாள் வ.

“நீ கரடியப் பாத்துருக்கறயாக்கு? கரடி எப்பிடிக் கத்தும்னு உனக்குத் தெரியுமாக்கு?” எனக் கேலியாக அவளிடம் கேட்டான் ந.

தோட்டக்காரன் சிரித்தான்.

“கடசீல நீங்க என்னயக் கரடீனு சொல்லிப்புட்டீங்க பாருங்கொ.”

கொஞ்ச நேரம் சிரித்துப் பேசிக்கோண்டிருந்த ந தோட்டக்காரன் விடைபெற்றுக் கொண்டு போகும்போது நாலைந்து கிலோ அரிசியையும் ஒரு கிலோ பருப்பையும் கொஞ்சம் எண்ணெயையும் துணிப்பையொன்றில் போட்டுக்கொண்டு வந்து அவனுக்குக் கொடுத்தான், “நாள மக்கா நாளுக்கீது இந்தப் பக்கத்திக்கு வந்தீனா சித்த அந்தப் பையக் கொண்டாந்து குடுத்துட்டுப் போயிரு” என்றாள் வ. அவன் போன பிறகு இருவரும் ஆளுக்கொரு திசையை வெறித்துப் பார்த்தபடி கல்லாகச் சமைந்து உட்கார்ந்திருந்தார்கள். சற்று நேரம் அவர்களது ஐம்புலன்களில் ஒன்றுகூட வேலை செய்யவில்லை. தனக்கு ஒரு வீடு கிடைக்கவிருக்கும் தகவலை யாரிடமாவது சொல்ல நினைத்தான் ந. ஆனால் அந்தத் தருணத்தில் அங்கு வவைத் தவிர வேறு யாருமே இல்லை. எனவே அவளிடமே அதைப் பற்றிப் பேசத் தொடங்கினான். தான் அலைந்த அலைச்சலைப் பற்றியும் தனக்கு உதவிய ஒவ்வொருவரைப் பற்றியும் அவளுக்குச் சொல்லிவிட முயன்றான். அவள் தூக்கக் கலக்கம் நிரம்பிய தன் மங்கலான பார்வையால் அவனைப் பார்த்துக்கொண்டிருந்தாள். பிறகு தனக்குத் தூக்கம் கண்ணைச் சுழற்றுவதாகவும் காலையில் பேசிக்கொள்ளலாமெனவும் சொல்லிவிட்டுப் போர்வையை இழுத்துப் போர்த்தி முடங்கிக்கொண்டாள். தன்னைப் போல் அவள் அவ்வளவு பரவசப்படாததைக் கண்டு ந வருத்தப்பட்டான்.

அவன் கனவுகளில் மூழ்க விரும்பினான். சீக்கிரம் வேலையைத் தொடங்கி ஆவணிக் கடைசிக்குள் முடித்துவிட வேண்டும் எனத் தீர்மானித்தான், “காத்தால பிரசிடெண்டப் பாத்து ஆடர வாங்கிக்கிட்டு மேஸ்திரியக் கையோட கூட்டிக்கிட்டு வந்துரோணு” எனத் தூக்கத்தினிடையே உளறினான். வீட்டைக் கிழக்குப் பார்த்த வாக்கில் கட்டலாமா வடக்குப் பார்த்த வாக்கில் கட்டலாமா என யோசித்தான். அதைப் பற்றி யோசனை கேட்பதற்காக அதற்குள்ளாகவே குறட்டைவிடத் தொடங்கியிருந்த வவை எழுப்ப முயன்றான். “வ ஊட்ட கெழக்குப் பாத்தாப்பல கட்டலாமா? கெழக்குப் பாத்தாப்பல கட்டலாமா? சொல்லு” எனத் திரும்ப திரும்பக் கேட்டுக்கொண்டிருந்தான். அவளுடமிருந்து பதிலில்லாததால், “வடக்குப் பாத்தாப்பல

கட்டறதுதே நல்லதாட்ட இருக்குது. வடக்கு வருமானொ, தெக்குத் தேய்மானொ" என முணுமுணுத்துக்கொண்டு எழுந்தான். டார்ச் விளக்கையெடுத்துக்கொண்டு முற்றத்திற்கு வந்து அகன்ற கிளைகளுடன் நின்ற கொன்றை மரத்திற்கப்பால் அடர்ந்து கிடந்த புதர்களின் மீது டார்ச் விளக்கின் ஒளியை அலையவிட்டான். "வீடு கட்டறதுன்னா உன்னைய வெட்ட வேண்டியிருக்குமாட்ட இருக்குது போ" என வயதான அக்கொன்றை மரத்தை அண்ணாந்து பார்த்து மிக உரிமையுடனும் உள்ளார்ந்த வருத்தத்துடனும் சொன்னான். பிறகு வந்து தவிட்டு வாடையடிக்கும் அவளுடைய கதகதப்பான உடலை அணைத்துக்கொண்டு சற்றுநேரம் கிடந்தான். கொஞ்சம் தூங்கினான். அதிகாலையில் எழுந்தான். குளிரைப் பொருட்படுத்தாமல் ஆற்றுக்குப் போய்க் குளித்துவிட்டு வந்து தலைவாசலிலிருந்த பிள்ளையார் கோயிலில் ஒரு கட்டுச் சூடத்தைக் கொளுத்தி வைத்துவிட்டுக் கண்களை மூடி நின்று தன் வேண்டுதலை நிறைவேற்றியதற்காகப் பிள்ளையாருக்கு நன்றி சொன்னான். ஏழு, ஏழரை மணிக்கெல்லாம் வெள்ளை வெளேரென்று உடுத்துக்கொண்டு பேரூராட்சித் தலைவரைப் பார்க்கப் போனான். நான்கு மணி நேரத்துக்குப் பிறகு வெற்றியுடன் திரும்பி வந்தான். மேஸ்திரியைக் கையோடு அழைத்து வந்திருந்தவன் வவிடம் அந்த உத்தரவைக் காட்டித் தங்களுக்கு வீடு ஒதுக்கப்பட்டுவிட்டது பற்றிய அதிகாரபூர்வமான தகவலைச் சொன்னான். நிலைகொள்ள முடியாதவனாக, "மேஸ்திரி, மேஸ்திரி" எனக் கூப்பிட்டுக்கொண்டே வாசலுக்கு ஓடினான். அவள் காபி போட்டுக்கொண்டு வந்து பார்த்தபோது இருவரும் தீவிரமான ஆலோசனையில் மூழ்கியிருந்தனர். ஒரு புன்னகையுடன் காபித் தம்ளரைப் பெற்றுக்கொண்ட மேஸ்திரி அவளிடம் தன் ஆலோசனையைத் தொடர்ந்தான். கனவு மெய்ப்பட்ட குதூகலம் இப்போது அவளிடமும் தென்படத் தொடங்கியிருந்தது. ஒரு பறவையைப் போல அங்குமிங்கும் தத்தித் திரிந்தாள் அவள், "கொஞ்ச சாப்புடு மேஸ்திரி, சோறாக்கிப் பீக்கங்கா கடஞ்சிருக்கறெ" என வெகு உரிமையாக மேஸ்திரியை உபசரித்தாள். "இருக்குட்டுமுங்க. இன்னாரத்துல சாப்பாட்டுக்கென்ன அவுசரொ?" என மறுத்தவனிடம் செல்லமாய்க் கோபித்துக்கொள்ளவுங்கூட அவளுக்கு முடிந்திருந்தது. "ஏ, பீக்கங்காயெல்லாந் திங்க மாண்டையாக்கு? ஊட்டுல பொண்டாட்டி பெசலா எதாச்சும் பண்ணி வெச்சுருக்கு" எனக் கண்களைச் சிமிட்டினாள். மேஸ்திரி வெட்கப்பட்டான், "பெசலென்னுங்கொ பெசல்? காலங்காத்தால. பழைய சோறுதே. அதையுஞ் செரியாக் கரச்சுக் குடுத்தாப் பெருசு" எனப் பாழடைந்த அவ்வரண்மனையில் சுவரோரம் கிடந்த கல்தூனொன்றில் உட்கார்ந்தான். உடைந்த

தும்பிக்கையுடன் யானையொன்று அக்கல்தூணில் இறந்து கிடந்தது. "அதுல உக்காராட்டியென்ன? இப்பிடி திண்ணைல கோரு" எனப் பெருந்தன்மையுடன் அவள் உபசரித்த விதத்தில் மேஸ்திரிக்குத் தாள முடியாத சந்தோஷம்.

கையோடு கொண்டு வந்திருந்த அளவு நாடாவைக் கொண்டு இடத்தை அளந்தான் மேஸ்திரி. வாஸ்து சாஸ்திரப்படி வீட்டை வடக்குப் பார்த்துக் கட்டுவதே நல்லது என்றான். நவுக்கு ஒதுக்கப்பட்டிருந்த மனையில் இருந்த கொன்றை மரத்திற்குக் கீழே ஆளுக்கொரு கருங்கல்லின் மீது உட்கார்ந்தபடி பாலக்கால் போடுவதற்கான நாளைக் குறித்தும் கொன்றை மரத்தை வெட்டுவது குறித்தும் ஆலோசிக்கத் தொடங்கினார்கள். வைகாசி பிறந்த உடன் முதலில் வரும் வாஸ்து நாளிலேயே பாலக்கால் போட்டு மளமளவென்று வீட்டைக் கட்டி முடித்துவிட வேண்டுமென்றாள் வ, "ஆவணி மொதலுக்குப் பால் காச்சறாப்பல முடிக்கோணு" என்றாள்.

"அத்தன நா என்ன வேலைங்கொ? வேண்டிய சாமாணமிருந்தா வெறும் பதனஞ்சு நாள்ள முடிச்சுப்புடுவெ. அஸ்திவாரம் பறச்சு மெத்தறதுக்கு ஒரு ரண்டு நா, அப்பறொ இதுல ஒரு பதனஞ்சு, அதுல ஒரு பதனஞ்சு, காங்கிரீட் செட்டாவறதுக்கு ஒரு இருவது இருவத்திரண்டு நா. எப்பிடியு ஆவணிக் கடசியாயிரும் பாத்துக்குங்களே" என்றான் மேஸ்திரி.

"கடசியாயிருமா?"

"ஆயிரு ஆயிரு. ஆனா பஞ்சாயத்துல இருந்து சிமிண்டு மூட்டையுங் கம்பியு அத்தன சீக்கரத்துல வந்துருமுங்களா?"

"அதெல்லா வந்துரு. நீ அதப்பத்திக் கவலப்படாம ஒடனே வேலய ஆரம்பிச்சுருன்னு தலைவரு சொன்னாரு"

"ஆனா அஸ்திவாரம் போட்டுச் செவத்த மேல கொண்டாந்து காட்டுனாத்தே அவுங்க குடுக்க வேண்டியதக் குடுப்பாங்கொ"

"அது செரியே, நீ அதப்பத்திக் கவலப்படாத. நாம் பாத்துக்கறெ, எதோ ஒரு வாக்குல பொரட்டி நாம பாட்டுக்கு வேலயப் பாப்பொ, கெவர்மென்ட் பணொ வாறப்பொ வருட்டு, நீ சொன்னாப்பல இன்னத்த நாப் பாலக்கால் போட்டரலா. நாளைக்கே கல்லு மண்ணுக்குச் சொல்லிப்புடறெ. என்ன ஒரு லோடாவுமா?"

"போது, அதுக்கு மேல என்ன பண்றீங்க?"

"அதே மிச்சொ"

“மிச்சமானாக் கெடக்குட்டு. சுத்தி ஒரு மதில் செவுத்தக் கட்டிக்கலா. பூச்சி புழுவு வராம இருக்கு”

“அது செரியே”

“மொதல்ல ஊட்டு வேலய முடிப்பொ. அதெல்லா அப்பறம் பாக்கலா”

“மரத்த வெட்றதுக்கு ஆளப் பாரு மேஸ்திரி. அதுல ரண்டு பணங்கெடச்சா அஸ்திவாரச் செலவுக்கு ஆவாது?”

மேஸ்திரி மரத்தை அண்ணாந்து பார்த்தான்.

“இந்த மரத்துக்கு என்ன கெடைக்குமுங்க? வெறவுக்குத்தே ஆவு. இல்ல கரி சுடலா. மகிட்டச் சொன்னா எவனாச்சு வந்து வெட்டிக்கிட்டுப் போயிருவே”

“அவனா? அவெ பிராடு. மொகிட்டச் சொல்லலா”

“அவெ அவன விடப் பெரிய பிராடு”

“பேசாம நீயே வெட்டிக்கிட்டு ஆனதக் குடு மேஸ்திரி. இல்ல அட்டவான்சா இருக்குட்டு. எழுதிக் குடுத்துட்டுப் போனீனா ப கிட்டச் சொல்லி கல்லுக் கொண்டாந்து போடச் சொல்லீறலா. சிமிண்டெல்லாங்கோடப் ப கடைலியே எடுத்துக்கலா. பணமெல்லாங்கோடப் பொறவு குடுத்தாப் போது”

“அது எப்பிடியோ ஒண்ணு ஆவுட்டு”

“செங்கல் இப்ப என்ன ரேட்டு?”

மேஸ்திரி எழுந்தான்.

மேஸ்திரியை அனுப்பி வைத்துவிட்டு ந தேவையான பணத்தைப் பற்றியும் அதை எப்படிப் புரட்டுவது என்பதைப் பற்றியும் வவிடம் ஆலோசித்தான். உள்ளூரில் அவள் கட்டிவரும் முதிர்வடையும் நிலையிலிருந்த சீட்டுப் பணத்தை அடுத்த வாரம் எடுத்துவிட்டால் அதைக்கொண்டு ஓரளவுக்குச் சமாளித்துக்கொள்ளலாம் என்றாள் வ. ஆனால் அது சொற்பத் தொகை. அஸ்திவாரத்துக்குத் தேவைப்படும் தொகையில் பாதிகூடத் தேறாது. வேறு எந்த வகையில் சமாளிப்பதென உடனடியாகப் இருவருக்கும் புலப்படவில்லை. மத்தியானம் சாப்பிட்டுவிட்டு ந, ரா என்னும் பெயரையுடைய எழுத்தரைத் தேடிக்கொண்டு போனான். எழுத்தர் பள்ளியிலேயே இருந்தார். அவரிடம் தனக்கு வீடு ஒதுக்கப்பட்டுவிட்ட தகவலைச் சொல்லிவிட்டு நேரடியாக விஷயத்துக்கு வந்தான். முதலில் தயங்கிய எழுத்தர் இரண்டு நாள்களில் தன்னால் முடிந்த ஒரு

தொகையைத் தருவதாக வாக்களித்தார். அந்த உற்சாகத்தில் ந தமிழாசிரியையைத் தேடிக்கொண்டு அவள் வீட்டுக்குப் போனான். தகவலைக் கேட்டதும் அவளுக்குச் சந்தோஷம்.

"பாத்தியா ந எங்க அதிர்ஷ்டத்த? நாங்க அப்ளிகேஷன் எழுதித் தரலேன்னா இது கெடச்சுருக்குமா?"

"வாஸ்தவந்தானுங்க டீச்சர்"

"பெருசா பார்ட்டி வெச்சுரணும்"

"வெச்சரலாங்க டீச்சர்"

டீச்சர் அவனுக்கு ஒரு தேநீர் போட்டுக்கொடுத்தாள்.

"அப்பறம் ந, எப்ப வேலய ஆரம்பிக்கப் போறே?"

"வைகாசி மொதலுக்கே ஆரம்பிச்சுரலாம்னு பாக்கறேன்"

"ஆமா, அதுதான் நல்லது. ஸ்கூல் தெறக்கறதுக்குள்ள வேலய முடிச்சுரலாம்"

பிறகு ந அவளிடமும் கொஞ்சம் பணம் கடனாகக் கேட்டான். அவள் தன் கணவனிடம் கேட்டுச் சொல்வதாகச் சொன்னாள். ஆயாக்களிடம் விஷயத்தைச் சொன்னபோது அவர்களும் தங்களால் முடிந்த உதவியைச் செய்வதாகச் சொன்னார்கள்.

"கவலப் படாதீங்க சார். எப்பிடியோ ஒண்ணு பொரட்டுனாக் கெடக்குது" என அவர்களில் ஒருத்தி சொன்னபோது நவுக்குக் கண்கள் பனித்திருந்தன. வீட்டுக்குத் திரும்பியபோது கொஞ்சம் தெம்பாக உணர்ந்தான். வீடு பூடடியிருந்தது.

சாவியை அண்டை வீட்டில் கொடுத்துவிட்டு வ எங்கேயோ போயிருந்தாள். அவன் புறப்பட்டுப்போன சற்று நேரத்திற்குள்ளாகவே அவளும் புறப்பட்டுப் போய்விட்டதாகவும் எங்கே போகிறாள் என்றோ எப்போது வருவாள் என்றோ அவள் தன்னிடம் எதுவும் சொல்லவில்லையெனவும் சொன்ன அண்டை வீட்டுக்காரி, "எனுங்கண்ணா, நங்கெ உங்குகிட்ட ஒண்ணுஞ் சொல்லுலியாக்கு?" எனச் சற்று கேலியாகக் கேட்டாள். "இல்ல நாலு நாளா ஒரு சோலியாப் பொறந்தவூட்டுக்குப் போவோணும்னு சொல்லிக்கிட்டிருந்தா" எனச் சங்கடத்துடன் அவளது கேள்வியைச் சமாளித்தவன் வீட்டுக்குள் நுழைந்து கதவை ஒருக்களித்து வைத்துவிட்டு வெறுந்தரையில் மல்லார்ந்து படுத்துக்கொண்டான். அவள் மீது கொண்ட கோபம் பெருகிக்கொண்டே போயிற்று. சொல்லாமல் கொள்ளாமல்

போனதற்காக அவளுக்கு என்ன தண்டனை கொடுக்கலாம் என யோசித்துக்கொண்டே கண்களை மூடிக்கொண்டான்.

ஆனால் அவள் தன் அண்ணன் வீட்டுக்குத்தான் போயிருந்தாள் என்பதைச் சீக்கிரத்திலேயே தெரிந்துகொண்டான் ந. தன் அண்ணனிடமிருந்து பெற்றுக்கொண்டு வந்திருந்த கசங்கலான, அழுக்கடைந்த, வியர்வை நெடிவீசும் ரூபாய் நோட்டுக்களை ஒரு சுருளாக அவளிடமிருந்து பெற்றுக்கொண்டபோது அவனுக்குக் கண்கள் கலங்கின. சொன்னபடி ரா என்னும் பெயரையுடைய எழுத்தரும் தமிழாசிரியையும் ஆயாக்களும் ஏழெட்டு நாள்களுக்குள் ஆளுக்கொரு தொகையைப் புரட்டி, "எப்ப முடியுமோ அப்பக் குடு ந" என அவனைத் தேடிவந்து கொடுத்துவிட்டுச் சென்றனர். எப்படியாவது அஸ்திவாரத்தைக் கட்டி மேலெலுப்பிவிட்டால் வீட்டைக் கட்டி முடிக்கும் பொறுப்பை அரசாங்கம் பார்த்துக்கொள்ளும் எனத் தலைவர் சொல்லியிருந்ததால் இருவரும் ஊக்கம் பெற்றிருந்தனர். மேஸ்திரி குறித்துக்கொடுத்த வாஸ்து நாளிலேயே பாலக்கால் போட்டு அஸ்திவாரம் தோண்டவும் முடிந்திருந்தது. புருஷனும் பெண்டாட்டியும் ஓய்வொழிச்சலின்றி மாடுகளைப் போல் உழைத்தார்கள். ஒரு சித்தாள்கூலி மிச்சமாகுமென்பதால் வ மண்டைக்கட்டுக் கட்டிக்கொண்டு தானே மண்ணும் கல்லும் சுமந்தாள். கோவணத்துடனும் உருமாலையுடனும் கொத்தனுடன் சேர்ந்துகொண்டான் ந. இப்படி அந்த அஸ்திவாரம் உறுதியுடன் வளர்ந்துகொண்டிருந்தது.

அந்தத் தருணத்தில்தான் அல்லது ஏறக்குறைய அந்தத் தருணத்தில்தான் பேராசிரியர் பூ அவனைத் தேடிக்கொண்டு வந்தார். புதுதில்லியில் நே என்னும் பெயருடைய உலகப் புகழ்பெற்ற பல்கலைக்கழகத்தில் வரலாற்றுத்துறைப் பேராசிய ராகப் பணிபுரிந்துவந்த பேராசிரியர் பூ பாழடைந்த அந்த அரண்மனையின் சிதைந்துபோன காவல்கூண்டுகளில் வசித்துவரும் ந என்பவன் வெறும் நவோ ந என்னும் பெயரையுடைய சத்துணவு அமைப்பாளரோ அல்ல நட்ராஜ் மகராஜ் என அறிவித்தார். பதினேழு, பதினெட்டாம் நூற்றாண்டுகளில் கொ என்னும் பெயரில் அறியப்பட்டிருந்த சிற்றரசு ஒன்றைச் சரியாகப் பதினேழு ஆண்டுகள், ஐந்து மாதங்கள், பத்தொன்பது நாள்கள் ஆண்டவனும் கிழக்கிந்திய கம்பெனியின் ஆதிக்கத்திற்கெதிராகப் போராடிய மாமன்னன் தியின் நம்பிக்கைக்குரிய படைத்தளபதிகளில் ஒருவனும் கும்பினியாரை மூன்று முறைக்கு மேல் போரில் தோற்கடித்தவனும் அவர்களது படைத் தளபதிகளில் ஒருவனது சிரசைக் கொய்து அதைத் தன் அரண்மனை வாயிலில்

தொங்கவிட்டவனும் கடைசியில் தன்னுடைய சமையல்காரனால் காட்டிக்கொடுக்கப்பட்டு ச என்னும் மலை நகரத்தில் இப்போதும் இருந்துகொண்டிருக்கும் சாலையோரப் புளியமரமொன்றில் தூக்கிலிடப்பட்டுக் கொல்லப்பட்டவனுமான மாவீரன் காளிங்க நட்ராஜ மகாராஜாவின் உயிருள்ள நேரடியான ஒரே வாரிசு என அறிவித்தார். வரலாற்றுத்துறைப் பேராசிரியர்களுக்கேயுரிய பரிசுத்தமான ஆங்கிலத்தில் ஒரு சொற்பொழிவின் ஏற்ற இறக்கங்களுடன் அவர் சொன்னதை அவருடன் வந்திருந்த அவருடைய உதவியாளரும் அதே பல்கலைக்கழகத்தில் உதவிப் பேராசியையாகப் பணிபுரிபவளும் பேரழகியுமான ஸ் என்பவள் தமிழில் மொழிபெயர்த்துச் சொன்னாள்.

சேறு படிந்த உடல்களுடன் அவர்கள் முன்னால் நின்று கொண்டிருந்த ந அவள் சொன்னதைக் கேட்டுத் தாளமுடியாத அதிர்ச்சிக்குள்ளாகியிருந்தான். அவனுக்கு உடல் நடுங்கத் தொடங்கியிருந்தது. தான் சொன்னது அவனுக்குச் சரியாகப் புரியவில்லையோ எனச் சந்தேகப்பட்ட ஸ் மீண்டுமொருமுறை பேராசிரியர் சொன்னதைத் தெளிவாகவும் எளிமையாகவும் விளக்கிச் சொன்னாள். வ என்னும் பெயருடைய, அவர்கள் சொன்ன எதையுமே புரிந்துகொள்ள முடியாதவளாகவும் மிகப் பயந்துபோனவளாகவும் தென்பட்ட அவன் மனைவி எங்காவது ஓடி ஒளிந்துகொள்ளலாமா என யோசிக்கத் தொடங்கியிருந்தாள். ந சுவாசிக்க முடியாமல் திணறினான். அவனது கண்களிலிருந்து தாரைதாரையாக நீர் வழிந்துகொண்டிருந்தது. எல்லாவற்றையும் கூர்ந்து கவனித்துக்கொண்டிருந்த பேராசிரியர் பூ உணர்ச்சிகளைக் கட்டுப்படுத்திக்கொள்ள முடியாதவராக, “ஓ மை டியர் நட்ராஜ் மகராஜ்” என அவனை இறுகத் தழுவிக்கொண்டது அப்போதுதான்.

பகுதி III

1

மாவீரன் காளிங்க நடராஜன், தற்போதைய கணக்குப்படி *1769*ஆம் ஆண்டு மே மாதம் பதினெட்டாம் தேதி தற்போது கோ என்னும் பெயரில் அழைக்கப்படும் மாவட்டத்தில் இருந்த, கடந்த ஒரு நூற்றாண்டுக்கும் மேலாக எல்லா வரைபடங்களிலிருந்தும் காணாமல் போயிருந்த ஓ என்னும் பெயரையுடைய சிறிய, மிகச் சிறிய கிராமத்தில் பிறந்தவன். அவனது தந்தை பெருவேடன் நடராஜ காளிங்கன் சோழப் பேரரசுக்குக் கட்டுப்பட்டிருந்த, சுமார் முந்நூறு கிராமங்களை உள்ளடக்கிய சிற்றரசொன்றின் மன்னன். ஆன்மிகத்திலும் பொதுத்தொண்டிலும் நாட்டம் கொண்டிருந்தவன். மண்ணாசை, பொன்னாசை, பெண்ணாசை ஆகிய மூன்று பெரும் தீய ஆசைகளுக்கு இரையாகாமலும் நீதிநெறி வழுவாமலும் ராஜாங்கம் நடத்திவந்தவன். பெரும் வீரன். குடிகளுக்கு யாரேனும் ஏதேனும் தீங்கு விளைவித்ததாகத் தெரியவந்தால் தானே நேரடியாக விசாரித்தறிந்து தன் கைகளாலேயே சிரச்சேதம் செய்துவிடும் பழக்கம் கொண்டவன். பெருவேடன் என்பது காரணப் பெயர். கொடிய மிருகங்களையும் கள்ளர்களையும் வேட்டையாடியதால் அவனுக்கு அந்தப் பெயர் வந்திருக்கலாமென அவனது வரலாற்றை மீட்டெடுத்த பேராசிரியர் பூ தனது காலனியமும் அதற்கு முன்பும் என்னும் ஆங்கில நூலில் குறிப்பிட்டுள்ளார். பெருவேடன் நடராஜ காளிங்கன் தான தருமங்களில் சிறந்து விளங்கியவன். மற்போர், விற்போர், சொற்போர் மூன்றிலும் அவனுக்கு நிகரான வீரன் யாரும் அவனது காலத்தில் அந்தப் பகுதியில் வாழ்ந்ததற்கு

ஆதாரமில்லை. குடிகளைக் காப்பதில் அவன் அந்த மாயவருக்கு நிகரானவன். தீயவர்களை அழிப்பதில் ஈசன். அவன் காலத்தில் நதிகள் பெருகிக்கிடந்தன, அதனால் கழனிகளும் வனங்களும் செழித்துக்கிடந்தன. புள்ளினங்கள் பாடிக்கொண்டிருந்தன. மயில்கள் மாதம் மும்முறை தோகைவிரித்தாடின. பெருவேடன் நடராஜ காளிங்கனைப் பற்றிய இன்றுவரையிலும் புழக்கத்திலிருக்கும் கும்மியடிப் பாடல்களே அவற்றுக்கு ஆதாரம்.

பேராசிரியர் பூ ஏறக்குறைய எல்லாப் பாடல்களையும் சேகரித்திருந்தார். பேரழகி ஸ் தனது ரெக்கார்ட் பிளேயரிலிருந்து அவற்றில் சிலவற்றை ஒலிக்கச் செய்தபோது ந மலங்க மலங்க விழித்துக்கொண்டிருந்தான். மிகப் பயந்துபோனவளாக அங்கிருந்து விலகிப் பாதுகாப்பான தொலைவில் நின்றுகொண்டிருந்த வ அந்தப் பாடல்களைக் கேட்டதும் கொஞ்சம் சுதாரித்துக்கொண்டு அவர்களை நெருங்கினாள். மிகத் தயக்கத்துடன் அந்தப் பேரழகியைப் பார்த்து அப்பாடல்களில் சிலவற்றைத் தன்னால் பாடமுடியுமென்றாள். அதைக் கேட்ட ஸ் ஆச்சரியம் தாளாமல், "ரியலீ?" எனக் கூச்சலிட்டாள். கட்டாயமாக அவற்றைப் பாடுமாறு அவளைக் கேட்டுக்கொண்டாள். ஸ் அவளை "பிரின்ஸஸ்" என அழைத்தாள். அதற்கு என்ன அர்த்தம் எனத் தெரியாத வ பதற்றமடைந்தாள். எதுவுமே சொல்லாமல் ஒரு வண்டைப் போலத் திடீரென அங்கிருந்து பறந்து மறைந்தாள். மூச்சிரைக்க அவள் திரும்பி வந்தபோது தன் அண்டை வீட்டுக்காரியொருத்தியை அழைத்து வந்திருந்தாள். வவைப் போலவே பயந்து நடுங்கிக்கொண்டிருந்த அந்தப் பெண் சற்றுத் தள்ளி நின்று எல்லோரையும் ஓரக் கண்களால் நோட்டமிட்டுக்கொண்டிருந்தாள்.

பிறகு இருவரும் சேர்ந்து பாடத் தொடங்கினர். அந்தப் பாடல்களைக் கேட்டுக்கொண்டிருந்த கிராமத்தின் வேறு சில பெண்களும் ஓரிரு முதியவர்களும் சில குழந்தைகளும் அவர்களுடன் சேர்ந்துகொண்டனர். மிகச் சீக்கிரத்திலேயே அங்கு ஒரு கொண்டாட்ட மனநிலை சூழத் தொடங்கியது. பாடிக்கொண்டே வட்டமாகச் சேரவும் கும்மியடிக்கவும் நடனமாடவும் அந்த மனநிலை அவர்களைத் தூண்டியிருந்தது. சீராக எழுந்த கும்மிச் சத்தத்தைக் கேட்டு உணர்ச்சிவசப்படத் தொடங்கியிருந்தார் பேராசிரியர் பூ. எல்லாவற்றையும் ஸ் தன்னிடமிருந்த மிக நவீனமான காமிரா ஒன்றில் படம்பிடித்துக்கொண்டிருந்தாள். பெண்களில் சிலர் தம்முடன் சேர்ந்து நடனமாட வருமாறு அவளை அழைத்தனர். நடுத்தர வயதுடைய பெண்ணொருத்தி வெகு துணிச்சலாகக் கையைப்

பிடித்து அவளை இழுத்துக் கூட்டத்திற்குள் விட்டாள். வெட்கம் அவளைப் பிடுங்கித் தின்றது. தன்னிடமிருந்த காமிராவைப் பேராசிரியரிடம் கொடுத்துவிட்டு அவர்களுடன் சேர்ந்து நடனமாட முற்பட்டாள் ஸ. வெறுமனே குதித்தாள். அடிக்கொருதரம் “மை டியர் பிரின்ஸஸ்” என அந்தச் சத்துணவு அமைப்பாளரின் வ என்னும் பெயருடைய மனைவியைக் கட்டியணைத்துச் சேறுபடிந்த அவளுடைய கன்னங்களில் மாறி மாறி முத்தமிட்டாள். நவும் மற்றவர்களும் அதைக் கண்டு திகைத்து நின்றனர்.

2

பேராசிரியர் பூ மீண்டுமொருமுறை அவர்கள் எல்லோருக்கும் ந என்பவன் உண்மையில் வெறும் நவோ ந என்னும் பெயரையுடைய சத்துணவு அமைப்பாளரோ அல்ல, மாவீரன் காளிங்க நடராஜ மகாராஜாவின் உயிருள்ள நேரடியான ஒரே வாரிசு என ஆராய்ச்சியாளர்களுக்கே உரிய அமைதியான குரலில் சொன்னார். கடந்த பத்தாண்டுகளாகத் தான் மாவீரன் காளிங்க நடராஜனின் வரலாற்றை மீட்டெடுப்பதற்கான முயற்சிகளில் ஈடுபட்டிருந்ததாகவும் அதற்கான ஆவணச் சான்றுகளைத் தேடி நான்குமுறை லண்டனுக்கும் இரண்டுமுறை பாரீசுக்கும் பயணம் செய்ய நேர்ந்ததாகவும் சொன்னார். தவிர ஏறக்குறைய நான்காண்டுகள் வரை சென்னை, புதுச்சேரி, கொல்கத்தா முதலான இந்திய நகரங்களிலும் அலைந்து திரிய வேண்டியிருந்தது. பத்தாண்டு கால இடையறாத உழைப்பு. அதனிடையேதான் அவருக்கு மாவீரன் காளிங்க நடராஜனின் வாரிசுகள் யாராவது உயிரோடு இருக்கிறார்களா என்பதை அறிந்துகொள்ளும் ஆசையும் துளிர்விட்டது. அந்த ஆசையைப் பின்தொடர்ந்து போனபோது கும்பினியாரின் பீரங்கிகளால் துளைக்கப்பட்ட மாவீரனின் அரண்மனைகளிலொன்று தற்போது ஓ என்னும் பெயரையுடைய அவர்களது அந்தக் கிராமத்தில் இருப்பதாகவும் அதிலுள்ள சிதைந்துபோன காவல்கூண்டுகளில் வசிக்கும் ந என்னும் பெயரையுடைய சத்துணவு அமைப்பாளர் உண்மையில் மாவீரனின் நேரடியான உயிருள்ள ஒரே வாரிசான நட்ராஜ் மகராஜ் என்பதைக் கண்டுபிடித்ததாகவும் சொன்னார்.

தான் சொன்னது நிச்சயமாக அங்கிருந்தவர்களுக்குப் புரிந்திருக்கும் எனவும் எல்லோரும் அதை ஏற்றுக்கொள்வார்கள் எனவும் உறுதியாக நம்பியவரைப் போல் தென்பட்டார் அவர். யாராவது ஏதாவது சொல்ல வேண்டும் என எதிர்பார்த்த வரைப் போலச் சற்று நேரம் எல்லோரையும் கூர்ந்து பார்த்துக் கொண்டிருந்தார். அவர் சொன்ன எதையுமே புரிந்துகொள்ள முடியாததைப் போலவும் எதுவுமே நம்பத்தகுந்ததாக இல்லை என்பதைப் போலவும் எல்லோரும் மௌனமாக இருந்தார்கள். திடீரென ஒரு முதியவர் பெருங்குரலெடுத்துச் சிரித்தார். அவ்வளவு நேரமும் கடப்பாறையைத் தரையில் ஊன்றி ஒரு பற்றுக்கோடு போல அதைப் பிடித்து நின்றுகொண்டிருந்த மேஸ்திரி முற்றிலும் நம்பிக்கையிழந்தவராக முகம், கை, கால்களில் படிந்திருந்த சேற்றைக் கழுவிக்கொண்டு வந்து அங்கிருந்த வேப்பமர நிழலில் உட்கார்ந்தபடி புகையிலைத் துண்டு ஒன்றை எடுத்துக் கடித்தார். அவருடன் வந்திருந்த சித்தாள் பெரும் சிக்கலில் மாட்டிக்கொண்டுவிட்டவளைப் போல உதட்டை இறுக மூடிக்கொண்டாள். வேடிக்கை பார்த்துக்கொண்டிருந்த பள்ளி மாணவனொருவன் வெறுமனே தோள்களைக் குலுக்கிக்கொண்டான். எல்லோருக்குமே முகம் வெளிறத் தொடங்கியிருந்தது.

பேராசிரியர் பெருமூச்செறிந்தார். தங்களுடைய அந்தப் பயணம் பயனற்ற ஒன்றாகப் போய்விடுவதற்கு வாய்ப்பிருக்கிறதா எனக் கவலையுடன் தன் உதவியாளரான பேரழகி ஸ்ஸைப் பார்த்துக் கேட்டார். அவர் ஒரேயடியாக மனம் தளர வேண்டியதில்லை என்றாள் ஸ். தங்களிடம் எல்லாவற்றையும் நிரூபிப்பதற்கான ஆதாரங்கள் இருப்பதால் சீக்கிரத்திலேயே அவர்களுடைய நம்பிக்கையைப் பெற்றுவிட முடியும் என்றாள். பேராசிரியர் அவளை ஒரு வெற்றுப் பார்வை பார்த்துக்கொண்டு சற்றுநேரம் மௌனமாக இருந்தார். யோசனையில் மூழ்கியிருந்த ஸ் அவர் ஏன் பாழடைந்த அந்த அரண்மனையை நேரடியாகப் பார்வையிடக் கூடாது எனக் கேட்டாள். ந வசித்துவரும் பாழடைந்த அந்த அரண்மனையிலிருந்து அங்குள்ள எல்லோரை யும் நம்ப வைப்பதற்கான வலுவான வேறு சில ஆதாரங்கள்கூடத் தங்களுக்குக் கிடைக்கலாம் என்றாள்.

“நிச்சயமாகக் கிடைக்கக்கூடும்தான்” என்றார் பேராசிரியர், “நாம் எதிர்பார்ப்பதைவிட, இதுவரை நமக்குக் கிடைத்துள்ளவற்றை விடத் திட்டவட்டமான ஏதாவது கிடைக்கக்கூடும்” எனத் திரும்பத் திரும்பச் சொல்லிக்கொண்டிருந்தவர், “உண்மையில் கடந்த பத்தாண்டுகளாக நான் பாழடைந்த இந்த அரண்மனையைப்

பார்க்க வேண்டுமெனக் கனவு கண்டுகொண்டிருக்கிறேன்" என்றார். அது அரண்மனைதான் என்பதற்கும் மாவீரன் காளிங்க நடராஜ மகாராஜா அதில்தான் வாழ்ந்தான் என்பதற்கும் போதிய ஆவணச் சான்றுகள் இருக்கின்றன. பாழடைந்த அந்த அரண்மனையிலிருந்து திடமான ஒரேயொரு தடயத்தையாவது மீட்டுக்கொண்டு வர முடிந்தால் போதும், தங்களுடைய பணி முற்றுப்பெற்றுவிடும் என்றாள் ஸ். ஆனால் அதைப் பார்வையிடுவதற்கு அதில் வசித்துவரும் அதன் உரிமையாளரான மிஸ்டர் ந அனுமதிப்பாரா எனக் கேட்டார் பேராசிரியர். நாம் அப்படி நம்பிக்கையிழக்கத் தேவையில்லை என்றாள் ஸ். மிஸ்டர் ந மிகவும் எளிய இயல்புகளைக்கொண்ட மனிதராகத் தென்படுகிறார் என்றவள் பேராசிரியரின் அனுமதியின்றியே நவைப் பார்த்து, "பிரின்ஸ், நாங்க இந்த அரண்மனையப் பாக்கறதுல உங்களுக்கு ஏதாவது ஆட்சேபனையிருக்கா?" எனக் கேட்டாள்.

பிரின்ஸ் அதற்கு என்ன பதில் சொல்வது என யோசித்துக்கொண்டிருந்தபோதே இருவரும் பாழடைந்த அந்த அரண்மனையைப் பார்வையிடுவதற்காகப் எழுந்தனர்.

அவர்கள் இருவரும் யாரென்பதையோ எதற்காக அங்கு வந்திருக்கிறார்கள் என்பதையோ அங்கிருந்த மற்றவர்களைப் போலவே நவாலும் புரிந்துகொள்ள முடிந்திருக்கவில்லை. அவர்கள் சொன்ன பெயர்களைக் கேட்டு அவன் பதற்றமடைந்திருந்தான். தன்னுடைய பெயர் ந எனவும் தான் தா என்னும் பெயரையுடைய ஊரின் 943 மாணவ மாணவிகள் பயிலும் அரசு மேல்நிலைப் பள்ளியில் சத்துணவு அமைப்பாளராகப் பணிபுரிவதாகவும் திரும்பத் திரும்பச் சொல்லிக்கொண்டிருப்பதை அவர்கள் ஏன் நம்ப மறுக்கிறார்கள் என்பதையோ இருவரும் தன்னை ஏன் நட்ராஜ் மகராஜ் என்னும் விசித்திரமான பெயரில் அழைத்துக்கொண்டிருக்கிறார்கள் என்பதையோ அவனால் புரிந்துகொள்ள முடியவில்லை. எனினும் ந இருவரையும் தன் விருந்தினர்களாக நினைத்தான். வெகுதொலைவிலிருந்து ஏதோ காரணத்திற்காகத் தன் வசிப்பிடத்திற்கு வந்திருந்த அவர்களை அவன் உபசரிக்க விரும்பினான். அவர்கள் பாழடைந்த அந்த அரண்மனையைப் பார்க்க விரும்பினால் பார்த்துக்கொள்ளட்டும், அதன் சிதைந்துபோன காவல்கூண்டுகளில் வெகுகாலமாக வசித்துக்கொண்டிருப்பவன் என்பதைத் தவிர அந்த அரண்மனைக்கும் தனக்கும் எந்தச் சம்பந்தமும் இல்லையெனினும் ஒரு வழிகாட்டியாகவாவது அவர்களுக்கு உதவ முடியும் என நினைத்தான் ந. அதைப் பற்றி வ என்ன நினைக்கிறாள் எனத் தெரிந்துகொள்வதற்காக அவளை ஒரு பார்வை பார்த்தான். வ

எதையுமே நினைக்கவில்லை என்பதை அவளுடைய வெளிறிய முகத் தோற்றத்தைக் கொண்டு ஊகித்த ந அவர்கள் இருவருக்கும் வழிகாட்டிக்கொண்டு முன்னால் நடந்தான். புதர்களை அகற்றி வழியுண்டாக்குவதற்காக அரிவாள் ஒன்றையும் கவையையும் எடுத்துக்கொண்டான். குறுக்கும் மறுக்குமாகக் கிடந்த அதன் எண்ணற்ற ஒற்றையடிப் பாதைகளில் ஒன்றைத் தேர்ந்தெடுத்து அதன் வழியே நடந்தான் ந. இருவரும் குதூகலத்துடன் அவனைப் பின்தொடர்ந்தனர். வ கலக்கத்துடன் அவர்களைப் பார்த்துக்கொண்டு நின்றாள். சாகசங்கள் நிரம்பிய நீண்டதூரப் பயணமொன்றுக்குத் தயாரானவர்களைப் போல இருவரும் ஆளுக்கொரு தோல் பையை முதுகில் மாட்டிக்கொண்டிருந்தனர். பேராசிரியரின் கையில் இருந்த சிறிய ரக பிக்கோஸ் ஒன்றையும் சுத்தியலையும் பார்த்த ந பேராசிரியர் அங்கிருந்து ஏதையாவது வெட்டியெடுத்துச் செல்லத் திட்டமிட்டிருக்கிறாரோ என நினைத்தான். இருவரும் ஆளுக்கொரு குடிநீர் பாட்டிலைப் பிடித்துக்கொண்டிருந்தனர். ஸ்ஸின் கழுத்தில் அவளுடனேயே பிறந்து வளர்ந்ததைப் போல் தோற்றமளிக்கும் காமிரா தொங்கிக்கொண்டிருந்தது.

புதர் மண்டியதும் பாழடைந்ததுமான அந்த அரண்மனையை அண்ணாந்து பார்த்ததும் பேராசிரியரின் கண்கள் விரிந்தன. அரண்மனைக்குள் நுழைவதற்கென ந தேர்ந்தெடுத்திருந்த ஒற்றையடிப் பாதையில் பேராசிரியர் தன் முதல் அடியை எடுத்து வைத்தபோது ஸ் கைகளைத் தட்டி ஆர்ப்பரித்தாள். அது அவருடைய வாழ்வின் முக்கியமான தருணம் என்பது போல் பல கோணங்களிலிருந்து அவரையும் பாழடைந்த அந்த அரண்மனையையும் படம் பிடித்தாள். அவள் அந்தத் தருணத்தைக் கொண்டாடுவதற்குத் தயாராக வந்திருந்தாள் என ஊகிக்க முடிந்தது. தனது பையிலிருந்து சாக்லேட்டுகளை அள்ளிப் பேராசிரியருக்கும் நவுக்கும் கொடுத்துவிட்டுத் தானும் ஒன்றை வாயில் போட்டுக்கொண்டாள். நவுக்கு அவள் இரண்டு சாக்லேட்டுகளைக் கொடுத்தாள். அவன் அதற்கு முன் கண்ணால்கூடப் பார்த்திராத பொன்னிறத் தாள்கள் சுற்றப்பட்ட அந்த உயர்ரக சாக்லேட்டுகளைத் தானே சாப்பிடுவதா தன் மனைவி வவுக்குக் கொடுப்பதற்காகப் பத்திரப்படுத்தி எடுத்துச் செல்வதா எனக் குழம்பிக்கொண்டிருந்தான் ந. அதை அறியாத பேரழகி ஸ் நீண்ட வாக்கியங்களைப் பயன்படுத்திப் பேராசிரியரை வாழ்த்திக்கொண்டிருந்தாள். அவரைத் தழுவிக்கொண்டாள். திகைத்துப் போய் நின்றுகொண்டிருந்த நவிடம் தன்னைப் போலவே அவனும் பேராசிரியரை வாழ்த்த வேண்டும் என எதிர்பார்ப்பதாகச் சொன்னாள். ந பேராசிரியரைப்

பார்த்து உணர்ச்சியற்ற குரலில், "வாழ்த்துகள் சார்" என்றான். பிறகு அது போதாது எனத் தோன்றியதால் அவருடன் கை குலுக்க முற்பட்டான். அதற்குள் பேராசிரியர் அவனைத் தழுவிக்கொண்டார்.

கால் வைக்க வழியின்றி அடர்ந்து கிடந்த முள்வேலிப் புதர்களை வெட்டியகற்றி வழியுண்டாக்கிக்கொண்டு ந முன்னேறினான். அவர்களுக்கு முதலில் தர்பார் மண்டபத்தைச் சுற்றிக் காட்ட வேண்டுமென விரும்பினான் ந. உருக்குலைந்து போனதேயெனினும் அதன் கம்பீரமான தோற்றம் தன் விருந்தினர்களை நிச்சயமாக ஈர்க்குமென நினைத்தான். சிதைந்த தூண்களையும் சரிந்த கூரைக்குக் கீழே தென்பட்ட புதர்கள் மண்டிய தர்பார் மண்டபத்தையும் சற்றுத் தொலைவிலிருந்து பார்த்தவுடனேயே பேராசிரியர் நவை முந்திக்கொண்டு நடந்து புதர்களை விலக்கியபடி துணிச்சலுடன் பாழடைந்த அந்த அரண்மனையின் இடிபாடுகளுக்குள் புகுந்தார். அவர் நுழைந்த வேகத்தைப் பார்த்த ந பாழடைந்த அந்த அரண்மனை ஏற்கனவே அவருக்கு நன்கு பரிச்சயமான இடமாக இருக்கக்கூடும் என நினைத்தான். அவரது வேகத்துக்கு ஈடுகொடுக்க முடியாமலும் பின்தொடர முடியாமலும் தயங்கி நின்ற ஸ், நவுடன் சேர்ந்துகொண்டாள். அந்த மண்டபத்தில் மிகச் சுதந்திரமாக உலவிக்கொண்டிருந்த ஓணான்களும் கௌதாரிகளும் கீரிப்பிள்ளைகளும் அணில்களும் அவர்களைக் கண்டதும் சரசரத்து மறைந்தன. எங்கிருந்தோ அவர்களைக் கவனித்துவிட்ட இரு ஆக்காட்டிகள், "ட்ட்ட்டீவ், ட்ட்ட்டீவ்" எனச் சத்தமெழுப்பிக்கொண்டு பாழடைந்த அந்த அரண்மனையின் சிதைந்த முகடுகளுக்கு மேலாக வட்டமிடத் தொடங்கின. கள்ளிப் புதரொன்றிலிருந்து வெளியேறிய சாரைப் பாம்பொன்று வெகு வேகமாக ஊர்ந்து சென்று துளையொன்றை அடைந்து மறைந்தது.

பூ துயரம் தோய்ந்த கண்களால் அந்த தர்பார் மண்டபத்தை ஆராய்ந்தார். பெருமூச்சு விட்டார். பாழடைந்துபோன அந்த தர்பார் மண்டபத்தின் மையத்தில் தென்பட்ட வெற்றிடமொன்றில் தன் தோல் பையை இறக்கிவைத்த பேராசிரியர் அதிலிருந்து வெளியே எடுத்த கருவிகளைப் பார்த்த ந திகைத்துப் போனான். கத்திகள், சுத்தியல்கள், திருப்புளிகள், ஸ்பானர்கள், நைலான் கயிறுகள் தவிர நவால் புரிந்துகொள்ள முடியாத எண்ணற்ற சிறு கருவிகளையும் அந்தப் பைக்குள் அடைத்து எடுத்துக் கொண்டு வந்திருந்தார் பேராசிரியர். அவற்றை அந்த வெற்றிடத்தில் பரப்பி வைத்துவிட்டு சுவர்களிலும் தூண்களிலும் படர்ந்திருந்த செடிகொடிகளை விலக்கி அவற்றில் தென்பட்ட துளைகளை

ஆராயத் தொடங்கினார். அளவு நாடாவைக் கொண்டு துளைகளின் நீள அகலங்களை அளவெடுத்துக் கையோடு கொண்டுவந்திருந்த குறிப்பேடு ஒன்றில் குறித்து வைத்துக் கொண்டார். தரையில் பாவப்பட்டிருந்த கற்களை எந்த அளவுக்கு முடியுமோ அந்த அளவுக்குக் கீழே குனிந்து சற்றுநேரம் வரை உற்றுப் பார்த்துக்கொண்டிருந்தார். உருப்பெருக்கிக் கண்ணாடியொன்றின் உதவியுடன் அவற்றில் தென்பட்ட புள்ளிகளையும் சிறு கோடுகளையும் ஆராய்ந்தார். சுத்தியலைக்கொண்டு சில இடங்களைக் கவனமாகத் தட்டிப் பார்த்தார். அவரது முகத் தோற்றத்தில் இடையறாமல் ஏற்பட்டுக்கொண்டிருந்த மாற்றங்களை ஆச்சரியத்துடன் பார்த்துக்கொண்டிருந்தான் ந. ஸ் எல்லாவற்றையும் படம்பிடித்துக்கொண்டிருந்தாள்.

மண்டபத்தின் கனத்த சுவர்களில் ஏராளமான அலமாரிகள் தென்பட்டன. அவற்றின் கதவுகளில் பெரும்பாலானவை கரையான்களால் குதறப்பட்டிருந்தன. சில இறுக அடைக்கப் பட்டிருந்தன. பூ அவற்றைத் திறந்து பார்க்க விரும்பினார். நவை உதவிக்கு அழைத்தார். தன்னுடைய அரிவாளைக்கொண்டு பூ சுட்டிக்காட்டிய அலமாரி ஒன்றின் கதவுகளைப் பெயர்த்தெடுக்க முயன்றான் ந. அந்த முரட்டுத் தனத்தைப் பார்த்த பூ, அவன் அப்படி அவசரப்படக் கூடாது என்றார். அவனைச் சற்றுநேரம் விலகிநிற்கச் சொல்லிவிட்டுத் தன்னிடமிருந்த சிறிய கருவிகளின் உதவியுடன் அதைத் திறப்பதற்கு முயன்றார். அவருக்கு வியர்த்தது, மூச்சிரைத்தது. மிகச் சிரமப்பட்டுத் திறந்த பார்த்தபோது அவற்றுக்குள் அநேகமாக அதன் ஒவ்வொரு தட்டையும் அடைத்துக்கொண்டு கிடந்த உலர்ந்த மண்கட்டிகளைத்தான் காண முடிந்தது. பூ சோர்ந்துவிடாமல் தன்னிடமிருந்த சிறு சுத்தியலைக்கொண்டு வெகு எச்சரிக்கையாக அந்த மண்கட்டிகளைப் பிளக்க முற்பட்டுக்கொண்டிருந்தார். அங்கு ஏதாவது புதையல் கிதையல் இருக்கக்கூடுமோ என நினைத்த ந பேராசிரியர் அவற்றைத்தான் மீட்டெடுக்க முயல்கிறாரோ எனச் சந்தேகித்தான். ஆனால் அந்த மண்கட்டிகளுக்குள் மண் குவியல்களைத் தவிர வேறு எதுவும் தென்பட்டதாகத் தெரியவில்லை. அவர் எதற்காகப் பாழடைந்த அந்த அரண்மனைக்குள் புகுந்து இதையெல்லாம் செய்துகொண்டிருக்க வேண்டும் என யோசிக்க முற்பட்டான் ந. பேராசிரியர் சோர்ந்துவிடாமல் அங்கிருந்த எல்லா அலமாரிகளையும் அதே போல் உடைத்துத் திறந்தார். அவற்றுக்குள் அடைந்து கிடந்த மண்கட்டிகளைக் கவனமாக வெளியே எடுத்தார். ஒவ்வொன்றையும் மிக எச்சரிக்கையாகப் பிளந்தார். பரங்கிக்காயைப் போன்ற தோற்றத்திலிருந்த கெட்டித்துப்போன

மண்கட்டியொன்றைச் சிரமப்பட்டுப் பிளந்தபோது அதிலிருந்து துருப்பிடித்த சில இரும்புத் துண்டுகளும் செப்பு நாணயங்களும் சில பாசிமணிகளும் தெறித்து விழுந்தன. அவற்றைப் பார்த்தவுடன் பூ பெருங்குரலெடுத்துக் கத்தினார். அந்தச் சத்தத்துக்குப் பாழடைந்த அந்த அரண்மனையிலிருந்த கருவேல மரங்களில் அடைந்திருந்த நாரைகள் படபடவென றெக்கைகளை அடித்துக்கொண்டு பறந்தன. ஆக்காட்டிகள் மீண்டும் கத்தின. பூ வின் உத்தரவுப்படி அங்கிருந்த பாசிபடர்ந்த சுவர்களில் தென்பட்ட துளைகளையும் கீறல்களையும் விரிசல்களையும் படம் பிடித்துக்கொண்டிருந்த பேரழகி அந்தச் சத்தத்தைக் கேட்டுப் பதற்றத்துடன் ஓடிவந்தாள். களிம்பேறிய நாணயங்கள் சிலவற்றைத் தன் உள்ளங்கைகளில் ஏந்தியிருந்த பூ அவற்றை அவளிடம் காண்பித்துப் புரியாத மொழியில் எதையோ சொல்லத் தொடங்கினார். ஸ்ஸின் விரிந்தகன்ற கண்கள் மேலும் விரிந்ததையும் அவற்றிலிருந்து நீர் துளிர்க்கத் தொடங்கியிருந்ததையும் ந அப்போது பார்த்தான். அந்த நாணயங்களை அவரிடமிருந்து வாங்கித் தன் மிருதுவான உள்ளங்கைகளில் ஏந்திக்கொண்டபோது உடைந்து அழவும் தொடங்கினாள் அந்தப் பேரழகி. மிகவும் உணர்ச்சிவசப்பட்டவளாக அவற்றை அப்படியே தரையில் சிதறவிட்டுவிட்டு ஓடிச் சென்று மீண்டுமொருமுறை பேராசிரியரை ஆரத் தழுவிக்கொண்டாள். இருவரும் கொஞ்ச நேரம் அழுதுகொண்டிருந்தார்கள். பிறகு பாட்டிலிலிருந்த தண்ணீரைக் குடித்தார்கள். மீண்டும் ஆளுக்கொரு சாக்லேட்டைப் பிரித்துச் சாப்பிட்டார்கள். நவுக்கும் ஒன்றைக் கொடுத்தாள் ஸ். அதன் மூலம் நவுக்கு பொன்னிறத் தாள் சுற்றப்பட்ட மூன்றாவது சாக்லேட் கிடைத்தது. ந அதைப் பிரித்து சாக்லேட்டை வாயில் போட்டுக்கொண்டு பொன்னிறமுடைய அந்தத் தாளைச் சட்டைப்பைக்குள் திணித்துக்கொண்டான். ஸ் சிதறிக்கிடந்த அந்த நாணயங்களை மிகக் கவனமாகச் சேகரித்துப் பட்டுக் கைக்குட்டையொன்றில் வைத்துச் சுற்றிப் பாதுகாப்பாகத் தன் தோல் பையில் வைத்துக்கொண்டாள். அந்த வெற்றியைக் கொண்டாடுவதற்காக மறுபடியும் சாக்லேட்டுகளைக் கொடுத்தாள். பேராசிரியர் மிகவும் களைத்துப்போனவராகத் தென்பட்டதால் அவருக்கு மட்டும் இரண்டு ஸ்பூன் குளுகோஸ் பவுடர் கிடைத்தது. நவிடம் அப்போது மொத்தம் நான்கு சாக்லேட்டுகள் இருந்ததால் அவன் இரண்டாவதாகவும் ஒரு சாக்லேட்டை வாயில் போட்டுக்கொண்டான். இரண்டு நிமிடங்கள் மூச்சு வாங்கிக்கொண்டிருந்த பூ எழுந்து ஸ்ஸிடம்கூடச் சொல்லிக்கொள்ளாமல் அந்த அரண்மனையின் இடிபாடுகளுக்குள் நுழைந்தார்.

பேரழகி ஸ் அப்போது தர்பார் மண்டபத்தின் இற்று வீழ்ந்த தூண்களுக்கிடையே தென்பட்ட கரையான்களால் அரிக்கப்பட்ட மரச்சட்டங்கள் சிலவற்றைப் புகைப்படமெடுப்பதில் சுயநினைவை இழக்குமளவுக்கு மூழ்கியிருந்ததால் பேராசிரியர் வெளியேறியதைக் கவனிக்கவில்லை. ஆனால், பிறகு நவிடமிருந்து தகவலைத் தெரிந்துகொண்டபோது பதற்றமடைந்தாள். பேராசிரியரைத் தனியே செல்ல அனுமதித்த தனது செயலை யாருமே மன்னிக்க மாட்டார்கள் என்றாள், “ந அவுருக்கு ஹார்ட் ப்ராப்ளம் இருக்கு தெரியுமா? போன வருஷந்தான் பைபாஸ் சர்ஜரி பண்ணவரு. ஒரு மைல்டான அட்டாக்கூட அவரு உயிருக்கு ஆபத்தா மாறிடும்” என்றாள். ந அப்போதுதான் நிலைமையின் தீவிரத்தை உணர்ந்தான், “இது எனக்குத் தெரியாது” என மன்னிப்புக் கேட்கும் தோரணையில் சொன்னவன் ஸ்ஸை அழைத்துக்கொண்டு பேராசிரியரைப் பின்தொடர முற்பட்டான். ஆனால் தன்னைப் பின்தொடர்வதற்கான தடயம் எதையும் விட்டுச் செல்லாமல் பாழடைந்த அவ்வரண்மனையின் இடிபாடுகளுக்குள் மறைந்து போயிருந்தார் பேராசிரியர். தொலைவிலிருந்த புதரொன்றிலிருந்து பதற்றத்துடன் மேலெழும்பிய பறவைக் கூட்டமொன்று விர்ரென்று அவர்களது தலைக்கு மேலாகப் பறந்து மறைந்தைக் கண்ட ஸ் பேராசிரியர் அதற்குள் அவ்வளவு தூரம் போயிருக்க முடியுமா எனச் சந்தேகத்துடன் நவைக் கேட்டாள். ந அதைப் பற்றித் தன்னால் உறுதியாக எதுவும் சொல்ல முடியவில்லையெனவும் பேராசிரியருக்குப் பாழடைந்த அந்த அரண்மனை ஏற்கனவே பரிச்சயமானதாக இருந்தால் அது சாத்தியமானதுதான் எனவும் சொன்னான். பேராசிரியரிடம் அந்த அரண்மனையின் வரைபடம் இருப்பதாகச் சொன்னாள் ஸ். வரைபடம் என்றால் என்ன என்பது நவுக்குத் தெரியாததால் அதைப் பற்றி அவனுக்கு விளக்கவும் முயன்றாள். ஆச்சரியமடைந்த ந அதுபோன்ற ஒரு வரைபடத்தை யார் தயாரித்தது எனவும் பேராசிரியருக்கு எங்கிருந்து அது கிடைத்தது எனவும் கேட்டான். அப்படிக் கேட்டபோது அவனது கண்களில் சந்தேகத்தின் நிழல் தென்படுவதாகக் கருதிய ஸ் பொதுவாக அதுபோன்ற பாழடைந்த ஒவ்வொரு அரண்மனைக்கும் உலகின் எங்காவது சில இடங்களில் யாராவது சிலரால் உருவாக்கப்பட்ட வரைபடங்கள் இருப்பது இயல்பானதுதான் எனவும் பேராசிரியரைப் போன்ற வரலாற்று அறிஞர்களுக்கு அவற்றைக் கொடுப்பதைப் பெருமையாகக் கருதுபவர்கள் இருக்கிறார்கள் எனவும் சொன்னாள். பிறகு அவள் பேராசிரியர் மாவீரன் காளிங்க நடராஜ மகாராஜாவைப் பற்றிய ஆராய்ச்சிகளில் கடந்த பத்தாண்டுகளுக்கு மேலாக ஈடுபட்டு வந்திருக்கிறார், அது அவனுக்குத் தெரிந்திருக்கவே

இல்லையா எனக் கேட்டாள். அது அவளுக்கு நம்ப முடியாத விஷயமாக இருந்திருக்க வேண்டும் என அவளது விரிந்த கண்களைப் பார்த்தபோது நவுக்குத் தோன்றியது.

அவள் சொன்னவற்றிலிருந்து எதையும் புரிந்துகொள்ள முடியாததால் ந அதற்கு மேல் அதைப் பற்றி எதுவும் கேட்கவில்லை. பார்க்க வேண்டியவற்றையெல்லாம் சீக்கிரம் பார்த்து முடிப்பதற்கு அவர்களுக்கு உதவ வேண்டுமெனத் தீர்மானித்துக்கொண்டான்.

வ என்னும் பெயரையுடைய தன் மனைவியை நினைத்துக்கொள்ள விரும்பினான். தவிர அஸ்திவாரம் அமைக்கும் பணி பாதியில் நின்றுகொண்டிருக்கிறது. அவன் அங்கு இல்லாததாலும் பேராசிரியரின் வருகையைக் கண்டு பதற்றமடைந்திருப்பதாலும் மேஸ்திரி தனது சித்தாளை அழைத்துக்கொண்டு திரும்பிச் சென்றிருக்கவும் வாய்ப்பிருக்கிறது என நினைத்தான். ஒரு நாள் கூலி விரயம் என்பதைக் காட்டிலும் வீடு கட்டுவதற்கென்று முதன்முதலாகத் தொடங்கப்பட்ட வேலை பாதியில் தடைப்படுவது நல்லதல்ல எனக் கருதினான். சீக்கிரத்தில் தனது காவல்கூண்டுக்குச் செல்ல விரும்பிய ந, ஸ்ஸை அழைத்துக்கொண்டு தர்பார் மண்டபத்திலிருந்து அவளை வெளியேற்றிப் புதர் மண்டிய தாழ்வாரமொன்றின் வழியாக அழைத்துச் சென்றான். கல்பாவப்பட்ட தரையில் ஊர்ந்துகொண்டிருந்த ஓணான்கள் அவர்களைக் கண்டவுடன் சிதறின. உடும்பு ஒன்று தடதடவெனச் சத்தமெழுப்பிக்கொண்டு ஓடி மறைந்தது. சிதைந்த தூண்களையும் பாசி படர்ந்த சுவர்களையும் உடைந்த சிற்பங்களையுமுடைய மிக நீண்ட தாழ்வாரம் அது. ஸ் பயந்துபோனவளாகத் தென்பட்டாள். மிகநெருங்கி அவனது தோள்களை உரசிக்கொண்டு நடந்தாள். தணிந்த, கவலை தோய்ந்த குரலில் பேராசிரியரை உடனடியாகக் கண்டுபிடிக்க வேண்டுமென வலியுறுத்தினாள். அவ்வப்போது உரத்த குரலில் அவரது பெயரைச் சொல்லி அழைத்தாள். பதில் இல்லாமல் போனபோது சோர்ந்துபோய் நவின் கண்களை ஆழமாக ஊடுருவினாள். பேராசிரியர் எங்கே போயிருப்பார் என அவனால் ஊகிக்க முடியுமா எனத் தொடர்ந்து கேட்டுக்கொண்டே இருந்தாள். ந தனக்கு அந்த அரண்மனை அவ்வளவாகப் பரிச்சயம் இல்லையெனச் சொன்னபோது அவள் பீதியுற்றது தெரிந்தது. ஆனால் அது உண்மைதான் என்றான் ந. பால்யத்தில் விளையாடுவதற்காகச் சுற்றித் திரிந்த தர்பார் மண்டபத்தையும் குதிரை லாயத்தையும் தவிர வேறு இடங்களைப் பற்றித் தனக்கு அநேகமாக எதுவுமே தெரியாது என்றான். ஒருவேளை பேராசிரியர் அவ்வரண்மனையின் கரையான்புற்றுகள்

நிரம்பிய உறக்கமஞ்சக் கூடத்திற்குப் போயிருக்கலாமென அவன் சொன்னபோது ஸ் தன்னை அங்கே அழைத்துச் செல்லுமாறு அவனைக் கேட்டுக்கொண்டாள். உறக்கமஞ்சக் கூடத்திற்குச் செல்லும் பாதை தனக்கு மறந்துவிட்டது என்ற ந எப்படியும் அதை அடைவதற்கான ஏதாவதொரு வழியைக் கண்டுபிடித்துவிட முடியும் என அவளுக்கு நம்பிக்கையூட்டினான். அவனுடைய வாக்குறுதியை நம்புவதைத் தவிர வேறு வழியில்லாததால் ஸ் பின்தொடர்ந்தாள். கோவைக்கொடிகளும் பிரண்டைகளும் அடர்ந்து தொங்கிய சிதைந்த தாழ்வாரம் ஒன்றின் வழியே அவளை அழைத்துக்கொண்டு நடந்தபோது குதிரை லாயத்தில் இன்னும் குதிரைகள் இருக்கின்றனவா என நவைக் கேட்டாள் ஸ். நவுக்கு அவளுடைய கேள்வி விநோதமாகத் தென்பட்டாலும் தன்னால் அந்த அரண்மனையில் ஒருபோதும் குதிரைகளைப் பார்க்க முடிந்ததில்லை எனவும் ஆனால் சில இரவுகளில் தன்னால் குதிரைகளின் கனைப்பைக் கேட்க முடிந்திருக்கிறது எனவும் பதிலளித்தான். ஸ் சிரித்தாள். சற்றுப் பயம் நீங்கியவளாகத் தென்பட்டாள். தாழ்வாரங்களில் அடர்ந்து கிடந்த வாகை, அரசு, ஆல் முதலான பெரு விருட்சங்களில் தத்திக்கொண்டிருந்த எண்ணற்ற பறவைகளையும் அணில்களையும் பார்த்த ஸ் உதடுகளைக் குவித்து அவற்றின் நடுவில் ஆட்காட்டி விரலை வைத்துச் சத்தமெழுப்பாமல் இருக்கும்படி அவனைக் கேட்டுக் கொண்டு தென்பட்ட எல்லாவற்றையும் படம்பிடிக்க முயன்றாள். புளிய மரமொன்றில் தலைகீழாகத் தொங்கிக்கொண்டிருந்த ஏராளமான வௌவால்களை அதிசயமாகப் பார்த்துக்கொண்டு நின்றவள் அவற்றில் சில கிளைகளை உதறிக்கொண்டு பறந்ததைக் கண்டு பதற்றமடைந்தாள். வௌவால்களைப் பற்றி ந சொன்ன தகவல்களைக் கேட்ட ஸ் சிலநிமிடங்கள் வரை அதற்காக ஆச்சரியப்பட்டாள். அவள் கேட்டுக்கொண்டதற்கிணங்க வழியெங்கும் தென்பட்ட தூண்களில் படர்ந்திருந்த கொடி களை அகற்றிப் பார்த்தபோது அவற்றின் உடல்களில் செதுக்கப் பட்டிருந்த சிற்பங்களைக் காண முடிந்தது. வியப்புடன் அத்தூண்களை நெருங்கிச் சிற்பங்களைக் கவனமாக ஆராய்ந்தவள் அவை பற்றி அவனுக்கு ஏதாவது தெரியுமா எனக் கேட்டாள். ந உண்மையாகவே தனக்கு அவை பற்றி எதுவும் தெரியாது என்றான். தான் அப்போதுதான் முதன்முதலாக அவற்றைப் பார்ப்பதாகச் சொன்னபோது அவள் அதை நம்ப முடியாதவளாகத் தென்பட்டாள். அப்போதாவது அருகில் வந்து அந்தச் சிற்பங்களைப் பார்க்குமாறு அவனைக் கேட்டுக் கொண்டாள். நவுக்கு அதில் ஆர்வமில்லாதபோதும் தனது விருந்தாளியை மதிக்க வேண்டுமே என்பதற்காக அவற்றில் ஒன்றை நெருங்கினான்.

புழுதியாலும் பறவைகளின் எச்சங்களாலும் மறைக்கப் பட்டிருந்த அச்சிற்பங்களில் கலவியின் வெவ்வேறு நிலைகள் சித்தரிக்கப்பட்டிருந்ததைக் கண்ட ந இளம்பெண்ணொருத்தியை அருகில் வைத்துக்கொண்டு அவற்றைப் பார்ப்பதற்குச் சங்கடப்பட்டான். அப்போது ஸ் அவனது முதுகுக்குப் பின்னால் கிட்டத்தட்ட அவனை உரசிக்கொண்டு நின்றாள். அவளது சருமத்தி லிருந்து வீசிக்கொண்டிருந்த நறுமணம் கிறக்கமூட்டுவதாயிருந்தது. அவளது சுவாசத்தின் வெதுவெதுப்பைத் தன் புறங்கழுத்தில் உணர்ந்த ந சீக்கிரத்திலேயே அங்கிருந்து போய்விட வேண்டுமென நினைத்தான். அதற்காகப் பின்வாங்கியபோது அவளது மிருதுவான முலைகள் அவனது தோள்களில் அழுத்தமாகப் பதிந்து விலகின. ந நிலைகுலைந்து போனான். தனது பதற்றங்களிலிருந்து முற்றாக விடுபட்டிருந்த ஸ் புகைப்படமெடுத்துக்கொண்டு அவனைக் கடந்து முன்னேறினாள். ந வெறுமனே அவளைப் பின்தொடர்ந்து செல்ல வேண்டியதாயிற்று. அதற்குள் அந்த அரண்மனையின் புதிர்களை முழுமையாக அறிந்துகொண்டு விட்டவளைப் போல் தென்பட்டாள் ஸ். அரிவாள், கோடாரி, கவை, பிக்கோஸ் போன்ற எவ்வித ஆயுதங்களும் இல்லாமல் வெறும் கைகளாலேயே புதர்களை விலக்கி நடந்துகொண்டிருந்தவள் திடீரென ஸ்தம்பித்து நின்றாள்.

எதிரே நம்பவே முடியாதபடி ஏராளமான கரையான் புற்றுகள். ஒவ்வொன்றும் ஒரு சிறு குன்று. மூச்சடைத்துப்போன ந அங்கே அவ்வளவு பெரிய புற்றுகள் இருக்குமெனத் தான் எதிர்பார்க்கவில்லை எனத் தணிந்த குரலில் முணுமுணுத்தான். வெளிறிய முகத்துடன் புற்றுகளைக் கூர்ந்து பார்த்துக்கொண்டிருந்த ஸ் அவை ஒவ்வொன்றிலும் திட்டவட்டமான உருவமொன்று தென்படவில்லையா என நவைக் கேட்டாள். மீண்டுமொருமுறை அவற்றைக் கவனமாகப் பார்த்த ந அவள் சொல்வது உண்மைதான் என்றான். செடிகொடிகளோ, புல் பூண்டுகளோ அற்ற பாலை போன்ற அவ்விடம் ஒரு சிற்பக்கூடம் போல் தோற்றமளித்தது. திரண்ட புஜங்களையுடைய காளையர்களும் கூர்ந்த முலைகளையும் சிறுத்த இடைகளையுமுடைய கன்னியர்களும் முயங்கிக்கிடக்கும் மஞ்சங்கள், சிம்மாசனங்கள், புள்ளினங்கள் நிறைந்த கிளைகளையுடைய மரங்கள், உதடுகளில் நிறைந்த மர்மப் புன்னகையுடன் கை விளக்குகளை ஏந்தி நிற்கும் காரிகையர், பெருத்த விழிகளுடனும் அடர்ந்த புருவங்களுடனும் ஈட்டிகளைச் செங்குத்தாக உயர்த்திப் பிடித்து விரைப்பாக நின்றுகொண்டிருக்கும் சிப்பாய்கள், மதுக் குடுவைகள், மேசைகள். ஒவ்வொன்றும் ஒரு புற்று. புற்றாக உறைந்துவிட்ட கடந்த காலமொன்றின் உருக்குலைக்கப்பட்ட சித்திரம்.

அவ்வரண்மனையில் வாழ்ந்து மடிந்த அரச குலத்தின் காலத்தால் கைவிடப்பட்ட அந்தப்புரமே அது எனத் தான் கருதுவதாகச் சொன்னாள் கண்களை அகல விரித்து அவற்றைக் கூர்ந்து பார்த்துக்கொண்டிருந்த பேரழகி ஸ், “உங்கள் முன்னோர்கள் களிப்புடன் வாழ்ந்து மடிந்திருக்கிறார்கள் பிரின்ஸ்” எனத் தனக்குத் தானே சொல்லிக்கொள்வது போல முணுமுணுத்த ஸ் மீண்டும் பேராசிரியரைக் கூவியழைத்தாள். அவர் உடனடியாகத் அங்கே வந்து அவற்றைப் பார்க்க வேண்டுமென விரும்புவதாகச் சொன்னாள். முடிவற்ற கனவில் மிதக்க விரும்பியவளைப் போல் தென்பட்டாள், “இது களியாட்டங்களின் ஒரு கலைக் கூடமாக இருந்திருக்க வேண்டும் பிரின்ஸ். கரையான் புற்றாகச் சமைந்துவிட்ட இந்தச் சிம்மாசனமும் காளையரும் கன்னியரும் முயங்கிக்கிடக்கும் மஞ்சங்களும் விளக்குகளை ஏந்தி நிற்கும் காரிகைகளும் முன்னொரு காலத்தில் இக்கலைக் கூடத்தை அலங்கரித்திருந்திருப்பார்கள். இந்த அரண்மனையின் மீது சாபம் கவிந்த அந்தக் கணத்தில் அவர்கள் சிலையாக உறைந்திருப்பார்கள். பிறகு இவற்றைக் கரையான்கள் கைப்பற்றிக் கொண்டுவிட்டன. புற்றுமண் வெறும் கூடு. உள்ளுக்குள் அந்தப் பெண்களின் எலும்புகள் மீதமிருக்கலாம்” என்றாள் ஸ். அவள் பரவசமுற்றிருந்தாள். மனப்பிறழ்வுக்குள்ளானவளைப் போல அவற்றினிடையே சுற்றித் திரிந்தாள். சிம்மாசனத்திலும் இருக்கைகளிலும் உட்கார்ந்து பார்த்தாள். எல்லாவற்றையும் படம் பிடித்தாள்.

“பிரின்ஸ் உங்களுக்கு காமிராவக் கையாளத் தெரியுமா?” எனக் கேட்டாள்.

ந தெரியாது என்றான். உண்மையில் காமிரா என்ற ஒன்றை அப்போதுதான் அவ்வளவு அருகிலிருந்து தன்னால் பார்க்க முடிந்திருக்கிறது என்றான். ஸ் ஆச்சரியப்பட்டாள், “பரவாயில்ல, நா உங்களுக்குச் சொல்லித் தர்றேன். தெரிஞ்சுக்கிட்டு நீங்க என்னச் சில போட்டோக்கள் எடுக்கணும்” என்றாள். பிறகு ஒரு காமிரா என்றால் என்னவென்பதையும் அது எப்படி வேலை செய்கிறது என்பதையும் அதைக்கொண்டு எப்படிப் புகைப்படமெடுக்க வேண்டுமென்பதையும் விளக்கினாள். வெகு கவனமாகக் கேட்டுக்கொண்டிருந்த ந அவள் சொன்னதைத் தான் தெளிவாகப் புரிந்துகொண்டதாகவும் தன்னால் இப்போது நிச்சயமாக அதைக்கொண்டு ஒரு புகைப்படத்தை எடுத்துவிட முடியுமென்றும் சொன்னான். ஸ் செயல்முறை விளக்கமுமளித்தாள். பிறகு பிரம்மாண்டமாக எழும்பி நின்ற அந்தக் கரையான் புற்றுகளுக்கிடையே நின்று தான் சொன்னது போல் காமிராவின் வலதோரம் இருக்கும் பொத்தானை

அழுத்தும்படி அவனைக் கேட்டுக்கொண்டாள். ந அப்படியே செய்தான். ஸ் உற்சாகமடைந்தாள். வெவ்வேறு உருவங்களில் அங்கு தென்பட்ட புற்றுகள் ஒவ்வொன்றின் அருகிலும் நின்றுகொண்டும் உட்கார்ந்துகொண்டும் சாய்ந்துகொண்டும் ஆண், பெண் உருவங்களை அணைத்துக்கொண்டும் என எல்லாக் கோணங்களிலும் தன்னைப் புகைப்படமெடுக்கச் சொல்லி நவைத் தூண்டினாள்.

சீக்கிரத்திலேயே நவுக்கு அது உற்சாகமூட்டும் பணியாக மாறியது. அவன் அதற்குள் எல்லாவற்றையும் கற்றுக் கொண்டு ஒரு தேர்ந்த புகைப்படக் கலைஞனைப் போல அவளை வெவ்வேறு நிலைகளில் நிற்கச் சொன்னான். இருக்கைகளிலும் சாய்வு நாற்காலியிலும் வெவ்வேறு கோணங்களில் உட்காரச் சொன்னான், "கொஞ்சம் சிரிங்க" எனக் காமிராவை வைத்துக்கொண்டு அவன் தன்னிடம் கேட்டுக்கொண்டபோது அவளுக்கு உண்மையாகவே சிரிக்க வேண்டுமெனத் தோன்றியது. தென்பட்ட பதினாறு கட்டில்களில் ஒன்று பிரம்மாண்டமானதாகத் தென்பட்டது. சட்டங்களில் புணர்ச்சியின் பல்வேறு நிலைகள் செதுக்கப்பட்டிருந்தன. கைப்பற்றிக்கொண்டிருந்த கரையான்களால்கூட அவற்றை அழித்திருக்க முடிந்திருக்கவில்லை, "பிரின்ஸ் அது மாவீரன் காளிங்க நடராஜ மகராஜா பயன்படுத்திய கட்டிலாக இருக்க வேண்டும்" என்றாள் ஸ், "இது ஒரு சரித்திரம் கரையான் புற்றாக மாறிய கதை" எனத் துயரம் தோய்ந்த குரலில் சொல்லிவிட்டு அவனது முகத்தை ஆழமாகப் பார்த்தாள். ந உடனடியாக முகத்தை எதிர்புறம் திருப்பிக்கொண்டான். "அது சந்தன மரத்தால் செய்யப்பட்டதாக இருக்கலாம்" என்றாள் ஸ், "இந்நாட்டின் பேரரசர்கள் தங்கள் உறக்கமஞ்சக் கூடங்களைச் சந்தன மரங்களால் செய்த கட்டில்களாலும் பேரழகிகளாலும் பன்னீர் பூ மரங்களாலும் நிரப்பியிருந்தார்கள் எனப் பேராசிரியர் அடிக்கடி சொல்வார்" என்றாள். பிறகு மிகத் தயக்கத்துடன் அதை நெருங்கி அதைவிடத் தயக்கத்துடன் அதன் மீது கால்களைத் தொங்கவிட்டு உட்கார்ந்தாள். ந காமிராவின் பொத்தானை அழுத்தி அவளுடைய அந்தத் தோற்றத்தைப் பதிவுசெய்துகொண்டான். ஸ் பரவசத்தில் மூழ்கிக்கொண்டிருந்தாள், "இந்தக் கட்டில்ல ஒரு ராணி இருந்திருப்பா இல்லையா? அவ இதுல இப்படித்தான் கால்கள நீட்டிப் படுத்துக்கிட்டிருந்திருப்பா" எனச் சொல்லிக்கொண்டே தன்னை அந்த ராணியாகப் பாவித்துப் புற்றின் மீது ஒருக்களித்துப் படுத்தபடி அவனைப் பார்த்துப் புன்னகைத்தாள். விரிசலுற்ற சுவர்களினூடாகப் பாய்ந்து வந்துகொண்டிருந்த சூரியனின்

செம்மஞ்சள் நிற ஒளியில் அவள் சந்தனத்தால் இழைக்கப்பட்ட சிற்பம்போல் தென்பட்டாள். ஒளிப்புள்ளிகள் அவள் மீது பன்னீர்ப் பூக்களைச் சொரிந்துகொண்டிருந்தன. ஸ் புரண்டாள். அவளுடைய அந்தப் புன்னகையையும் புரண்டு துடிக்கும் பேரழகையும் கைவிடப்பட்டுக் கரையான்களின் கைகளுக்குள் அடைக்கலமாகிவிட்ட உறக்கமஞ்சக் கூடத்தின் தனிமையையும் எதிர்கொள்ளத் திராணியற்றவனாக இருந்தான் ந. அவனுக்குக் கைகள் நடுங்கின. காமிராவிலிருந்து கண்களை விலக்கிக்கொண்டு அவளுடைய பேரழகை நேரடியாகக் காண முற்பட்டபோது சடக்கென முறிந்து வெறும் மண்ணாக உதிரத் தொடங்கியிருந்தது அவளைச் சுமந்துகொண்டிருந்த அந்தக் கட்டில்.

3

பேராசிரியர் பூ யாராலும் சொந்தம் கொண்டாடப்படாத, பாழடைந்த அந்த அரண்மனைக்குள்ளிருந்து அது ஒரு அரண்மனை தான் என்பதை நிரூபிப்பதற்கான ஏராளமான தடயங்களைச் சேகரித்திருந்தார். கைப்பிடியற்ற வாள், உடைந்த கேடயம், கவசங்கள், துருவேறிய ஈட்டி முனைகள், குதிரைச் சேணங்கள், நாணயங்கள், செப்புத் தகடுகள், கற்கள் பதிக்கப்பட்ட செம்பினாலான சிறுத்தை, புலி பொம்மைகள், மணிமாலைகள், தொங்கட்டான்கள், மண்பானை ஓடுகள் ஆகியவற்றைத் தவிர சில எலும்புத் துண்டுகளும் ஒரு மண்டையோடும். வெகுநேரம் கழித்துப் பாழடைந்த அந்த அரண்மனைக்குள்ளிருந்து பூ வெற்றி வீரராகத் திரும்பி வந்திருந்தார். தலையில் வாகைக்குப் பதில் பூச்சிக்கூடுகளைச் சூடியிருந்தார். அவர் வந்தபோது பேரழகியான ஸ் உறக்கமஞ்சக் கூடத்தின் சரிந்துபோன கரையான்புற்றுக்குள் மூழ்கிக்கொண்டிருந்தாள். பதற்றமடைந்திருந்த ந காமிராவைத் தூர எறிந்துவிட்டு அவளை மீட்க முயன்றுகொண்டிருந்தான். சரிந்த புற்றுக்குள்ளிருந்து பெருகிய கரையான்கள் அவளை முற்றுகையிடத் தொடங்கியிருந்தன. சற்றுநேரம் செய்வதறியாது திகைத்து நின்ற பூ தான் பயங்கரமான கனவு எதையும் கண்டுகொண்டிருக்கவில்லை என்பதை உணர்ந்ததும் தான் சேகரித்துக்கொண்டு வந்திருந்த வரலாற்றுச் சான்றுகளை அப்படியே போட்டுவிட்டு ஓடிவந்தார். ந வெகு சிரமப்பட்டு அவளை அந்தக் கரையான் புற்றிலிருந்து மீட்டுக்கொண்டு வந்திருந்தான். அதற்குள் கரையான்கள் அவள் உடல் முழுவதையும் கைப்பற்றியிருந்தன. வேறு என்ன செய்வது எனத் தெரியாமல் இருவரும் சேர்ந்து

எழுப்பிய பயங்கரமான கூச்சலைக் கேட்டு வ நான்கைந்து ஆட்களுடன் பாழடைந்த அந்த அரண்மனைக்குள் புகுந்து எப்படியோ அவர்கள் இருந்த இடத்தைக் கண்டுபிடித்திருந்தாள். கரையான்களைத் தட்டிவிட்டுவிட்டு எல்லோரும் சேர்ந்து அவளைத் தூக்கிச் செல்ல முடிவெடுத்தார்கள். அவர்களுடன் வந்திருந்த திடகாத்திரமான இளைஞனொருவன் அவளை ஒரு குழந்தையைத் தூக்குவது போலத் தூக்கித் தன் தோளின்மீது சாய்த்துக்கொண்டு வெளியேறினான். ந அவளுடைய காமிராவை யும் பேராசிரியரால் தவறவிடப்பட்ட வரலாற்றுத் தடயங்களையும் எடுத்துக்கொண்டான். பேராசிரியர் ஸ்ஸின் குடிநீர் பாட்டிலைத் தேடிக்கொண்டிருந்தார். அது சரிந்துபோன அந்தக் கரையான் புற்றுக்குள் மூழ்கியிருக்க வேண்டும் எனச் சொல்லி அவரை அழைத்துக்கொண்டு வந்தான் ந.

கரையான்கள் கடித்ததால் ஸ்ஸின் முகம் வீங்கியிருந்தது. உதடுகள் தடித்திருந்தன. கண்களைத் திறக்க முடியாததால் அவள் பயங்கரமாக அலறிக்கொண்டிருந்தாள். தன்னை அப்படியொரு ஆபத்தில் சிக்கவைத்த பேராசிரியரையும் நவையும் பயங்கரமாகச் சபித்தாள். அந்த நெருக்கடியிலும் பேராசிரியரைச் சபிக்கும்போது ஆங்கிலத்தையும் நவைச் சபிக்கும்போது தமிழையும் பயன்படுத்துமளவுக்கு மனத் தெளிவுடன் அவள் இருந்ததுதான் ஒரே ஆறுதல். அப்போது அவள் பயன்படுத்திய வசைச் சொற்களைக் கேட்ட ஓ என்னும் அந்தச் சிறிய, மிகச் சிறிய கிராமத்தைச் சேர்ந்தவர்கள் அவள் நிச்சயம் தங்கள் பக்கத்துக்காரியாகவே இருக்க வேண்டுமென நினைத்தார்கள். தாங்கள் குடியிருந்துவந்த அந்தச் சிதைந்துபோன காவல்கூண்டுக்கு அவளை அழைத்துவந்த வ அங்கிருந்த ஆண்கள் எல்லோரையும் வெளியேற்றிவிட்டு அவளது உடைகளைக் களைந்தாள். அவளது நிர்வாணத்தைப் பார்க்கக் கூச்சப்பட்டவள் தன்னுடைய உள்பாவாடை ஒன்றைக் கொடுத்து உடுத்திக்கொள்ளச் செய்து தான் வழக்கமாகக் குளிக்கும் பொடக்காணிக்கு அழைத்துச் சென்றாள்.

அங்கிருந்த பானையில் சிறிதளவே தண்ணீர் இருந்தது. ஆகவே வ காலியாக இருந்த பிளாஸ்டிக் குடங்களைத் தூக்கிக்கொண்டு அடிபம்புக்கு ஓட வேண்டியதாயிற்று. நவின் உடலிலும் கரையான்புற்றின் மண் படிந்திருந்ததால் பம்பில் தண்ணீர் அடித்துக் கொடுப்பதற்குப் பாழடைந்த அந்த அரண்மனையிலிருந்து அவளைத் தன் தோளில் ஏற்றிச் சுமந்துகொண்டு வந்திருந்த திடகாத்திரமான அந்த இளைஞனே உதவினான். பொடக்காணியிலிருந்து வீசிக்கொண்டிருந்த

மூத்திர வாடையைத் தாக்குப் பிடிக்க முடியாமல் ஸ் இரண்டு, மூன்றுமுறை வாந்தியெடுத்தாள். கரையான்கள் அவளுடைய மிருதுவான மேனியைக் கடித்துக் குதறியிருந்ததால் உடல் முழுவதும் தடித்திருந்தது. அவள் கண்ணீர்விட்டு அழத் தொடங்கியிருந்தாள். முற்றத்தில் தவிப்புடன் அவளுக்காகக் காத்திருந்த பேராசிரியரின் கண்கள் கலங்கியிருந்தன. அவர் விம்மிக்கொண்டிருந்தார். தாங்கள் வந்த காரிலிருந்து புத்தம் புதிய டவல் ஒன்றை எடுத்துவந்து அதை அவளிடம் சேர்ப்பதற்கான வழி தெரியாமல் திணறிக்கொண்டிருந்தார். துரதிர்ஷ்டவசமாக ஸ் மாற்றுடை எதையும் எடுத்துவந்திருக்கவில்லை. புற்றுமண் படிந்த அதே உடையுடன் ஸ்ஸை அழைத்துக்கொண்டு செல்வதைப் பற்றிய கற்பனைகள் அவருக்குப் பயங்கரமானவையாக இருந்தன. ஆனால் வ திடகாத்திரமான இளைஞனின் உதவியால் ஏழெட்டுக் குடம் தண்ணீரைக்கொண்டு ஸ்ஸின் உடலைக் கழுவிச் சுத்தமாக்கியிருந்தாள். தண்ணீர் கொண்டு வந்துகொடுத்த அதே திடகாத்திரமான இளைஞன் குளிப்பதற்கு வ சோப்பு வைத்திருக்கிறாளா எனக் கேட்டு அது இல்லையென்பது தெரிந்தவுடன் நவின் மொபட்டை எடுத்துக்கொண்டு போய் யார் வீட்டிலிருந்தோ ஹமாம் சோப்பு ஒன்றை வாங்கிக்கொண்டு வந்திருந்தான். ஏற்கனவே பயன்படுத்தப்பட்டுப் பாதியளவுக்கு மேல் தேய்ந்து போயிருந்த அந்த சோப்பை பயன்படுத்துவதற்கு முதலில் ஸ் சம்மதிக்கவில்லை. அதைக் கைகளில் தொடுவதற்கே அவளுக்கு அருவருப்பாக இருந்தது. நாசியருகே வைத்து முகர்ந்து பார்த்து அது சோப்புதான் என்பதை உறுதிப்படுத்திக்கொண்ட பிறகே அதைத் தன்மீது பிரயோகிப்பதற்குச் சம்மதித்தாள். அவளுடைய மேனியிலிருந்து வீசிய கரையான்வாடை குமட்டலெடுக்கும் அளவுக்கு அதிகமாக இருந்ததால் அவள் கட்டாயம் அந்த சோப்பைத் தேய்த்துக் குளிக்க வேண்டும் என வ மீண்டும் மீண்டும் வலியுறுத்தியதாலேயே அவள் அதற்கு ஒப்புக்கொண்டாள். குளித்தவுடன் உடலைத் துடைத்து விடுவதற்காக வ, ந வின் வெள்ளைத்துண்டு ஒன்றை எடுத்துக் கொண்டு வந்திருந்தாள். ஸ் அதைப் பயன்படுத்துவதற்குப் பிடிவாதமாக மறுத்துவிட்டுத் தங்களுடைய காரிலிருந்த டவலைக் கொண்டுவந்து தருமாறு கேட்டாள். வ ஈரமாகிவிட்ட கைகளுடன் முற்றத்துக்கு ஓடி நவை அழைத்து விஷயத்தைச் சொன்னாள். பேராசிரியர் தயாராக வைத்திருந்த டவலை நவிடம் கொடுத்தார். ந பேராசிரியரிடமிருந்து வாங்கி அதை வவிடம் கொடுத்தான். மாற்றுடை எதுவும் இல்லாததால் ஸ், வவின் சேலையைத்தான் உடுத்திக்கொள்ள வேண்டியிருந்தது. வ தன்னிடம் இருந்ததிலேயே நல்லதாகத் தென்பட்ட சேலை ஒன்றையும் பாவாடையையும் ஜாக்கெட்டையும் ட்ரங்

பெட்டிக்குள்ளிருந்து எடுத்துக் கொடுத்தாள். சேலை உடுத்தும் பழக்கம் அநேகமாக இருந்ததில்லை என்பதால் வவும் அவளுடைய அண்டை வீட்டுக்காரி ஒருத்தியும் வெகு சிரமப்பட்டு அவளுக்கு உடுத்திவிட்டார்கள். அப்போதும் ஸ்ஸுக்கு அந்த முந்தானையை என்ன செய்வதென்று தெரியவில்லை. அடிக்கடி நழுவவிட்டாள். ஜாக்கெட் அவளுக்கு மிக இறுக்கமாக இருந்ததால் முலைகள் ததும்பிக்கொண்டிருந்தன. வவுக்கு அது ஆபாசமாகத் தெரிந்ததால் அவளுக்கு முந்தானையின் முக்கியத்துவத்தைப் பற்றிக் கொஞ்சம் சொல்ல வேண்டியிருந்தது. ஆனால் கருநீலநிறப் பின்னணியில் வெள்ளை நிறப் பூக்கள் அச்சிடப்பட்ட அந்தச் சேலை ஸ்ஸுக்கு மிகவும் பொருத்தமாக இருந்தது. அண்டை வீட்டுக்காரி அதைச் சொன்னபோது ஸ் துக்கத்தை மறந்து ஓரளவு வெட்கப்பட்டாள். ஆனால் வெளியே வந்து பேராசிரியரைப் பார்த்தவுடன் உடைந்து அழத் தொடங்கினாள். ஓடிப்போய் அவரது மார்பின் மீது சாய்ந்துகொண்டாள். பூ அவளுக்கு ஆறுதலளிக்க முயன்றார். ஆனால் அவரது உடலிலிருந்தும் கரையான் நெடி வீசிக்கொண்டிருந்ததால் அதைச் சகித்துக்கொள்ள முடியாமல் உடனடியாகப் பேராசிரியரிடமிருந்து விலகிக்கொண்டாள். தன்னால் மேற்கொண்டு ஒரு நிமிடம்கூட அங்கே இருக்க முடியாது என்றவள் பேராசிரியரைக் கிட்டத்தட்டத் தள்ளிவிட்டுவிட்டுக் கண்ணீரும் கம்பலையுமாக ஓடிப்போய் காரில் ஏறி உட்கார்ந்துகொண்டாள். பாழடைந்த அந்த அரண்மனையிலிருந்து தான் சேகரித்துக்கொண்டு வந்திருந்த, ந என்பவன் வெறும் நவோ ந என்னும் பெயரையுடைய சத்துணவு அமைப்பாளரோ அல்ல, நடராஜ் மகராஜ் என்பதையும் அவன் குடியிருந்து வந்த பாழடைந்த அந்த அரண்மனை உண்மையிலேயே ஓர் அரண்மனைதான் என்பதையும் நிறுவுவதற்கான அரிய தடயங்களை அப்படியே அள்ளி அவசர அவசரமாகத் தன் காரின் டிக்கியில் திணித்துக்கொண்டு ஓட்டுநரின் பக்கத்து இருக்கையில் உட்கார்ந்துகொண்டார் பேராசிரியர்.

திகைத்துப் போயிருந்த ந அவர்களைச் சமாதானப்படுத்துவதற்கும் அவ்வளவு மோசமாக எதுவும் நடந்துவிடவில்லையெனப் புரியவைப்பதற்கும் முயன்றான். நிலைமையின் தீவிரத்தைப் புரிந்துகொள்ள முடியாத வ இருவரையும் சாப்பிட்டுவிட்டுப் போகும்படி வற்புறுத்திக்கொண்டிருந்தாள், “நீங்க வேலைய முடிச்சுப்புட்டுப் பசியோட வெளிய வருவீங்கன்னுதே சோறாக்கித் தட்டப் பருப்புக் கடஞ்சு வெச்சிருக்கறெ, இப்பிடிக் கைலகோடத் தொடாமப் போனா எப்பிடி?” எனத் தன்னுடைய சேலையை உடுத்திக்கொண்டு பீதியுற்றவளாக காரின் பின் சீட்டில் உட்கார்ந்திருந்த பேரழகியிடம் கேட்டுக்கொண்டிருந்தாள். ஸ்

அதைப் பொருட்படுத்தாமல் தொடர்ந்து அழுதுகொண்டிருந்தாள். அவளுக்குக் கண்கள் சிவந்திருந்தன. அதைப் பார்க்க நேர்ந்த பேராசிரியர் நவிடம் எரிந்து விழுந்தார். நடந்த விபரீதங்களுக்கு அவனே காரணம் எனவும் தன்னுடைய உதவியாளரை அவன் தவறாக வழி நடத்திவிட்டதாகவும் குற்றம் சுமத்தினார். ஸ்ஸை உடனடியாக மருத்துவமனையில் சேர்க்க வேண்டுமெனத் தனக்குத்தானே சொல்லிக்கொள்வதைப் போல முனகினார். நவை ந என ஒருமையிலேயே அழைத்தார். விபரீதமாக ஏதாவது நடந்தால் அதற்கு ந என்ற பெயருடைய அந்தச் சத்துணவு அமைப்பாளரே பொறுப்பேற்க வேண்டியிருக்கும் என எச்சரித்தவர் யாரிடமும் விடைபெற விரும்பாமல் காரைக் கிளப்பிக்கொண்டு வேகமாக ஓ என்னும் பெயரையுடைய அந்தச் சிறிய மிகச் சிறிய கிராமத்தை விட்டு வெளியேறினார்.

4

பாழடைந்த அந்த அரண்மனையிலிருந்து தான் சேகரித்திருந்த பொருள்களில் சிலவற்றைப் பேராசிரியர் தவறவிட்டுவிட்டுப் போயிருந்ததை ந உடனடியாகக் கவனிக்கவில்லை. எப்படியோ பேராசிரியர் வந்துவிட்டுப் போன தகவல் ஓ என்னும் பெயரையுடைய அந்தச் சிறிய, மிகச் சிறிய கிராமத்திற்கப்பால் வெகுதொலைவு வரை பரவியிருந்தது. அவர்களைப் பற்றியும் அவர்கள் பாழடைந்த அந்த அரண்மனைக்கு எதற்காக வந்துவிட்டுப் போனார்கள் என்பதைப் பற்றியும் பல கட்டுக்கதைகள் உருவாகியிருந்தன. நவைத் தேடிக்கொண்டு அசாதாரணமான தோற்றமுடைய மனிதரொருவரும் பேரழகியான இளம் பெண்ணொருத்தியும் வந்து சென்றிருக்கிறார்கள். தோற்றத்தைக்கொண்டு மதிப்பிட்டால் அவர்கள் நவுக்கோ அவனுடைய மனைவி வவுக்கோ உறவினர் களாக இருப்பார்கள் எனக் கருதுவதற்குரிய எந்த அடையாளமும் அவர்களிடம் தென்படவில்லை. வந்தவர்கள் முதலில் நவிடமும் வவிடமும் நல்லவிதமாகத்தான் பேசினார்கள். அவர்கள் இருவரும் இவர்கள் இருவரையும் திரும்பத் திரும்பக் கட்டித் தழுவிக்கொண்டார்கள். வ போட்டுக் கொடுத்த வரக்காபியைக் குடித்தார்கள். அங்கிருந்த எல்லோருக்கும் எப்போதோ வாழ்ந்து மடிந்த ஏதோவொரு ராஜாவின் கதையைச் சொன்னார்கள். பிறகு நவை அழைத்துக்கொண்டு பாழடைந்த அந்த அரண்மனைக்குள் நுழைந்தார்கள். இரண்டு மூன்று மணி நேரம் அதற்குள் என்ன செய்துகொண் டிருந்தார்களென்றோ அங்கே என்ன நடந்தது என்றோ யாருக்கும் தெரியவில்லை. ஆனால் என்னவோ நடந்திருக்கிறது. பேராசிரியர் சொகுசு

காரொன்றில் வந்திருந்ததால் அவர் மிகப் பெரிய பணக்காரராக இருக்க வேண்டுமென எல்லோருமே ஒரேவிதமாக ஊகித்தார்கள். நடை, உடை, பாவனைகள் அரசு அதிகாரிகளுக்குரியவை போல் தோன்றின. ந தனக்கு ஒதுக்கப்பட்ட இலவசத் தொகுப்பு வீட்டுக்கான வேலைகளைத் தொடங்கி விட்டானா எனச் சோதனையிடுவதற்காக வந்தவர்களாக இருக்க வேண்டுமென முதன்முதலில் அவர்களைப் பார்த்தபோது தனக்குத் தோன்றியதாக மேஸ்திரி தெரிவித்தான். அவர்கள் நவை ந என்றோ ந என்னும் பெயரையுடைய சத்துணவு அமைப்பாளர் என்றோ அழைக்காமல் நட்ராஜ் மகராஜ் என அழைத்தது ஏன் என்பதையும் நவை அழைத்துக்கொண்டு பாழடைந்த அந்த அரண்மனைக்குள் எதற்காக நுழைந்தார்கள் என்பதையும் யாராலும் புரிந்துகொண்டிருக்க முடியவில்லை. அங்கே என்ன நடந்தது? அந்தப் பேரழகி அங்கிருந்து பதற்றத்துடன் வெளியேறியது ஏன்? புதைகுழியிலிருந்து மீட்டெடுத்துக்கொண்டு வரப்பட்டவளைப் போல அவள் உடல் முழுவதும் புற்று மண் படிந்திருந்தது எப்படி? எங்கிருந்து அவ்வளவு கரையான்கள் வந்தன? அவள் எப்படி அவற்றின் பிடியில் சிக்கினாள்? பேரழகியான அந்தப் பெண் வவின் பழைய சேலை ஒன்றை உடுத்திக்கொண்டு கண்ணீருடன் அங்கிருந்து தப்பிச்சென்றதற்கு என்ன காரணம்?

யார் மூலமாகவோ தகவலைக் கேள்விப்பட்டு ரா என்னும் பெயரையுடைய எழுத்தரும் க என்னும் பெயரையுடைய ஓவிய ஆசிரியரும் பெ என்னும் பெயரையுடைய ஊராட்சி மன்றத் தலைவரும் வந்துவிட்டுப் போனார்கள். மூவரில் பெதான் முதலில் வந்தவர். பெ ஊராட்சி மன்றத் தலைவரான பிறகு கடந்த மூன்றாண்டுகளில் முதல்முறையாக ஓ என்னும் அந்தச் சிறிய, மிகச் சிறிய கிராமத்திற்கு வந்திருந்ததால் ஊர்க்காரர்கள் தலைவாசலுக்கு வந்து அவரையும் அவரது சொகுசு காரையும் வேடிக்கை பார்க்கத் தொடங்கியிருந்தனர். காரை நிறுத்திவிட்டுத் தன் சாரதியுடன் ந வசிக்கும் பாழடைந்த அந்த அரண்மனைக்கு வந்தவரை அவன் கைகூப்பி வரவேற்றான். "வேலய ஆரம்பிச்சாச்சாக்கு? தாரு மேஸ்திரி?" எனக் கேட்டுக்கொண்டே வனம் போல் அடர்ந்து கிடந்த பாழடைந்த அந்த அரண்மனையை அண்ணாந்து ஒரு பார்வை பார்த்தார். அவரைக் கண்டவுடன் வ ஒரே ஓட்டமாக ஓடி அண்டை வீடு ஒன்றிலிருந்து இரண்டு பிளாஸ்டிக் நாற்காலிகளை இரவல் வாங்கிவந்து முற்றத்திலிருந்த வேப்பமர நிழலில் போட்டாள். பெ, நவைப் பார்ப்பதற்காவே வந்திருக்கிறார் என்பதால் இருவருக்கும் பேசிக்கொள்ள ஏதாவது இருக்குமென நினைத்தாள் அவள். அவரோடு தன் கணவனால்

சமமாக உட்கார்ந்து பேச முடியும் என நம்பியதால்தான் அவள் இரண்டு நாற்காலிகளை இரவல் வாங்கிக்கொண்டு வந்திருந்தாள். ஆனால் ந அந்த நாற்காலியில் உட்காரவில்லை. அவன் உட்கார வேண்டும் எனப் பெ விரும்பியதுபோலும் தெரியவில்லை. வ வருத்தமடைந்தாள்.

தான் கேள்விப்பட்ட தகவல் உண்மையா என்பதையே தன் முதல் கேள்வியாகக் கேட்ட பெ, அவர்கள் இருவரும் எப்படி இருந்தார்கள் என்பதை விவரிக்கும்படி நவை வற்புறுத்தினார். பதிலளிக்க முடியாமல் ந திணறினான். உண்மையில் தான் அவர்களில் யாரையும் அவ்வளவு கூர்ந்து கவனிக்கவில்லை யென்றான். அந்த மனிதர் தன்னை வட இந்தியாவில் டெல்லியிலோ பம்பாயிலோ உள்ள ஏதோ ஒரு பெரிய கல்லூரியின் பேராசிரியர் என அறிமுகப்படுத்திக்கொண்டதாகவும் அவருக்கு வயது ஐம்பதுக்கு மேலிருக்கும் எனத் தான் ஊகிப்பதாகவும் சொன்னான். ஸ்ஸைப் பற்றிச் சுருக்கமாக ஓரிரு தகவல்களை மட்டுமே பரிமாறிக்கொண்டான். இருவரும் தந்தையும் மகளுமாகவோ ஆசிரியரும் மாணவியுமாகவோ இருக்க வேண்டுமென்றான். பேராசிரியருடன் வந்திருந்த அந்த இளம்பெண் பேரழகி என்பதைச் சொல்வதற்கு ந தவறிவிட்டதைக் கவனித்த ஊர்க்காரர்களில் ஒருவன் குறுக்கிட்டு அது மிக முக்கியமாகக் குறிப்பிடப்பட வேண்டிய தகவல் என்பதைப் போல் அழுத்தமான குரலில் ஊராட்சி மன்றத் தலைவருக்குச் சொன்னான். பெ அது தேவையில்லாத விஷயம் எனத் தான் கருதுவதாகச் சற்று கண்டிப்பான குரலில் அவனிடம் சொல்லிவிட்டு அந்த இருவருடனும் சேர்ந்து நவும் பாழடைந்த அந்த அரண்மனைக்குள் வெகுநேரம்வரை சுற்றித் திரிந்துகொண்டிருந்ததாகத் தான் கேள்விப்பட்டது உண்மையா எனக் கேட்டார். அது ஒருவகையான விசாரணை போல் தென்பட்டதால் ந பதற்றமடைந்தான். அது உண்மைதான் என்றவன் தான் வெறுமனே அவர்களுக்கு ஒரு வழிகாட்டியாக மட்டுமே செயல்பட்டதாகப் பதிலளித்தான். கொஞ்சதூரம் மட்டுமே தான் அவர்களுடன் சென்றதாகச் சொன்ன ந தர்பார் மண்டபத்திற்கப்பால் தான் ஒரு அடிகூட எடுத்து வைக்கவில்லையெனப் பச்சையாகப் பொய் சொன்னான். ஸ்ஸின் மிருதுவான முலைகள் தன் முதுகில் உரசி விலகியதையும் அவள் தன்னுடைய காமிராவைக் கொண்டு அவனுக்குப் புகைப்படம் எடுப்பது எப்படி என்பதைச் சொல்லித் தந்ததைப் பற்றியும் தான் அவளை அழைத்துக் கொண்டு உறக்கமஞ்சக் கூடத்திற்குச் சென்றதைப் பற்றியும் சொல்வதற்கு ந விரும்பவில்லை. பேராசிரியரை விட்டுவிட்டுத் தான் மட்டும் தனியாகப் பேரழகி ஸ்ஸை அழைத்துக்

கொண்டு அங்கே போனது தவறான கற்பனைகளுக்கு இடம் கொடுத்துவிடும் என அவன் அஞ்சினான். அவர்கள் இருவரும் அதைச் சுற்றிப்பார்க்க விரும்பியிருக்கலாம் என்றான். பெ அதை ஏற்கவில்லை, வெறும் குட்டிச்சுவராகக் கிடக்கும் ஓர் இடத்தைச் சுற்றிப் பார்க்க யாராவது விரும்புவார்களா எனக் கேட்டார். பேராசிரியர் ஏதோ ஆராய்ச்சி தொடர்பாகவே அந்த அரண்மனைக்கு வந்திருக்கக்கூடும் என்றான் ந. அவர்கள் அந்த அரண்மனைக்குள்ளிருந்து எதையாவது எடுத்துக்கொண்டு போனார்களா என பெ அவனிடம் கேட்டபோது அவர்கள் அப்படி எதையுமே எடுத்துக்கொண்டு போகவில்லையென்றான். பெ, அவன் எதையோ மறைப்பதாகக் கருதியதாக ந நினைத்தான். அவனது கண்களை நேருக்கு நேர் பார்த்துக்கொண்டு அவன் மறைக்க முயல்வது என்னவாக இருக்கும் என்பதைப் பற்றி அவர் யோசிக்கத் தொடங்கியபோதுதான் ரா என்னும் பெயரையுடைய எழுத்தரும் க என்னும் பெயரையுடைய பள்ளியின் ஓவிய ஆசிரியரும் ராவின் ஸ்கூட்டரில் அங்கு வந்து சேர்ந்தனர். அவர்களால் அப்போது அங்கு வர முடியும் எனக் கற்பனைகூடச் செய்திராத ந அதிர்ச்சியடைந்தான். பதற்றமுற்றிருந்தவர்களைப் போலத் தென்பட்ட ராவும் கவும் முற்றத்தில், வேப்பமர நிழலுக்குக் கீழே உட்கார்ந்திருந்த ஊராட்சித் தலைவரைப் பார்த்ததும் தடுமாறினார்கள்.

ஸ்கூட்டரைச் சற்றுத் தொலைவிலேயே நிறுத்திவிட்டுத் தயக்கத்துடன் நெருங்கி வந்தவர்கள் முதலில் தங்களுடைய நான்கு கரங்களையும் குவித்து அந்த ஊராட்சித் தலைவருக்குப் பெரிய கும்பிடு ஒன்றைப் போட்டார்கள். பேராசிரியரும் பேரழகியும் வந்துவிட்டுப்போன தகவல் அவர்கள்வரை எட்டியிருக்கும் என நினைத்துக்கூடப் பார்க்காததால் ந அவர்கள் எதற்காக வந்திருக்கிறார்கள் என ஊகிக்க முடியாமலும் நெருக்கடியான அந்தத் தருணத்தில் அவர்களை எப்படி வரவேற்பது என முடிவெடுக்க முடியாமலும் தடுமாறினான். ரா ஏற்கனவே ஓரிரு தடவைகள் அவனுடைய பாழடைந்த அந்த அரண்மனைக்கு வந்திருந்ததால் அவரைப் பற்றி யோசிக்காமல் முதல்முறையாகத் தன் வீட்டுக்கு வந்திருந்த கவை எப்படி வரவேற்பது என்பதைப் பற்றித்தான் அதிகம் யோசிக்க விரும்பினான். ஆனால் பெ அவர்கள் இருவரும் அங்கு வந்ததைப் பார்த்து மகிழ்ச்சியடைந்தவராகத் தென்பட்டார், "வாங்க வாங்க" எனப் பதிலுக்குக் கைகளைக் கூப்பி எழுந்து நின்று அவர்களை வரவேற்றவர் இருவரையும் உட்காரச் சொல்லி உபசரிக்க வேறு செய்தார். வவை அழைத்து, "இன்னொரு சேர் கொண்டாந்து

போடாயா” எனக் கேட்டுக்கொண்டதால் வ மறுபடியும் தனது அண்டை வீடுகளை நோக்கி ஓட வேண்டியிருந்தது.

இருவருமே அவருக்குப் பக்கத்திலோ எதிரிலோ உட்காரும் விருப்பமற்றவர்களாகத் தென்பட்டனர். இருவரிடமிருந்தும் ஆல்கஹால் நெடி வீசிக்கொண்டிருந்தது. ராவைவிட க அதிகத் தடுமாற்றத்தில் இருந்தார். அவருக்கு நாக்குக் குழறியது. ஆனால் அதற்காக அவர் அதிகம் அலட்டிக்கொள்ளவில்லை. வ கொண்டுவந்து போட்ட பிளாஸ்டிக் நாற்காலியை இழுத்துப் பெயிடமிருந்து மூன்றடி தள்ளி உட்கார்ந்துகொண்டவர் காலியாகக் கிடந்த மற்றொரு நாற்காலியில் ராவை உட்காரச் சொல்லி வற்புறுத்தினார். ரா அதை மறுத்துவிட்டு குழந்தை களைப் பார்த்துவிட்டு வருவதாகச் சொல்லி ந வசித்துவந்த அப்பாழடைந்த அரண்மனையின் சிதைந்த காவல்கூண்டுகளை நோக்கி நடக்கத் தொடங்கினார். குழந்தைகள் அங்கு இல்லை எனவும் விடுமுறையைக் கொண்டாடுவதற்காகத் தன் மைத்துனரின் வீட்டுக்கு அனுப்பியிருப்பதாகவும் ந சொன்னதை ரா காதிலேயே போட்டுக்கொள்ளவில்லை. தன்னிடமிருந்து வீசிக்கொண்டிருந்த சாராய நெடியை அந்த ஊராட்சி மன்றத் தலைவரிடமிருந்து மறைப்பதற்காகவே ரா குழந்தைகளைப் பார்ப்பதாகப் பொய் சொல்லிவிட்டுப் போகிறார் என்பதைப் புரிந்துகொள்ள முடிந்திருந்ததால் அதற்கு மேல் எதுவும் சொல்லாமல் கவின் பக்கம் திரும்பினான். ந ஆனால் க அவனைப் பொருட்படுத்தாமல் பெயை வைத்த கண் வாங்காமல் உற்றுப் பார்த்துக்கொண்டிருந்தார்.

“உங்க காது வரைக்கு வந்துருச்சாக்கு?” எனக் கவைப் பார்த்து மெலிதாகச் சிரித்தபடியே கேட்டார் பெ.

“என்ன விஷயமுங்க? நாங்க சும்மா நவப் பாத்துட்டுப் போலாம்னு வந்தொ” என்றார் க.

“அப்ப உங்குளுக்கு விஷயந் தெரியாது?”

“நாங்க சும்மா நவப் பாத்துட்டுப் போலாம்னு வந்தமுங்க” என மற்றொருமுறையும் அதையே சொன்னார்.

பெ தான் கேள்விப்பட்ட தகவல்களைக் க என்னும் பெயரையுடைய அந்த ஓவிய ஆசிரியருக்குச் சொல்ல முயன்றார். திடீரென்று அங்கு தோன்றிய, பேரழகி ஸ்ஸைப் பாழடைந்த அந்த அரண்மனையிலிருந்து மீட்டுத் தன் தோள்களில் வைத்துச் சுமந்து கொண்டுவந்த திடகாத்திரமான அந்த இளைஞன் அவர்களுடைய பேச்சில் குறுக்கிட்டுத் தான் ஏன் பாழடைந்த

அந்த அரண்மனைக்குள் போக நேர்ந்தது என்பதையும் கரையான்களின் பிடியிலிருந்து அந்தப் பேரழகியை மீட்டுக் கொண்டு வந்தது எப்படி என்பதையும் அந்தச் சமயத்தில் பேரழகி எப்படித் தோற்றமளித்தாள் என்பதையும் அவளுடைய உடல் எவ்வளவு மிருதுவாக இருந்தது என்பதையும் அவளது உடலைக் கைப்பற்றிக்கொண்டிருந்த கரையான்களைப் பற்றியும் அவற்றிலிருந்து பெருகிக்கொண்டிருந்த துர்வாடையைப் பற்றியும் அதனால் தனக்கேற்பட்ட அசௌகரியத்தைப் பற்றியும் சொல்லத் தொடங்கினான். அவன் அதைத் தன்னுடைய சாகசமாகச் சித்தரிக்க முயன்றான். அவளை மீட்டுக்கொண்டு வருவதற்குக் கிடைத்த அந்த வாய்ப்பைக் குறித்து அவன் பூரித்துப்போயிருந்ததைப் போல் தெரிந்தது. எல்லாவற்றையும் கோவையாகச் சொல்வதற்குரிய சொற்கள் பிடிபடாததால் திடகாத்திரமான அந்த இளைஞன் ஒரு கட்டத்தில் உளறத் தொடங்கினான்.

பெ சீக்கிரத்திலேயே எரிச்சலடைந்தார். நவை அழைத்து முதலில் அந்த இளைஞனை அங்கிருந்து அப்புறப்படுத்தும்படி கேட்டுக் கொண்டார். அங்கிருந்து போய்விடுமாறும் பெயைப் போன்ற ஒருவரைத் தொந்தரவு செய்யாமலிருப்பதுதான் எல்லோருக்கும் நல்லது எனத் தான் கருதுவதாகவும் அந்த இளைஞனிடம் சொன்னான் ந. ஆனால் இளைஞன் அவன் சொன்னதைப் பொருட்படுத்தவில்லை, “ந சொல்லுங்க, என்னால ஆருக்கென்ன எடஞ்சல்? நா நடந்ததச் சொல்றதுக்கு ஆசப்படறெ, அவ்வளவுதே” என அங்கிருந்த எல்லோருக்கும் கேட்கும்படியான உரத்த குரலில் நவைப் பார்த்துச் சொன்னவன், ஊராட்சித் தலைவருக்கு எதிரே காலியாகக் கிடந்த அந்த பிளாஸ்டிக் நாற்காலியை இழுத்துப்போட்டு உட்கார்ந்துகொண்டான். ந பதற்றமடைந்தான், “சொல்றதக் கேளப்பா, நாங்க முக்கியமாப் பேசிக்கிட்டிருக்கறொ, அதெல்லா அப்பறம் பேசிக்கலா” என அவனது வலுவான கைகளைப் பற்றி இழுத்து அப்புறப்படுத்த முயன்றான். திடகாத்திரமான அந்த இளைஞன் நவிடமிருந்து வெகு சுலபமாகத் தன் கைகளை விடுவித்துக்கொண்டான். பெ, “செரி ந நா மறுக்கா வாறெ” என எழ முற்பட்டார். ந உண்மையிலேயே கடுங்கோபம் கொண்டான், “அதென்ன ஒரு பெரியமனசம் பேசிக்கிட்டிருக்கறப்ப குறுக்க பூந்து எடஞ்சல் பண்ணிக்கிட்டு? நீ அப்பறமா வா போ” எனக் கடுமையான குரலில் அவனிடம் சொன்னான். ந மறுபடியும் அவனது கைகளைப் பற்ற முயன்றபோது இளைஞன் மறுபடியும் அவனைத் தள்ளிவிட்டான். ந தடுமாறிக் கீழே மல்லார்ந்து விழுந்தான். அதைப் பார்த்துக்கொண்டிருந்த க, “ஏப்பா

சொன்னா ஒரு பேச்சுல கேக்க மாண்டையாக்கு?" என எழுந்தார். பெகூட நாற்காலியிலிருந்து எழுந்து வேட்டியை மடித்துக் கட்டிக்கொண்டு அவனருகே போனார். இப்போது அந்த இளைஞன் கொஞ்சம் மிரண்டது போல் தென்பட்டான், "இதா கை நீட்டற வேலையெல்லா வெச்சுக்காதீங்க ஆமா" என அந்த ஊராட்சித் தலைவரை நோக்கிச் சுட்டு விரலை நீட்டி எச்சரித்தான். அதைக் கண்ட க என்னும் பெயரையுடைய ஓவிய ஆசிரியர் யாருமே எதிர்பாராத வகையில் அவனது கன்னத்தில் அறைந்தார், "மயிராண்டி, சொன்னா ஒரு பேச்சுல கேக்க மாட்டையாக்கு? போடா" என மறுபடியும் அடிக்கத் தயாரானார் க. ந குறுக்கிட்டு அவரைத் தடுத்தான். "நீங்க உடுங்க க சார். என்னமோ தண்ணியப் போட்டுட்டு வந்து ஒளறிக்கிட் டிருக்கறே" என மூன்றாவது முறையாக அந்த இளைஞனின் கைகளைப் பற்றி இழுக்க முற்பட்டான். திடகாத்திரமான அந்த இளைஞன் எதனாலோ பணிந்தான், "உடுங்க, போறெ, நா இப்ப எனத்தப் பண்ணிப்புட்டன்னு இந்தக் க எம்பட மேல கை வெக்கறே? நாந் திருப்பிக் குடுத்தன்னா அவன நேராச் சுடுகாட்டுக்குத்தேந் தூக்கிக்கிட்டுப் போவோணு, ஆமா" எனச் சொல்லிக்கொண்டே அங்கிருந்து நகர்ந்தான். பிறகு பெ நடந்தவை எதனாலும் பாதிக்கப்படாதவரைப் போல மிகத் தணிந்த குரலில் பேராசிரியரும் அந்தப் பேரழகியும் ஏதாவது கெட்ட நோக்கத்துடன் அங்கு வந்ததாக அவனுக்குத் தோன்றியதா என நவைக் கேட்டார். ந அதற்கு உடனடியாக இல்லையெனப் பதிலளித்தான். அவர்களைத் திருடர்களாகவோ சமூக விரோதிகளாகவோ கற்பனை செய்ய முடியாததால் அதற்கு மேல் அதைப் பற்றி எதுவும் பேச விரும்பாத பெ, "செரி மறுக்காக் கீது இந்தப் பக்கத்துலத் தட்டுப்பட்டாங்கன்னாச் சொல்லு ந" எனச் சுமுகமாகவே விடைபெற்றுக்கொண்டார். போகும்போது அஸ்திவாரம் அமைக்கும் பணியைச் சீக்கிரத்தில் முடிக்குமாறு அறிவுறுத்தியவர் இரண்டொரு நாள்களில் அவர்களுக்குச் சேர வேண்டிய சிமெண்ட் மூட்டைகளையும் மணலையும் செங்கற்களையும் சப்ளை செய்வதற்கு ஆவன செய்வதாக வவிடம் வாக்களித்தார்.

பிறகு ந, ரா என்னும் பெயரையுடைய எழுத்தரையும் ஓவிய ஆசிரியர் கவையும் சமாளிப்பதற்குப் பெரும் சிரமப்பட்டான். இருவருக்குமே போதை தலைக்கேறியிருந்தது. பேரழகியைப் பற்றியும் ந அவளோடு உறக்கமஞ்சக் கூடத்தில் தனியாக அலைந்து திரிந்ததைப் பற்றியும் திடகாத்திரமான அந்த இளைஞனின் உளறல்களிலிருந்து தெரிந்துகொண்டிருந்த க அதைப் பற்றி இன்னும் கூடுதலான விவரங்களைத் தெரிந்துகொள்ள விரும்பினார்.

சங்கடமூட்டும் கேள்விகளால் நவைத் துளைத்தெடுத்தார், "ந, நீ அவளத் தொட்டுத் தூக்குனியா?" எனத் திரும்பத் திரும்பக் கேட்ட க பாழடைந்த அந்த அரண்மனைக்குள் அப்படி என்னதான் இருக்கிறது எனத் தெரிந்துகொள்ளவும் விரும்பினார். நவை வற்புறுத்தி அழைத்துக்கொண்டு தர்பார் மண்டபம்வரை சென்றவர் அதற்கு மேல் ஓர் அடிகூட எடுத்து வைக்கவில்லை. புதர்களின் அடர்த்தியும் அடலடலாகப் படர்ந்து தொங்கிக்கொண்டிருந்த பூச்சிக்கூடுகளும் ஓயாமல் கிரீச்சிட்டுக்கொண்டிருந்த வெளவால்களும் தோக்குருவிகளும் சூழத் தொடங்கியிருந்த இருளும் அதன் மர்மமான சத்தங்களும் அவரை அச்சுறுத்தியிருக்க வேண்டும்.

ரா பாழடைந்த அந்த அரண்மனைக்குள் அவர்களுடன் போகவில்லை. திண்ணையில் கால்களைத் தொங்கவிட்டு உட்கார்ந்துகொண்டு வவை அழைத்து என்ன நடந்தது எனக் கேட்டுக்கொண்டிருந்தார். வ தனக்கு அதுபற்றி எதுவுமே தெரியாது என்றாள். பாழடைந்த அந்த அரண்மனைக்குள்ளிருந்து நவும் ஸ்ஸூம் பயங்கரமாகக் கூச்சலிட்டதால் அவர்களுக்கு ஏதோ ஆபத்து எனக் கருதி ஊர்க்காரர்கள் சிலரையும் திடகாத்திரமான அந்த இளைஞனையும் அழைத்துக்கொண்டு கரையான்புற்றுகளால் சூழப்பட்டிருந்த அந்த இடத்திற்குப் போனதாகச் சொன்ன வ அங்கே தான் பார்த்தவற்றைப் பற்றி விவரிக்க முயன்றாள்.

ஆனால் ரா அதன் மீது பெரிதாக ஆர்வம் காட்டவில்லை. வந்திருந்தவர்கள் நவை ந என்றோ ந என்னும் பெயரையுடைய சத்துணவு அமைப்பாளர் என்றோ அழைக்காமல் ஏன் நட்ராஜ் மகராஜ் என அழைக்க வேண்டும் என்பதைத் தெரிந்துகொள் வதே அவரது அக்கறையாக இருந்தது. ஆனால் நேரம் ஆக ஆக அவரது குரல் அதிகமாகக் குளறியது. தான் எங்கிருக்கிறோம் என்பதையும் யாருடன் எதைப் பற்றிப் பேசிக்கொண்டிருக்கிறோம் என்பதையும் மறந்துவிட்டவரைப் போல் உளறினார், "இங்க பாரு வ, நவுக்கு அந்த அப்ளிகேஷன எழுதிக் குடுத்ததே நாந்தேந்தெரியுமா? அந்தத் தமிழ் டீச்சர் எழுதிக் குடுத்ததக் கொண்டுக்கிட்டுப் போயிக் குடுத்திருந்தா இன்னைக்கு உங்குளுக்கு ஊடு கெடச்சுருக்காது. அதுக்கு ஒரு அப்ளிகேஷன எப்பிடி எழுதறதுனே தெரீல. தமிழ் டீச்சர்னு பேரு, ஆனா தமிழே தெரீல. அத்தன தப்பு. என்னயப் பத்தி நகிட்டக் கேட்டுப் பாரு, அவுனுக்கு நெறையா செஞ்சிருக்கறெ. இன்னஞ்செய்வெ. அவெ அப்பாவி. வெள்ளச்சோளம். யார வேண்ணாலு ஈஸியா நம்பீருவே. இன்னொ ஆறே மாசத்துல கவர்மென்ட்டு உம்புருஷன

பர்மெனன்ட் பண்ணப்போவுதா இல்லையான்னு பாரு. அப்பற அவெஞ்சம்பள கிர்ருன்னு ஏறிக்கு. அஸ்திவாரம் போடறதுக்குப் பணமில்லீன்னு கண்ணீருட்டுக்கிட்டு வந்து நின்னே. எங்கிட்ட கைல சுத்தமாக் காசில்ல. ஆனா அவுனுக்குச் செய்யோணும்னு நெனச்செ. பைனான்ஸ்ல போயி ஒரு ரண்டு ரூவா வாங்கிகட்டு வந்து போ போயி வேலய ஆரம்பீன்னு சொல்லிக் குடுத்துட்டெ. எதுக்கு? அவ என்னதேஞ் சத்துணவு மாஸ்டரா இருந்தாலு நம்ப எனத்தே" என முடிவேயில்லாமல் ரா உளறிக்கொண்டிருந்ததைச் சங்கடத்துடன் கேட்டுக்கொண்டிருந்தாள் வ. பிறகு க கட்டாயப் படுத்தி அவரை அங்கிருந்து அழைத்துச் சென்றார். இருவரையும் வழியனுப்பிவிட்டு வந்த பிறகே ந பேராசிரியர் விட்டுச் சென்றிருந்த வரலாற்றுத் தடயங்களைப் பார்த்தான். பாழடைந்த அந்த அரண்மனையிலிருந்து தான் சேகரித்துக்கொண்டு வந்திருந்தவற்றில் சில எலும்புகளையும் ஒரு மண்டையோட்டையும் மட்டுமல்லாமல் ஸ்ஸின் அதி நவீனமான, விலையுயர்ந்த அந்த காமிராவையும்கூட விட்டுவிட்டுச் சென்றிருந்தார் பேராசிரியர்.

5

பேராசிரியர் பூ விட்டுச்சென்றிருந்த அந்த மண்டையோட்டை வதான் முதலில் பார்த்தவள். அவள் பயத்தால் உறைந்துவிட்டாள். முகம் வெளிறியது. கூச்சலிடக்கூட முடியாமல் திணறினாள்.

அப்போது ந, எழுத்தருக்கும் ஓவிய ஆசிரியருக்கும் விடைகொடுத்தனுப்பிவிட்டுத் தொடர முடியாமல் போய்விட்ட அஸ்திவாரத்தைப் பார்த்துப் பெருமூச்சுவிட்டுக் கொண்டிருந்தான். பேராசிரியரையும் உறக்கமஞ்சக் கூடத்தின் இடிபாடுகளிலிருந்து ஸ்ஸைக் காப்பாற்றி எடுத்துக்கொண்டு வந்த திடகாத்திரமான அந்த இளைஞனையும் நினைத்துக்கொண்டான். பேராசிரியர் பதற்றத்தால் தான் சேகரித்திருந்த தடயங்களை அப்படியே வீசிவிட்டு வந்ததை நினைவூட்டிக்கொண்டான் ந. அவை அவருக்கு முக்கியமானவையாயிருக்கும் எனக் கருதியதால்தான் அவற்றைச் சேகரித்து எடுத்துக்கொண்டு வந்திருந்தான் அவன். பேராசிரியர் எலும்புத் துண்டுகளையும் மண்டையோட்டையும் துணிப்பை ஒன்றில் பொதிந்து இறுகக் கட்டி வைத்திருந்ததால் அதிலிருந்தவை ஒரு மண்டையோடும் சில எலும்புத் துண்டுகளும் என்பதை அவன் அறிந்திருக்கவில்லை. எல்லாவற்றையும் கொண்டுவந்து திண்ணையில் வைத்துவிட்டு வ கேட்டுக்கொண்டபடி மற்ற ஆண்களுடன் சேர்ந்து அவனும் வெளியேற வேண்டியிருந்ததால் பிறகு அதைப் பற்றி நினைக்கவில்லை. எல்லோரும் வெளியேறிய பிறகு சீர்குலைந்து போயிருந்த திண்ணையை ஒழுங்குபடுத்துவதற்கு முற்பட்டபோதுதான் வ அவற்றைக் கவனித்தாள். ஸ்ஸின் விலையுயர்ந்த அந்த காமிராதான் முதலில் அவளது கண்களுக்குத் தென்பட்டது. அது ஒரு காமிரா என்பது தெரிந்திருந்ததால் அதை அங்கு பார்க்க நேர்ந்ததற்காக அவள் மிகவும் சந்தோஷப்பட்டாள்.

அது விலையுயர்ந்த பொருளாக இருக்க வேண்டுமெனக் கருதியவள் அவசர அவசரமாக அதை எடுத்து வைத்துக்கொண்டாள். தனக்கு உடனடியாகத் தோன்றியபடி வெகு கவனமாக அதைச் சுமந்துகொண்டு போய்த் தன் பழையசேலை ஒன்றில் சுற்றி நவின் கருங்காலி மரப் பெட்டிக்குள் வைத்தாள். பிறகுதான் அது பாதுகாப்பற்ற இடம் என அவளுக்குத் தோன்றியது. எனவே அவள் அதை எடுத்துக்கொண்டு எதிரிலிருந்த நவின் தகப்பன் கிடைகொண்டு கிடந்த மூத்திர நாற்றம் வீசும் காவல்கூண்டுக்குப் போனாள். அங்கே அதை ஒளித்துவைப்பதற்குரிய பெட்டியோ வேறு எதுவுமோ இல்லாததால் திரும்பவும் திண்ணைக்கே வந்து உட்கார்ந்து அதைப் பற்றி யோசித்தாள். ஏதாவதொரு பாத்திரத்திற்குள்ளோ அண்டாவுக்குள்ளோ வைத்து மூடி வைத்துவிடலாம் என்னும் முடிவோடு அடுப்படியிலும் மேத்திண்ணையிலும் கவிழ்த்து வைக்கப்பட்டிருந்த பாத்திரங்களை ஒரு பார்வை பார்த்தாள். அது எளிதாகக் கண்டுபிடிக்கப்பட்டுவிடுமெனத் தோன்றியதால் உடனடியாக அந்த யோசனையைக் கைவிட்டாள். ந கொண்டுவந்து வைத்திருந்த ஒரு மூட்டை சத்துணவு அரிசி இருந்தது. அதற்குள் புதைத்து வைத்துவிடலாமா எனவும் நினைத்தாள். அதைவிடவும் பாதுகாப்பானது திண்ணையில் தலைகீழாகக் கவிழ்த்து வைக்கப்பட்டிருக்கும் ஒரு பழைய மண்பானைதான் எனத் தோன்றியதால் மீண்டும் திண்ணைக்கு வந்தாள். அப்போதுதான் அந்தத் துணிப்பையைப் பார்த்தாள். காமிராவைவிடவும் விலைமதிப்பு மிக்கதாக ஏதாவது அந்தப் பைக்குள் இருக்க வேண்டுமெனக் கருதியவள் அதைப் பிரித்துப் பார்க்க முடிவுசெய்தாள்.

பார்த்தவுடனேயே தாங்கள் தீவினையொன்றால் சூழப்பட்டுவிட்டதாகக் கருதி உடனடியாக நவைத் தேடிக்கொண்டு முற்றத்துக்கு விரைந்தாள். காமிராவைச் சுமந்துகொண்டு அவள் வந்துநின்றதைப் பார்த்த ந குழம்பினான், “இத எதுக்குக் கைல தூக்கிக்கிட்டுத் திரியறே? அதும்பட வெலையென்னாவுதுன்னு உனக்குத் தெரியுமா?” எனக் கேட்டுக்கொண்டே அவளிடமிருந்து அதைப் பறித்துக்கொண்டான். யாராவது பார்த்துவிடுவார்களோ என்னும் பதற்றம் காரணமாக வவைப் போலவே அவனும் உடனடியாக மறைவிடமொன்றுக்கு அதை எடுத்துச்செல்ல முடிவெடுத்தான். அப்போதுதான் வ மிகத் தணிந்த குரலில் அவனுக்கு அந்த மண்டையோட்டைப் பற்றிச் சொன்னாள்.

“மண்டையோடா?”

“மண்டையோடேதே, நீங்க கொண்டாந்து வெச்சுட்டுப் போனீங்களே, அந்தப் பைக்குள்ற இருந்துது. ஈஈன்னு அப்பிடியே

பல்லக் காட்டிக்கிட்டு. பாத்ததீமு எனக்குக் கைகாலெல்லா நடுக்கம் புடுச்சுக்கிச்சு. இன்னொ நிக்குல. அதெதுக்கு பொண்டு புள்ளைக இருக்கற எடத்துல அதக் கொண்டாந்து வெச்சுருக்கறீங்கொ?”

வேறெதையும் கேட்காமல் ந சிதைந்துபோன அந்தக் காவல்கூண்டை நோக்கி ஓடினான். வ தயக்கத்துடன் அவனைப் பின்தொடர்ந்தாள்.

வெகு காலத்துக்கு முன் துண்டித்து வீசப்பட்ட சிரசைப் போல அசைவின்றித் திண்ணையில் உருண்டு கிடந்தது அந்த மண்டையோடு. செய்வதறியாமல் திகைத்து நின்றான் ந. பயங்கரமான கற்பனைகளால் சூழப்பட்டவனாக வவை அழைத்துக்கொண்டு முற்றத்திற்கு வந்தான். அஸ்திவாரம் அமைப்பதற்காகக் கொண்டுவந்து கொட்டப்பட்டிருந்த கருங்கற்குவியல் மீது இருவரும் உட்கார்ந்துகொண்டனர்.

“அஸ்திவாரத்துக்குக் கல்ல எடுத்து வெச்ச ஒடன இப்பிடியொரு தீவென, நல்ல நேரம்பாத்துத்தே பாலக்கால் போட்டுருக்கறம் போங்கொ” என்றாள் வ. ந குற்றச்சாட்டுக் குள்ளானவனைப் போல் தலைகுனிந்து மௌனமாக உட்கார்ந்திருந்தான்.

“அவிய ரண்டு பேரு ஆரு? இங்க எதுக்கு வந்தாங்கொ? அந்தக் குட்டிச் செவுத்துக்குள்ற எதுக்குப் போனாங்கொ? எதையாவுது கேட்டீங்களா? என்ன ஏதுன்னு கேக்காம இப்பிடிக் குருட்டுப் பூன விட்டத்துல பாஞ்சாப்பல போயி உழுந்தா ஆரென்ன பண்ண முடியுஞ் சொல்லுங்கொ?” என அவள் விசும்பத் தொடங்கினாள். ந மறுபடியும் பேராசிரியரைப் பற்றியும் ஸ் என்னும் பெயரையுடைய அந்தப் பேரழகியைப் பற்றியும் யோசிக்க முயன்றான். அவர்கள் தன்னிடம் தான் நவோ ந என்னும் பெயரையுடைய சத்துணவு அமைப்பாளரோ அல்ல, நட்ராஜ் மகராஜ் எனச் சொன்னதையும் பாழடைந்த அந்த அரண்மனைக்குள் அவர்களுக்கு வழிகாட்டி அழைத்துச் சென்றதையும் பிறகு கரையான் புற்றுகளால் சூழப்பட்ட அந்த உறக்கமஞ்சக் கூடத்திற்குள் என்ன நடந்தது என்பதையும் நினைவூட்டிக்கொள்ள முயன்றான். அவர்கள் பில்லி, சூனியம் வைப்பவர்களாக இருக்க வேண்டும் என நினைத்தாள் வ. அவளது பீதியின் தீவிரம் பெருகிக்கொண்டே போயிற்று. உடனடியாக ஏதாவது செய்ய வேண்டுமென நவை வற்புறுத்தினாள். ந அவளது ஊகங்களை மறுத்தான். அவர்கள் உண்மையாகவே ஏதாவது ஆராய்ச்சிசெய்வதற்காகப் பாழடைந்த அந்த அரண்மனைக்கு வந்திருக்கக்கூடும் எனத் தனக்கு நம்பிக்கை இருப்பதாகச் சொன்னான். ஸ் சூதுவாதறியாத பெண், அவளுக்கும்

அந்த மண்டையோட்டுக்கும் ஏதாவது சம்பந்தம் இருக்கும் எனத் தான் கருதவில்லை என்றான். இருவருக்குமே தூக்கம் கண்ணைச் சுழற்றியது. அந்த மண்டையோடு அங்கே இருந்து கொண்டிருக்கும்வரை தன்னால் வீட்டுக்குள் போக முடியாது என்றாள் வ. வேறு வழியில்லாமல் ந கயிற்றுக்கட்டிலைக் கொண்டுவந்து முற்றத்தில் போட்டான்.

இருவரும் அதில் படுத்துக்கொண்டார்கள்.

பீதியுற்றிருந்த வ அவனை இறுக அணைத்துக்கொண்டாள். நவுக்கு மூச்சுத் திணறுவது போல் இருந்தது. காமிராவை என்ன செய்தாய் என வவைக் கேட்டான். அதைத் தான் அப்போதே அவனிடம் கொடுத்துவிட்டதாகச் சொன்ன வ அவன் அதை மறந்துவிட்டானா எனக் கேட்டாள். ந தனக்கு அது சுத்தமாக நினைவில்லை என்றான். ஆனால் அவன் அப்போதே தன்னிடமிருந்து அதை வாங்கிக்கொண்டு போனதாகவும் கைதவறி எங்காவது வைத்திருக்கலாம் எனவும் அதைப் பற்றி யோசிக்குமாறும் சொன்னாள். ந யோசித்தான். ஒருவேளை தான் அதைத் திண்ணையில் அந்த மண்டையோட்டுக்குப் பக்கத்திலேயே விட்டுவிட்டு வந்திருக்கலாம் என்றான் ந. வ அது விலையுயர்ந்த பொருள் அல்லவா எனக் கேட்டாள். ந ஆமாம் என்றான். அதைக் கேட்டுக்கொண்டு வ சற்று நேரம் மௌனமாக இருந்தாள். பிறகு அதை என்ன செய்வது எனக் கேட்டாள். ந அதைப் பற்றித் தான் இன்னும் யோசிக்கவில்லை என்றான். அதை வைத்துக்கொண்டு அந்தப் பேரழகியைப் போலவே அவனாலும் போட்டோ எடுக்க முடியுமா எனக் கேட்டாள். ந அதற்கு ஒன்றும் சொல்லவில்லை. பிறகு அவள் நவுக்கு போட்டோ எடுக்கத் தெரியுமா எனக் கேட்டாள். ந முன்பு தான் பணிபுரிந்துவந்த நிதிநிறுவனத்தின் பொது மேலாளரிடம் சிறிய காமிரா ஒன்று இருந்ததாகவும் இரண்டொரு முறை அதில் தான் சில போட்டோகளை எடுத்திருந்ததாகவும் சொன்னான், "ஆனா அது கை கேமரா" என்றான்.

"கை கேமரான்னா?"

"அது சின்னது. இது பெருசு. இதுல இருக்கறாப்பல அதுல பிளாசெல்லா இருக்காது" என்றான் ந.

"பிளாசுனா?"

"பிளாசுனா லைட்டு. அது இருந்துதுனா இருட்டுலகோட போட்டோ எடுக்கலா"

"ஓஹோ, இதெனக்குத் தெரியாது"

"அப்ப மத்ததெல்லாந் தெரியுமாக்கு?"

வ சிரித்தாள், வெட்கப்பட்டாள், அவனை இறுக அணைத்து முத்தமிட்டாள்.

"அப்படீனா இந்த கேமராவ வெச்சு ரண்டு போட்டோ எடுங்கொ"

"ஆர ?"

"ஆர, என்னையத்தே, பின்ன ஊருல இருக்கறவளுகளையா போட்டோ எடுப்பீங்கொ ?"

வ பெருமூச்சு விட்டாள்.

"எங்கயோ இருந்து வந்து வேலயக் கெடுத்துப்புட்டுப் போயிட்டாங்க பாருங்கொ"

ந பேசாமலிருந்தான்.

"உட்டுருந்தா இன்னாரத்திக்கெல்லா அஸ்திவாரத்தப் போட்டு முடிச்சிருப்பே மேஸ்திரி"

அதற்கும் எதுவும் சொல்லாமல் ந பெருமூச்சு விட்டான்.

"ஆமா அந்த மனுசெ உங்களய என்னமோ ஒரு பேரச் சொல்லிக் கூப்புட்டுதே, அதென்ன பேரு? உங்குளுக்கு ஞாபகமிருக்குதாக்கு? எனக்கு மறந்து போச்சு"

"நடராஜ் மகராஜ்" என்றான் ந.

"அப்படீன்னா ?"

"ந ஒரு மகாராஜான்னு அர்த்தம்"

"மகாராஜாவா? நீங்களாக்கு? இந்தக் குட்டிச்செவுத்துக்காக்கு ?"

"இல்ல ஒரு காலத்துல இது பெரிய அரமனையா இருந்துதாமா, நெசமாலுமே இதுல ஒரு ராஜா இருந்தாராமா"

"அவுங்குளுக்குமு நம்புளுக்குமு என்ன தொடுப்பாமா ?"

"என்னைய அந்த ராஜாவோட வாரிசுன்னு சொல்றாங்கொ"

வ வாய்விட்டுச் சிரித்தாள்.

"இதென்ன கூத்து ?"

"கூத்துதே"

"அப்ப அந்த மண்டையோடு அந்த ராஜாவுதுதானா ?"

அதற்கு என்ன பதில் சொல்வது என உண்மையாகவே நவுக்குத் தெரியவில்லை.

6

மறுநாள் அதிகாலையிலேயே உள்ளூர் நாய்க்கன் ஒருவனை அழைத்து வந்து திண்ணையில் கிடந்த அந்த மண்டையோட்டைக் காட்டினான் ந. அது நிச்சயமாக அவர்கள் தீவினையால் சூழப் பட்டிருப்பதற்கான அறிகுறி என்ற நாய்க்கன் மறுநாள் நள்ளிரவில் அங்கு வந்து அதை எடுத்துக் கொண்டுபோய்ச் சுடுகாட்டில் புதைத்துவிடுவதாக வாக்களித்துவிட்டுச் சென்றான். கூடவே தீயசக்திகளிடமிருந்து அவர்கள் தங்களைக் காத்துக்கொள்வதற்குச் சில சடங்குகளைச் செய்ய வேண்டும் என்றான் நாய்க்கன். அவனுக்காகக் கணவன் மனைவி இருவரும் கவலையுடன் காத்திருந்தார்கள். அந்த காமிராவை என்ன செய்வது எனத் தெரியாமல் குழம்பினான் ந. வவின் விருப்பப்படி அதைக்கொண்டு ஒரு புகைப்படமாவது எடுத்துவிட விரும்பினான். ஆனால் அதை எப்படி இயக்குவது என அவனுக்குத் தெரியவில்லை. ஒரு காமிரா என்றால் என்னவெனவும் அதைக்கொண்டு எப்படிப் படம்பிடிப்பது எனவும் பாழடைந்த அந்த அரண்மனையின் கரையான் புற்றுகளால் சூழப்பட்ட உறக்கமஞ்சக் கூடத்தில் வைத்து ஸ் தனக்குச் சொல்லிக் கொடுத்திருந்ததில் ஒரு வார்த்தையைக்கூட அப்போது நினைவூட்டிக்கொள்ள முடியவில்லை.

கணவன் படும் அவஸ்தையைக் கண்ட வ அந்தக் காமிராவை ஏன் யாருக்காவது விற்றுவிடக் கூடாது எனக் கேட்டாள்.

ந திடுக்கிட்டான்.

அவளது யோசனையைக் கேட்டுப் பெரும் பதற்றத்திற்குள்ளானான் ந. பேராசிரியரும் பேரழகி ஸ்ஸூம் என்ன சொன்னார்கள் என்பதையும் அவர்கள் எதற்காக அங்கு வந்தார்கள் என்பதையும் அவன் ஓரளவு புரிந்துகொண்டிருந்தான். அவன்

நவோ ந என்னும் பெயரையுடைய சத்துணவு அமைப்பாளரோ அல்ல எனவும் இருநூறு முந்நூறு வருடங்களுக்கு முன்னால் ஆங்கிலேயர்களால் தூக்கிலிடப்பட்டுக் கொல்லப்பட்ட மாவீரன் காளிங்க நடராஜ மகாராஜாவின் உயிருள்ள நேரடியான ஒரே வாரிசு எனவும் அவர்கள் சொன்னதை நம்ப விரும்பாமலும் அது பற்றிய கற்பனைகளில் மூழ்க விரும்பாமலும்தான் அவற்றுக்கு எந்த முக்கியத்துவமும் அளிக்காமல் இருந்தான். தான் வசித்துவரும் பாழடைந்த அந்த அரண்மனையைக் குறித்தும் அதற்கும் தனக்குமுள்ள உறவைக் குறித்தும் சிறுவனாயிருந்த காலத்தில் பல கற்பனைகளில் மூழ்கியிருந்தான் அவன். நிச்சயமாக அந்த அரண்மனையில் ஒரு ராஜா வசித்துக்கொண்டிருந்திருக்க வேண்டுமென நினைத்த ந அந்த ராஜாவின் வழிவந்த அரசிளங்குமரன் என அப்போது தன்னைப் பற்றிக் கற்பனை செய்துகொண்டான்.

அப்போது ந அவனுடைய குழந்தைகள் பயின்றுவரும் அதே ஊராட்சி ஒன்றியத் தொடக்கப் பள்ளியில் நான்காம் வகுப்போ ஐந்தாம் வகுப்போ படித்துக்கொண்டிருந்தான். விடுமுறை நாள்களில் தோழர்களுடன் சேர்ந்து திருடன் போலீஸ் விளையாட்டு விளையாடுவதற்காகவும் கிளிக்குஞ்சுகளைப் பிடிப்பதற்காகவும் பாழடைந்த அந்த அரண்மனைக்குள் சுற்றித்திரிந்தபோதுதான் விநோதமான அந்தக் கற்பனைகள் நவைச் சூழச் தொடங்கின. பக்கத்து ஊரிலிருந்த டென்ட் கொட்டகையொன்றில் பெற்றோர்களுடன் சேர்ந்து பார்த்திருந்த திரைப்படத்திலிருந்து தூண்டுதல் பெற்ற ந தன் தோழர்களிடம் தாங்கள் ஏன் ராஜா ராணி விளையாட்டு விளையாடக் கூடாது எனக் கேட்டான். அதே திரைப்படத்தைப் பார்த்திருந்த அவனுடைய தோழர்களில் சிலருக்கும் அது உற்சாகமான விளையாட்டாக இருக்கும் எனத் தோன்றியது. ஆனால் அதற்கு கிரீடம் வேண்டும். வாள்களும் கேடயங்களும் வேண்டும். வில், அம்பு வேண்டும். குதிரைகள் வேண்டும். அவையெல்லாம் இல்லாமல் ராஜா ராணி விளையாட்டு விளையாடுவது எப்படி என அவர்கள் அவனிடம் கேட்டார்கள். அதுபற்றி யோசித்தபோதுதான் இரண்டு மூன்று வெள்ளாடுகளை மேய்த்துக்கொண்டு நாளின் பெரும்பகுதியை பாழடைந்த அந்த அரண்மனைக்குள் கழித்துக்கொண்டிருக்கும் தன் அப்பாரய்யனின் நினைவு வந்தது அவனுக்கு. தன் ஆசையைப் பற்றி அவரிடம் சொன்னான் ந. அதைக் கேட்டுக் கொஞ்சநேரம் ஆச்சரியமாக அவனைப் பார்த்துக்கொண்டிருந்த அப்பாரய்யன் பிறகு, "ராஜாவா மாற ஆசையா எந்தங்கத்துக்கு?" எனக் கேட்டு அவனை வாரியெடுத்து நெஞ்சோடு அணைத்துக்கொண்டார். பிறகு ஒருநாள் அவர்

அவனையும் அவனுடைய மற்ற தோழர்களையும் தான் ஆடு மேய்த்துக்கொண்டிருந்த புல்வெளியில் இருந்த ஊஞ்சமர நிழலில் உட்காரவைத்து ராஜா என்பவர் எப்படியிருப்பாரெனவும் ராணியும் மந்திரிப் பிரதானிகளும் சேனாதிபதியும் சிப்பாய்களும் எப்படியிருப்பார்களெனவும் அவர்களுக்கு விளக்க முற்பட்டார். ராஜா என்பவர் யார், அவருக்குள்ள பொறுப்புகள் எவை எனவும் ஒரு கதை போல் சொல்லத் தொடங்கினார் அவனுடைய அப்பாரய்யன். அது அவ்வளவு உற்சாகமளிப்பதாக இல்லாததால் எல்லோரும் கொட்டாவி விட்டார்கள். ஆனால் ராஜா கொடிய மிருகங்களையும் துஷ்டர்களையும் வேட்டையாடுவதைப் பற்றி அவர் சொன்ன கதை எல்லோருக்கும் பிடித்துப்போனதால் அவர்கள் சீக்கிரத்திலேயே ராஜா ராணி விளையாட்டு விளையாடுவதற்கு இசைந்தார்கள். குழந்தைகளின் ஆசையை நிறைவேற்றுவதற்காக வெகு முனைப்பாகச் செயல்படத் தொடங்கினார் அவனுடைய அப்பாரய்யன். உள்ளூர் ஆசாரி ஒருவனைப் பார்த்து தங்கமுலாம் பூசப்பட்ட இரண்டு தகர கிரீடங்களையும் ஒரு உடைவாளையும் செய்துதரச் சொல்லிக் கேட்டுக்கொண்டார். ஊஞ்ச விளார்களைக் கொண்டு அவரே நான்கைந்து வில், அம்புகளைத் தயார் செய்தார்.

ஒரு ஞாயிற்றுக்கிழமை அவனுடைய தோழர்களை அழைத்துக்கொண்டு பாழடைந்த அந்த அரண்மனையின் தர்பார் மண்டபத்திற்குள் நுழைந்தபோது அவனுடைய அப்பாரய்யன் தங்களுக்கு முன்பாகவே அங்கு வந்து காத்திருப்பதைப் பார்த்தான் ந. அவருடன் உள்ளூர் சலவைத் தொழிலாளி ஒருவனும் நாவிதன் ஒருவனும் இருந்தனர். சலவைத் தொழிலாளி கொண்டுவந்திருந்த யாரோ ஒருவருடைய பட்டுத் துணிகளை உடுத்தி நவை ராஜாவாக மாற்றினார் அவர். நாவிதன் வண்டிமையைக் கொண்டு அவனுக்கும் அவனுடைய மந்திரிப் பிரதானிகளுக்கும் சேனாதிபதிக்கும் மீசையும் கிருதாவும் புருவங்களும் வரைந்தான். தோழர்களில் ஒருவன் ராணியாக மாற்றப்பட்டான். தர்பார் மண்டபத்தில் சிதைந்து கிடந்த மேடையொன்று சிம்மாசனமானது. ந கொஞ்சம் சோர்ந்தாற்போல் நின்றுகொண்டிருந்ததைப் பார்த்த அவனுடைய அப்பாரய்யன் அதற்காக அவனைக் கோபித்துக் கொண்டார். பிறகு ஒரு ராஜா எப்படி நிற்க வேண்டுமெனத் தனக்காக நெஞ்சை நிமிர்த்தி அவர் நின்று காட்டியபோது நவும் அவனுடைய மந்திரிப் பிரதானிகளும் சேனாதிபதியும் ராணியும் உண்மையிலேயே பயந்துவிட்டனர்.

அப்பாரய்யன் தனக்குள் சிரித்துக்கொண்டார். நவை அருகே அழைத்து ராஜா இப்படி நடக்க வேண்டும், இப்படி உட்கார வேண்டும், இப்படிப் பேச வேண்டும் என அபிநயித்துக்

காட்டினார். கண்கொட்டாமல் பார்த்துக்கொண்டிருந்த ந அவர் செய்துகாட்டியதைப் போலவே வெகு கம்பீரமாக நடந்து சென்று சிம்மாசனத்தில் உட்கார்ந்து அப்பாரய்யன் சொல்லிக்கொடுத்ததைப் போல, "மாதம் மும்மாரி பொழிந்ததா மந்திரிமார்களே?" எனக் கேட்டதைச் சற்றுத் தள்ளி நின்று பார்த்துக்கொண்டிருந்த அப்பாரய்யன் பூரித்துப் போனார். பக்கத்தில் உட்கார்ந்திருந்த பட்டத்து ராணிக்கு வெட்கம் தாளவில்லை. மந்திரிகள், சேனாதிபதி சகிதம் தர்பார் ஆரம்பமாயிற்று.

அன்றைய தர்பாரில் அவன் தன் குடிகளில் ஒருவனைச் சிரச்சேதம் செய்யச் சொல்லி சேனாதிபதிக்கு ஆணையிட்டான். மற்றொருவனின் கைகளைத் துண்டிக்கச் சொன்னான். "ராஜான்னா எடுத்ததுக்கெல்லா தலைய வெட்றதும் கைய வெட்றதுந்தானா? ராஜா நல்லதே செய்யமாண்டாராக்கு?" என அவர்களுடைய விளையாட்டினிடையே குறுக்கிட்டார் அப்பாரய்யன். பிறகே அவன் இரண்டு புலவர்களை அழைத்து அவர்களுக்குத் தலா ஆயிரம் பொற்காசுகளை அளிக்கும்படி மந்திரிப் பிரதானிகளுக்கு உத்தரவிட்டான். பிறகு ராஜா சேனாதிபதியையும் மந்திரிகளையும் அழைத்துக்கொண்டு வேட்டைக்குப் புறப்பட்டார். அவனுடைய அப்பாரய்யன் தயாரித்து வைத்திருந்த ஊஞ்ச விளார்களாலான விற்களும் அம்புகளும் தயாராக இருந்தன. ராணியும் மந்திரிகளில் இருவரும் கொடிய மிருகங்களாகவும் கள்ளர்களாகவும் மாறிப் பாழடைந்த அந்த அரண்மனையின் குட்டிச் சுவர்களுக்குள் பதுங்கிக்கொண்டு கர்புர்ரெனக் கத்தினார்கள். ராஜா வில்லை வளைத்தார். அம்புகளை எய்தார். அவனுடைய துரதிர்ஷ்டம், அம்புகள் திசைமாறிப் பாய்ந்தன. யாரும் அடிபட்டு விழவில்லை. ராஜா களைத்துப் போனார், பரிதாபமாகத் தன் அப்பாரய்யனைப் பார்த்தார், "ஆருமே உழுவ மாண்டீங்கறாங்கய்யா" என முறையிட்டார்.

"நாஞ் சொல்றேன்" என வந்த அப்பாரய்யன் அவனுடைய தோழர்களை அழைத்து அவ்விளையாட்டின் விதிகளுக்கேற்ப ராஜா அம்பை எய்தியவுடன் எப்படி அடிபட்டு விழ வேண்டு மென நடித்துக் காட்டினார். பிறகு நவை அழைத்து ஒரு ராஜா தன் வில்லை எப்படி வளைக்க வேண்டுமெனச் சொல்லிக் கொடுத்தார், "அர்ச்சுன மகாராஜா மாதிரி, குறிவெச்சா வெச்சதுதே, ஒரு பொாணி தப்பக் கூடாது" என்றார். அது சிங்கமும் புலியும் சுற்றித்திரியும் வனமென்றார். "புலியப் பாத்துருக்கறீங்களா? அது எப்பிடிப் பதுங்கிக்கிட்டிருக்கும்னு தெரியுமா? எப்பிடிச் சீறிக்கிட்டு வரும்னு தெரியுமா?" எனக்

கேட்டவர், கைகளை ஊன்றித் தலையைச் சிலுப்பி உறுமியபோது எல்லோரும் பயந்துவிட்டார்கள்.

வளர வளர நவுக்கு அந்த விளையாட்டுச் சலித்துவிட்டது. அப்பாரய்யனும் செத்துப் போய்விட்டார்.

அவன் தோள்களுக்குச் சுமை கூடிக்கொண்டிருந்தது. பெற்றோரது மருத்துவச் செலவுகள் அதிகரித்துக்கொண்டிருந்தன. பிழைப்புக்கான ஒரு வேலையைத் தேடிக்கொள்ளும் முனைப்போடு அவன் அலைந்துகொண்டிருந்தான். அப்போது அவன் வெறும் ந. ந என்னும் பெயரையுடைய சத்துணவு அமைப்பாளர்கூட அல்ல. அவன் வசித்துவந்த பாழடைந்த அரண்மனை முன்னிலும் அதிகமாகச் சிதைந்துபோயிருந்தது. பெரும் காடாய் மண்டிய புதர்கள் அதற்குள் யாரையும் அண்டவிடாமல் தடுத்திருந்தன.

கிட்டத்தட்ட அப்போதுதான் ஓ என்னும் பெயரையுடைய அந்தச் சிறிய, மிகச் சிறிய கிராமத்திற்கப்பால் இரண்டாயிரம் மைல்கள் தொலைவிலிருந்த புகழ்பெற்ற பல்கலைக் கழகமொன்றில் வரலாற்றுத்துறைப் பேராசிரியராகப் பணிபுரிந்துகொண்டிருந்த பேராசிரியர் பூ. ந என்பவன் வெறும் ந அல்ல, நட்ராஜ் மகராஜ் என்பதைக் கண்டறிவதற்கான பூர்வாங்க ஆய்வுகளைத் தொடங்கியிருந்தார். மாவீரன் நடராஜ காளிங்க மகாராஜாவைப் பற்றிய வாய்மொழிக் கதைகளையும் கும்மியடிப் பாடல்களையும் திரட்டிக்கொண்டிருந்தார். தில்லியிலிருந்து சென்னைக்கும் சென்னையிலிருந்து லண்டனுக்கும் லண்டனிலிருந்து பிரான்சுக்கும் பிரான்சிலிருந்து சிட்னிக்கும் சிட்னியிலிருந்து கேம்பிரிட்ஜுக்கும் கேம்பிரிட்ஜிலிருந்து கொல்கத்தாவுக்கும் கொல்கத்தாவிலிருந்து பம்பாய்க்கும் பம்பாயிலிருந்து லாகூருக்கும் லாகூரிலிருந்து டாக்காவுக்கும் டாக்காவிலிருந்து மாவீரன் தூக்கிலிட்டுக் கொல்லப்பட்டதாகச் சொல்லப்படும் ச என்னும் மலைநகரத்திற்கும் அங்கிருந்து ந வசித்துவந்த ஓ என்னும் பெயரையுடைய அந்தச் சிறிய, மிகச் சிறிய கிராமத்திற்கும் அந்த ஏழாண்டுகளில் அவர் மேற்கொண்ட எண்ணற்ற பயணங்களில் சிலவற்றை அப்போது அவர் தொடங்கியிருந்தார். மாவீரன் காளிங்க நடராஜ மகாராஜாவைப் பற்றியும் அவனது அரண்மனையைப் பற்றியும் கும்பினியாருக்கும் அவனுக்குமிடையே நடைபெற்ற போர்களைப் பற்றியும் கும்பினிப்படை மாவீரனைக் கைதுசெய்தபோது தப்பியோடிய அப்போது நிறைமாத கர்ப்பிணியாக இருந்த அவனுடைய பட்டத்து ராணியைப் பற்றியும் அவளுக்குப் பிறந்த ஆண் மகவு ஒன்று குடியானவனொருவனின் பாதுகாப்பில் வாழ்ந்ததைப் பற்றியும் ஏராளமான தகவல்கள் பேராசிரியருக்குக்

கிடைத்தன. நீண்ட பரிசீலனைகளுக்கும் தயக்கங்களுக்கும் பிறகு சில திட்டவட்டமான ஆதாரங்களுடன் பாழடைந்த அந்த அரண்மனையைப் பார்வையிடுவதற்காக ஸ்ஸை அழைத்துக்கொண்டு அதற்குள் நுழைந்தார். அங்கே அவருக்கு ந என்பவன் வெறும் ந அல்ல, நடராஜ் மகராஜ் என்பதை நிறுவுவதற்கான ஏராளமான சான்றுகள் கிடைத்தன. புதையுண்டு கிடந்த பெட்டகம் ஒன்றிலிருந்து கிடைத்த செப்பேடுகளும் கடிதங்களும் நவின் வம்சக் கதையைப் பற்றித் துல்லியமாக அறிந்துகொள்வதற்கு உதவின. நவும் பேரழகி ஸ்ஸூம் பாழடைந்த அந்த அரண்மனையின் கரையான் புற்றுகளால் சூழப்பட்ட உறக்கமஞ்சக் கூடத்தில் சுற்றித் திரிந்துகொண்டிருந்தபோது கிடைத்த சான்றுகளைக்கொண்டு அவனது குடும்ப மரத்தை உருவாக்குவதில் தீவிரமாக ஈடுபட்டிருந்தார் பேராசிரியர் பூ. அவர் பரவசமடைந்திருந்தார். தனது கனவு நிறைவேறிவருவது குறித்த பெருமித உணர்வு அவரை ஆட்கொள்ளத் தொடங்கியிருந்தது. பேரழகி ஸ் அரண்மனையின் இடிபாடுகளுக்குள்ளிருந்து தொடர்ந்து அவரை அழைத்துக்கொண்டிருந்தது வெகுநேரம் வரை அவரது செவிகளை எட்டவேயில்லை.

பெருவேடன் நடராஜ காளிங்க மகாராஜாவில் தொடங்கி அவரது குடும்ப மரத்தின் ஒவ்வொரு வேரையும் கிளையையும் வரைந்து கடைசியில் நவின் பெயரை எழுதி முடித்தபோது தான் உறக்கமஞ்சக் கூடத்திலிருந்து வந்த ஸ்ஸின் அபயக் குரலைக் கேட்டார். உடனடியாக குரல் வந்த திசையை நோக்கி விரைந்தார். ஸ்ஸின் கோலத்தைப் பார்த்தவுடன் தான் சேகரித்து வைத்திருந்த வரலாற்றுத் தடயங்கள் எல்லாவற்றையும் சிதறவிட்டுவிட்டு அவளைக் காப்பாற்றுவதற்கு முயன்றார். நல்லவேளையாக ந அவற்றைச் சேகரித்து எடுத்துக்கொண்டு வந்திருந்தான். அவ்வளவு பதற்றத்திற்கிடையிலும் அவனிட மிருந்து அவற்றில் பெரும்பாலானவற்றைப் பெற்றுத் தன் காருக்குள் சேர்த்திருந்தார் பேராசிரியர். எனினும் சில முக்கியமான தடயங்களைத் தான் தவறவிட்டுவிட்டதைப் பின்னரே கவனித்தார். அவை ஒரு மண்டையோடும் சில எலும்புத் துண்டுகளும். தான் கைப்பற்றிக்கொண்டு வந்திருந்த மண்டையோடும் எலும்புத் துண்டுகளும் நவின் முன்னோர்களில் யாருடையதாகவோ ச என்னும் மலைநகரில் கும்பினியார்களால் தூக்கிலிடப்பட்டுக் கொல்லப்பட்ட மாவீரன் காளிங்க நடராஜ மகாராஜாவுடையதாகவோ போர் ஒன்றில் மாவீரனால் வெட்டி வீழ்த்தப்பட்டு அவனது அரண்மனையின் வாயிலில் தொங்கவிடப்பட்ட கும்பினிப் படைத் தளபதியினுடையதாகவோ இருப்பதற்கு வாய்ப்பிருப்பதாகப் பேராசிரியர் உறுதியாக

நம்பினார். மாவீரனின் வரலாற்றைத் திட்டவட்டமாக நிறுவுவதற்கான மறுக்க முடியாத தடயமாக அவை இருக்கும் எனக் கருதியதால் அவற்றைத் தவறவிட்டுவிட்டு வந்தது மன்னிக்க முடியாத குற்றமாக அவருக்குத் தோன்றியது. மறுநாள் அதிகாலையிலேயே தனது சாரதியை ந வசித்து வந்த பாழடைந்த அரண்மனைக்கு அனுப்பி எப்பாடுபட்டாவது அங்கே தான் தவறவிட்டுவிட்டு வந்த அந்த மண்டையோட்டையும் எலும்புத் துண்டுகளையும் பெற்றுக்கொண்டு திரும்புமாறு பணித்தார்.

பேராசிரியரின் சாரதி வந்தபோது வீட்டில் ந மட்டும் இருந்தான். அவரை மிக மரியாதையாக வரவேற்றவன் உடனடியாக அந்த மண்டையோட்டையும் எலும்புத் துண்டுகளையும் பேரழகி ஸ் தவறவிட்டுவிட்டுப் போன காமிராவையும் எடுத்துக் கொடுத்தான். பேராசிரியர் தன்னை மதித்துத் தான் வெகுகாலமாக வசித்துவரும் பாழடைந்த அந்த அரண்மனைக்கு வந்ததைத் தன்னால் ஒருபோதும் மறக்க முடியாது எனவும் அதற்காக அவருக்கும் பேரழகி ஸ்ஸுக்கும் அவர்களது சாரதியான அந்த ஓட்டுநருக்கும் தான் மிகுந்த நன்றிக்கடன் பட்டிருப்பதாகவும் சொன்னான். கரையான் புற்றில் நடைபெற்ற சம்பவம் தான் கொஞ்சம்கூட எதிர்பாரதது எனவும் அதுபோன்ற ஒரு சம்பவம் நடைபெற்றதற்காகத் தானும் தன் மனைவி வவும் மிகுந்த மனஉளைச்சலுக்குள்ளாகியிருப்பதாகவும் பேராசிரியரிடமும் பேரழகி ஸ்ஸிடமும் அதைப் பற்றிக் கட்டாயம் தெரிவிக்க வேண்டுமெனவும் திரும்பத் திரும்ப அவரிடம் கேட்டுக்கொண்ட ந அவருக்கு பெ என்னும் பெயரையுடைய ஊராட்சித் தலைவரின் தோட்டக்காரன் முந்தையநாள் கொண்டுவந்து தந்துவிட்டுப்போன சப்போட்டா பழங்களிலிருந்தும் கொய்யாப்பழங்களிலிருந்தும் ஒன்றிரண்டைக் கொடுத்தான். சாரதி மறுக்காமல் அவற்றை வாங்கிக்கொண்டான். உடனடியாக அவற்றை வாயில் போட்டு மென்றவன் வேறெதுவும் சொல்லாமல் அந்த மண்டையோட்டையும் எலும்புத் துண்டுகளையும் காமிராவையும் எடுத்து காருக்குள் பத்திரப்படுத்தி வைத்துக்கொண்டு அவசர அவசரமாக விடைபெற்றான். சாரதி ஸ்ஸின் விலையுயர்ந்த அந்த காமிராவைக் கேட்கவில்லை. திரும்பப் பெற்றுக்கொண்டு வர வேண்டியவை எனத் தனது சாரதியிடம் பேராசிரியர் கொடுத்தனுப்பியிருந்த பட்டியலில் அந்த காமிராவும் அவர் தயாரித்திருந்த நவின் குடும்ப மரமும் இல்லை. எனினும் ந காமிராவைக் கொடுத்தனுப்பினான். அந்தக் குடும்ப மரத்தைத் தனது ட்ரங்பெட்டியில் ஒளித்து வைத்துக்கொண்டான். அதைப் பற்றி அந்த ஓட்டுநரிடம் எதுவுமே சொல்லவில்லை.

7

ந திண்ணையில் கால்களைத் தொங்கவிட்டு உட்கார்ந்திருந்தான். அவனுக்கெதிரே தூணொன்றில் சாய்ந்து கால்களை நீட்டி உட்கார்ந்திருந்தாள் வ. இருவருமே மௌனமாக இருந்தனர். குழந்தைகளிருவரும் எதையோ பங்குபோட்டுக் கொள்வதற்காக ஒருவரோடொருவர் சண்டையிட்டுக் கொண்டிருந்தனர். வ ஏதாவது கேட்பாள் என எதிர்பார்த்து அதற்கான வாய்ப்பை அளிக்க விரும்பியவனைப் போல் அவளது முகத்தைப் பார்த்துக்கொண்டிருந்தான் ந. அவள் முகத்தைத் திருப்பிக்கொண்டிருந்தாள். பிறகு எழுந்து, படியிறங்கி முற்றத்திற்கு வந்தாள். முன்பு கொன்றை மரம் இருந்த இடத்தை அந்த மரம் இன்னும் அங்கே இருந்துகொண்டிருப்பது போன்ற கற்பனையில் அண்ணாந்து பார்த்தாள். கொஞ்சநேரம் தயங்கி நின்றவள் அரைகுறையாக நின்றுவிட்டிருந்த இலவசத் தொகுப்பு வீட்டின் அஸ்திவாரத்தின் மீது தன் வலது காலை ஊன்றி நின்று அதை வெறித்துப் பார்த்துக்கொண்டிருந்தாள். பிறகு திரும்பி வீட்டுக்குள் நுழைந்தாள். பாத்திரங்களில் சிலவற்றை இடம் மாற்றி வைத்தாள். ஏதாவது செய்ய வேண்டுமென விரும்பியவளைப் போலச் சந்தையிலிருந்து வாங்கிவந்திருந்த பொரி கடலையை ஒரு ஈயப் பாத்திரத்தில் கொட்டி உப்பும் நல்லெண்ணெயும் விட்டுக் கலக்கி எடுத்துக்கொண்டு வந்தாள். "பொரி திங்கறீங்களா?" எனக் கேட்டாள். அவன் வெறுமனே தலையசைத்தான். அவள் கொஞ்சம் வெங்காயத்தை நறுக்கினாள். இரண்டு மூன்று பச்சை மிளகாய்களை நறுக்கினாள். கொத்தமல்லி, கறிவேப்பிலை இலைகளை நறுக்கி எல்லாவற்றையும் கலந்தாள். தன் முன்னால் வைக்கப்பட்ட பாத்திரத்திலிருந்து ஒருபிடி அள்ளி வாயில் போட்டுக்கொண்ட ந, "கொஞ்சொ உப்புப்

போடு" என்றான். பிறகு இருவரும் மௌனமாகப் பொரி சாப்பிட்டுக்கொண்டிருந்தார்கள்.

"நாளைக்கு மேஸ்திரிய வரச்சொல்லீயிருக்கறீங்களா?" என எதுவுமே தங்கள் வாழ்வில் குறுக்கிட்டுவிடாததைப் போல் இயல்பான குரலில் கேட்டாள் வ. அவன் "ஆமா" என வறண்ட குரலில் அவளுக்குப் பதிலளித்தான்.

அவள் அது தொடர்பான பேச்சை நீட்டிக்க விரும்பினாள். "இன்னத்த நா பொதங்கெழம செவுரு வெக்க ஆரம்பிச்சுரோணு. இப்பவே பதனஞ்சு நா வெட்டியாப் போயிருச்சு. நாம சும்மா இருந்தாலு நமக்குன்னு எதாவது தீவென வந்து சேந்துருது. முப்பது நாளைக்குள்ள முடிச்சாத்தே மழைக்குத் தப்பு" என்றாள். அவன் வெறுமனே, "ஆமாமா" என்றான். பிறகு அவள் இருவருக்கும் கொஞ்சம் வரக்காப்பி போட்டுக்கொண்டு வந்தாள். அவன் எழுந்து தோளில் ஒரு துண்டைப் போட்டுக்கொண்டு முற்றத்திலிறங்கினான்.

"நாளைக்குச் சாள போடறதுக்கு மூப்பன வரச் சொல்லீரு. ரண்டு மூணு நாளைல சிமெண்டு மூட்ட வந்து எறங்கீரு. கம்பிகிம்பியெல்லாம் போட்டு வெக்கறாப்பல கொஞ்ச தாடாத்தியாவே போட்டுருவொ"

"தாருகிட்டச் சொல்லச் சொல்றீங்கொ?"

"சிகிட்ட"

"அவங்கிட்டயா? ஆமா, அவெ சொன்ன மாயத்திக்கு வந்து சாளையப் போட்டுக் குடுத்துப்புட்டுத்தே வேற சோலியப் பாப்பே"

"இல்லீனா பொகிட்டச் சொல்லலாமா?"

"அப்பறொ இத எப்பொ எடுக்கறது?" எனத் தாங்கள் குடியிருந்து வந்த அந்தப் பாழடைந்த அரண்மனையின் நுழைவாயிலைக் காட்டிக் கேட்டாள் வ, "அந்த எடத்துலதே கக்கூஸ் கட்டோணும்னே மேஸ்திரி"

"எடுப்பொ" என அசிரத்தையாகப் பதில் சொன்னான் ந.

"ஆள உட்டெல்லா எடுக்க முடியாது" என்றாள் அவள்.

"பொக்லீனுக்குச் சொல்லீருக்குது"

அவள் சந்தோஷப்பட்டாள்.

"மணிக்கு எவ்வளவாமா?"

“என்ன மணிக்கு எவ்வளவு?”

“இல்ல பொக்லீனுக்கு மணிக்கு எவ்வளவு வாடகைன்னு கேட்டெ”

“எழுநூத்தம்பதுன்னு சொன்னாங்கொ”

“எழுநூத்தம்பதா?”

“கொஞ்சங் கொறச்சுக்குவாங்கொ. கேட்டிருக்கறெ”

“ஆருது”

“நம்பு திகிட்டத்தேஞ் சொன்னெ”

“ஏ புதுவலசு எசமாங்ககிட்டச் சொல்லீருக்கலாமல்லொ? நேத்தே கேட்டெ. அதுக்கென்னப் பாத்துக்கலாமுனாங்கொ” என்றாள் வ.

“ஆரு தொகிட்டயா?” எனக் கோபமாகத் திருப்பிக்கேட்டான் ந.

“..........”

“அவனென்ன உனக்குப் பெரிய எசமானாக்கு? தொண்டு”

“இப்ப எனத்துக்கு உங்குளுக்கு இந்தக் கோவெ? ரண்டு பணொ மிச்சமாகுமேன்னு சொன்னெ. தொண்டாந் தொண்டு”

“திருப்பதிக்குப் போயிப் பரதேசி கால்ல உளுவச் சொல்றியாக்கு? அந்தச் சில்ற நாயி சாவுகாச வேண்டாமுன்னு உனக்கு இன்னொ எத்தன தடவ சொல்லோணு?”

“ஆமா, இப்ப நாந்தே சாவுகாச வெச்சுக்கிட்டிருக்கறெ”

“பின்ன?” என எழுந்து அவளை நெருங்கி வலது கையை உயர்த்தினான். அவள் மூர்க்கமாக அவனைப் பார்த்தாள்.

“இதா கைநீட்டற வேலயெல்லா வெச்சுக்கப்படாது, ஆமா”

அவன் பின்வாங்கினான்.

“நீ எவனையோ கூட்டியா? எனக்கென்ன? அவுங்களாருந்தா ரண்டு வாரங் கிருமிச்சுக்கோடப் பணங்குடுத்துக்கலாமேன்னு ஒரு அக்கறைல சொன்னா் உனக்கு அது காதுல ஏறுல. எப்பிடியோ சீப்படு” எனக் கூந்தலை அவிழ்த்து உதறிக்கொண்டு அடுப்படிக்கு விரைந்தாள். அவிழ்த்து உதறப்பட்ட கூந்தலுக்குள்ளிருந்து சாணத்தின் மட்கிய வாடை வீசிற்று. அவன் வேறு எதுவும் பேசாமல் வெளியே வந்தான். தீராத உளைச்சலுடன்

நதியை நோக்கி நடந்தான். அப்போதுதான் இருள் கவியத் தொடங்கியிருந்தது. கூடடையத் தவிக்கும் அனலாங்குருவிக் கூட்டத்தின் பேரிரைச்சல் காதுகளைப் பிளந்தது. கரையோரம் வழக்கமாக உட்காரும் பாறையொன்றின் மீது கால்நீட்டி உட்கார்ந்தான். உருக்குலைக்கப்பட்டதும் கைவிடப்பட்டதும் பாழடைந்ததுமான அரண்மனையொன்றின் முற்றத்தில் இன்னும் எஞ்சியிருக்கிற காவல்கூண்டுக்குள் பாம்புகள் சூழப் புழுதிக்குள் புரண்டு கொண்டிருக்கும் ந என்னும் பெயரையுடைய சத்துணவு அமைப்பாளர் இப்போது வெறும் நவோ, ந என்னும் பெயரையுடைய சத்துணவு அமைப்பாளரோ அல்ல, நட்ராஜ் மகராஜ். மாவீரன் காளிங்க நட்ராஜ மகாராஜாவின் உயிருள்ள நேரடியான ஒரே வாரிசு. அந்த வாரிசுதான் வெறும் 1642 ரூபாய் கூலிக்காகச் சத்துணவு அமைப்பாளராக வேலை பார்த்துக்கொண்டு 164 சதுர அடிப் பரப்பில் இலவசமாகக் கிடைக்கும் வீடு ஒன்றைக் கட்டிக்கொள்வதற்காகத் தவியாய்த் தவித்துக்கொண்டிருக்கிறது. குழந்தைகளின் அரிசி, பருப்பைத் திருடி வயிறு வளர்த்துக்கொண்டிருக்கிறது.

அவன் பெருமூச்செறிந்தான். நதியின் கலங்கலற்றதும் குளிர்ச்சியானதுமான நீரில் கால்வைத்து உட்கார்ந்தபடி வேறு எதைப் பற்றியாவது யோசிக்க முயன்றான். யோசிப்பதற்குத் தனக்கு என்னவெல்லாம் இருக்கின்றன என்பதை நினைவூட்டிக்கொள்ள முயன்றான்.

உருவாகிக்கொண்டிருக்கும் இலவசத் தொகுப்பு வீட்டைக் குறித்த காலத்திற்குள் ஒழுங்காகக் கட்டி முடிப்பதைப் பற்றி யோசிக்கலாம். இரண்டு மூன்று வாரங்களாக முட்டைக்கான பணத்தைத் தராமல் இழுத்தடித்துக்கொண்டிருக்கும் மளிகைக் கடைக்காரனிடமிருந்து அதில் பாதியையேனும் வசூலிப்பதைப் பற்றி யோசிக்கலாம். சத்துணவு ஊழியர்களை நிரந்தரப் பணியாளர்களாக்குவது தொடர்பான ஊழியர் சங்கங்களின் கோரிக்கையை அரசு ஏற்குமா என்பதைப் பற்றி யோசிப்பதுகூட நல்லதாகவே இருக்கும். அல்லது வ என்னும் பெயருடைய தன் மனைவியைப் பற்றி, அவளுடனான பனிரெண்டாண்டுகாலத் தாம்பத்தியத்தைப் பற்றிக்கூட யோசிக்கலாம்தான். ஆனால் யோசிக்கத் தொடங்கியவுடனேயே அது கசந்துவிடுகிறது. இந்த வாழ்க்கையிடம் முற்றாகத் தோல்வியடைந்துவிட்ட குமைச்சல் ஏற்படுகிறது. கோபமும் தன்னிரக்கமும் கட்டுக்கடங்காமல் பெருகுகின்றன. பிறகு அவன் மூர்க்கமானவனாகிவிடுகிறான். இருவருக்குள்ளும் வாக்குவாதங்கள் முற்றுகின்றன. அப்போது அவன் வேறு எதைப் பற்றியாவது யோசிக்க முயல்கிறான். இனிமையான, பழைய நினைவுகளில் எதிலாவது மூழ்க

விரும்புகிறான். ஆனால் நினைவுகள் குழம்புகின்றன. கலங்கலான மழைநீரைப் போல் கட்டுப்பாடற்று ஓடி எங்காவது கலக்கின்றன. கடைசியில் வாழ்வின் கசடுகள் மண்டிய குட்டையில் தேங்கிவிடுகின்றன. அவன் அதில் மூழ்கத் தொடங்குகிறான். மூச்சுவிட முடியாமல் திணறுகிறான். மீளவே முடிவதில்லை.

அவன் எழுந்தான். கசப்பைத் தாளமுடியாதவனாக வீட்டை நோக்கி நடந்தான். தெருக்கள் இருண்டு கிடந்தன. முதுமையுற்றுவிட்ட தெருவிளக்குகள் தம் மெலிந்த கரங்களை வீசி இருட்டைத் துரத்த முயன்றுகொண்டிருந்தன. என்றுமே இல்லாத வகையில் அவனுக்குத் தன் தெரு முற்றிலும் அந்நியமான ஒன்றாகத் தென்பட்டது. அவன் பதற்றமடைந்தான். பதற்றம் மூர்க்கமானதொரு விலங்கைப் போல அவனைப் பின்தொடர்ந்துகொண்டிருந்தது. சத்தமற்றதும் சிறிதும் கருணையற்றதுமான அதன் பாதங்களின் அதிர்வுகளை அவன் தன் இதயத்தின் பாழ்நிலத்தில் உணர்ந்தான்.

மிகப் பயந்துபோன ந நடையின் வேகத்தைக் கூட்டினான்.

அவனுக்கு மூச்சிரைத்தது.

காடாவிளக்கின் பழுப்பு நிற ஒளியால் அரைகுறையாக நிரப்பப்பட்ட தன் பாழடைந்த வீட்டின் இருளை அடைந்ததும் அவன் தன் இயல்புநிலைக்குத் திரும்ப விரும்பினான். வ சமையல் செய்துகொண்டிருந்தாள். கடுகு பொரியும் சத்தம். கத்தரிக்காய் வதங்கும் வாசனை. குழந்தைகளிருவரும் விளையாடிக்கொண்டிருந்தனர்.

ஓரப்பட்டாந் தரப்பட்டா
ஓரியா மங்கா
உங்கப்பம் பேரென்ன?

முருங்கப் பூ

முருங்கப் பூவுந் தின்னவனே
முள்ளாங்கொடியக் கடிச்சவனே
பாம்புக் கையப் படக்குனு எடு

அவனைக் கண்டதும் குழந்தைகள் இருவரும் விளையாட்டைப் பாதியில் கைவிட்டுவிட்டு அவனைப் பார்த்தார்கள். இருவருக்கும் புகார்கள் இருந்தன, "அப்பா இவனப் பாருங்க எம்பட பெஞ்சலப் புடுங்கிக்கிட்டுத் தரமாண்டீங்கறே"

"நாம்புடுங்குலீப்பா, இவ பொய் சொல்றா"

"எடுத்தியாடா? எடுத்துருந்தாக் குடுத்துரு. அழுவாறாள்ளொ?"

“நா எடுக்குல”

“டேய் . . .”

அவனது குரலில் தென்பட்ட கடுமையைக் கண்டு பயந்துபோனவர்களாக இருவரும் விளையாட்டில் தஞ்சம் புகுந்தார்கள்.

“முருங்கப் பூவுந்தின்னவனே, முல்லாங்கொடியக் கடிச்சவனே. . .”

வ அவனுக்காக காபி தயாரித்து வைத்திருந்தாள். கொண்டுவந்து வைத்துவிட்டுப் பக்கத்தில் உட்கார்ந்தவள், “இன்னரத்துல எங்க போயிச் சுத்திப்புட்டு வாறீங்கொ? பூச்சி புழுவு ஊறிக்கிட்டுத் திரியுது, கால்ல செருப்புக்கோடப் போட்டுக்காமப் போனா என்னாவறது?” என மிருதுவான குரலில் சொன்னவள் வியர்த்துக்கிடந்த அவனது முகத்தைத் தன் முந்தானையால் துடைத்தாள். அவளது மேனிவாடை கிறக்கமூட்டியது. அவன் அவளிடம் ஏதோ சொன்னான். அவள் வெட்கமடைந்தவளாய் எழுந்து உள்ளே ஓடினாள். வெறும் ரசம் மட்டும் வைத்துக் கத்தரிக்காயை வதக்கியிருந்தாள். சோற்றுப் பருக்கைகள் கொஞ்சம் பெரிதாகவே இருந்தன. ஆனால் அவளுடைய கைப்பக்குவம் எல்லாவற்றையும் அற்புதமான சுவையுடையதாய் மாற்றியிருந்தது. அவனுக்கு அவள் வைக்கிற ரசம் பிடிக்கும். கொஞ்சம் புளி, இரண்டு தக்காளி, நான்கைந்து வெங்காயம், பச்சை மிளகாயைக் கொண்டு எப்படி அவளால் அப்படியொரு ருசியைக் கொண்டுவர முடிகிறது என அவனுக்கு ஆச்சரியமாயிருக்கும். சில நாள்களில் வெறும் பச்சைப் புளியைக் கரைத்து வைத்திருப்பாள். அதற்கும்கூடத் தனி ருசியைக் கொடுக்க அவளால் முடியும். அந்த இரவில் அதைத் தவிர வேறு சில நல்ல விஷயங்களும் நடந்தன. அவசரமாக வந்து சென்ற தூரத்து உறவினன் ஒருவன், கட்டுமானச் செலவுகளுக்காக ந கடனாகக் கேட்டிருந்த ஒரு தொகையைக் கொடுத்துவிட்டு நிற்கக்கூட நேரமில்லாமல் விடைபெற்றுக்கொண்டு மறைந்தான். பொக்லீன் ஆள் வந்து அதிகாலையிலேயே வேலையைத் தொடங்கிவிடுவதாக வாக்களித்துவிட்டுப் போனான். அப்போது காற்று மிருதுவாக விசிக்கொண்டிருந்தது. நால்வரும் ஒன்றாக உட்கார்ந்து சாப்பிட்டுக் கொண்டிருந்தார்கள். குழந்தைகளிருவரும் காடா விளக்கினொளியில் பொறுப்பாக வீட்டுப் பாடங்களை எழுதிக்கொண்டிருந்தார்கள். டிரான்சிஸ்டரில் அவர்களது விருப்பத்துக்குமுரிய திரைப்பாடலொன்று ஒலிபரப்பாகிக் கொண்டிருந்தது. “அமுதைப் பொழியும் நிலவே, நீ அருகில் வராததேனோ? அருகில் வராததேனோஓஓஓ”.

இருவரது மனங்களும் களிப்பில் மூழ்க விரும்பின. அவள் வெட்கத்தால் ததும்பிக்கொண்டிருந்தாள். அவன் கள்ளச் சிரிப்புடன் அவளைச் சுற்றிவந்து கொண்டிருந்தான். “ஏ, பூனக்குட்டியாட்ட சீலயப் புடிச்சுக்கிட்டே திரியறீங்கொ?” எனக் கிசுகிசுப்பான குரலில் அவள் பொய்யாகக் கடிந்துகொண்டாள்.

வெகுநாள்களுக்குப் பிறகு அன்று இரவு இருவரும் புணர்ந்தனர். முழு இரவுக்குமான கொண்டாட்டம் அது. அவள் களிதாளாமல் சிரித்தாள். குழந்தைகள் விழித்துக் கொண்டுவிடுமே என எச்சரித்த ந சத்தம் வராமலிருப்பதற்காக அவளது உதடுகளைக் கவ்விக்கொண்டான். அவள் திணறினாள். பொதுவாக இத்தருணங்களுக்குப் பிறகு இருவரும் களைத்துப் போய்விடுவர். ஒருவரிடமிருந்து ஒருவர் விலகித் தம் குளிர்ந்த உடல்களால் குழந்தைகளை அணைத்துக்கொண்டு படுத்துவிடுவர். அவ்வறை முழுவதும் காமத்தின் மிக அற்புதமான வாசனை வீசிக்கொண்டிருக்கும். அவள் கிறங்கிக்கிடப்பாள். வேறெதையும் வேண்டாத அந்த இரவு எந்தத் தொந்தரவும் செய்யாமல் அவர்களைக் கடந்து சென்றுவிடும். இப்போது அப்படி நடக்கவில்லை. தூக்கம் வராமல் இருவரும் புரண்டு கொண்டிருந்தனர். இருவரது பெருமூச்சுகளாலும் பாழடைந்த அவர்களது அரண்மனையின் சிதைந்துபோன அந்தக் காவல்கூண்டு வெப்பமடையத் தொடங்கியிருந்தது. சத்தமின்றி எழுந்து திண்ணைக்கு வந்தான் ந.வ அவனைப் பின்தொடர்ந்தாள். இருவரும் ஒருவர் முகத்தை ஒருவர் பார்த்தார்கள். இருவருடைய கண்களும் சுடர்ந்துகொண்டிருந்தன. அவன் தவித்தான். அவள் அவனது மடியில் சாய்ந்தாள். அவன் அவளது சிகையைக் கோதத் தொடங்கியிருந்தான். பிறகு அவர்கள் பேசத் தொடங்கினார்கள்.

“அந்த ஆள் சொன்னது எனக்குப் புரியவே இல்ல” என மிகச் சாதாரணமாகவே தொடங்கினாள் அவள்.

“ஆமா, திடீர்னு வந்து நம்மளப் பாத்து நீ ராஜான்னு சொல்லீட்டுப் போறாம் பாரு ஒருத்தெ”

“சோத்துக்கு வழியக் காணா, காத்தால பொக்லீனெஞ்சின் வந்து நிக்கப்போவுது. அவுனுக்குக் குடுக்க ஒரு ஆயிர, ஆயிரத்தைநூறு ரூவாயிக்கு வழியக் காணா, ராஜாவா. ராஜா. அவுனுக்குப் பைத்தியங்கியித்தியம் புடுச்சுக்கிட்டாப்பல இருக்குது” என்றான்.

“ஆனா அத்தன உறுதியாவல்லொ சொல்றாங்கொ ரண்டு பேரு?” என்றாள் அவள், “நம்பளத் தேடிவந்து அப்பிடிப் பொய் சொல்லோணும்னு அவுங்குளுக்கு என்ன இருக்குது?”

“சொல்றதுக்கொரு அளவில்லியாக்கு?”

அவள் பெருமூச்செறிந்தாள்.

“அப்பிடிக்கிப்பிடி அது நெசமா இருந்து ராசான்னு ஆயிட்டா உங்களக் கைல புடிக்க முடியுமாக்கு?” அவள் சிரித்தாள்.

“நா ராஜான்னா, நீ ராணியல்லொ?” என அவனும் சிரித்தான்.

அந்தக் கனவு இந்த எல்லையோடு முற்றுப்பெற்றிருந்தால், சீக்கிரத்திலேயே முடிந்துபோய்விடுகிற அவர்களுடைய கொண்டாட்ட மனநிலையின் சிறியதொரு பகுதியாக மட்டும் இருந்திருந்தால், எப்போதும் போல் புணர்ச்சியின் களைப்பில் இருவராலும் உறக்கத்தில் மூழ்க முடிந்திருந்தால் அவர்களுடைய அந்த எளிய, போராட்டங்கள் நிரம்பியதேயானாலும் அற்புதமான அந்த வாழ்க்கை எந்தக் குறுக்கீடுமற்றதாய்த் தொடர்ந்துகொண்டிருந்திருக்கும். கடனோ உடனோ இரண்டு மூன்று மாதங்களுக்குள் அவன் அந்தத் தொகுப்பு வீட்டைக் கட்டி முடித்திருப்பான். பொங்கல், வருஷப்பிறப்பு, ஆடிப்பெருக்கு, தீபாவளி என எல்லாப் பண்டிகைகளுக்கும் குழந்தைகளுக்குத் துணிமணிகள் எடுத்துக்கொடுத்திருப்பான். வெகுநாட்களாக ஆசைப்பட்டுக் கொண்டிருந்தபடி குழந்தைகளிருவருக்கும் மொட்டையடித்துக் காது குத்திவிட்டிருந்திருப்பார்கள். இரட்டைக் கிடாய் வெட்டிப் பொங்கல் வைத்து எல்லா உறவினர்களையும் அழைத்து விருந்து போட்டிருந்திருப்பார்கள். ஓயாமல் வருவாய்க் கணக்குப்போட்டுக் கொண்டிருந்திருப்பார்கள். வ தன் அயராத உழைப்பின் மூலம் கிடைத்துவந்த சொற்பப் பணத்தைக்கொண்டு சீட்டுக் கட்டியிருந்திருப்பாள். அவர்கள் சில ஆடுகளையும் ஓரிரு எருமை மாடுகளையும் வாங்கியிருந்திருப்பார்கள். கொஞ்சம் நகை வாங்கியிருந்திருப்பார்கள். அவன் ஒரு புதிய ஸ்கூட்டர் அல்லது ஸ்ப்லெண்டர் வாங்கியிருந்திருப்பான். யார் காலையாவது பிடித்து மகனுக்கு ஏதாவது உத்தியோகம் வாங்கிக்கொடுத்திருப்பான். எளிமையிலும் கடின உழைப்பிலும் நம்பிக்கைகொண்ட கிராமத்துப் பெண் மருமகளாக வந்திருப்பாள். அரசாங்கம்கூடச் சத்துணவு அமைப்பாளர்களை நிரந்தரப் பணியாளர்களாக அறிவிப்பதற்கு முன்வந்திருக்கும். குழந்தைகள் தலையெடுத்த பிறகு அவர்களால் யாருடைய உதவியுமின்றி அந்த இலவசத் தொகுப்பு வீட்டைக் காட்டிலும் அழகானவீடு ஒன்றைக் கட்டிக்கொண்டிருந்திருக்க முடிந்திருக்கும். ஒரு நாள் ந வேலையிலிருந்து ஓய்வு பெற்றிருப்பான். இருவரும் பேரக்குழந்தைகளைக் கொஞ்சிக் கொண்டிருந்திருப்பார்கள். வ மருமகளை அதிகாரம் செய்துகொண்டிருந்திருப்பாள். அவளோடு

சண்டைபோடுபவளாய் இருந்திருந்திருப்பாள். ந மருமகளுக்குப் பரிந்துபேசுபவனாய் இருந்திருப்பான்.

வாழ்க்கை இப்படி அதற்கான சுழிப்புகளோடு ஓடிக் கழிமுகத்தை அடைந்திருந்திருக்கும்.

ஆனால் ந என்னும் பெயரையுடைய அந்தச் சத்துணவு அமைப்பாளரும் வ என்னும் பெயரையுடைய அவனுடைய மனைவியும் கனவுகாண விரும்பினார்கள்.

அந்த நள்ளிரவில் பேராசிரியர் தவறவிட்டு விட்டுப்போன குடும்ப மரத்தை எடுத்துக்கொண்டு வந்து உட்கார்ந்தான் ந. நான்காக மடிக்கப்பட்ட அந்தத் தாளை காடாவிளக்கின் புகை படர்ந்த ஒளியில் விரித்து வைத்துக்கொண்டு ஆராயத் தொடங்கினான். இப்போது அதைப் புரிந்துகொள்வதில் அவனுக்கு எந்தச் சிரமும் இருக்கவில்லை. மாவீரன் காளிங்க நடராஜ மகாராஜாவின் நேரடியான வாரிசு அவன். ந என்பவன் வெறும் நவோ ந என்னும் பெயரையுடைய சத்துணவு அமைப்பளரோ அல்ல, பிரின்ஸ் – நட்ராஜ் மகராஜ்.

8

அடுத்து வந்த சில மாதங்கள் அவர்கள் முன்னெப்போதும் அனுபவித்திராத உணர்வுகளால் பீடிக்கப்பட்டிருந்தார்கள். முன்னெப்போதும் கண்டிராத கனவுகள் அவர்களுக்கு வந்தன.

ந கனவுகளின் சதுப்புக் குழிகளுக்குள் மூழ்கிக் கொண்டிருந்தான்.

மாவீரன் காளிங்க நடராஜ மகாராஜாவின் நேரடி வாரிசு அவன். வரலாற்றின் கணக்குப்படி அவனுக்குச் சேர வேண்டிய, மாவீரனைக் காட்டிக்கொடுத்த அவனது சமையல்காரனின் வஞ்சகத்தால் பறிக்கப்பட்ட அரண்மனையும் பொன்பொருளும் காடுகரைகளும் தோட்டம்துரவுகளும் வேறு யாரிடமோ இருக்கின்றன. வரலாற்றின் கணக்குச் சரிசெய்யப்படும்போது அவை ஒன்றுவிடாமல் மீட்கப்பட்டு அவனிடம் ஒப்படைக்கப்பட்டு விடும். யாரிடமிருந்து, யாரால், எப்போது என்பதைப் பற்றி அவன் யோசிக்க முயலவில்லை. அதன் சாத்தியங்களைப் பற்றிச் சிந்திப்பதற்கு அவனுடைய கனவுகாணும் மனம் இடந்தரவில்லை. "வரலாறு எல்லாவற்றையும் சரிசெய்யும்" எனப் பாழடைந்த அந்த அரண்மனைக்குள் சுற்றித் திரிந்துகொண்டிருந்தபோது அந்த வரலாற்றை மீட்டெடுத்திருந்த பேராசிரியர் பூ சொன்ன ஒற்றை வாக்கியத்தை மட்டுமே அவன் நினைவூட்டிக்கொள்ள விரும்பினான். தங்களுடைய எளிய வாழ்வு இப்போது அவர்கள் இருவருக்குமே அற்பமானதாகத் தெரிந்தது. இதற்குமேல் அதைத் தொடர முடியாது எனவும் தொடர வேண்டியிருக்காது எனவும் நினைத்தனர். வரலாற்றின் கணக்கைச் சரிசெய்வதற்கு என்ன செய்ய வேண்டியிருக்கும் என்பதைப் பற்றி யோசிக்க அவர்களுக்கு எதுவுமே இருக்கவில்லை.

நட்ராஜ் மகராஜ்

காலையில் பாழடைந்த அந்த அரண்மனையின் சிதைந்து போன நுழைவாயிலை அகற்றுவதற்காக வந்துநின்ற பொக்லீன் இயந்திரத்தைக் கொஞ்சம்கூட யோசிக்காமல் திருப்பியனுப்பி னான் ந. தன் சித்தாள்களுடன் வந்து நின்ற மேஸ்திரியிடம் “அத அப்பறமாப் பாத்துக்கலா, நாஞ்சொல்லியனுப்பறனே” என அவர்களையும் அனுப்பிவிட்டிருந்தான். நேரம் ஒன்பதைக் கடந்துவிட்டபோதிலும் சத்துணவுக் கூடத்திற்குப் போவதற்கு அவன் அவசரப்படவில்லை. பிறகு வேண்டா வெறுப்பாகப் புறப்பட்டு ஒருமணி நேரம் தாமதமாகப் போய்ச் சேர்ந்தான். தாமதம் பற்றிக் கேள்வியெழுப்பிய உதவித் தலைமையாசிரியருக்கு எந்தப் பதிலும் சொல்லாமல் தனது கிடங்குக்குள் புகுந்தான். அவன் இப்போது வெறும் நவோ, ந என்னும் பெயரையுடைய சத்துணவு அமைப்பாளரோ அல்ல. நட்ராஜ் மகராஜ். ஒரு மகராஜா என்பவர் யாருடைய ஏவலாளாகவும் இருக்க வேண்டியதில்லை. யாருடைய உத்தரவுக்கும் கீழ்ப்படிய வேண்டியதில்லை. யாருக்கும் பதிலளிக்க வேண்டிய அவசியமுமில்லை.

ராஜாவுக்குத் தனது கிடங்கிலிருந்து மதிய உணவுக்காகப் பொருள்களை அளந்துபோடும் போது அரிசியிலிருந்து எழுந்த வாடை முன்னெப்போதுமில்லாதபடி குமட்டலை ஏற்படுத்தியது. ராஜா ஆயாக்களிடம் எரிந்துவிழுந்தார். முன்னெப்போதும் பயன்படுத்தியிராத கடுமையான வார்த்தைகளைப் பிரயோகித்தார். சமையல் கூடத்தில் நிரம்பிக்கிடந்த குப்பைகளை அகற்றும்படி உத்தரவிட்டபோது ந என்னும் பெயரையுடைய சத்துணவு அமைப்பாளரின் குரலில் தென்பட்ட அதிகாரத் தொனியைக் கண்ணுற்ற ஆயாக்கள் அதிர்ச்சிக்கும் ஆச்சரியத்துக்குமுள் ளானார்கள். காய்கறிகள் வாங்குவதற்காகக் கடைக்குப் போன ந தரமானவற்றைத் தேர்ந்தெடுப்பதில் அக்கறை காட்டினான். அவனுக்காக எடுத்துவைத்திருந்த, விலைமலிந்த, கிட்டத்தட்ட அழுகிப்போய்விட்டிருந்த தக்காளிகளையும் காய்கறிகளையும் புறக்கணித்துவிட்டுக் கூடுதல்விலை கொடுத்து அப்போதுதான் வந்திறங்கியிருந்த ஈரம் சொட்டும் புத்தம் புதிய காய்கறிகளை வாங்கினான். அரிசியை நன்றாகக் கழுவி உலையில் போடும்படி உத்தரவிட்டவன் எல்லாவற்றிலும் கெடுபிடி காட்டினான். பருப்பு, எண்ணெய், கடுகு, சீரகம் போன்றவற்றை மாணவர்களின் எண்ணிக்கைக்கேற்ற சரியான விகிதத்தில் அளந்துகொடுத்தவன் அடுப்படிக்குப் போய்ச் சமையல் பணியைக் கண்காணித்தான். உப்பு, காரம் எல்லாம் சரியாக இருக்கிறதா என ஒருமுறைக்கு இருமுறை சோதித்தான். வருகைப் பதிவேட்டில் மாணவர்களின் சரியான எண்ணிக்கையைக் குறித்தான். இருப்புப் பதிவேட்டில் உண்மையான விவரங்களைப் பதிவுசெய்தான். அந்தச் சமயத்தில்

அலுவலக வேலை ஒன்றுக்காக எழுத்தர் தன்னை அழைப்பதாக வந்து நின்ற அலுவலக உதவியாளர் சுவிடம் தான் வேலையாக இருப்பதாகவும் அது முடிந்த பிறகு வருவதாகவும் சொல்லியனுப்பினான். பிறகு சாவகாசமாகப் பதிவேடு ஒன்றை எடுத்துக்கொண்டு அலுவலகத்திற்குப் போய் அதைத் தலைமையாசிரியரின் பார்வைக்கு வைத்தான். பதிவேட்டைச் சரிபார்த்த ரா என்னும் பெயரையுடைய அந்த எழுத்தர், “என்ன ந எதாவது வேலையா? வரச்சொல்லிச் சொல்லியுட்டிருந்தனே?” எனக் கேட்டதற்கு வெறுமனே புன்னகைத்தான். பதிவேட்டைச் சரிபார்த்த ரா என்னும் பெயரையுடைய அந்த எழுத்தர் குழம்பினார். வழக்கத்துக்கு மாறாக பருப்பும் எண்ணெயும் முட்டைகளும் சரியான அளவில் பயன்படுத்தப்பட்டிருக்கின்றன. ரா பதற்றமடைந்தார். பதிவேடுகளை அப்படியே தன் மேசையின் மீது கவிழ்த்து வைத்துவிட்டுச் சத்துணவு பரிமாறும் கூடத்தை நோக்கி விரைந்தார். ராஜாவின் குழந்தைகள் வரிசையாக உட்கார்ந்து சாப்பிட்டுக்கொண்டிருந்தார்கள். ரா சாப்பாட்டை ருசி பார்த்தார். முன்னெப்போதுமில்லாத சுவை. குழந்தைகளின் முகத்தில் குதூகலம். எழுத்தர் குழம்பினார். ஒன்றுமே சொல்லாமல் திரும்பிவந்து பதிவேடுகளைச் சரிபார்த்ததற்கு அடையாளமாகச் சுருக்கொப்பமிட்டுக் கொடுத்துவிட்டு யோசனையில் மூழ்கத் தொடங்கினார்.

வருடக்கணக்காக நீடித்துவந்திருக்கும் ஒரு நடைமுறை திடீரென மாற்றத்துக்குள்ளாகியிருக்கிறது, ஒழுங்குகுலையத் தொடங்கியிருக்கிறது, இது நல்லதல்ல என நினைத்தார் எழுத்தர். பிறகு அதைப் பற்றித் தலைமையாசிரியருக்குச் சொன்னார். தலைமையாசிரியர் அதைப் பொருட்படுத்துவதா வேண்டாமா என யோசித்தார். இந்த முறைகேடுகளிலிருந்து அவருக்குப் பெரிதாக எந்த ஆதாயமும் கிடைத்ததில்லை. அவருக்கு வாரத்தில் இரண்டு நாள்கள் மதிய உணவோடு சேர்த்துக்கொள்ள ஓரிரு வேகவைத்த முட்டைகள் கிடைக்கும். அதை முறைகேடான விஷயமாக அவர் ஒருபோதும் கருதியதில்லை. அதை இழப்பதால் பெரிய நஷ்டமும் இல்லை. ஆகவே அவர் அந்த எழுத்தருக்கு எந்தப் பதிலும் சொல்லாமல் பதிவேட்டில் கையொப்பமிட்டார். பதிவேட்டை எடுத்துக்கொண்டு விரைப்பாக நடந்த நவை ஆச்சரியத்துடன் பார்த்துக்கொண்டிருந்தார் ரா என்னும் பெயரையுடைய அந்த எழுத்தர்.

நவின் நடவடிக்கைகளில் பெரும் மாற்றங்கள் நிகழத் தொடங்கியிருந்ததை எல்லோரும் கவனித்தார்கள். வழக்கத்துக்கு மாறாக நெஞ்சை நிமிர்த்திக்கொண்டு நடந்தான் அந்தச் சத்துணவு அமைப்பாளர். தன் சிறிய கண்களால் எல்லோரையும் நேருக்குநேர்

பார்க்க முயன்றான். பேச்சில் தோரணை கூடிக்கொண்டிருந்தது. எல்லாவற்றிலும் ஒழுங்கையும் பரிசுத்தத்தையும் நிலைநாட்ட விரும்பியவனைப் போல் தென்பட்டான். பள்ளி மைதானத்தில் குப்பைகளோ தூசுதும்புகளோ தென்பட்டால் துப்புரவாளரை அழைத்து அவற்றை அகற்றும்படி உத்தரவிட்டான். முதல்முறை ந அப்படியொரு உத்தரவைப் பிறப்பித்தபோது அதற்கு அவன் அதிகாரம் பெற்றவன் அல்ல என்பதால் துப்புரவாளர் அதை விளையாட்டாக எடுத்துக்கொண்டார். உரத்தகுரலில் சிரித்துக்கொண்டே அவன் சுட்டிக்காட்டிய இடத்தில் கிடந்த காகிதச் சுருள்களில் ஒன்றிரண்டை எடுத்துச் சுருட்டி அவற்றை மைதானத்தின் வேறொரு இடத்தில் வீசியெறிந்தார். ந கடுங்கோபம் கொண்டான். துப்புரவாளரைப் பெயர் சொல்லி அழைத்து அவர் செய்த காரியம் எவ்வளவு ஒழுங்கீனமானது என அவருக்குத் தெரியுமா எனக் கடுமையான குரலில் கேட்டான். துப்புரவாளர் உண்மையாகவே திடுக்கிட்டுப் போனார். எதிர்த்து ஏதாவது சொல்லலாமா என நினைத்தவர் பிறகு மனதை மாற்றிக்கொண்டு அக்காகிதச் சுருள்களை எடுத்துக்கொண்டு நடந்தார். பிறகுதான் ந அதைத் தவிர மைதானத்தின் வேறுபல இடங்களும் குப்பைகளால் நிரம்பியிருப்பதைக் கவனித்தான். அதைச் சுட்டிக்காட்டுவதற்காக மறுபடியும் அந்தத் துப்புரவாளரைத் தேடிக்கொண்டு போனான்.

துப்புரவாளர் அலுவலக அறையில் உதவித் தலைமையாசிரியருடன் பேசிக்கொண்டிருந்தார். இருவரும் தணிந்த குரலில் ரா என்னும் பெயரையுடைய எழுத்தரின் மனைவியைப் பற்றி ஏதோ பேசிக்கொண்டிருந்தனர். எழுத்தரின் அண்டை வீட்டுக்காரரான அந்தத் துப்புரவாளர் அவரது இளம் மனைவியின் நடத்தையைப் பற்றி மோசமாக எதையோ அந்த உதவித் தலைமையாசிரியரிடம் சொல்லிக்கொண்டிருந்தார். அதைக் கேட்ட உதவித்தலைமையாசிரியர் உரத்தகுரலில் சிரித்துக் கொண்டிருந்தார். எழுத்தரின் அந்த இளம் மனைவியைத் தணிந்த குரலில் ஆபாசமாக வர்ணித்துக்கொண்டிருந்தார். ந அங்கு வந்து நின்றதைப் பார்த்த துப்புரவாளர் குரலைச் சற்று தாழ்த்தினார். ஆனால் உதவித் தலைமையாசிரியர் அவனைப் பொருட்படுத்தவில்லை. அவரது ஆபாசமான வர்ணனையைக் கேட்ட ந கடுங்கோபங்கொண்டான். "எதுக்குங்க சார் உங்குளுக்கு இந்தச் சில்றப்புத்தி? அடுத்தவம் பொண்டாட்டியப் பத்தி இப்பிடிப் பேசறது நல்லாவா இருக்குது? நாமெல்லா படிச்சவங்க வேற" எனச் சற்றும் தயங்காமல் அந்த இடத்திலேயே அவர்களிருவரையும் கண்டிக்க முற்பட்டான். உதவித் தலைமையாசிரியர் திகைத்துப் போனார், குழம்பினார். இப்படி அத்துமீறுவதற்கான துணிச்சல் அவனுக்கு எங்கிருந்து

வந்திருக்க முடியும் என யோசிக்க முயன்றார். மிக மோசமான வசைச்சொல் ஒன்றின் மூலம் நவுக்கு அவனது எல்லையை உணர்த்த முற்பட்டார், "மூடிக்கிட்டுப் போடா, ஆரு, ஆருக்குப் புத்தி சொல்றதுன்னு ஒரு மொற வேண்டா?" என்றார். ஆனால் ந மூர்க்கமாக இருந்தான், "என்ன சார் மொற? அடுத்தவம் பொண்டாட்டியப் பத்திப் பேசறது, அதிலீமு கூட வேல செய்யறவங்களோட பொண்டாட்டியப் பத்திப் பேசறது மொறையாக்கு? அவரு காதுல கேட்டாருன்னா என்ன நடக்குந் தெரியுமா?" என எதிர்த்துக் கூச்சலிட்டான். எதிர்த்தாற்போல் இருந்த வகுப்பறையில் பாடம் நடத்திக்கொண்டிருந்த ஆசிரியை ஒருவர் அதைக் கேட்டு அவர்களை நோக்கித் திரும்பியதைப் பார்த்த உதவித் தலைமையாசிரியர் நிலைமை விபரீதமாவதை உணர்ந்து பின்வாங்க முயன்றார், "செரி உடப்பா" எனக் கிசுகிசுத்துவிட்டு அங்கிருந்து நகர முற்பட்டார், "எனத்த உடறது? ஒரு வாத்தியாரு இந்தப் புத்தியோட இருந்தா புள்ளைங்க எப்பிடி உருப்படு?" என இரைந்தான். பிறகு அதைவிடக் கடுமையாகத் துப்புரவாளரை விமர்சிக்கத் தொடங்கினான், "ஏய்யா, உனக்கு அறிவில்ல? நீயுந்தே ரண்டு பொட்டப் புள்ளய வெச்சிருக்கறெ, அதுகள ஆராச்சு இப்பிடிப் பேசுனாக் கேட்டுக்கிட்டு இப்பிடித்தே சிரிச்சுக்கிட்டு இருப்பியாக்கு?" என்றான். மிகப் பயந்துபோன துப்புரவாளர், "ந சார் எம்பேருல தப்பில்லெ. சாருதே எதையோ கேட்டுக்கிட்டிருந்தாரு" என மன்னிப்புக் கோருவதுபோல் எதையோ முணுமுணுத்துக்கொண்டு வெளியேறினார்.

மாலையில் வீட்டுக்குத் திரும்பியபோது அவனது நடையில் கம்பீரம் கூடியிருந்தது. எதையோ சாதித்துவிட்ட பெருமிதம். தெருவில் மற்ற குழந்தைகளோடு அச்சாங்கல் விளையாடிக்கொண்டிருந்த தன் பிள்ளைகளிருவரும் புழுதிபடிந்த உடல்களோடு தன்னை நோக்கி ஓடிவந்ததைப் பார்த்தவனுக்கு ஆத்திரம். ஒரு ராஜாவின் குழந்தைகளுக்குரிய லட்சணம் இவர்களிடம் கொஞ்சமாவது தென்படுகிறதா?

"ஏன்டா ரண்டு பேருத்துக்குமு எதாவது அறிவிருக்குதா? போங்கடா, போயிக் கையக்காலக் கழுவிக்கிட்டுப் புத்தகத்த எடுத்துவெச்சுப் படீங்கடா. இனி இப்பிடித் தெருவுல சுத்தறதப் பாத்தன்னா தோலக் கழட்டிப்புடுவங் கழட்டி" என ஒவ்வொருவரது முதுகிலும் தலா ஓர் அறை கொடுத்தான். பிள்ளைகள் அழுதுகொண்டே அம்மாவிடம் புகார் சொல்ல ஓடினர். வ கடுங்கோபம் கொண்டாள். குழந்தைகளின் முதுகில் அவனது விரல்களின் கன்றிய தடங்கள். தன்னைக் கட்டிக்கொண்டு தேம்பிய குழந்தைகளைப் பார்த்தவள் கண்ணீர்விட்டாள், "உங்குளுக்கென்ன பைத்தியமாக்கு? கொளந்தைகளப் போட்டு

இப்பிடி அடிச்சுருக்கறீங்கொ? பாருங்க எப்பிடிச் செவந்து கெடக்குதுன்னு?"

வவின் நடத்தைகூட மாறிக்கொண்டிருந்தது. பாழடைந்த தன் அரண்மனையின் முற்றத்தைப் பெருக்கிச் சுத்தமாக வைத்துக் கொள்வதைத் தவிரப் பெரிதாகச் செய்வதற்கு ஒன்றும் இல்லை. மாவீரன் காளிங்க நடராஜ மகாராஜாவின் நேரடி வாரிசு, பிரின்ஸ் – நட்ராஜ மகராஜ் அப்போது இருந்துகொண்டிருப்பது போல் எப்போதும் இருக்க முடியாது என நினைத்தாள். வேறெப்படி இருக்க வேண்டுமெனபதும் அவளுக்குத் தெரியாததால் வெறுமனே அவனைக் கேலி செய்தாள், "ஒரு ராஜா இப்பிடியா குளிக்காமக் கிளிக்காம அழுக்கு வேட்டியக் கட்டிக்கிட்டுச் சுத்துவாரு?"

இந்தக் கேலி இரண்டு மூன்று நாட்கள்வரை தொடர்ந்து கொண்டிருந்தது.

பிறகு ஒரு சனிக்கிழமை தம்பதிகள் இருவரும் குழந்தைகளை அழைத்துக்கொண்டு ஈ என்னும் பெயருடைய பெருநகருக்குப் போனார்கள். நகரின் புகழ்பெற்ற ஜவுளிக் கடை ஒன்றுக்குப் போய்த் தமக்கும் குழந்தைகளுக்கும் கொஞ்சம் நல்லதான துணிமணிகள் எடுத்துக்கொண்டார்கள். ந எப்படி உடுத்த வேண்டுமென அவள் ஏற்கனவே தீர்மானித்து வைத்திருந்தாள். அரசியல்வாதிகள் உடுத்தும் தூயவெள்ளை நிறத்தில் இரண்டு ஜோடி கைத்தறி வேட்டிகள், மினிஸ்டர் கதர்ச் சட்டைகள், காலுக்குப் புத்தம் புதிய பாட்டா செருப்பு, தங்க முலாம் பூசப்பட்ட டைட்டன் வாட்ச், அவளுக்கு இரண்டு சேலைகள், உள்பாவாடைகள், பிரேசியர்கள், குழந்தைகளுக்குப் புதிய சீருடைகள், ரெடிமேட் ஆடைகள், தின்பண்டங்கள், பொம்மைகள், அரைடஜன் எவர்சில்வர் தம்ளர்கள், சாப்பாட்டுத் தட்டுகள், மண்ணெண்ணெய் ஸ்டவ், குக்கர், மிக்சி என ஒரு கௌரவமான வீட்டுக்குக் குறைந்தபட்சம் என்னென்ன தேவையென அவள் கற்பனை செய்துவைத்திருந்தாளோ அவற்றில் சிலவற்றை வாங்கிக்கொண்டாள். ஓட்டல் ஒன்றில் நான்கு பேரும் வெஜிடபிள் பிரியாணியும் காபியும் சாப்பிட்டார்கள். குளிர்சாதன வசதி செய்யப்பட்ட சினிமாத் தியேட்டரொன்றுக்குள் நுழைந்து உயர்வகுப்பில் உட்கார்ந்து புத்தம் புதிய தமிழ்ப் படமொன்றைப் பார்த்தார்கள். ஊர்க்காரர்களுக்கு நம்ப முடியாத ஆச்சரியம். தியேட்டரிலிருந்து வெளியே வந்த பிறகு தோன்றிய யோசனைப்படி பர்னிச்சர் கடை ஒன்றுக்குள் புகுந்து ஒரு மேசையையும் வீட்டுக்கு வருபவர்களை உட்கார வைக்க இரண்டு பிளாஸ்டிக் நாற்காலிகளையும் டீபாய் ஒன்றையும்

வாங்கிக்கொண்டார்கள். சாயங்காலம் ஓ என்னும் பெயருடைய தங்கள் கிராமத்தின் பாழடைந்த அரண்மனைக்கு வாடகை காரொன்றில் வந்திறங்கியபோது அவன் தன்னை நட்ராஜ் மகராஜ் எனவும் அவள் அவனது பட்டத்து ராணியெனவும் உறுதியாக நம்பத் தொடங்கியிருந்தான்.

வீடு கட்டுவதற்காகக் கடனும் உடனும் பெற்றுத் திரட்டி வைத்திருந்த பணம் இப்படிச் செலவாயிற்று.

ந அதைப் பற்றிக் கொஞ்சம் யோசித்தான். கொஞ்சம் கவலைப்பட்டான். ஆனால் அவர்கள் வசித்துவந்த பாழடைந்த அந்தக் காவல்கூண்டுகளில் உண்மையாகவே சில மாற்றங்கள் ஏற்படத் தொடங்கியிருந்தன. வீடு சுத்தமாக இருந்தது. இப்போது ந என்பவன் வெறும் ந அல்ல, பிரின்ஸ் – நட்ராஜ் மகராஜ். மாவீரன் காளிங்க நடராஜ மகாராஜாவின் உயிருள்ள ஒரே நேரடி வாரிசு. ஊர்க்காரர்களின் கண்களில் சுடர்விடத் தொடங்கியிருந்த பொறாமையையும் சந்தேகத்தையும் அவன் பொருட்படுத்தவில்லை. அந்தப் பேராசிரியர் அவர்களுக்கு ஒரு பெருந்தொகையைக் கொடுத்துவிட்டுப் போயிருப்பதாகவும் பேரதிர்ஷ்டமொன்று அவர்களைச் சூழ்ந்துகொண்டிருப்பதாகவும் ஊரில் சிலர் பேசிக்கொள்வதாக உறவினர் ஒருவர் சொன்னதைக் கேட்டு ந சந்தோஷப்பட்டான். தகவல்கள் அரசல்புரசலாகப் பரவிக்கொண்டிருந்தன. வ தன் அண்டை வீட்டுக்காரிகள் சிலரிடம் ந என்பவன் வெறும் ந அல்ல எனச் சொல்லத் தொடங்கியிருந்தாள். வ என்பவளும் வெறும் வ அல்ல. பட்டத்து ராணி – பிரின்ஸஸ். தன்னால் செய்யமுடிந்திருந்த சிறு மாற்றங்களுக்கப்பால் கணவன் வெள்ளை வெளேரென உடுத்திக்கொண்டு பள்ளிக்கூடத்திற்குப் புறப்படுவதைப் பார்த்து பூரித்துக்கிடந்தாள் அந்த பிரின்ஸஸ்.

அவனிடம் ஏற்பட்டிருந்த திடீர் மாற்றங்கள் ரா என்னும் பெயரையுடைய எழுத்தருக்கும் தலைமையாசிரியருக்கும் மற்ற ஆசிரியர்களுக்கும் பெரும் புதிராகத் தோன்றின. ந முன்னெப்போதையும்விடக் கம்பீரமாகத் தோற்றமளித்தான். மிகச் சாதாரணமான உரையாடல்களின்போதுகூட நீதி, நேர்மை, நியாயம் எனப் பலருக்கும் பழக்கப்படாத சொற்களைப் பயன்படுத்தினான். அவற்றை நிலைநாட்ட வேண்டியது ராஜாவான தன் கடமை என நினைத்தான் ந. ரா என்னும் பெயரையுடைய எழுத்தரும் க என்னும் பெயரையுடைய ஓவிய ஆசிரியரும் அவனிடம் ஏற்பட்டிருந்த மாற்றத்துக்கான காரணங்களைப் பற்றி ஆராய முற்பட்டனர். சில வாரங்களுக்கு முன்பு மிக மிக மதிக்கத்தக்கவராகத் தென்பட்ட பேராசிரியர்

ஒருவரும் பேரழகியும் அவனைப் பார்ப்பதற்காகப் பாழடைந்த அந்த அரண்மனைக்குச் சொகுசு காரொன்றில் வந்துவிட்டுப் போனதுதான் காரணமாக இருக்கலாமோ என இருவரும் யோசிக்கத் தொடங்கியிருந்தனர்.

ஓ என்னும் பெயரையுடைய அந்தச் சிறிய, மிகச் சிறிய கிராமத்துவாசிகள் சிலரிடமிருந்து கிடைத்த தகவல்களின்படி இருவரும் ந என்னும் பெயரையுடைய அந்தச் சத்துணவு அமைப்பாளரின் வீட்டில் நெடுநேரம்வரை தங்கியிருந்தார்கள். அவர்களுக்கு நிறைய சாக்லேட்டுகளைக் கொடுத்தார்கள். வ போட்டுக்கொடுத்த வரக்காபியை முகம் சுழிக்காமல் குடித்தார்கள். பேரழகி கொஞ்சங்கூட அருவருப்பில்லாமல் அந்தச் சத்துணவு அமைப்பாளரின் மனைவியைக் கட்டித் தழுவிக்கொண்டாள். இருவரும் அவர்களுடன் சேர்ந்து புகைப்படங்கள் எடுத்துக்கொண்டார்கள். பாழடைந்த அந்த வீட்டையுங்கூடப் அவர்கள் படமெடுத்தார்கள். அவர்கள் ந என்னும் பெயரையுடைய அந்தச் சத்துணவு அமைப்பாளருக்குப் பெருந்தொகையொன்றைக் கொடுத்துவிட்டுப் போயிருக்கக்கூடும். ஒரு பெட்டி நிறையக் கொடுத்ததை நேரில் பார்த்தவர்கள்கூட அந்த மிகச் சிறிய கிராமத்தில் இருக்கிறார்கள். ந என்பவன் வெறும் நவோ ந என்னும் பெயரையுடைய சத்துணவு அமைப்பாளரோ அல்ல, நட்ராஜ் மகராஜ் என அவர்கள் சொன்ன கதை நம்பத் தகுந்ததாக இல்லை என்றாலும் நவிடம் ஏற்பட்டிருந்த மாற்றங்களுக்கும் அவர்களுடைய வருகைக்கும் நிச்சயமாகத் தொடர்புகள் இருக்கின்றன. இல்லாவிட்டால் தங்களுக்கு ஒதுக்கப்பட்ட அரசின் இலவசத் தொகுப்பு வீட்டைக் கட்டி முடிக்காமல் அஸ்திவாரத்தோடு ஏன் கைவிடுகிறார்கள்? அந்தப் பேராசிரியரும் பேரழகியும் அவர்களுக்கு அதைவிடக் கௌரவமான வசதியான வீடு ஒன்றைக் கட்டித் தருவதாக வாக்களித்திருக்கலாம். அவர்கள் இருவரும் ந வசிக்கும் பாழடைந்த அந்த அரண்மனையிலிருந்து கிளம்பிச் சென்ற சிறிது நேரத்திற்குள் அதைப் பற்றிய தகவல் கிடைத்த மறுவினாடியே பாழடைந்த அந்த அரண்மனைக்குப் போய் உண்மை நிலவரத்தை அறிந்துகொண்டு வந்திருந்த எழுத்தரும் ஓவிய ஆசிரியரும் முழு உண்மையையும் அறிவதற்கான முயற்சிகளைத் தொடர்ந்து மேற்கொள்வதென முடிவெடுத்தனர் .

க பாழடைந்த அந்த அரண்மனைக்குள் சிறிது தூரம் போய்விட்டு வந்திருக்கிறார். பெ என்னும் பெயரையுடைய ஊராட்சித் தலைவர் மட்டும் அப்போது அங்கு இல்லாமலிருந் திருந்தால், தாங்கள் இருவரும் குடிக்காமல் இருந்திருந்தால் அப்போதே எல்லாவற்றையும் கண்டுபிடித்திருக்க முடிந்திருக்கும்

என நினைத்தார் க. அன்று ராதான் அதிகமாக் குடித்திருந்தார். தான் ஊராட்சித் தலைவருடன் பேசிக்கொண்டிருந்தபோது நவின் குழந்தைகளைப் பார்க்கச் செல்வதாகப் பொய்சொல்லிவிட்டு அவன் வசித்துவந்த காவல்கூண்டுக்குப் போய் அவன் மனைவி வவிடம் நைசாகப் பேசியதில் அந்தப் பேராசிரியரும் பேரழகி ஸ்ஸூம் நவை அவன் வெறும் நவோ ந என்னும் பெயரையுடைய சத்துணவு அமைப்பாளரோ அல்ல, பிரின்ஸ் – நட்ராஜ் மகராஜ் எனத் திரும்பத் திரும்பச் சொல்லிக்கொண்டிருந்தார்கள் என்னும் தகவலை அவளிடமிருந்து கறந்துகொண்டு திரும்பியிருந்தார் ரா.

ஆனால் எல்லாம் கட்டுக்கதை. ந என்பவன் வெறும் ந, அல்லது ந என்னும் பெயரையுடைய சத்துணவு அமைப்பாளர் என்பது மட்டுமே உண்மை. ந என்பவன் நட்ராஜ் மகராஜ் என்பது உண்மையாக இருந்திருக்கும்பட்சத்தில் அந்தப் பேராசிரியர் அங்கிருந்து வெளியேறிச் சென்றபோது அவன் மீது ஏன் அப்படி வசைமாரி பொழிந்தார்?

கட்டுக்கதை, வெறும் கட்டுக்கதை.

9

ந என்பவன் வெறும் நவோ ந என்னும் பெயரையுடைய சத்துணவு அமைப்பாளரோ அல்ல, பிரின்ஸ் – நட்ராஜ் மகராஜ், நாட்டின் முதல் சுதந்திரப் போராட்ட வீரன் மாவீரன் காளிங்க நடராஜ மகாராஜாவின் உயிருள்ள நேரடியான ஒரேவாரிசு என்னும் வரலாற்று உண்மையை நிலைநாட்டிவிட வேண்டுமென்னும் வேட்கை நவை ஆட்கொள்ளத் தொடங்கியிருந்தது. தனக்குத் தெரிந்தவர்களுக்கும் தான் சந்திக்க வேண்டியிருந்தவர்களுக்கும் தன்னைச் சந்திப்பவர்களுக்கும் தவறாமல் அந்த உண்மையைச் சொல்லிவிட வேண்டுமெனத் தீர்மானித்தான் அவன். முதலில் தான் பணிபுரியும் அரசு மேல்நிலைப் பள்ளியின் தலைமையாசிரியருக்கும், பிறகு மற்ற ஆசிரியர்களுக்கும் ஆசியரல்லாத பணியாளர் களுக்கும். மற்றவர்களைக் காட்டிலும் தனக்கு அதிக நெருக்கமான, நாளின் பெரும்பகுதியைத் தன்னோடு செலவழித்துக்கொண்டிருக்கும் தனது சகாக்களான ஆயாக்கள் இருவரிடமும் சொல்லவிட விரும்பினான். ஆயாக்கள் இருவருமே எழுத்தறிவற்றவர்கள் என்பது அவனது ஞாபகத்துக்கு வந்தது. அதற்கு அர்த்தம் அவர்களால் அவன் கையிலுள்ள அந்தத் தாளில், அவனது குடும்ப மரத்தில் என்ன இருக்கிறது என்பதைப் படித்துப் புரிந்துகொள்ள முடியாது என்பதுதான். அப்படியானால் அவர்களிடம் அந்தத் தாளைக் காட்டி விளக்கமாக எடுத்துரைத்துவிட வேண்டியதுதான். தாமதமில்லாமல் உடனடியாகச் செய்து முடிக்க வேண்டிய பணி அது. எனவே ந அவர்களைத் தேடிக்கொண்டு சமையல் கூடத்திற்குச் சென்றான். ஆயாக்களிடம் தங்கள் வேலையை முடித்துவிட்டு உடனடியாகத் தன்னை வந்து சந்திக்குமாறு உத்தரவிட்டுவிட்டுத் தனது கிடங்குக்குச் சென்றான்.

அவர்களது வருகையை எதிர்பார்த்து இணைப்புகள் தேய்ந்துபோன தனது மர நாற்காலியில் பதற்றத்துடன் உட்கார்ந்திருந்தான் ந. ஆயாக்கள் இருவரும் அவனது அந்தக் கண்டிப்பான உத்தரவை ஏற்று என்னவோ ஏதோ எனப் பதற்றத்துடன் வந்து சேர்ந்திருந்தனர். அந்தப் பெண்கள் இருவருமே நடுத்தர வயதைக் கடந்துகொண்டிருந்தவர்கள், அவனைவிடக் குறைந்தபட்சம் பத்து அல்லது பன்னிரண்டு வயது மூத்தவர்கள். அதைப் பொருட்படுத்தாமல் தன்னெதிரில் பணிவுடன் நின்றுகொண்டிருந்த அவர்களுக்கு அந்த வரலாற்று உண்மையை எப்படிப் புரியவைப்பது எனவும் எங்கிருந்து தொடங்குவது எனவும் யோசித்தான். மிகத் தயக்கத்துடன் தான் குடியிருந்துவரும் பாழடைந்த அந்த அரண்மனையைப் பற்றி அவர்களுக்கு ஏதாவது தெரியுமா எனக் கேட்டான். பெண்கள் இருவருமே மௌனமாக இருந்தார்கள். இவ்விரு பெண்களும் பதிலளிக்க முடியாதபோது அல்லது அது தேவையற்றது எனக் கருதும்போது மௌனமாக இருப்பதே சிறந்தது எனத் தீமானித்துக்கொண்டிருப்பவர்களாக இருக்கக்கூடும் என நினைத்தான் ந. முதலில் தன் மீது அனுதாபத்தை ஏற்படுத்தும் தகவல் ஒன்றிலிருந்து அந்தக் கதையைத் தொடங்குவதே அவர் களை ஈர்ப்பதற்கான சரியானவழி என நினைத்தவன் தானும் தன் மனைவி வவும் எத்தகையதொரு வீட்டில் வசிக்கும்படி நேர்ந்திருக்கிறது என்பதைப் பற்றிச் சொல்ல முற்பட்டான்.

முதலாவதாக அதை வீடு என அழைப்பதே தவறானது.

அதாவது அது ஓர் அரண்மனை. பாழடைந்த அரண்மனை. அதன் சிதைந்துபோன நுழைவாயிலையொட்டி எதிரெதிராகச் சிதைந்துபோன, மூத்திர நெடி வீசும் இரு காவல்கூண்டுகள். அரண்மனையின் மற்ற பகுதிகள் அடர்ந்த புதர்களால் மூடப் பட்டவை. புதர்களில் எண்ணற்ற சிறுபிராணிகளும் பறவைகளும் வசித்துவருகின்றன. ஆள்நடமாட்டமற்ற, அடர்ந்த புதர்களாலும் கரையான் புற்றுகளாலும் சூழப்பட்ட அந்த அரண்மனையில் ஆபத்தான விலங்குகள்கூட இருப்பதற்கு வாய்ப்பிருக்கிறது, கொடிய விஷமுள்ள பாம்புகளும் தேள்களும் அதிகம். அவற்றில் சில அவனது வீட்டுக்குள்ளேயேகூட வந்துவிடுகின்றன. மிகச் சமீபத்தில்கூட ஒரு நாகம் அவனுடைய வீட்டுக்குள் புகுந்துவிட்டது. அதற்குப் பின்னரே அவன் தனக்காகவும் மனைவிக்காவும் குழந்தைகளுக்காகவும் ஒரு சிறிய வீட்டைக் கட்டிக்கொள்ள வேண்டுமென விரும்பினான். ஏறக்குறைய அந்தத் தருணத்தில்தான் அரசு ஏழைகளுக்கு இலவசத் தொகுப்பு வீடு வழங்கும் திட்டத்தை அறிவித்திருந்தது. ஆகவே அவன் அந்த வீடு ஒன்றைப் பெறுவதற்கு முயன்றான். முதலில் பெ

என்னும் பெயரையுடைய ஊராட்சித் தலைவரையும் பிறகு கோ என்னும் பெயரையுடைய ஊராட்சி எழுத்தரையும் சந்தித்தான். அவர்கள் ஒவ்வொருவரும் ஒரு துண்டுத் தாளை அவனிடம் கொடுத்தார்கள். பல சந்திப்புகள், பல துண்டுத் தாள்கள்.

கட்டுக்கடங்காத ஆவேசத்துடன் ஒரு கதைபோல எல்லாவற்றையும் தொடக்கத்திலிருந்து விவரிக்கத் தொடங்கியிருந்தான் ந.

பெண்கள் இருவரும் ஒருவர்பின் ஒருவராகக் கொட்டாவி விட்டார்கள். தொடர்ந்து நின்றுகொண்டிருப்பது முடியாத காரியம் என்பதுபோல இருவரும் அங்கிருந்த அரிசி மூட்டைகளின் மீது உட்கார்ந்துகொண்டார்கள். திடீரென இவற்றையெல்லாம் எதற்காக இவர்களிடம் சொல்லிக்கொண்டிருக்க வேண்டும் என நினைத்த ந கதையை அவசர அவசரமாக முடித்துக்கொண்டு தான் நட்ராஜ் மகராஜ் என்பதற்கான ஆதாரமாகத் தன்னிடம் இருந்த குடும்ப மரத்தை அவர்கள் முன்னால் விரித்துவைத்தான். அவர்கள் அது ஒரு குடும்ப மரம் எனத் தெரியாமலேயே தங்களுடைய சோர்ந்துபோன கண்களால் அதை ஏறிட்டார்கள். தொடர்ந்து மௌனமாகவே உட்கார்ந்திருந்தார்கள். ஏமாற்றமடைந்த ந கதையின் திசையை மாற்றும் முனைப்புடன், “நாலஞ்சு வாரத்துக்கு முன்னால எங்க வீட்டுக்கு ஒரு புரபசர் வந்திருந்தாரு” என்றான். இருவரும் மலங்க மலங்க விழிக்கத் தொடங்கயிருந்ததைக் கண்ட ந, “புரபசர்னா பேராசிரியர். அதாவது காலேஜ் வாத்தியாரு” என்றான். அந்தப் பெண்கள் “ஓ” என்றார்கள். பிறகு மிகச் சிரமப்பட்டுப் பேராசிரியர் பூவும் பேரழகி ஸ்ஸுவும் தன்னைச் சந்தித்துத் தான் வெறும் நவோ ந என்னும் பெயரையுடைய சத்துணவு அமைப்பாளரோ அல்ல பிரின்ஸ் – நட்ராஜ் மகராஜ் என அறிவித்தார்கள் என்றான். பெண்கள் இருவரும் முதலில் ஆச்சரியமடைந்தனர். பிறகு அதிர்ச்சிக்குள்ளாயினர். அது நல்ல விளைவு என நினைத்த ந கதையைத் தொடர முற்பட்டதும் அவர்களுக்கு முகம் வெளிறியது. அங்கிருந்து அவசர அவசரமாக வெளியேறிச் சமையல் கூடத்திற்குப் போய் ஒடுங்கிக்கொண்டார்கள். அவர்கள் போன பிறகுதான் கதையை வேறுவிதமாக, இன்னும் சற்று ஆர்வத்தைத் தூண்டும்விதத்தில் சொல்லத் தொடங்கியிருக்க வேண்டும் என நினைத்தான் ந.

ந தனிமையில் விடப்பட்டான்.

விரிந்துகிடந்த குடும்ப மரத்தை வெகு கவனமாக மடித்துத் தன் கைப்பையில் பத்திரப்படுத்திக்கொண்டான். கதையை ஆயாக்களுக்குச் சொன்னதன் மூலம் தனது வாரிசுரிமையை

நிலைநாட்டுவதற்கான முதல்கட்டப் போரில் பெரிய வெற்றி கிடைக்காவிட்டாலும் அது ஒரு நல்ல தொடக்கம் என நினைத்தான் ந. போரின் இரண்டாம் கட்டத்தைப் பற்றிச் சிந்திக்கத் தொடங்கினான். ஆசிரியர்களின் ஓய்வறையிலிருந்து அதைத் தொடங்க வேண்டும் என நினைத்தான். ஓய்வெடுத்துக் கொண்டோ நீண்ட மர பெஞ்சுகளில் கட்டுரை நோட்டுகளைத் தலைக்கு வைத்துப் படுத்துக்கொண்டோ சதுரங்கம் விளையாடிக் கொண்டோ யாருடனாவது எதையாவது விவாதித்துக்கொண்டோ நான்கைந்து ஆசிரியர்களாவது ஓய்வறையில் இருந்து கொண்டிருப்பது நிச்சயம் எனக் கருதியதால்தான் ந அப்போது அதைத் தன் இரண்டாம் கட்டப் போருக்கான களமாகத் தேர்ந்தெடுத்தான். தான் நினைத்தது தவறு என்பதை அங்கு போய்ச் சேர்ந்த உடனேயே உணர்ந்துகொண்டான். ஏனென்றால் அப்போது அங்கு அநேகமாக யாருமே இல்லை. மர டெஸ்க் ஒன்றில் தன்னந்தனியாக உட்கார்ந்திருந்த, அடுத்த இரண்டு மாதங்களில் பணி ஓய்வு பெறவிருக்கும் முதுகலை ஆசிரியர் ஒருவர் மட்டும் தனது ஓய்வூதியக் கருத்துருக்களைப் பரிசீலித்துக்கொண்டிருந்தார். இரண்டு மாதங்களுக்கு முன்பே மாநிலக் கணக்காயருக்கு அனுப்பப்பட்டுவிட்ட அந்தக் கருத்துருக்களில் ஏதாவது பிழையிருக்கக் கூடுமோ என்னும் அச்சம் அவரைப் பீடித்திருந்தது. பிழையிருக்கக் கூடுமானால் கருத்துருக்கள் திருப்பியனுப்பப்பட்டுவிடும். ஓய்வூதியப் பயன்கள் உரிய காலத்திற்குள் கிடைக்காமல் போய்விடும். கிடைக்க வேண்டிய பணப் பயன்களில் ஏதாவது குறையலாம். பெருத்த நஷ்டம் ஏற்படுவதற்கும்கூட வாய்ப்பிருக்கிறது. அதைத் தயாரித்த ரா என்னும் பெயருடைய அந்த எழுத்தர் நம்பத் தகுந்தவர் அல்ல என்பது அந்த முதுகலையாசிரியரின் அசைக்க முடியாத நம்பிக்கை. ஆனால் நம்ப முடியாத அந்த எழுத்தரைத்தான் நம்ப வேண்டியிருந்தது. அது தனது துரதிர்ஷ்டம் எனக் கருதிய அந்த ஆசிரியர் தனக்களிக்கப்பட்ட கருத்துருக்களின் நகலைக் கையில் வைத்துக்கொண்டு எல்லா நேரங்களிலும் அதை ஆராய்ந்து கொண்டிருந்தார். ஆசிரியர், எழுத்தர், அலுவலக உதவியாளர், இரவுக் காவலர் என்னும் பேதமின்றி யார் தென்பட்டாலும் அவர்களிடம், “சார் ஒரு நிமிஷம், இதுல ஏதாவது மிஸ்டேக் இருக்கான்னு கொஞ்சம் பாத்துச் சொல்றீங்களா?” எனக் கேட்பதை வழக்கமாக்கிக்கொண்டிருந்த அந்த முதுகலை ஆசிரியர் எல்லோருக்கும் ஒரு கேலிச் சித்திரமாகவும் பதற்றத்தை ஏற்படுத்துபவராகவும் மாறியிருந்தார். அவரது பிடியில் சிக்காமல் தப்பிச்செல்வதற்கான உபாயங்களைக் கண்டுபிடிக்க முடியாமல் ஒவ்வொருவரும் திணறிக்கொண்டிருந்தனர். அவரது உருவத்தைப் பார்த்த ந சத்தமில்லாமல் ஓய்வறையிலிருந்து

வெளியேறினான். முதலில் தலைமையாசிரியருக்கும் எழுத்தருக்கும் சொல்லிவிடுவதுதான் சரி என நினைத்த ந நேராக அலுவலக அறையை நோக்கி நடந்தான். அலுவலக அறையில் தலைமை யாசிரியரைத் தவிர வேறு யாருமில்லை.

அது நல்லதுதான் என நினைத்தான் ந.

தலைமையாசிரியர் தன் நாற்காலியில் சாய்ந்து உட்கார்ந்த படி அற்புதமானதொரு பிற்பகல் நேரத் தூக்கத்தில் மூழ்கி யிருந்தார். அவரது கண்கள் பாதி திறந்த நிலையில் அலுவலக வாயிலை வெறித்துக்கொண்டிருந்தன. பாதி திறந்த அந்தக் கண்களால் எதையாவது பார்க்க முடியுமா என்பது யாருக்குமே நிச்சயமாகத் தெரிந்திருக்கவில்லை. அதுபோன்ற தருணங்களில் யாராவது உள்ளே நுழையும்போது அவர் தலை அசையும் விதம் வந்தவர்களை வரவேற்பது போலவே தென்படும். சுருக்கம் விழுந்ததும் கோடுகளைப் போல மெலிந்ததுமான அந்த உதடுகளில் அந்தந்த தருணத்திற்குப் பொருத்தமான புன்னகையோ கசப்போ தோன்றி மறையும். தான் விழித்துக்கொண்டிருப்பதைத் தனக்கே நினைவூட்டிக்கொள்ள விரும்புபவரைப் போல் சீரான இடைவெளிகளில தொண்டையைச் செருமிக்கொள்வார். அல்லது தனது மேசையின் மீதுள்ள பூமி உருண்டையைச் சுற்றிக் கொண்டிருப்பார். அல்லது டேபிள் வெயிட்டை உருட்டிக் கொண்டிருப்பார். பிறகு திடுமென விழித்துக்கொண்டுவிடுவார். விழித்துக்கொண்டதற்கு அடையாளமாக யாரையாவது பெயர் சொல்லி அழைப்பார். ரா என்னும் பெயருடைய எழுத்தரையோ சு என்னும் பெயரையுடைய அலுவலக உதவியாளரையோ. பிறகு அவர் நம்ப முடியாத வேகத்துடன் அலுவலகப் பணிகளை மேற்கொள்ளத் தொடங்கிவிடுவார். கோப்புகளில் கையெழுத்திடுவார். யாரிடமாவது ஏதாவது கேள்விகள் கேட்பார். குறிப்புகள் எழுதுவார். பிரம்பு ஒன்றை எடுத்துக்கொண்டு வகுப்பறைகளைச் சுற்றிவருவார். ஏதாவதொரு வகுப்பறையில் ஆசிரியர் தென்படாமல் போகும்போது அலுவலக உதவியாளர் மூலம் அவரை வரவழைத்து அவரிடம் விளக்கம் கோருவார். வகுப்பறைக்கு வெளியே தென்படும் மாணவ மாணவிகளை அழைத்து அவர்கள் ஏன் வகுப்புகளுக்குப் போகாமல் சுற்றிக் கொண்டிருக்கிறார்கள் எனக் கேட்பார். பிறகு அன்றைய நாளைப் பயனுள்ளமுறையில் கழித்துவிட்ட மனநிறைவுடன் அலுவலக அறைக்குத் திரும்புவார். அதுபோன்ற தருணங்களில் அவருக்கு விசிலடிக்க வேண்டுமென்ற விருப்பம்கூட ஏற்படும். அது அவரது பால்யகாலப் பழக்கம். ஆனால் விசிலடிப்பது ஒரு ஆசிரியருக்கு அதிலும் தலைமையாசிரியருக்கு அழகல்ல என்பதால் மிகச் சிரமப்பட்டு அந்த உணர்வைக் கட்டுப்படுத்திக்கொண்டிருந்தார்.

விசிலடிக்க வேண்டும் எனத் தனக்குத் தோன்றும் தருணங்களில் தன்னைப் பார்ப்பதற்காக வருபவர்களிடம் அவரால் உற்சாகமாகப் பேசமுடியும். அப்போது அவர்கள் சொல்வதை அவரால் கரிசனத்துடன் கேட்கவும் முடியும்.

ந அந்தத் தருணத்திற்காகக் காத்திருந்தான்.

சீரான இடைவெளிகளில் அவரது தொண்டையிலிருந்து வந்துகொண்டிருந்த செருமல்களைக் கேட்டுக்கொண்டிருந்தான். திடீரென விழித்தெழுந்து யாருடைய பெயரையாவது சொல்லி அவர் அழைக்க முற்படும்போது முதல் ஆளாக அவரது பார்வையில் பட்டுவிட வேண்டும். அப்போது அவன் தன்னைக் காண்பதற்காகவே புது தில்லியிலிருந்து குறைந்த பட்சம் இரண்டாயிரம் மைல் பயணம் செய்து ஓ என்னும் பெயரையுடைய தனது சிறிய, மிகச் சிறிய கிராமத்தின் பாழடைந்த அந்த அரண்மனைக்கு வருகை புரிந்திருந்த நாட்டின் புகழ்பெற்ற பல்கலைக்கழகத்தின் புகழ்பெற்ற வரலாற்றுத்துறைப் பேராசிரியர் பூவைப் பற்றியும் ஸ் என்னும் பெயரையுடைய பேரழகியைப் பற்றியும் அவரிடம் சொல்லிவிட வேண்டும்.

அதோடுகூடப் பேராசிரியர் பூவால் தயாரிக்கப்பட்ட தனது குடும்ப மரத்தை ஒரு முக்கிய ஆதாரமாகக் காட்டி உண்மையில் தான் வெறும் நவோ ந என்னும் பெயரையுடைய சத்தணவு அமைப்பாளரோ அல்ல, நட்ராஜ் மகராஜ் – பிரின்ஸ் என்பதையும் தயங்காமல் அவருக்குச் சொல்லிவிட வேண்டும்.

10

ஆறுமாதங்கள்வரை குறிப்பிட்டுச் சொல்லும் படியாக எதுவுமே நடக்கவில்லை. நவின் குடும்பமரம் இற்றுப்போயிருந்தது. குறுக்கும் நெடுக்குமாகப் போடப்பட்டிருந்த ஒட்டுக்கள் அந்தத் தாளைத் தடிமனாதாக மாற்றியிருந்தன. ந அதை எப்போதும் தன் கைப்பையிலேயே வைத்திருந்தான். தா என்னும் ஊரின் அரசு மேல்நிலைப் பள்ளியின் தலைமையாசிரியர், உதவித் தலைமையாசிரியர்கள், ஆசிரியர்கள், ஆசிரியரல்லாப் பணியாளர்கள், சத்துணவு ஆயாக்கள் தவிரப் பல்வேறு பணிகளுக்காகப் பள்ளிக்கு வருகைதரும் அலுவலர்கள், நண்பர்கள், உறவினர்கள், ஓ என்னும் ஊரில் வசித்துவந்த மற்ற மனிதர்கள் ஆகிய எல்லோருக்கும் நன்கு அறிமுகமான தாள் அது. தன் வெண்மையை முற்றாக இழந்து பழுப்பு நிறத்திற்கு மாறியிருந்த அந்தத் தாளில் இடம்பெற்றிருந்த எழுத்துக்கள் கொஞ்சம் கொஞ்சமாக மங்கத் தொடங்கியிருந்தன. பெருவேடன் நடராஜ காளிங்கன் என்னும் பெயரில் இடம்பெற்றிருந்த வே என்னும் எழுத்து முற்றாக அழிந்துபோயிருந்தது. யாரிடமாவது அந்தத் தாளைக் காண்பித்து தான் எப்படி மாவீரன் காளிங்க நடராஜ மகாராஜாவின் நேரடியான வாரிசு என்பதை விளக்க நேரும்போது அழிந்துபோன வே என்னும் எழுத்தைக் குறித்து ந வெட்கமடைவான். முன்பு அந்த இடத்தில் – ரு என்னும் எழுத்துக்கும் ட என்னும் எழுத்துக்குமிடையே உருவாகியிருந்த வெற்றிடத்தில் – வே என்னும் ஓர் உயிர்மெய் எழுத்து இருந்தது என்பதை விளக்குவதற்கு

முற்படுவான். பெருடன் என்பது உண்மையில் பெருவேடன். பெருவேடன் என்பது காரணப்பெயர். கொடிய விலங்குகளையும் துஷ்டர்களையும் திருடர்களையும் வேட்டையாடியதால் அந்தப் பட்டம். பெருவேடன் நடராஜ காளிங்க மகாராஜாவுக்குப் பிறகு பட்டத்துக்கு வந்த அவனுடைய ஒரே மகன் மாவீரன் காளிங்க நடராஜ மகாராஜா பிறகு கும்பினியாரிடம் காட்டிக் கொடுக்கப்பட்டான். காட்டிக்கொடுத்ததற்குக் கூலியாகச் சமையல்காரனுக்குக் கொடுக்கப்பட்ட வாரிசுரிமைக்கும் அவன் ஆண்டு அனுபவித்துவரும் அரண்மனைக்கும் தோட்டம் துரவுகளுக்கும் உண்மையான வாரிசு தா என்னும் ஊரிலுள்ள அரசு மேல்நிலைப் பள்ளியின் சத்துணவு அமைப்பாளரான தான்தான். ந என அழைக்கப்படும் நட்ராஜ் மகராஜ். அவையெல்லாம் சீக்கிரமே மீட்கப்பட்டு அவனிடம் ஒப்படைக்கப்படும். வரலாற்றின் கணக்கு சரி செய்யப்படும்போது அது நடக்கும். அப்படித்தான் பேராசிரியர் பூ சொன்னார். அவருடன் வந்திருந்த ஸ் என்னும் பெயரையடைய பேரழகியும் அதைத்தான் சொன்னாள். சுண்டினால் ரத்தம் வரும். அப்படியொரு நிறம் கொண்ட பேரழகி அவள். பார்த்துக்கொண்டே இருக்கலாம். அப்படிப்பட்ட பேரழகி அவனோடும் வ என்னும் பெயரையுடைய அவனுடைய மனைவியோடும் சேர்ந்து போட்டோ எடுத்துக்கொண்டாள். அவர்களைக் கட்டித் தழுவினாள். வ போட்டுக் கொடுத்த வரக்காப்பியைச் சங்கடமில்லாமல் குடித்தாள்.

"அவுங்களோட எடுத்துக்கிட்ட போட்டோ எதாச்சு இருக்குதுங்களா மகாராஜா. காட்டுனீங்கனா நாங்க அந்தப் பேரழகிய அதுலயாச்சும் பாத்துக்குவொ" என யாராவது கேலியாகக் கேட்கும்போது ந சங்கடத்திற்குள்ளானான்.

துரதிர்ஷ்டவசமாக அவனிடம் புகைப்படம் எதுவும் இல்லை. பேராசிரியர் விட்டுச் சென்ற அந்த ஒற்றைத் தாளைத் தவிர அவனிடம் வேறு எந்தத் தடயமும் இல்லை. ந கவலையில் மூழ்கத் தொடங்கியிருந்தான். அந்த ஆறு மாதங்களில் பேராசிரியரிடமிருந்து எந்தத் தகவலும் அவனுக்குக் கிடைக்கவில்லை. தா என்னும் ஊரிலுள்ள அந்த அரசு மேல்நிலைப் பள்ளியில் தொலைபேசி இணைப்பு ஒன்று இருந்தது. அவசரத்திற்குத் தொடர்பு கொள்ளும்பொருட்டு பேராசிரியர் அந்த எண்ணைக் குறித்துக்கொண்டு போயிருந்தார். பேராசிரியரிடமிருந்து அழைப்பு வரும் என நம்பிக்கையுடன் தலைமையாசிரியரின் அலுவலக அறையிலேயே பல நாட்கள்வரை காத்திருந்தான் ந. தொலைபேசிக் கருவி தலைமையாசிரியரின் மேசை மீது வைக்கப்பட்டிருந்தது. மணி ஒலிக்கும்போது

தலைமையாசிரியரோ எழுத்தரோ அலுவலக உதவியாளரோ அல்லது அந்தத் தருணத்தில் அங்கு இருக்கும் ஆசிரியர்களில் யாராவதோ ஒலிவாங்கியைக் கையில் எடுப்பார்கள். காதில் பொருத்திக்கொள்வார்கள். பிறகு அழைக்கப்படுபவர்களுக்குச் சொல்லியனுப்புவார்கள். அழைக்கப்படுபவர் முக்கியமானவர் அல்ல எனக் கருதினாலோ சம்பந்தப்பட்ட நபர் அருகில் இல்லை என்றாலோ அழைப்பைத் துண்டித்துவிடுவார்கள். அலுவலக உதவியாளர், காவலர், சத்துணவு அமைப்பாளர், துப்புரவாளர் போன்றவர்களைத் தலைமையாசிரியரோ எழுத்தரோ ஒருபோதும் தொலைபேசி அழைப்பை ஏற்குமளவுக்கு முக்கியமானவர்களாகக் கருதியதில்லை. சம்மந்தப்பட்டவர்கள் அருகிலிருக்கும் தருணங்களில் வேண்டா வெறுப்பாக அழைத்து வேண்டா வெறுப்பாக ஒலிவாங்கியைக் கொடுத்துச் சுருக்கமாகப் பேசச்சொல்லி அறிவுறுத்துவார்கள். பேராசிரியர் தன்னை அழைக்கக்கூடும் என ஏற்கனவே தலைமையாசிரியரிடமும் ரா என்னும் பெயரையுடைய எழுத்தரிடமும் சொல்லி வைத்திருந்தான் ந. பேராசிரியரிடமிருந்து அழைப்பு வந்தால் கண்டிப்பாக அவனுக்குச் சொல்வதாக அவர்கள் அவனுக்கு வாக்களிக்கவும் செய்திருந்தனர். எனினும் அழைப்பு வரும்போது பக்கத்திலேயே இருப்பதுதான் புத்திசாலித்தனம் என நினைத்த ந எழுத்தருக்கு அவருடைய பணிகளில் வலியச் சென்று உதவுவதன் மூலம் தன்னை அங்கிருந்து யாரும் வெளியேற்றிவிடாமல் பார்த்துக்கொண்டான். தொலைபேசி மணி ஒலிக்கும்போதெல்லாம் அவனது உடலில் ஒரு விரைப்பு தென்படும். நடைபெறும் உரையாடலைக் கூர்ந்து கேட்பான்.

"ஹலோ வணக்கம், அமேநிப, தா"

"............"

"நீங்க?"

"............"

"கொஞ்சம் லயன்ல இருங்க வரச்சொல்றேன்"

அந்தத் தருணத்தில் ந தனது இருக்கையிலிருந்து எழுந்து நிற்பான். அழைத்தவுடன் தாமதமின்றி ஒலிவாங்கி இருக்குமிடத்தை அடைவதற்காகக் குதிகால்களை உயர்த்தி வைத்துக்கொள்வான். ஆனால் ஒருபோதும் அவன் அழைக்கப்பட்டதில்லை. ந சோர்ந்துபோனான். பேராசிரியர் தன்னை ஏமாற்றிவிட்டாரோ என்னும் லேசான சந்தேகம்கூடத் தோன்றியது. ஆனால்

சம்பந்தமேயில்லாத ஒருவர் சம்பந்தமேயில்லாத ஒரு விஷயத்தை எடுத்துக்கொண்டு சம்பந்தமேயில்லாத ஒருவனை ஏமாற்றுவதற்காக ஏன் அவ்வளவு தொலைவு பயணம் செய்து ஓ என்னும் பெயரையுடைய அவனுடைய சிறிய, மிகச் சிறிய கிராமத்திற்கு வர வேண்டும்? நடந்த எல்லாவற்றையும் திரும்பத் திரும்ப நினைவுகூர முயன்றான் ந. அவ்வளவு சுத்தமாக ஆங்கிலம் பேசும் ஒருவர் அதிலும் புகழ்பெற்ற பல்கலைக்கழகமொன்றின் பேராசிரியர் யாரையும் ஒருபோதும் ஏமாற்றமாட்டார் என நம்ப விரும்பினான். அவர்களுக்கு ஏதாவது சிக்கல் இருக்கக்கூடும். ந என்பவன் வெறும் நவோ ந என்னும் பெயரையுடைய சத்துணவு அமைப்பாளரோ அல்ல, நட்ராஜ் மகராஜ் என அவர் சொன்னதை முக்கியமான மனிதர்களில் யாராவது ஏற்றுக் கொள்ளாமல் இருக்கலாம். ஒருவேளை பேராசிரியரும் பேரழகி ஸ்ஸூம் புதிய, இன்னும் வலுவான தடயங்கள் எதையாவது தேடிக்கொண்டிருக்கலாம்.

வ ஓரிரு தருணங்களில் அவர்களை நினைவுகூர்ந்தாள். இரண்டொரு தருணங்களில் இருவரும் அதைப் பற்றி ஆலோசித்தார்கள். பிறகு அதைப் பற்றி எதுவும் பேசாமல் இருந்தார்கள். ஒருமுறை வ அவனிடம் அரசாங்கத்தால் தங்களுக்கு ஒதுக்கப்பட்ட இலவசத் தொகுப்பு வீட்டைக் கட்டி முடித்திருக்கலாமென மிகத் தணிந்த குரலில் சொன்னாள். அவள் குரலில் வருத்தம் இழையோடியது. அவளுக்குச் சொல்வதற்குத் தன்னிடம் பதில் இல்லாததால் ந பெருமூச்சு விட்டான். அரைகுறையாக விடப்பட்ட தொகுப்பு வீட்டின் கட்டுமானம் சிதிலமடையத் தொடங்கியிருந்தது. அதைப் பார்க்கநேரும் ஒவ்வொரு தருணத்திலும் மனப்பிறழ்வுக்குள்ளாவதிலிருந்து தன்னைத் தற்காத்துக்கொள்ள அவன் அதிகம் போராட வேண்டியிருந்தது. நாளாக நாளாக ஒரு ராஜாவாக எப்படி நடந்துகொள்வது என்பதில் இருந்துவந்த நவின் ஆர்வம் குறையத் தொடங்கியிருந்தது. தனது வழக்கமான வேலைகளில் கவனம்செலுத்துவதற்கே அவன் சிரமப்பட்டான். சத்துணவுக் கூடத்தின் மீதான அவனது பிடி நழுவிக்கொண்டிருந்தது. அவனது துக்கத்தைப் புரிந்துகொண்டவர்களாகத் தென்பட்ட ஆயாக்களும் சு என்னும் பெயரையுடைய அலுவலக உதவியாளரும் அதைத் தங்கள் கட்டுப்பாட்டுக்குள் கொண்டு வந்திருந்தனர். வருகைப் பதிவேட்டை எழுத்தர் அலுவலக அறையில் வைத்து விருப்பம்போல் பூர்த்திசெய்தார். ஆயாக்கள் முன்போலவே அழுகிப்போன தக்காளிகளை வாங்கிக் குவித்தனர். உணவின் தரம் முன்னெப்போதும் இல்லாத அளவுக்கு வீழ்ச்சியடைந்திருந்தது. எழுத்தருக்கும் அலுவலக

உதவியாளருக்கும் வீட்டுக்கு எடுத்துப்போக ஏராளமான முட்டைகள் கிடைத்துக்கொண்டிருந்தன. இருப்புப் பதிவேட்டை எழுத்தர் தன் பொறுப்பில் வைத்துக்கொண்டுவிட்டதால் ந அதிலிருந்து முற்றாக விடுபட்டு முழு நேரமும் தன் குடும்ப மரத்தைப் பற்றிச் சிந்திக்கத் தொடங்கியிருந்தான்.

பள்ளியை விட்டு வந்தவுடன் அநேகமாக அவனுக்குச் செய்வதற்கு ஒன்றுமே இருக்காது. வீட்டில் யாருமே இருக்க மாட்டார்கள். வ காடுகரைகளுக்கு வேலைக்குப் போகத் தொடங்கியிருந்தாள். பிள்ளைகள் விருப்பம்போல் தெருக்களில் சுற்றித் திரிந்துகொண்டிருந்தார்கள். பள்ளியிலிருந்து திரும்பியவுடன் சட்டையைக் கழற்றிக் கொடியில் போட்டுவிட்டு வெறுந்தரையில் மல்லார்ந்து படுத்துக்கொண்டு உளுத்துப்போய்விட்ட உத்தரங்களைக் கொஞ்ச நேரம் வெறித்துக்கொண்டிருப்பான் ந. காரை பெயர்ந்ததும் பழுப்பேறியதுமான சுவர்களை வெறித்துக் கொண்டிருப்பான். பாழடைந்த அவ்வரண்மனையின் புதர்களை வெறிப்பான். முற்றத்துக்கு வந்து இலவசத் தொகுப்பு வீட்டின் கைவிடப்பட்ட கட்டுமானத்தை வெறிப்பான். பிறகு திடீரென நினைவுக்கு வந்ததைப் போல எழுந்து ஈரிழைத் துண்டு ஒன்றைத் தோளில் போட்டுக்கொண்டு நதிக்கரையை நோக்கி விடுவிடுவென நடப்பான். வெள்ளப் பரப்பை, அதனுள் துள்ளும் மீன்களை, கரையோரம் ஊர்ந்து திரியும் நீர்ச்சாரைகளை, பாறைகளில் ஒற்றைக்கால் தூக்கி நிற்கும் நாரைகளை எனக் கண்ணில் தென்படும் அசையும், அசையாப் பொருள்களை நெடுநேரம்வரை வெறித்துக் கொண்டிருப்பான். திடீரெனத் தான் சேற்றுக்குழம்பு போன்ற கொழகொழப்பானதொரு திரவமாக மாறிவிட்டதாக உணர்வான் ந. கண்களில் நீர் ததும்பும். பிறகு அவன் எல்லாவற்றிலிருந்தும் தன்னை மீட்டுக்கொள்ள முற்படுவான். சக்தியிழந்துவிட்ட தன் உடலை வெகு சிரமப்பட்டுத் திடமாக்கிக்கொண்டு வீட்டை நோக்கி நடப்பான். இருண்டு கிடக்கும் முற்றத்தைத் தாண்டினால் திண்ணையில் மினுங்கும் அகல்விளக்கின் மெலிந்த சுடர் பார்வையில் படும். அதைப் பார்த்ததும் ந கொஞ்சம் கொஞ்சமாக ஆசுவாசமடையத் தொடங்குவான். வ சோறாக்கிக்கொண்டிருப்பாள். ஏதோ ஒன்றின் வாசனை நாசியை வருடிச் செல்லுடும். குழந்தைகள் புழுதிபடர்ந்த உடல்களுடன் காடா விளக்கின் மங்கலான ஒளியில் விளையாடிக்கொண்டிருப்பார்கள்.

ஒரப்பட்டாந் தரப்பட்டா
ஓரியா மங்கா
ஒங்கப்பம் பேரென்ன?

முருங்கப் பூ
முருங்கப் பூவுந் தின்னவனே
முள்ளாங்கொடியக் கடிச்சவனே
முள்ளாங்கொடியக் கடிச்சவனே. . .

முள்ளாங்கொடி என்றால் என்ன என்று யோசித்தபடியே அவர்களது விளையாட்டைப் பார்த்துக்கொண்டிருப்பான்.

ந தான் பிரின்ஸ் – நடராஜ் மகராஜ் என்பதை மறந்து பழையபடி வெறுந்தரையில் குப்புறப்படுத்துவிடுவான். வெகு சீக்கிரத்திலேயே அவனிடமிருந்து குறட்டைச் சத்தம் கிளம்பும். வ அதைக் கேட்டபடியே அடுப்பிலிருந்து சோற்றுப் பானையை இறக்கிவைத்துக் கஞ்சியை வடிப்பாள். பருப்பைக் கடைந்து தாளிப்பாள். புளியைக் கரைப்பாள். கத்தரிக்காயையோ அந்தச் சமயத்தில் மலிவாகக் கிடைக்கும் வேறெதாவதொரு காயையோ வதக்குவாள். அவளுக்கு வியர்த்துக்கொட்டும். உடலிலிருந்து புழுதிவாடை வீசும். சாப்பாட்டைத் தட்டில் போட்டு வைத்துவிட்டு அவனை எழுப்புவாள். முதலில் இரண்டுமூன்று தரம் சத்தமாகக் கூப்பிடுவாள். பிறகு தன் மெலிந்த எலும்புகள் துருத்திய கைகளால் அவனது தொடையில் மூன்று முறை தட்டுவாள். முதல் தட்டுக்கு அவனிடம் எந்த அசைவும் இருக்காது. இரண்டாவது தட்டுக்குப் ந புரண்டு படுப்பான். அவளுடைய மூன்றாவது தட்டுச் சற்று வலுவானதாக இருக்கும். திடுக்கிட்டுப் போனவனாக எழுந்து உட்கார்ந்து மலங்க மலங்க விழிப்பான்.

"சோறு போட்டு வெச்சுருக்குது, தின்னுபுட்டுத் தூங்குங்கொ" என அறிமுகமற்ற ஒரு மனிதனுக்குச் சொல்லுவது போலப் பட்டும்படாமல் சொல்வாள் வ. அவர்களைச் சூழ்ந்திருந்த மிக ஆபத்தான கனவுகளிலிருந்து தன்னை விடுவித்துக்கொண்டு அன்றாடங்களின் எளிய சுமைகளை ஏற்று வாழப் பழகியிருந்தாள் அவள். பூ என்னும் பெயருடைய அந்தப் பேராசிரியரையும் ஸ் என்னும் பெயரையுடைய பேரழகியையும் ஆபத்தான அந்தக் கனவின் பிம்பங்களாகவே உருவகித்துக்கொண்டிருந்தாள் வ. அவர்களைப் பற்றிய நினைவுகளிலிருந்து விடுபட்டு அவள் தன் புருஷனைப் பற்றிக் கவலைப்பட விரும்பினாள். இழந்துவிட்டிருந்த மனத்தின் சமநிலையை மீட்டுக்கொள்ள முயன்றாள். தனது கணவன் வெறும் நவாக, ந என்னும் பெயரையுடைய சத்துணவு அமைப்பாளராக இருந்தால் போதும் என நினைத்தாள். ஒருவேளை கைவிடப்பட்ட அந்த இலவசத் தொகுப்பு வீட்டைக் கட்டி முடித்துவிட முடியுமென்றால் பிறகு வாழ்வில் வேறெதுவும்கூடத் தங்களுக்குத் தேவைப்படாது. கைதாங்கிவிடப்

பிள்ளைகள் வளர்ந்துகொண்டிருக்கிறார்கள். ஆனால் அந்த வீட்டைக் கட்டி முடிப்பதற்குத் தன்னால் என்ன செய்ய முடியும் என்பது அவளுக்குத் தெரியவில்லை. ஓரிருமுறை அதுபற்றி அவனிடம் கேட்கவுங்கூடச் செய்தாள். அவன் அதைக் காதிலேயே போட்டுக்கொண்டதாகத் தெரியவில்லை. எனவே அவள் தானே நேரடியாக பெ என்னும் பெயரையுடைய ஊராட்சித் தலைவரைச் சந்தித்துப் பேசுவதைப் பற்றி யோசித்தாள். தங்கள் குலதெய்வத்தைப் பிரார்த்தித்தாள். மிக ரகசியமாக அழுதாள். சிம்னி விளக்கின் சுடரைத் தூண்டி தூங்கும் தன் கணவனின் கனவுகளால் அலைக்கழிக்கப்படும் முகத்தைப் பார்த்தாள். அவன் திடீரென முதுமையடைந்துகொண்டு வருவதாக அவளுக்குத் தோன்றியது.

11

ஆனால் விரைவிலேயே மாற்றங்களுக்கான அறிகுறிகள் தென்படத் தொடங்கியிருந்தன.

ந என்பவன் வெறும் நவோ ந என்னும் பெயரை யுடைய சத்துணவு அமைப்பாளரோ அல்ல, பிரின்ஸ்–நட்ராஜ் மகராஜ் என்பதைத் திட்டவட்டமாக அறிவிக்கும் செய்திக் கட்டுரையொன்று நாட்டின் புகழ்பெற்ற, பாரம்பரியச் சிறப்புமிக்க ஆங்கிலத் தினசரியொன்றில் இடம்பெற்றிருந்தது. நாட்டின் முதலாவது சுதந்திரப் போராட்ட வீரர்களில் ஒருவனான மாவீரன் காளிங்க நடராஜ மகாராஜா வின் புதையுண்ட வரலாற்றைப் பற்றியும் அது மீட்டெடுக்கப்பட்டதைப் பற்றியும் அதன் துரோகத்தைப் பற்றியும் அது இழைத்திருக்கும் அநீதியைப் பற்றியும் இடம்பெற்றிருந்த பெருமிதமூட்டும் தகவல்களுக்கப்பால் மாவீரன் காளிங்க நடராஜ மகாராஜாவின் நேரடியான உயிருள்ள ஒரே வாரிசான ந என்னும் பெயரை யுடைய சத்துணவு அமைப்பாளரைப் பற்றியும் அவனுடைய பட்டத்து ராணி வவைப் பற்றியும் மனதைப் பிழியும் சில கதைகளும் அந்தக் கட்டுரை யில் இடம்பெற்றிருந்தன. எழுதியவர் நவுக்கு நன்கு அறிமுகமான பூ என்னும் பெயரையுடைய பேராசிரியரோ ஸ் என்னும் பெயரையுடைய பேரழகியோ அல்ல. ஆனால் நவின் புகைப்பட மொன்றும் ஓ என்னும் பெயரையுடைய கிராமத்தி லுள்ள பாழடைந்த அரண்மனையின் நுழைவாயி லில் ந வெகுகாலமாக வசித்துவரும் சிதைந்து போன காவல்கூண்டின் முன்பாக அவன், தன் மனைவி வவோடு சேர்ந்து, கிட்டத்தட்ட அவளை அணைத்தபடி நின்றுகொண்டிருக்கும் அபூர்வமான தெனக் கருதத்தக்க மற்றொரு புகைப்படமும் அந்தக் கட்டுரையில் இடம்பெற்றிருந்தன. நிச்சயமாகப் பேராசிரியருடன் பாழடைந்த அந்த அரண்மனைக்கு

வந்திருந்தபோது ஸ் எடுத்த புகைப்படங்கள்தாம் அவை. அவை தவிர நவின் சாயலில் அவனைப் போன்றே தோற்றமளிக்கும் மாவீரன் காளிங்க நடராஜ மகாராஜாவின் கோட்டுச் சித்திரம் ஒன்றும் அதே கட்டுரையில் பிரசுரம்பெற்றிருந்தது. அதைப் பார்த்திருந்தவர்களில் யாராவது நவை அறிந்திருந்தவர்களாக இருந்திருந்தால் அந்தச் சித்திரத்தில் தென்பட்ட உருவம் நிச்சயமாக ந என்னும் பெயரையுடைய சத்துணவு அமைப்பாளரின் ஒப்பனை பூண்ட உருவம் என்றே நினைத்திருப்பார்கள். துரதிர்ஷ்டம் என்னவென்றால் அந்தக் கட்டுரை பிரசுரமாகியிருந்த ஆங்கில நாளிதழையும் அந்தக் கட்டுரையையும் அதில் இடம் பெற்றிருந்த புகைப்படங்களையும் அந்தச் சித்திரத்தையும் நவோ அவனுக்கு அறிமுகமான வேறு யாருமோ நேரடியாகப் பார்த்திருக்கவில்லை. அவர்களில் யாருக்கும் அந்த ஆங்கிலத் தினசரியை வாசிக்கும் பழக்கம் இல்லாமலிருந்ததும் ஒரு காரணம். எனினும் தாமதமாகவேனும் அதைப் பற்றி நவும் மற்றவர்களும் தெரிந்துகொள்ள முடிந்ததை வரலாற்றின் நற்பேறுகளில் ஒன்று என்றுதான் சொல்ல முடியும்.

நவுக்கு அரசின் இலவசத் தொகுப்பு வீடு கட்டுவதற்கான ஆணையைப் பிறப்பித்த பெ என்னும் பெயரையுடைய ஊராட்சித் தலைவர் ந பணிபுரிந்துகொண்டிருந்த அரசு மேல்நிலைப் பள்ளிக்கு எதற்காகவோ வந்திருந்தார். வந்தவேலை முடிந்த பிறகு தலைமையாசிரியரிடம் சாதாரண முறையில் சற்றுநேரம் பேசிக்கொண்டிருந்த பெ, பிறகு அந்த நாளிதழைப் பற்றியும் அதில் வெளிவந்திருந்த கட்டுரையைப் பற்றியும் அதில் இடம்பெற்றிருந்த நவின் புகைப்படங்களைப் பற்றியும் நவைப் போலவே தோற்றமளிக்கும் மாவீரன் காளிங்க நடராஜ மகராஜாவின் சித்திரம் பற்றியும் விரிவாக எடுத்துரைத்தார். அந்த ஆங்கில நாளிதழ் பெரும் புகழ்பெற்றது என்பதாலும் பராம்பரியப் பெருமைகள் கொண்டது என்பதாலும் அசைக்க முடியாத வரலாற்றுப் பார்வை கொண்டது என்பதாலும் கடந்த நூற்று ஐம்பதுக்கும் மேலான வருடங்களில் அந்த ஆங்கில நாளிதழ், பிழையான, ஆதாரமற்ற, சந்தேகத்திற்கிடமான செய்திகளையோ கட்டுரைகளையோ குறிப்புகளையோ ஒருபோதும் வெளியிட்டதில்லை எனக் கருதப்படுவதாலும் தலைமையாசிரியர் பெ என்னும் பெயரையுடைய அந்த ஊராட்சித் தலைவர் சொன்ன தகவல்கள் நிச்சயமாகச் சந்தேகத்திற்கு அப்பாற்பட்டவையாகவே இருக்க வேண்டுமெனக் கருதினார். எனினும் முற்றிலும் சந்தேகத்திற்கிடமற்றதுதானா எனத் தெரிந்துகொள்ளும் ஆசையும் அவருக்கு ஏற்பட்டது. உடனடியாகப் பள்ளியின் உதவித் தலைமையாசிரியர்

ஒருவரிடமும் எழுத்தரிடமும் அந்தத் தகவலைச் சொல்லி அவர்களில் யாருக்காவது அந்தச் செய்தித்தாளையோ அதில் இடம் பெற்றிருந்த அந்தக் கட்டுரையையோ பார்த்ததாகவோ படித்ததாகவோ நினைவிருக்கிறதா எனக் கேட்டார். ஒருவரும் அதைப் பார்த்திருக்கவில்லை. ஆகவே படித்திருக்கவும் இல்லை. எனவே தலைமையாசிரியரின் கேள்விக்கு இல்லை என்னும் பதிலையே அவர்களால் சொல்ல முடிந்திருந்தது.

உதவித் தலைமையாசிரியர் நிச்சயமாக அந்தப் பத்திரிகையில் அதுபோன்ற ஒரு செய்தி வந்திருப்பதற்கு வாய்ப்பே இல்லை என்றார். ஒருவேளை தலைமையாசிரியருக்கு அந்தச் செய்தியைச் சொன்ன ஊராட்சித் தலைவர் பெ பொய் சொல்லியிருக்கலாம் என்றார்.

சில காரணங்களால் பெ மீது பெருமதிப்பு வைத்திருந்த தலைமையாசிரியர் கடுங்கோபம் கொண்டார். அந்த ஊராட்சித் தலைவர் தங்களைத் தேடிவந்து அதுபோன்ற பொய்யான தகவல் ஒன்றைப் பரப்ப வேண்டிய அவசியம் என்ன எனக் கேட்டார். அதற்கு என்ன பதில் சொல்வது எனத் தெரியாததால் உதவித் தலைமையாசிரியர் மௌனமாக இருந்தார். பிறகு எழுத்தர் ரா, பூ என்னும் பெயரையுடைய பேராசிரியர் வந்துவிட்டுப் போன பிறகு, அதைப் பற்றிய தகவலைக் கேள்விப்பட்டுத் தானும் ஓவிய ஆசிரியர் கவும் சென்றதைப் போலவே பெ என்னும் பெயரையுடைய அந்த ஊராட்சித் தலைவரும் நவின் பாழடைந்த அந்த அரண்மனைக்குச் சென்றிருந்ததால் நிச்சயமாக அவருக்கு இந்த விஷயத்தில் அதிக ஆர்வமிருக்கக் கூடுமெனவும் அதன் காரணமாக அவருக்கு அதுபோன்ற கற்பனை ஏதாவது தோன்றியிருப்பதற்கு வாய்ப்புண்டு எனவும் சொன்னார்.

மேலும் அதிகக் கோபம் கொண்ட தலைமையாசிரியர் தனது இருக்கையிலிருந்து எழுந்து நின்று ஆர்வத்துக்கும் அதற்கும் என்ன சம்பந்தம் எனக் கேட்டார். ஒருவேளை அந்த ஊராட்சித் தலைவருக்கு ஏற்பட்டது ஆர்வம் என்பதைவிட ஆர்வக் கோளாறு எனச் சொல்லலாமா என மிகப் பணிவுடன் தலைமையாசிரியரைக் கேட்டார் அதற்குப் பதலளித்த ரா. அதைப் பற்றி அளவுக்கதிகமாகச் சிந்தித்ததன் விளைவாக அவருக்கு அதுபோன்ற ஒரு கற்பனை தோன்றியிருப்பதற்கு வாய்ப்பிருக்கிறது என உதவித் தலைமையாசிரியர் எழுத்தருக்குத் துணைவந்தார். தலைமையாசிரியரின் கோபம் பன்மடங்காகப் பெருகிக் கட்டுக்கடங்காததாக மாறியிருந்தது. மேசையின் மீது ஓங்கிக் குத்தினார் அவர். எழுத்தர் அப்போது குடித்திருக்கிறாரா எனக் கேட்டுவிட்டு அவர்கள் இருவரையும் உடனடியாகத்

தன் அறையிலிருந்து வெளியேறுமாறு பணித்தார். அதோடு அதற்குமேல் அந்த விஷயத்தைப் பற்றி எதுவும் பேச வேண்டாம் எனவும் நவிடத்திலோ வேறு யாரிடத்திலுமோ எதுவும் சொல்ல வேண்டாமெனவும் கட்டளையிட்டார்.

இருவருமே நிச்சயமாக அதை அப்போதே தங்கள் நினைவுகளிலிருந்து முற்றாக அழித்துவிடுவதாக வாக்களித்துவிட்டு வெளியேறினார்கள்.

ஆனால் அந்த இருவரில் யாரோ ஒருவர் மூலமாக செய்தி மற்ற ஆசிரியர்களுக்கும் பள்ளியின் இரவுக் காவலருக்கும் துப்புரவாளருக்கும் சத்துணவுப் பணியாளர்களான ஆயாக்கள் இருவருக்கும் தெரியவந்தது. பிறகு யார் மூலமாகவோ மாணவ மாணவியர்களில் சிலர் அறிந்துகொண்டனர். மாணவ மாணவியரில் சிலர் மூலமாகத் தா என்னும் அந்த ஊரில் இருந்த சிலருக்குத் தெரியவந்தது. அந்தச் சிலரில் யாரோ ஒருவர் அதை ந வசித்துவரும் ஓ என்னும் அந்தக் கிராமத்தைச் சேர்ந்த யாரோ ஒருவருக்குச் சொல்லியிருக்க வேண்டும். அந்த யாரோ ஒருவர் மூலமாக முழு கிராமத்திற்கும் தெரியவந்தது. ஓ என்னும் பெயரையுடைய தங்களுடைய கிராமத்திலிருக்கும் பாழடைந்த அரண்மனையின் சிதைந்துபோன இரு காவல்கூண்டுகளில் தன் மனைவி வவுடனும் ஆணும் பெண்ணுமான இருகுழந்தைகளுடனும் வெகுகாலமாக வசித்துவரும் ந என்பவன் வெறும் நவோ ந என்னும் பெயரையுடைய சத்துணவு அமைப்பாளரோ அல்ல. பிரின்ஸ் – நட்ராஜ் மகராஜ்.

மற்ற எல்லலோருக்கும் முன்னதாக, முதன்முதலில் தான் நட்ராஜ் மகராஜ் என்பதை அறிந்துகொண்டிருந்த நவுக்கு அந்தச் செய்தி தெரியவந்தபோது மேலும் சில வாரங்கள் கடந்திருந்தன. கடைசியில் அவனுக்கு மிகவும் நெருக்கமான சு என்னும் பெயரையுடைய அலுவலக உதவியாளர்தான் அதைப் பற்றிச் சொன்னார். ஒரு பின்னிரவு நேரத்தில் நவைத் தேடிக்கொண்டு அவன் வசித்துவந்த பாழடைந்த அந்த அரண்மனைக்கு வந்த சு மிகப் பதற்றமாகக் காணப்பட்டார். தான் சொல்லப்போகும் செய்தி மிக மிக முக்கியமானது என்ற சு தான் அதை அவனுக்குச் சொன்ன தகவலை எக்காரணம் கொண்டும் யாருக்கும் சொல்லிவிடக் கூடாது என்னும் பரிதாபகரமான நிபந்தனையுடன் மிகத் தணிந்த குரலில் அவனிடம் அந்த ஆங்கில நாளிதழைப் பற்றியும் அவனைப் பற்றி அதில் இடம்பெற்றிருந்த சிறப்புக் கட்டுரையைப் பற்றியும் சொன்னார். அப்போது நவின் பட்டத்து ராணியான வவும் அருகிலிருந்து அதைக் கேட்டுக்கொண்டிருந்தாள். சு சொன்ன மிக மிக முக்கியமான

அந்தத் தகவலை நவாலோ வவாலோ முதலில் புரிந்துகொள்ள முடியவில்லை. ஆகவே அவர்களது வேண்டுகோளை ஏற்று மீண்டுமொருமுறை அதே தகவலை முடிந்தவரை அதே போல் எளிமையாகவும் விரிவாகவும் சொல்ல வேண்டிய கட்டாயம் ஏற்பட்டது சுவுக்கு.

ந முதலில் அதிர்ச்சியடைந்தான். பிறகு மீண்டுமொருமுறை தான் சொன்ன தகவலை விளக்கமாகச் சொல்லுமாறு சுவைக் கேட்டுக்கொண்டான். மிகக் களைப்புற்றவராகத் தென்பட்ட சு, அவனது வேண்டுகோளை ஏற்று மீண்டுமொருமுறை அதே தகவல்களை அதே போல் அவர்களுக்குச் சொல்வதற்குத் தயாரானார். அதே சமயத்தில் தான் மிகக் களைப்பாக இருப்பதாகவும் கொஞ்சம் காபி கிடைத்தால் அதைக் குடித்துவிட்டுப் பிறகு சொல்வதாகவும் சொன்னார். வ எப்போதும்போல் அவர்கள் இருவருக்கும் ஆளுக்கொரு தம்ளர் வரக்காப்பி போட்டுக்கொடுத்தாள். காபியை அவசர அவசரமாக உறிஞ்சிவிட்டுத் தான் வாக்களித்தது போல் மீண்டும் அதே தகவல்களைச் சொல்லி முடித்தார் சு. இப்போது ந பரவசமடைந்தான். அது என்ன பத்திரிகை எனச் சொல்லுமாறு சுவைக் கேட்டுக்கொண்டான். துரதிர்ஷ்டவசமாக சுவுக்கு அந்தப் பத்திரிகையின் பெயரோ எப்போது, எந்தத் தேதியில், அந்த நாளிதழில் அந்தக் கட்டுரை வெளியானது என்றோ தெரிய வில்லை. ந திகைத்துப்போனான். அவனுக்கு மூச்சிரைத்தது. சுவாசம் சிரமமாயிற்று. கண்களிலிருந்து நீர் ஆறாகப் பெருகியது. தன் கணவனின் நிலையைக் கண்டு பதறிப்போன வ அவனது உயிருக்கு ஏதாவது ஆபத்து நேரக்கூடுமானால் தான் அவரை அந்த நிலைக்கு ஆளாக்கிய சுவைச் சும்மாவிடப்போவதில்லை என எச்சரித்தாள். மிகப் பயந்துபோன சு நிச்சயமாகத் தான் நவுக்குத் தன்னாலான எல்லா உதவிகளையும் எல்லா நேரத்திலும் செய்வதற்கு எப்போதும் தயாராக இருப்பதாகவும் எவ்வளவு சீக்கிரம் முடியுமோ அவ்வளவு சீக்கிரத்தில் நவுக்கு அந்தச் செய்தித்தாளையும் கட்டுரையையும் தேடிக்கண்டுபிடித்துத் தந்துவிடுவதாகவும் வாக்களித்தார்.

சொன்னசொல் தவறாத சு மறுநாள் அதிகாலையிலேயே நவை அழைத்துக்கொண்டு முதலில் பள்ளியின் உதவித் தலைமையாசிரியரையும் பிறகு நவுக்கு இலவசத் தொகுப்பு வீடு கோருவதற்கான விண்ணப்பத்தைத் தயாரிப்பதற்கு உதவிய தமிழாசிரியையும் ஓவிய ஆசிரியரையும் பிறகு எழுத்தரையும் கடைசியாகத் தலைமையாசிரியரையும் போய்ப் பார்த்தார். உண்மையாகவே தனக்கு அது என்ன பத்திரிகை என்பதும் அதில் வெளியாகியிருந்ததாகக் கேள்விப்பட்ட குறிப்பிட்ட

அந்தக் கட்டுரையைப் பற்றியும் அதில் என்ன எழுதியிருக்கிறது என்பதைப் பற்றியும் எதுவுமே தெரியாது எனவும் உறுதியாகச் சொன்ன தலைமையாசிரியர் முதன்முதலில் தனக்கு அந்தத் தகவலைச் சொன்ன பெ என்னும் பெயரையுடைய ஊராட்சித் தலைவரைப் போய்ப் பார்க்குமாறு இருவருக்கும் யோசனை தெரிவித்தார்.

இருவரும் அப்போதே பெயைத் தேடிக்கொண்டு முதலில் அவருடைய இல்லத்திற்கும் பிறகு ஊராட்சி அலுவலகத்திற்கும் போனார்கள். பெ ஏதோ அலுவலாக மாவட்ட ஆட்சியர் அலுவலகத்திற்குப் போயிருப்பதாக அவருடைய உதவியாளர் சொன்ன தகவலைக் கேட்டுச் சளைக்காமல் இருவரும் மாவட்ட ஆட்சியர் அலுவலகத்திற்குச் சென்றார்கள். நல்லவேளையாக அங்கு அவர் தென்பட்டார். ஆட்சியர் அலுவலக வளாகத்தில் இருந்த வேப்ப மரமொன்றின் நிழலில் தன்னந்தனியாக நின்றுகொண்டிருந்த பெ மிக ஓய்வாக இருந்தார். இருவரையும் மரியாதையாக நடத்திய பெ அவர்கள் வந்த நோக்கத்தைப் புரிந்துகொண்டு தானும் அந்தச் செய்தித்தாளை நேரடியாகப் பார்க்கவில்லை எனவும் குறிப்பிட்ட அந்தக் கட்டுரையைப் பற்றி வெறுமனே கேள்விப்பட்டதாகவும் வருத்தத்துடன் சொன்னார். ஆனால் அவருக்கு ந என்பவன் வெறும் நவோ ந என்னும் பெயரையுடைய சத்துணவு அமைப்பாளரோ அல்ல, பிரின்ஸ் – நட்ராஜ் மகராஜ் என்பதைப் பற்றிய ஆதாரபூர்வமான செய்தியை வெளியிட்டிருந்த அந்த ஆங்கிலநாளிதழின் பெயர் தெரிந்திருந்தது.

“நீங்க வேணும்னா லைப்ரரிக்கு ஒரு நட போய்ப் பாத்துப்புட்டு வந்துருங்க, அங்க பழைய பேப்பரையெல்லாம் பத்திரமா வெச்சுருப்பாங்க. போய் நாஞ்சொன்னேன்னு சொல்லி அந்த லைப்ரரியன் கிட்டக் கேட்டு அதுகளுக்கள்ள தேடிப்பாருங்க. ஒரு நாலஞ்சு மாசத்துக்கு முன்ன வந்ததா இருக்கும். கொஞ்சம் சிரமமெடுத்தாக் கண்டுபுடிச்சரலாம்” என அவர்களுக்கு வழிகாட்டினார் பெ.

12

நாளிதழ்களும் பருவ இதழ்களும் இறைந்து கிடக்கும் மேசைகளையுடைய நூலகத்தின் மேல்தளத்திற்கு இட்டுச்செல்லும் படிக்கட்டுகளை மிதித்தபோது நவுக்கு மூச்சிரைத்தது. வியர்த்துக் கொட்டிக் கொண்டிருந்தது. மொத்தம் பன்னிரண்டு படிக்கட்டுகள். அவற்றில் மூன்றாவதின்மீது கால்களை ஊன்றி நின்று சுவாசத்தை ஆழ்ந்து உள்ளிழுத்துக் கொண்டான். வியர்வை பிசுபிசுக்கும் கைக்குட்டையால் முகத்தை அழுந்தத் துடைத்துக் கொண்டு முக்கிய விருந்தினனுக்குரிய தோரணை யுடன் உள்ளே நுழைந்தான். அப்போது நூலகத்தில் நூலகரோ வேறு யாருமோ இல்லை. வரிசையாகப் போடப்பட்டிருந்த நாற்காலிகளிலொன்றில் மிகத் தயக்கத்துடன் உட்கார்ந்தான் ந. நூலகரோ வேறு யாருமோ வரும்வரை காத்திருப்பதென முடிவு செய்தான். எல்லா நாற்காலிகளுமே காலியாக இருந்தன. மேசைகளின் மீது கிடந்த நாளிதழ்களையும் பருவ இதழ்களையும் பார்த்த ந இவையெல்லாம் ஏன் இப்படிப் பொறுப்பற்ற முறையில் இறைந்து கிடக்க வேண்டும் என நினைத்தான். காகத்தைப் போல சிரசைச் சாய்த்து அங்கிருந்த அலமாரிகளைத் திருட்டுத்தனமாக நோட்டமிட்டான்.

அவற்றின் நிலை அதைவிட மோசம்.

புத்தகங்கள் தமது அடுக்குகளிலிருந்து சரிந்து தாறுமாறான முறையில் சிதறிக் கிடந்தன. தடிமனாகத் தென்பட்ட ஒரு புத்தகம் குப்புறக் கவிழ்ந்து கிடந்தது. எதனாலோ அந்தப் புத்தகத்தின் மீது ஆர்வம் ஏற்பட்டது நவுக்கு. அவன் அதைக் கூர்ந்து பார்த்துக்கொண்டிருந்தான். ஆனால் அந்தப் புத்தகம் தான் கிடந்த கிடையிலிருந்தே மிக மெதுவாக அசைந்துகொண்டிருந்தது. தாள்களுக்குள் ளிருந்து அது முனகுவது போல் சத்தம் கேட்டது. அசௌகரியமூட்டும் வாடையொன்று தனது

நாசித்துவாரங்களைத் துளைக்க முயல்வதை ந உணர்ந்தான். அது என்னவாக இருக்கும் என யோசிக்கவும் முயன்றான். மிகப் பரிச்சியமானதாகத் தென்பட்ட அந்த வாடை கெட்டுப்போன சாம்பார் அல்லது அழுகிய முட்டையிலிருந்து வருவது போல் தோன்றியது. வவின் உடலிலிருந்து வரும் மட்கிய வியர்வை நெடியைப் போன்றும் இருந்தது. அவனுடைய குழந்தைகளின் சிறுநீரால் நனைந்த உடல்களிலிருந்து வருவதை ஒத்திருந்தது. ஆனால் தடிமனான அந்தப் புத்தகம் ஏன் இப்படி அசைய வேண்டும் என யோசிக்க முற்படுவதே அந்தத் தருணத்தில் மற்ற எல்லாவற்றையும் விட முக்கியமானதாக இருக்க முடியும் என நினைத்தான் ந. யோசிப்பதைவிடச் செயல்படுவது சிறந்தது. ஏனென்றால் அவன் ந, ந என்றால் வெறும் நவோ ந என்னும் பெயரையுடைய சத்துணவு அமைப்பாளரோ அல்ல, மாவீரன் காளிங்க நடராஜ மகாராஜாவின் நேரடியான உயிருள்ள ஒற்றை வாரிசு பிரின்ஸ் – நட்ராஜ் மகராஜ். செயல்படுவற்கான முனைப்போடு நாற்காலியிலிருந்து எழுந்தான். மாவீரனொருவனுக்குரிய துணிவுடனும் தயக்கமின்மையுடனும் அசைந்துகொண்டிருந்த அந்தப் புத்தகத்தை நோக்கி நடந்தான்.

நாலே எட்டுக்கள், திடமான நான்கு அடிவைப்புகள்.

எந்தச் சிரமமுமில்லாமல் ந அந்தப் புத்தகத்தை அடைந்தான். குனிந்து அதைக் கையிலெடுக்க முற்பட்டான். மிக மிகச் சிறிய சுண்டெலியொன்று அந்தப் புத்தகத்துக்குள்ளிருந்துக் கிரீச்சிட்டுக்கொண்டே வெளியேறிப் பின்புறமிருந்த அலமாரி யொன்றுக்குள் புகுந்துகொண்டதைப் பார்த்து அதிர்ச்சிக்குள் ளானான் ந. ஒருவேளை அது சுண்டெலியாக அல்லாமல் வேறு ஏதாவதாக இருக்கலாம் எனச் சந்தேகித்தான். அது சுண்டெலியைப் போல் தென்படாததே அவனது சந்தேகத்திற்குக் காரணம். நிறமும் வேறுபட்டிருந்தது. அவனுடைய ஞாபகம் சரியாக இருக்குமானால் அது நீலநிறத்தில் இருந்தது என்பது நிச்சயம். அதன் கிரீச்சிடலை நினைவூட்டிக்கொள்ளவும் முயன்றான் ந. ஆனால் எவ்வளவு முயன்றும், ஒரு கணம்கூட நீடிக்காமல் திடீரென மறைந்துவிட்ட அந்தச் சத்தத்தை அவனால் நினைவூட்டிக்கொள்ள முடியவில்லை. நேரம் ஊதாரித்தனமாகச் செலவழிந்து கொண்டிருப்பதாக நினைத்தான் ந. மாணவர்களுக்கு மதிய உணவு வழங்குவதற்கான நேரம் நெருங்கிக் கொண்டிருந்ததைப் பற்றி ந ஒரு வினாடி யோசித்தான். பிறகு சுண்டெலியைப் போல் தோற்றமளிக்காத அந்த மிக மிகச் சிறிய சுண்டெலியின் நினைவுகளால் மூர்க்கமாக ஆட்கொள்ளப்பட்டான். நூலகர் வருவதற்குள் அது என்ன என்றுதான் பார்த்துவிடலாமே என நினைத்தவன் அது ஒளிந்துகொண்டிருந்த அலமாரியை

நோக்கி நடந்தான். இப்போது அவன் அதிக எட்டுக்கள் வைக்க வேண்டியிருந்தது. அங்கே போதிய வெளிச்சமில்லாததால் ந அந்த அலமாரியைக் கண்டுபிடிக்க முடியாமல் திணறினான். ஆனால் நல்லவேளையாக அங்கே ஏதாவது விளக்கு இருக்க வேண்டும் என்பது அவனது ஞாபகத்துக்கு வந்தது. அங்குள்ள சுவர்களில் ஏதாவதொன்றில் அதற்கான சுவிட்ச் பாக்கும்கூட இருக்கக்கூடும். போதிய வெளிச்சமற்ற அந்த அறையில் மங்கலாகத் தென்பட்ட சுவரைக் கைகளால் தடவிக்கொண்டே நடந்தான் ந. அதிகச் சிரமமில்லாமல் அவனால் அதைக் கண்டுபிடிக்க முடிந்தது. ஆகவே அதிகச் சிரமமில்லாமல் விளக்கை எரியச்செய்யவும் முடிந்தது.

வெளிச்சத்தில் நூலகத்தின் அந்தக் கூடத்தைப் பார்த்த ந அதிர்ச்சியடைந்தான். அவன் எதிர்பார்த்துக்கொண்டு வந்தது போல் அது ஒன்றும் சிறிய கூடமல்ல. மிகப் பெரியது. குறைந்தது நாற்பது அலமாரிகளாவது அங்கு தென்பட்டன. எல்லாமே கிட்டத்தட்டக் காலியாக இருந்தன. எல்லாவற்றிலுமிருந்த எல்லாப் புத்தகங்களும் சரிந்து புழுதி மண்டிய தரையில் மிக அலங்கோலமான முறையில் சிதறிக் கிடந்தன. அவன் முன்பு பார்த்த அந்த மிக மிகச் சிறிய, சுண்டெலியைப் போல் தோற்றமளிக்காத நூற்றுக்கணக்கான சுண்டெலிகள் அந்தப் புத்தகக் குவியல்களினூடாக உழன்றுகொண்டிருந்தன. அவனைக் கண்டு அல்லது திடீரென அங்கு பரவிவிட்ட வெளிச்சத்தைக் கண்டு பதற்றமடைந்தவையாக அங்குமிங்கும் தாவின. நம்ப முடியாத வகையில் எல்லாமே ஒருசேரக் கூச்சலிடவும் தொடங்கியிருந்தன. அச்சத்தாலோ என்னவோ சில சுண்டெலிகள் இறைந்து கிடந்த புத்தகக் குவியல்களின்மீது சிறுநீர் கழிக்கத் தொடங்கின. அப்போது ந மறுபடியும் அந்த அசௌகரியமான வாடையை உணர்ந்தான். ஆத்திரத்துடன் கீழே சிதறிக் கிடந்த புத்தகங்களில் ஒன்றை எடுத்து அவற்றில் ஒன்றின் மேல் விட்டெறிந்தான்.

மிகச் சிறிய, மிக மிகச் சிறிய சுண்டெலியொன்று நசுங்கியது. அதே சமயத்தில் அந்தப் புத்தகமும் இரண்டாக உடைந்தது. அதிலிருந்து விடுவிக்கப்பட்ட பழுப்பு நிறத்தாலான தாள்கள் திடீரெனத் தட்டான்களைப் போல அங்குமிங்கும் பறக்கத் தொடங்கின. தப்பிச்சென்ற சுண்டெலிகளைப் போல் தோற்றமளிக்காத மற்ற மிகச் சிறிய, மிக மிகச் சிறிய சுண்டெலிகள் நம்பவே முடியாதபடி வரிசையாக அணிவகுக்கத் தொடங்கின. ஒன்றன்பின் ஒன்றாகப் பல வரிசைகள். எல்லாமே தம் மிகச் சிறிய, மிக மிகச் சிறிய முன்னங்கால்களை உயர்த்தித் தம் மூர்க்கமான கண்களால் அவனை வெறித்தன. ஒரே குரலில் கீச்சிடவும்

முயன்றன. அது போருக்கானதொரு அறைகூவலைப் போல் தென்பட்டதாலும் ந மாவீரன் காளிங்க நடராஜ மகாராஜாவின் நேரடியான வாரிசு என்பதாலும் துணிச்சலுடன் அவற்றின் அறைகூவலை எதிர்கொள்ள முற்பட்டான். சிதறிக் கிடந்த புத்தகங்களிலிருந்து மற்றுமொரு தடிமனான புத்தகத்தையெடுத்துத் துல்லியமாகக் குறிவைத்து வீசி அவற்றின் மூர்க்கமான அந்த அணிவகுப்பைக் குலைக்க முயன்றான். மற்றொரு மிகச் சிறிய, மிக மிகச் சிறிய சுண்டெலி நசுங்கியது. முந்தைய புத்தகத்தைப் போலவே அந்தப் புத்தகமும் இரண்டாக உடைந்தது. உடைந்த புத்தகத்தின் தாள்கள் உடனடியாகத் தட்டான்களாக மாறிப் பறக்கவும் தொடங்கின. இப்படி ந மொத்தம் ஒன்பது சுண்டெலிகளை நசுக்கிக் கொன்றான். ஒன்பது தடிமனான புத்தகங்கள் உடைந்தன. அந்தக் கூடம் முழுவதும் ஒன்பது புத்தகங்களின் நொறுங்கிய தாள்களாலான தட்டான்கள் பறந்துகொண்டிருந்ததைப் பார்த்த ந குதூகலமடைந்தான். அது ஒரு அற்புதமான விளையாட்டு. மறுமுறை வரும்போது கட்டாயம் பிள்ளைகளை அழைத்துவர வேண்டும். தான் போதிய அளவுக்குத் திறமையாகவும் நுட்பமாகவும் செயல்படவில்லையோ என்றும் அவனுக்குத் தோன்றியது. ஒன்பது தடிமனான புத்தகங்கள், ஒன்பது மிகச் சிறிய சுண்டெலிகள். இது கும்பினிப்படையை மூன்றுமுறைக்கு மேல் ஓட ஓட விரட்டியடித்த மாவீரன் காளிங்க நடராஜ மகாராஜாவின் உயிருள்ள நேரடியான ஒரே வாரிசுக்குப் பெருமை சேர்க்கும் கணக்கு அல்ல. இன்னும் கொஞ்சம் சாதுர்யம் தேவை. அவசரத்தில் போதிய கனமுள்ள புத்தகங்களைத் தேர்ந்தெடுக்கத் தவறிவிடுகிறோம், அதுதான் பிரச்சினை. மிகக் கவனமாக அங்கே இறைந்து கிடந்த புத்தகக் குவியல்களை ஆராய முற்பட்டான் ந. சுண்டெலிகளைப் போல தென்படாத அந்த மிக மிகச் சிறிய சுண்டெலிகள் அவனது அசைவுகளை வெகு எச்சரிக்கையுடன் கண்காணித்துக்கொண்டிருந்தன. அப்போது மிக மெலிதாக ஒரு சத்தம் கேட்டது. மிக மிக மெலிதான சத்தம். நுட்பமான செவியுள்ளவர்களால் மட்டுமே அதைக் கேட்டிருக்க முடியும். மறுவினாடி அவனுடைய எதிரிகள் காணாமல்போனார்கள். ஒரு சுண்டெலிகூட எஞ்சியிருக்கவில்லை. முந்தைய நொடிவரை அவை அங்கே இருந்துகொண்டிருந்ததற்கான சிறு தடயமும் தென்படக்காணோம். ஒன்பது புத்தகங்களின் நொறுங்கிய தாள்களாலான தட்டான்கள்கூட எங்கேயோ பதுங்கிக் கொண்டன. ந தாக்குதலுக்குத் தயாராக வைத்திருந்த பத்தாவது தடிமனான புத்தகத்தை நழுவவிட்டுவிட்டு அங்கிருந்து வெளியேறினான். அவன் எதிர்பார்த்தது போலவே நூலகர் உள்ளே நுழைந்துகொண்டிருந்தார். அப்போதுதான் படிக்கட்டுகளைக் கடந்து வாசிப்புக் கூடத்தின் மூலையில்

போடப்பட்டிருந்த மேசையை நோக்கி நகர்ந்துகொண்டிருந்தார். அவருக்கு மெலிந்த தேகம். மிக வயோதிகராகத் தென்பட்டார். போதிய வலுவில்லாத தன் கால்களை மிகச் சிரமப்பட்டு நகர்த்திக்கொண்டிருந்தார். நூலகர் அவ்வளவு வயோதிகராய் இருப்பாரென ந கொஞ்சங்கூட எதிர்பார்க்கவில்லை. ஆனால் மற்ற விஷயங்கள் தான் எதிர்பார்த்தவை போலவே இருந்ததைப் பார்த்து ந சந்தோஷப்பட்டான். உதாரணமாக நூலகர் நிச்சயம் பார்வையற்ற மனிதராகவே இருக்க வேண்டும் என அவன் அங்கு வந்தபோது நினைத்தது சரியாகவே இருந்தது. அவன் எதிர்பார்த்திருந்ததைப் போலவே அவர் ஒரு வேட்டை நாயைப் போன்ற மோப்ப சக்தியுடையவராக இருந்தார். நவின் வாசனையை உணர்ந்ததுமே அவர் புன்னகைத்தார், “வாங்க” என விருந்தினரொருவரை வரவேற்பதுபோல அவனை வரவேற்றவர் தன்னெதிரில் காலியாகக் கிடந்த நாற்காலியொன்றைச் சுட்டிக்காட்டி அதில் உட்காருமாறு அவனைக் கேட்டுக் கொண்டார். மிகுந்த நம்பிக்கையோடு அவர் சுட்டிக்காட்டிய நாற்காலியில் உட்கார்ந்த ந தனக்குத் தேவைப்படும் அந்த ஆங்கில நாளிதழை எப்படிக் கேட்பது என யோசிக்கத் தொடங்கினான். ஒருவேளை அந்த நாளிதழ் அங்கு இல்லாமல்கூடப் போகலாம். இருந்தாலும்கூட அதைத் தருவதற்கான விருப்பம் வயோதிகரும் பார்வையற்றவருமான அந்த நூலகருக்கு இருக்கும் எனத் தோன்றவிலலை. எப்படியும் தன் கோரிக்கையை மறுப்பதற்கு வழியற்ற நிலையை நோக்கி அவரைத் தள்ளிச் செல்வதுதான் சரியானதாக இருக்கும் என நினைத்தான் ந. அதாவது அந்த வயோதிகரை அதுதொடர்பான ஆன்மிக நெருக்கடிக்குள்ளாக்க வேண்டும். இதுதான் நவின் திட்டமாக இருந்தது. எனவே ந அவரிடம் தன்னம்பிக்கை மிகுந்த குரலில் தன்னை அறிமுகப்படுத்திக்கொள்ளத் தொடங்கி னான். முதலில் தன் பெயர் ந என்றான். அதற்கு அவர் ஒன்றுமே சொல்லாமல் புன்னகைத்தார். பிறகு அவன் தனக்கு வ என்னும் பெயரில் மனைவியும் இரண்டு குழந்தைகளும் இருப்பதாகச் சொன்னான். அவர் அதற்கும் புன்னகைத்தார். பிறகு ந தான் ஓ என்னும் பெயரையுடைய கிராமத்தில் உள்ள பாழடைந்த அரண்மனையொன்றின் சிதைந்துபோன காவல்கூண்டில் வெகுகாலமாக வசித்துவருவதாகவும் பாழடைந்த அந்த அரண்மனையின் அடர்ந்த புதர்களுக்குள் கொடிய விஷமுள்ள பாம்புகள் வசித்துவருவதாகவும் அவற்றி லொன்று சமீபத்திய நள்ளிரவொன்றில் தான் வசித்துவரும் வீட்டுக்குள்ளேயே நுழைந்துவிட்டதாகவும் சொன்னான். பிறகு எல்லாவற்றையும் வரிசைக் கிரமமாக அந்த நூலகருக்குச் சொல்லத் தொடங்கினான். ஆனால் கொஞ்சங்கூட எதிர்பாராத

விதத்தில் அந்த நூலகர் கொட்டாவிவிட்டார். ந அதைப் பொருட்படுத்த விரும்பாதவனைப் போல் தான் சொல்ல விரும்பிய எல்லாவற்றையும் கட்டுக்கடங்காத ஆவேசத்துடன் சொல்லிக்கொண்டிருந்தான். நூலகர் முதலில் கொஞ்ச நேரம் அதைக் கேட்டுக்கொண்டிருந்தார். பிறகு தலையை ஒருபக்கமாகச் சாய்த்துக் குறட்டைவிடத் தொடங்கினார். பாவம் இந்த வயோதிகர் எனப் பரிதாபத்துடன் நினைத்துக்கொண்டான் ந. தான் விரும்பியதைப் போன்ற ஆன்மிக நெருக்கடியொன்றை உருவாக்க முடியாததைவிடத் தனக்கு அப்போது அவசரமாகவும் அவசியமாகவும் தேவைப்பட்ட அந்த ஆங்கில நாளிதழையோ அதில் பிரசுரமாகியுள்ளதாகக் கூறப்படும் கட்டுரையையோ தன்னால் பார்க்கவே முடியாமல் போய்விடுமோ என்பதைக் குறித்தே அவன் அதிகம் கவலைப்பட முயன்றான். தன்னையும் அவரையும் தவிர அந்த நூலகத்தில் வேறு யாருமே தென்படாதது அவனுக்கு ஆச்சரியமளித்தது. கூடுதலாகச் சுண்டெலிகளைப் போல் தென்படாத மிக மிகச் சிறிய சுண்டெலிகள். நூலகமென்பது வயோதிகரும் பார்வையற்றவருமானதொரு நூலகருக்காகவும் சுண்டெலிகளைப் போல் தோற்றமளிக்காத மிக மிகச் சிறிய சுண்டெலிகளுக்காகவுமே இருந்துகொண்டிருக்கும் ஒன்றாக இருக்கக்கூடுமானால் தனக்குத் தேவைப்படும் அந்த ஆங்கில நாளிதழ் கிடைக்காமல் போய்விடுவதற்கும் வாய்ப்பு இருக்கிறது என நினைத்தான் ந.

அவனுக்கு ஆத்திரம் பெருகத் தொடங்கியது. மாவீரன் காளிங்க நடராஜ மகாராஜாவின் நேரடியான வாரிசான அந்தச் சத்துணவு அமைப்பாளர் ஏதாவது செய்ய விரும்பினான். என்ன செய்வது என்பதைப் பற்றி அவனுக்கு உடனடியாக எந்தக் கற்பனையும் தோன்றவில்லை. திடீரென அவனுக்கு அந்த நூலகத்தைத் தீ வைத்துக்கொளுத்திவிட்டால் என்ன எனத் தோன்றியது. உறங்கும் நூலகருக்கெதிரே கிடந்த நாற்காலியில் கிடந்த நவின் உடல் நடுங்கத் தொடங்கியது. உடனடியாக அங்கிருந்து போய்விடுவதுதான் நல்லது என முடிவுசெய்தவன் வெகு நேரமாக ஒரேகிடையில் உட்கார்ந்திருந்ததால் நாற்காலியின் மீது கிட்டத்தட்ட ஒட்டிக்கொண்டுவிட்ட தன் உடலைப் பெயர்த்தெடுக்க விரும்புபவனைப் போல் அசைந்தான்.

அப்போது இரண்டு நபர்கள் உரத்த குரலில் பேசியபடியும் வாய்விட்டுச் சிரித்தபடியும் படிக்கட்டுகளைக் கடந்து உள்ளே வந்ததைப் பார்த்ததும் ந கலவரமடைந்தான். யாருமே அற்ற அந்த நூலகத்திற்கு அந்த இருவரும் எதற்காக வந்திருக்கக்கூடும் என யோசிக்க முயன்றான். நூலகத்தைக் கொளுத்துவது பற்றிய தன் கற்பனைகளை மோப்பம் பிடித்திருப்பார்களோ?

சுண்டெலிகளைப் போல் தோற்றமளிக்காத ஒன்பது மிக மிகச் சிறிய சுண்டெலிகளை ஒன்பது தடிமனான புத்தகங்களால் தாக்கிக்கொன்றது பெரிய, மன்னிக்க முடியாத குற்றமாகக் கருதப்பட வாய்ப்பிருக்கிறதா என யோசிக்கத் தொடங்கினான் ந. திடீரெனத் தான் ஏதோ ஒரு பொறியில் தப்ப முடியாமல் சிக்கிக்கொண்டுவிட்டதாக நினைத்தான். நூலகரைப் போலவே தூங்குவது போல் நடிப்பதன் மூலம் அதிலிருந்து தப்பிவிட முடியும் எனக் கருதியவன் அவரைப் போலவே தலையை ஒரு பக்கமாகச் சாய்த்து அவரைப் போலவே கண்களைப் பாதியளவு மூடிக்கொண்டான். இப்போது தூங்குவது போல் பாவித்துக் கொண்டே எதிரிகளின் அசைவுகளை அவனால் கண்காணிக்க முடியும். தேவையானபோது எதிர்வினையாற்றுவதுகூடச் சுலபம். தப்புவது அல்லது தாக்குவது அல்லது தாக்கிவிட்டுத் தப்பிச் செல்வது. சுண்டெலியைப் போல் தோற்றமளிக்காத அந்த மிகச் சிறிய சுண்டெலிகளைப் போல் திடீரென மறைந்துவிடவும் முடியும்.

உள்ளே நுழைந்திருந்த இருவரும் முதலில் நூலகருக்கு எதிரே போடப்பட்டிருந்த மரநாற்காலியில் அசைவற்றவனாக உட்கார்ந்திருந்த நவைப் பார்த்தனர். உடனடியாகத் தம் குரல்களைத் தாழ்த்திக்கொண்டனர். ஒருவரையொருவர் பார்த்துச் சைகையால் எதையோ உணர்த்திக்கொள்ளவும் முற்பட்டிருந்தனர். பிறகு உறுதியான, சத்தமற்ற அடிவைப்புகளால் நாளிதழ்களும் பருவ இதழ்களும் தாறுமாறாக இறைந்து கிடந்த அலமாரிகளை நெருங்கி அவற்றிலிருந்து எதையோ தேடியெடுத்துக்கொண்டு மீண்டும் அதே மேசையை அடைந்து முன்போலவே எதிரெதிராக உட்கார்ந்துகொண்டனர். மேசையின் மீது தாறுமாறாகக் கிடந்த நாளிதழ்களையும் பருவ இதழ்களையும் அதற்காகவே நியமிக்கப்பட்ட பணியாளர்களைப் போல பொறுப்பாக ஒழுங்குபடுத்தவும் தொடங்கினர். அது ஒரு பாவனையாக இருக்க வேண்டுமென நினைத்தான் பாதி திறந்த விழிகளால் அவர்களைக் கண்காணித்துக்கொண்டிருந்த ந. பிறகு இருவரும் தாம் ஒழுங்குபடுத்திய நாளிதழ்கள், பருவ இதழ்களின் அடுக்கிலிருந்து மனம்போன போக்கில் ஆளுக்கொன்றை உருவியெடுத்துக்கொண்டதைப் பார்த்த ந தனது எதிரிகள் நிச்சயமாக சுண்டெலிகளைப் போல் தோற்றமளிக்காத அந்த மிக மிகச் சிறிய சுண்டெலிகளைப் போல் பலவீனமானவர்களோ அப்பாவிகளோ அல்ல எனவும் இந்த யுத்தத்தை அவ்வளவு விளையாட்டுத்தனமாக எடுத்துக் கொள்ள முடியாது எனவும் நினைத்தான். எப்படியும் தடிம னான அல்லது மிகத் தடிமனான அந்தப் புத்தகங்களைக்

கொண்டு அவர்களை நசுக்கிவிட முடியாது. வேறு ஏதாவது வலுவான ஆயுதங்கள் அங்கே தென்படுகின்றனவா என ந தன் அரைக் கண்களால் தேடினான். அவர்களில் ஒருவன் சிரித்தான். மற்றொருவன் வெறுமனே புன்னகைத்தான். பிறகு தன் கையிலிருந்த நாளிதழை எதிராளியின் முகத்துக்கு நேரே உயர்த்திக்காட்டி அவனிடம் எதையோ சொல்வது தெரிந்தது. பிறகு இருவரும் நவைக் கூர்ந்து பார்க்கத் தொடங்கினார்கள். இருவருமே தத்தம் கைகளிலிருந்த நாளிதழ்களை மேசையின் மீது கிடத்திவிட்டுத் தத்தம் நாற்காலிகளிலிருந்து எழுந்து இடம்மாற்றி உட்கார்ந்துகொண்டார்கள். அந்தக் கோணத்திலிருந்து அவர்கள் தன்னை நன்றாகப் பார்க்க விரும்புகிறார்கள் எனவும் தன்னைத் தீவிரமான கண்காணிப்புக்குட்படுத்துவதில் மிக எளிமையாக வெற்றிபெற்றுவிட்டார்கள் எனவும் நினைத்தான் ந. தான் தூங்குவது போல நடித்துக்கொண்டிருப்பதை அவர்கள் கண்டுபிடித்துவிடுவார்களோ என்னும் பதற்றம் ஏற்பட்டது அவனுக்கு. பாதி திறந்த கண்கள் தமது பாவனையை அவர்களுக்கு உணர்த்திவிடக்கூடும் என நினைத்த ந கண்களை இறுக மூடிக்கொண்டான். ஆழ்ந்து தூங்குபவனைப் போல் நாற்காலியில் உடலை வசதியாகச் சாய்த்துக்கொண்டான். நூலகரிடமிருந்து சீரான இடைவெளிகளில் வந்துகொண்டிருந்த குறட்டைச் சத்தத்தைக் கூர்ந்து கேட்பதன் மூலம் எதிரிகளின் கண்காணிப்பிலிருந்து தப்ப முடியுமா என யோசித்தான். வயோதிகரும் பார்வையற்றவருமான அந்த நூலகரைப் போலவே குறட்டைச் சத்தமெழுப்புவது அதிகப் பாதுகாப்பானதாக இருக்கும் எனக் கருதியதால் ந குறட்டைவிடவும் விரும்பினான். ஆனால் அதற்குப் பிறகு ந வெகு சீக்கிரத்திலேயே உறக்கத்திலாழ்ந்தான். நூலகருடைய நாசித் துவாரங்களிலிருந்து வந்துகொண்டிருந்ததைப் போலவே அவனது நாசித் துவாரங்களிலிருந்தும் சீரான இடைவெளிகளில் குறட்டைச் சத்தம் வரத்தொடங்கியிருந்தது. மிக அனிச்சையாக அவனது கடைவாயிலிருந்து எச்சில் வழியத் தொடங்கியது. ந அதை ஒரு ஞாயிற்றுக்கிழமையின் நடுப்பகல் நேரமாகக் கற்பனை செய்துகொண்டான். வ அவனுக்காக ஆட்டுக்கறி சமைத்திருக்கிறாள். சுவைக்காக அவன் கொஞ்சம் விஸ்கி அல்லது பியர் சாப்பிட்டிருக்கிறான். தன்னுடைய கட்டிலில் கால்மேல் கால்போட்டுக்கொண்டு சாய்ந்திருக்கிறான். அவனுக்குக் கண்கள் சொக்கிக்கொண்டிருக்கின்றன. அவன் குறட்டைவிடத் தொடங்கியிருக்கிறான். பிள்ளைகள் விளையாடிக் கொண்டிருக்கிறார்கள். "கண்ணாங்கண்ணாம் பூச்சியே, காட்டுத்தலப் பூச்சியே, ஊழ மொட்டத் தின்னுபுட்டு, நல்ல மொட்டக் கொண்டுக்கிட்டு ஓடியா, ஓடியா, ஓடீயா . . ." வ அவர்களைச் சத்தம்போட வேண்டாமென விரட்டுகிறாள்.

பிள்ளையார்கோயில் கல்கட்டுக்குப் போய் விளையாடுமாறு அறிவுறுத்துகிறாள். பிள்ளைகள் சிணுங்கிக்கொண்டே அந்த இடத்திலிருந்து சுண்டெலிகளைப் போல் தோற்றமளிக்காத அந்த மிக மிகச் சிறிய சுண்டெலிகளைப் போல் மாயமாக மறைந்துவிடுகிறார்கள். பிறகு நிசப்தம். ந நிம்மதியாக உறங்குகிறான். கண்காணிப்புகளோ முற்றுகையோ இல்லை. போர் இல்லை. தூங்கியெழுந்தவுடன் கணக்கு வழக்குகளைப் பார்க்க வேண்டும். சாயந்திரம் சந்தைக்குப் போய் அடுத்த வாரத்திற்கான தக்காளி, காய்கறிகளை வாங்க வேண்டும். இரண்டு நாட்களுக்கு முன்பே எடுத்துவைத்திருந்த அரிசிமூட்டையை வீட்டுக்கு எடுத்துவர வேண்டும். ஒருவாரமாக அதிகவிலை கொடுத்துக் கடையில் அரிசி வாங்க வேண்டியிருக்கிறது எனச் சலித்துக்கொள்கிறாள் வ. சத்துணவு அமைப்பாளர்களை அரசு எப்போது நிரந்தரப் பணியாளர்களாக அறிவிக்கப்போகிறது எனக் கேட்கிறாள். ஒரு வீடு கட்டிக்கொள்ள வேண்டுமென நச்சரிக்கிறாள். திடீரென அலறிக் கூச்சலிடுகிறாள். ந பதறியடித்துக்கொண்டு எழுகிறான். தலைமாட்டில் பாம்பு படமெடுத்து நிற்கிறது.

யாரோ அவனை அழைக்கிறார்கள். ந, ந என அவனது பெயரைச் சொல்லி அழைக்கிறார்கள். ந என்பவன் உண்மையில் நவோ ந என்னும் பெயரையுடைய சத்துணவு அமைப்பாளரோ அல்ல, நடராஜ் மகராஜ், பிரின்ஸ். மாவீரன் காளிங்க நடராஜ மகாராஜாவின் உயிருள்ள நேரடியான ஒரே வாரிசு. ந உடனே தனது நாற்காலியிலிருந்து துள்ளியெழுந்தான். பிறகு மலங்க மலங்க விழித்தான். அவனுடைய எதிரிகள் இருவரும் அப்போது அவனுக்கு மிக அருகில் நின்றுகொண்டிருந்தார்கள். அவனைப் பார்த்துப் புன்னகைத்தார்கள். "நடராஜ் மகராஜ், இதோ பாருங்கள் நீங்கள் தேடிக்கொண்டிருந்த அந்த நாளிதழ். இதன் எட்டாம் பக்கத்தில் இருக்கிறது உங்கள் புகைப்படம்" எனத் தனது தடிமனான உதடுகளை அசைத்து அவர்களில் ஒருவன் சொன்னதை ந கேட்டான். மற்றொருவனின் கையில் அந்த ஆங்கில நாளிதழ். எட்டாம் பக்கத்தில் அவனுடையதும் அவனுடைய பட்டத் துராணி வவுடையுடையதுமான வண்ணப் புகைப்படங்கள். பேரழகி ஸ் தன் காமிராவில் பதிவு செய்த அதே புகைப்படங்கள்.

எந்தத் தயக்கமுமில்லாமல் அந்த நாளிதழை அவர்களிடமிருந்து பறித்துக்கொண்டான் ந.

நட்ராஜ் மகராஜ்

13

ஓ என்னும் பெயரையுடைய அந்தச் சிறிய, மிகச் சிறிய கிராமம் அடுத்த சில வாரங்களுக்குள் நாட்டின் தேசிய முக்கியத்துவம் பெற்ற இடங்களில் ஒன்றாக மாறியிருந்தது.

பூ என்னும் பெயரையுடைய புகழ்பெற்ற வரலாற்றுத்துறைப் பேராசிரியர் நாட்டின் பெருமைக் குரிய, பதினேழாம் நூற்றாண்டைச் சேர்ந்த புதையுண்ட வரலாற்றை மீட்டெடுத்திருக்கிறார். அவரும் அவருடைய உதவியாளர் பேரழகி ஸ்ஸூம் ஏறத்தாழ இரண்டாயிரம் மைல்கள் பயணம் செய்து ஓ என்னும் பெயரையுடைய சிறிய, மிகச் சிறிய கிராமத்திற்கு நேரடியாக வருகைதந்து அங்கே கும்பினியாருக்கு எதிராகப் போராடியவனும் அவர்களது படைகளை மூன்றுமுறைக்கு மேல் தோற்கடித்தவனும் கடைசியில் தன் சமையல்காரனால் காட்டிக்கொடுக்கப்பட்டு ச என்னும் மலைநகரில் புளியமரமொன்றில் தூக்கிலிடப்பட்டுக் கொல்லப் பட்டவனுமான மாவீரன் காளிங்க நடராஜ மகாராஜாவின் பாழடைந்த அரண்மனையைக் கண்டுபிடித்திருக்கிறார்கள். அந்த அரண்மனையின் சிதைந்துபோன காவல்கூண்டுகளில் வெகுகாலமாக வசித்துவரும் ந என்னும் பெயரையுடைய சத்துணவு அமைப்பாளரைச் நேரடியாக சந்தித்து ந என்பவன் வெறும் நவோ ந என்னும் பெயரையுடைய சத்துணவு அமைப்பாளரோ அல்ல மாவீரன் காளிங்க நடராஜ மகாராஜாவின் நேரடியான உயிருள்ள ஒரே வாரிசு என்னும் உண்மையைச் சந்தேகத்திற்கிடமற்ற முறையிலும் திட்டவட்டமாகவும் நிரூபிப்பதற்கான ஆதாரங்களையும் தடயங்களையும் சேகரித்துக் கொண்டு திரும்பியிருக்கிறார்கள். அதுபற்றிய செய்திக் கட்டுரையொன்று சில மாதங்களுக்கு

முன்னால் நாட்டின் புகழ்பெற்ற ஆங்கிலத் தினசரியொன்றின் எட்டாம் பக்கத்தில் பிரசுரமாகியிருக்கிறது. பேராசிரியர் பூவின் ஆராய்ச்சிகளை மேற்கோள்காட்டி எழுதப்பட்டுள்ள அந்தக் கட்டுரையில் பாழடைந்த அந்த அரண்மனையின் புகைப்படமும் ந என்னும் பெயரையுடைய பிரின்ஸ் – நட்ராஜ் மகராஜின் புகைப்படமும் அவனது பட்டத் துராணி வவின் புகைப்படமும் இடம்பெற்றிருக்கின்றன. மீட்டெடுக்கப்பட்ட அந்த வரலாற்றின் புல்லரிக்கவைக்கும் கதையுடன் கூடவே நம் காலத்தின் மிகக் கொடிய வரலாற்று மோசடியையும் அம்பலப்படுத்தியிருக்கிறது அந்த ஆங்கிலக் கட்டுரை. பிரின்ஸ் – நட்ராஜ் மகராஜ் பிழைப்புக்காகத் தற்போது தா என்னும் பெயரையுடைய ஊரின் அரசு மேல்நிலைப் பள்ளியில் அற்ப ஊதியத்திற்கு ஒரு சத்துணவு அமைப்பாளராகப் பணியாற்றிக்கொண்டிருக்கிறான். தன்னையும் தன் பட்டத் துராணி – பிரின்ஸஸ் வவையும் குட்டி இளவரசனையும் இளவரசியையும் கொடிய, பாழடைந்த அந்த அரண்மனையின் அடர்ந்த புதர்களில் வாசம்புரியும் பாம்புகள், தேள்கள், பூராண்களிடமிருந்தும் மழையிலிருந்தும் குளிரிலிருந்தும் வெயிலிலிருந்தும் பாதுகாத்துக்கொள்வதற்காகவும் ஒவ்வொரு நாளும் மலமும் சிறுநீரும் கழிப்பதற்காகவும் வெறும் 164 சதுர அடிப் பரப்பளவில் கழிப்பறை வசதியுடன் கூடிய தொகுப்பு வீடு ஒன்றை இலவசமாக வழங்கக் கோரி அரசுக்கு விண்ணப்பித்திருக்கிறான். அந்த நட்ராஜ் மகராஜ் – பிரின்ஸ் அதற்காகப் பலரது கருணையை எதிர்பார்த்துக்கொண்டிருக்கிறான். அற்ப மனிதர்கள் பலரிடம் கைகட்டி, வாய்பொத்தி நின்றுகொண்டிருக்கிறான்.

நம் காலத்தின் மகத்தான வரலாற்று அநீதி என இதைத்தான் சொல்ல முடியும்.

அநீதி, அபத்தம், மோசடி, துரோகம்.

நூலகத்திலிருந்து ந அந்த ஆங்கில நாளிதழை மீட்டுக் கொண்டு வந்த ஒரே வாரத்திற்குள் தமிழின் புகழ்பெற்ற வார இதழ் ஒன்றில் அதேபோன்ற செய்திக்கட்டுரையொன்று இடம் பெறாமலிருந்திருந்தால் அந்த வரலாற்று அநீதி அம்பலமாகி யிருக்காது. ந என்னும் பெயரையுடைய அந்தச் சத்துணவு அமைப்பாளர் உண்மையில் நவோ, ந என்னும் பெயரையுடைய சத்துணவு அமைப்பாளரோ அல்ல பிரின்ஸ் – நட்ராஜ் மகராஜ் என்பது வெளியுலகிற்குத் தெரியாமலேயே போயிருந்திருக்கும். ஆங்கில நாளிதழில் வெளிவந்த அதே கட்டுரையின் சுருக்கப்பட்ட, பிழையான மொழிபெயர்ப்பு என்றுதான் அந்தப் புகழ்பெற்ற வார இதழில் இடம்பெற்றிருந்த செய்திக் கட்டுரையைச் சொல்ல முடியும். அந்த ஆங்கில நாளிதழில் வெளிவந்திருந்த கட்டுரையில்

இடம்பெற்றிருந்த அதே புகைப்படங்கள்தாம் இதிலும் இடம் பெற்றிருந்தன. எனினும் அந்த மொழிபெயர்ப்புக் கட்டுரை அதிகத் தாக்கத்தை ஏற்படுத்தியது. அந்த இரண்டையும்விடக் கூடுதலான தாக்கத்தை ஏற்படுத்தியது என மற்றொன்றைக் குறிப்பிட வேண்டுமென்றால் அது குறிப்பிட்ட அந்த வார இதழ் விற்பனைக்கு வந்த அதே நாளில் தமிழின் புகழ்பெற்றத் தனியார் தொலைக்காட்சி ஒன்றில் ஒளிபரப்பப்பட்ட சிறப்புச் செய்தியறிக்கைதான் என்று சொல்ல வேண்டும். நவின் புகழைப் பட்டிதொட்டியெங்கும் பரப்பியது அந்தத் தொலைக்காட்சிச் செய்தியறிக்கை. மாவீரன் காளிங்க நடராஜ மகாராஜாவின் புதையுண்ட வரலாறு விவாதப் பொருளாக மாறியதற்குக்கூட அதைத்தான் காரணமாகச் சொல்ல வேண்டும். அந்த இரு செய்தியறிக்கைகளோடு ஏறத்தாழ ஆறு மாதங்களுக்கு முந்தைய அந்தப் புகழ்பெற்ற ஆங்கில நாளிதழின் செய்தியறிக்கையையும் சேர்த்துக்கொள்ள வேண்டும். அந்த மூன்றும்தான் மாவீரன் காளிங்க நடராஜ மகாராஜாவின் மீட்டெடுக்கப்பட்ட புதையுண்ட வரலாற்றின் கணக்கைச் சரிசெய்வதற்கான முதல் அடியை எடுத்துவைக்கக் காரணமாக இருந்தவை எனலாம்.

இதில் முக்கியமாகக் குறிப்பிடத்தக்க வேறொரு சுவாரஸ்ய மான, ஆச்சரியமான, நம்ப முடியாத, விஷயம் ஒன்றும் உண்டு.

குறிப்பிட்ட அந்தப் புகழ்பெற்ற வார இதழின் செய்தியாளரும் தொலைக்காட்சி அலைவரிசையின் நிகழ்ச்சித் தயாரிப்பாளரும் ஒரே சமயத்தில் தத்தம் புகைப்படக் கலைஞர்களை அழைத்துக் கொண்டு மாநிலத் தலைநகரிலிருந்து ஓ என்னும் பெயரையுடைய அந்தக் கிராமத்திற்கு வந்து சென்றதுதான் அது. அது முற்றிலும் ஒரு தற்செயலானது என்பது முக்கியம். இருவரும் ஒருவரோ டொருவர் எவ்வகையான தனிப்பட்ட அல்லது அலுவல் ரீதியான தொடர்புகளையும் கொண்டிருந்தவர்கள் அல்ல. ஒருவருக்கொருவர் நேரடியாக அறிமுகமானவர்களும் அல்ல. அவர்களுடைய அறிமுகம் நிகழ்ந்ததே ந வசித்துவரும் பாழடைந்த அந்த அரண்மனையில்தான். குறிப்பிட்ட அந்த ஆங்கில நாளிதழையும் அதில் இடம்பெற்றுவந்த செய்திக்கட்டுரை களையும் நாள்தவறாமல் வாசித்துவரும் பழக்கம்கொண்டவர்கள் என்பதுதான் இருவருக்குமிடையே இருந்த ஒரே ஒற்றுமை. அறிமுகமெதுவும் இல்லாமல் தனித்தனியே வாழ்ந்துவந்த இருவரும் மாவீரன் காளிங்க நடராஜ மகாராஜா பற்றிய குறிப்பிட்ட அந்தக் கட்டுரையைத் தனித்தனியாக ஆனால் ஒரே சமயத்தில் வாசித்தார்கள். அதைப் பற்றி ஆறு மாதங்களாகத் தனித்தனியாக ஒரேமாதிரி சிந்தித்தார்கள். மாவீரனின் புதையுண்ட வரலாற்றுக்குப் பின்னால் இருந்த அரசியலைக்

குறித்து விவாதத்துக்குரிய செய்தியறிக்கை ஒன்றைத் தயாரிக்க வேண்டும் என இருவரும் தனித்தனியாகவே யோசித்திருந்தார்கள், தனித்தனியாகவே அதற்கான திட்டத்தையும் வகுத்திருந்தார்கள். ஒரே சமயத்தில் மாநிலத் தலைநகரிலிருந்து ஓ என்னும் பெயரையுடைய அந்தச் சிறிய, மிகச் சிறிய கிராமத்தை நோக்கித் தனித்தனியாகப் புறப்பட்டிருந்தார்கள். பெட்டிகள் வெவ்வேறானவையாக இருந்தாலும் இருவரும் ஒரே ரயிலில்தான் பயணம்செய்தார்கள். மாவட்டத் தலைநகரை அடைந்ததும் காலைக்கடன்களை முடிப்பதற்காகவும் பயணக் களைப்பைப் போக்கிக் கொள்வதற்காகவும் மற்ற விஷயங்களுக்காகவும் இருவரும் தனித்தனியாக ஒரே விடுதியில் அறை எடுத்துத் தங்கியிருந்தார்கள். ஒரே உணவு விடுதியில் தனித்தனியாகக் காலை உணவை முடித்துக் கொண்டு ஒரே சமயத்தில் வெவ்வேறு வாடகை கார்களில் புறப்பட்டார்கள். எனினும் ஓ என்னும் பெயரையுடைய அந்தச் சிறிய, மிகச் சிறிய கிராமத்திற்குப் புகழ்பெற்ற அந்த வார இதழின் செய்தியாளர் முதலாவதாகவும் தொலைக்காட்சி அலைவரிசை நிகழ்ச்சித் தயாரிப்பாளர் இரண்டாவதாகவுமே வந்து சேர்ந்திருந்தனர். விதி முதலில் வந்துசேர்ந்திருந்த அந்த வார இதழ்ச் செய்தியாளரை அவருக்கு அறிமுகமில்லாத அந்தத் தொலைக்காட்சி அலைவரிசையின் நிகழ்ச்சித் தயாரிப்பாளர் வந்து சேரும்வரை காத்திருக்க வைத்தது. ஏனென்றால் அப்போது வீட்டில் நவோ வவோ இல்லை. இருவரும் அப்போது நதியின் மறுகரையில் தங்களுடைய ஜோதிடனின் வீட்டில் இருந்தார்கள். அவர்களது முதல் விருந்தினரான வார இதழின் செய்தியாளர் ந வசித்துவந்த அந்தப் பாழடைந்த அரண்மனையை அடைந்து அவர்களது அண்டை வீட்டைச் சேர்ந்த பெண்மணி ஒருவரிடம் "ந இல்லீங்களா?" எனக் கேட்டுக் கொண்டிருந்தபோது வயதான அந்த ஜோதிடன் நவிடம் நிச்சயமாக அவர்களால் கைவிடப்பட்ட அந்த இலவசத் தொகுப்பு வீட்டைக் கட்டிக்கொள்ள முடியும், கிரக நிலைகள் அதற்குச் சாதகமாகவே இருக்கின்றன எனச் சொல்லிக்கொண்டிருந்தான். அதற்குப் பிறகு வேறெதுவும் கேட்கத் தேவையில்லாத அவர்கள் ஜோதிடனிடமிருந்து உடனடியாக விடை பெற்றுக்கொண்டு திரும்பித் தங்கள் பாழடைந்த அரண்மனையை அடைவதற்குள் அந்த வார இதழ்ச் செய்தியாளரும் தொலைக்காட்சி அலைவரிசையின் நிகழ்ச்சித் தயாரிப்பாளரும் ஒருவருக்கொருவர் அறிமுகப்படுத்திக்கொண்டிருந்தார்கள். நீண்டகாலமாக இருவரும் அருகருகே வசித்துவந்தும் ஏறத்தாழ ஒரே துறையில் பணிபுரிந்துவந்தும் ஒரேவிதமான சிந்தனைகளை உடையவர்களாக இருந்தும் அதுவரை ஒருவரையொருவர் அறிந்து கொள்ளாமல் இருந்ததைப் பற்றியும் ஒரேவிதமாக அந்த

ஆங்கில நாளிதழையும் அதில் இடம்பெற்றிருந்த கட்டுரையையும் வாசித்து, நட்ராஜ் மகராஜைச் சந்திப்பதற்கும் அப்போதுதான் மீட்கப்பட்டிருந்த புதையுண்ட அந்த வரலாற்றைப் பற்றிய செய்தியறிக்கையொன்றைத் தயாரிப்பதற்கும் ஒரே சமயத்தில் முடிவுசெய்து ஒரே சமயத்தில் அதற்கான திட்டங்களை வகுத்து ஒரே சமயத்தில் புறப்பட்டு ஒரே ரயிலில் பயணம்செய்து ஒரே விடுதியில் அறையெடுத்துத் தங்கி ஒரே சமயத்தில் காலை உணவு சாப்பிட்டு முடித்து ஒரே சமயத்தில் புறப்பட்டு ஒரே சமயத்தில் பாழடைந்த அந்த அரண்மனைக்கு வந்து சேர்ந்திருப்பதைக் குறித்து ஆச்சரியத்துடன் பேசி முடித்திருந்தார்கள்.

ஒரு செய்தியாளர், ஒரு நிகழ்ச்சித் தயாரிப்பாளர், ஒரு புகைப் படக் கலைஞர், ஒரு ஒளிப்பதிவாளர் தவிர ஒவ்வொருவருக்கும் தலா ஓர் உதவியாளர் வீதம் இரண்டு உதவியாளர்கள் என அத்தனை பேரையும் ஒரே சமயத்தில் சமாளிப்பது நவுக்கும் அவன் மனைவி வவுக்கும் அவ்வளவு எளிதான காரியமாக இல்லை. அவர்கள் வந்துசேர்ந்ததும் முதல் காரியமாக அந்த இரு ஊடகவியலாளர்களும் மீட்டெடுக்கப்பட்ட அந்த வரலாற்று நாயகனுக்கும் நாயகியான வவுக்கும் தங்கள் வாழ்த்துகளைத் தெரிவித்துக்கொண்டனர். குழந்தைகளை அனுதாபத்துடன் பார்த்துக்கொண்டிருந்தனர். தாங்கள் கொண்டுவந்திருந்த பிஸ்கட்டுகளையும் சாக்லேட்டுகளையும் அவர்களுக்குக் கொடுத்தனர்.

அவர்களுடைய வருகையைப் பற்றி முன்கூட்டியே எதுவும் தெரியாததால் உபசரிக்க வவிடம் எதுவுமே இல்லை. அவள் முதலில் அவர்களுக்குக் குடிக்கத் தண்ணீர் கொடுத்தாள். பிறகு ஆளுக்கொரு தம்ளர் வரக்காப்பி போட்டுக் கொடுத்தாள். இருவரும் அவற்றிலிருந்து தலா ஒரு மிடறு விழுங்கினார்கள். பிறகு தம்ளரைத் தூரவைத்துவிட்டுத் தங்களுடைய தொழிலில் கவனம் செலுத்த முற்பட்டார்கள். ந என்னும் பெயரையுடைய அவளுடைய கணவன் வெறும் நவோ ந என்னும் பெயரையுடைய சத்துணவு அமைப்பாளரோ அல்ல பிரின்ஸ் – நட்ராஜ் மகராஜ் என்பதை அந்தப் பேராசிரியர் சொன்னதைக் கேட்டபோது அவள் என்ன வகையான உணர்வுகளுக்கு ஆட்பட்டிருந்தாள் என முதல் கேள்வியைக் கேட்டார் அந்தத் தொலைக்காட்சி அலைவரிசையின் நிகழ்ச்சித் தயாரிப்பாளர். கேள்வி புரியாததால் வ அவருக்கு எந்தப் பதிலும் சொல்லாமல் மௌனமாக இருந்தாள். ஆனால் அந்த நிகழ்ச்சித் தயாரிப்பாளருக்கும் தொலைக்காட்சிக்கும் அது மிக மிக முக்கியமான கேள்வியாக இருந்ததால் அதிலிருந்துதான் அந்தச் செய்தியறிக்கையைத் தொடங்க வேண்டுமெனத் திட்டமிட்டிருந்ததால் அவர் அதே

கேள்வியைத் தொனிமாறாமல் மற்றொருமுறையும் கேட்டார். மற்றொருமுறையும் அது புரியாததால் வ மற்றொருமுறையும் மௌனமாக இருந்தாள். நிகழ்ச்சித் தயாரிப்பாளர் பதற்றமடைந் தார். மூச்சை ஆழ்ந்து உள்ளிழுத்துக்கொண்டார். பிறகு அதே கேள்வியை அவளுக்குப் புரியும்விதத்தில் எப்படிக் கேட்பதென யோசிக்கத் தொடங்கினார். நிலைமையின் விபரீதத்தைப் புரிந்துகொண்ட வார இதழ்ச் செய்தியாளர் அவருக்கு உதவ முடிவெடுத்தார், "அதாவது மிஸ் வ, உங்க வீட்டுக்காரர் மிஸ்டர் ந சாதாரண ஆளல்ல, ஒரு பிரின்ஸ், அதாவது மகராஜா அப்படீங்கறதக் கேள்விப்பட்டப்ப உங்குளுக்கு அது சந்தோஷமா இருந்துதா?" என ஒ என்னும் அந்தச் சிறிய, மிகச் சிறிய கிராமத்தில் வசிக்கும் எந்தவொரு பெண்ணுக்கும் புரியக்கூடிய மிகச் சாதாரண வார்த்தைகளில் அதே கேள்வியைக் கேட்டார். இப்போது கேள்வி தெளிவாகப் புரிந்ததால் வ அதற்குப் பதிலளித் தாள், "ஆமா" என்றாள். நிகழ்ச்சித் தயாரிப்பாளர் சற்றுப் பதற்றம் தணிந்தவராய் மற்றொருமுறையும் மூச்சை ஆழ்ந்து உள்ளிழுத்துக்கொண்டார்.

"சொல்லுங்க மிஸ் வ, உங்க வீட்டுக்காரர் உண்மையில் ஒரு ராஜா. அதாவது பிரின்ஸ். மாவீரன் நடராஜ காளிங்க மகாராஜாவின் உயிருள்ள நேரடியான ஒரே வாரிசு, நட்ராஜ் மகராஜ். இல்லீங்களா?"

"அ... ஆமா"

"ஆனா மகாராஜா நட்ராஜ் இப்போ அற்பச் சம்பளத்துக்கு வேல செய்யற ஒரு சத்துணவு அமைப்பாளர், இல்லீங்களா?"

"அ... ஆமா, தாங்கற ஊர்ல இருக்கற கவெர்மென்ட் ஸ்கூல்ல சத்துணவு ஆர்கனைசரா இருக்கறாரு"

"நீங்க அதப் பத்தி என்ன நெனைக்கறீங்க?"

அதற்கான பதிலை யோசிப்பதற்கு வவுக்கு அதிக அவகாசம் தேவைப்படவில்லை.

"இதுல நெனைக்கறதுக்கு என்னுங்க இருக்குது? எங்க கல்யாணத்துக்கு மின்ன இருந்தே அவிய இந்த வேலைலதே இருக்கறாங்கொ"

தொலைக்காட்சிச் செய்தியாளர் புன்னகைத்துக்கொண்டார்.

"இது ஒரு சோஷியல் இன்ஜஸ்டீஸ்னு உங்களுக்குத் தோணுதா மிஸ் வ?"

வ எச்சிலைக்கூட்டி விழுங்கினாள்.

“உங்களுக்கு இந்தச் சமூகம் அநீதி இழைச்சுட்டதாக் கருதறீங்களா மிஸ் வ?”

வவின் முகம் வெளிறியது. அவள் அழத் தயாராகிக்கொண்டிருந்தாள். அவளுடைய கண்களில் துளிர்க்கத் தொடங்கியிருந்த நீரைக்கண்ட செய்தியாளர்கள் இருவரும் சுதாரித்துக்கொள்ள முயன்றனர்.

“சொல்லுங்க மிஸ்டர் ந, இந்த சொசைட்டி, இல்ல கவர்ன்மென்ட்கிட்ட இருந்து இப்ப நீங்க என்ன எதிர்பார்க்கறீங்க?”

மிஸ்டர் ந அசட்டுத்தனமாகப் புன்னகைக்க முயன்றான்.

ஆனால் வ அதற்கு உடனடியாகப் பதிலளித்தாள்.

“குடியிருக்கறதுக்கு ஒரு வீடு, அது போது எங்குளுக்கு. ராசாவா இருந்தாலு மந்திரியா இருந்தாலு சிப்பாயா இருந்தாலு குடியிருக்கறதுக்குன்னு ஒரு ஊடு வேணுமில்லீங்களா? அதுதே இப்ப எங்குளுக்கு அவசரொ. நீங்க சொல்றாப்பல சொசைட்டியோ, கெவர்மென்ட்டோ ஆராருந்தாலு பாதியில நின்னுபோன இந்தத் தொகுப்பு வீட்டக் கட்டி முடிக்க உதவி செஞ்சாங்குன்னா மத்தத நாங்க சமாளிச்சுக்குவொ”

இரண்டு நாட்களுக்குப் பிறகு குறிப்பிட்ட அந்தத் தொலைக்காட்சியில் ஒளிபரப்பப்பட்ட சிறப்புச் செய்தியறிக்கையில் வவின் அந்தப் பதில் அப்படியே இடம்பெற்றிருந்தது. நீர் மல்கும் அவளுடைய கண்கள் இருபத்தேழு நொடிகள்வரை திரையில் நிலைத்திருந்தன. மாவீரன் காளிங்க நடராஜ மகாராஜாவின் உயிருள்ள ஒரே வாரிசு, பிரின்ஸ் – நட்ராஜ் மகராஜ், வெறும் நவாகவும் ந என்னும் பெயரையுடைய சத்துணவு அமைப்பாளாராகவும் வாழ்ந்துகொண்டிருந்ததை வரலாற்றின் அவலம் என வர்ணித்தாள் ஸ்ஸைப் போலவே தோற்றமளித்த அழகான இளம்நிகழ்ச்சித் தொகுப்பாளர். ந, வ, அவனுடைய இரண்டு குழந்தைகள், பாழடைந்த அந்த அரண்மனை, அவர்களுடைய சிதைந்துபோன காவல்கூண்டுகள் என அந்த அவலத்தின் முழுப் பரிமாணங்களையும் கொண்ட அரைமணி நேரக் காட்சித் தொகுப்பினிடையே தோன்றிய சமூக வரலாற்று அறிஞர்களும் அரசியல் பார்வையாளர்களும் கவிஞர்களும் எழுத்தாளர்களும் திரைப்பட இயக்குநர்களும் நடிகர்களும் மனித உரிமை ஆர்வலர்களும் அந்த அவலத்தை, அநீதியை, மோசடியை, துரோகத்தை அதற்குக் காரணமான சமூக அமைப்பை, அரசியலைக் கடுமையாக விமர்சித்திருந்தனர்.

வவின் நீர்மல்கும் அந்த இருபத்தேழு நொடிக் கண்களைவிடத் தொலைக்காட்சி ரசிகர்களை ஒட்டுமொத்தமாகக் கவர்ந்தது சரியாக இரண்டு நிமிடம் ஐம்பத்தியொரு நொடிகள் வரை திரையில் இடம்பெற்றிருந்த நவின் பாம்புக்கதைதான். அந்த நூற்று எழுபத்தியொரு நொடிகளில் ந ஒரு நள்ளிரவில் தன் சிதைந்துபோன அந்தக் காவல்கூண்டுக்குள் நுழைந்துவிட்ட நாகத்தைப் பற்றி மட்டுமல்லாமல் பொதுவாக நாகங்களின் வாழ்க்கை முறையைப் பற்றியும் கொடிய விஷத்தையுடைய நாகங்கள் விஷமே இல்லாத சாரைகளோடு கூடுவதைப் பற்றியும் ஆயிரமாண்டுகள் கழிந்த பிறகு அவை பெருச்சாளிகளைப் போலவோ அணில்களைப் போலவோ மாறிவிடுவதைப் பற்றியும் அப்போது அவற்றின் விஷம் மாணிக்கமாக மாறிவிடுவதைப் பற்றியும் சுருக்கமாக விவரித்திருந்தான். சூழலியல் ஆர்வலர்களைத் தவிர மற்ற எல்லோருடைய வரவேற்பையும் பெற்றிருந்த காரணத்தால் அந்த வரலாற்று அவலம் திரும்பத் திரும்ப அந்தத் தொலைக்காட்சி அலைவரிசையில் ஒளிபரப்பப்பட்டுக்கொண்டே இருந்தது.

நவாலோ அவனுடைய மனைவி வவாலோ அவர்களுடைய குழந்தைகளாலோ அந்த ஒளிபரப்பைக் காண முடிந்திருக்கவில்லை. ந வெகு காலமாக வசித்துவரும் பாழடைந்த அந்த அரண்மனையின் காவல்கூண்டுகளில் மின்சாரமோ தொலைக்காட்சிப் பெட்டியோ இல்லை. ஓ என்னும் பெயரையுடைய அந்தச் சிறிய, மிகச் சிறிய கிராமத்தின் இரண்டு வீடுகளில் தொலைக்காட்சிப் பெட்டிகள் இருந்தன. ஆனால் அவர்களில் யாரும் குறிப்பிட்ட அந்தத் தொலைக்காட்சி அலைவரிசையையோ அதில் ஒளிபரப்பான குறிப்பிட்ட அந்தச் செய்தித் தொகுப்பையோ பார்க்கவில்லை. எனவே ஓ என்னும் அந்தச் சிறிய, மிகச் சிறிய கிராமத்தில் வாழும் யாரும் பதற்றத்திற்குள்ளாகவில்லை. ஆனால் மாநிலத் தலைநகரிலும் சில மாவட்டத் தலைநகர்களிலும் குறிப்பிட்ட அந்தச் செய்தித்தொகுப்பு பெரும் விவாதங்களை உருவாக்கியது. அதைக் காண நேர்ந்த கவிஞர்களும் எழுத்தாளர்களும் ஒருவித ஆன்மிகப் பதற்றத்திற்குள்ளாயினர். பழுத்த அரசியல்வாதிகளில் சிலர் கடந்த அரைநூற்றாண்டு காலத்திய அரசியல் மொண்ணைத்தனத்தைக் கடுமையாக விமர்சித்து அறிக்கைகள் வெளியிடுவதற்கு அந்தச் செய்தியறிக்கையை ஒரு முக்கிய ஆதாரமாகப் பயன்படுத்தத் தொடங்கியிருந்தனர். மனித உரிமை அமைப்புகள் உடனடியாக நீதியை நிலைநாட்டுவதற்கு என்ன செய்யலாம் என ஆலோசிக்கத் தொடங்கின. எவ்வளவு சீக்கிரம் முடியுமோ அவ்வளவு சீக்கிரம் உண்மையறியும் குழு ஒன்றை ஓ என்னும் பெயருடைய அந்தச் சிறிய, மிகச் சிறிய

கிராமத்திற்கு அனுப்ப வேண்டுமென நாட்டின் புகழ்பெற்ற மனித உரிமை அமைப்பொன்றின் தலைவர் எஞ்சியிருந்த எல்லா மனித உரிமை அமைப்புகளையும் கேட்டுக்கொண்டார். சமூகஅமைப்புகள் பலவும் சில சாதி அமைப்புக்களும் அந்த வரலாற்று அவலத்தைக் கண்டித்தும் வரலாற்றின் கணக்கைச் சரிசெய்யக்கோரியும் பல்வேறுவிதமான போராட்டங்களுக்கு அறைகூவல்கள் விடுக்கத் தொடங்கியிருந்தன.

காலனியாதிக்கத்திற்கெதிராகப் போராடி உயிர்நீத்த, நாட்டின் முதல் சுதந்திரப் போராட்ட வீரன், மாவீரன் காளிங்க நடராஜ மகாராஜாவின் உயிருள்ள நேரடியான ஒரே வாரிசான பிரின்ஸ் – நட்ராஜ் மகராஜ் ஓ என்னும் பெயரையுடைய சிறிய, மிகச் சிறிய கிராமத்தில் வெறும் நவாகவும் ந என்னும் பெயரையுடைய சத்துணவு அமைப்பாளராகவும் வாழ்ந்துகொண்டிருக்கிறான். வ என்னும் பெயருடைய அவனுடைய பட்டத் துராணிக்குக் குடியிருப்பதற்கான ஒரு சிறிய வீடுகூட நிறைவேறாத கனவாக இருக்கிறது. ஒரு சுதந்திர நாட்டின் குடிமக்களுக்கு இதைவிட வேறு என்ன அவமானம் இருக்க முடியும்?

மறுநாள் அதிகாலையில் அரசியல் செல்வாக்குப் பெற்ற மாவட்டத்தின் முக்கியப் பிரமுகர் ஒருவர் தன் பரிவாரங்களுடன் நவின் பாழடைந்த அரண்மனைக்கு வருகை புரிந்தார். மாவீரன் காளிங்க நடராஜ மகாராஜாவையும் அவரது நேரடி வாரிசான ந வெறும் நவாக, ந என்னும் பெயரையுடைய சத்துணவு அமைப்பாளராக வாழ நேர்ந்திருப்பதையும் அதுவரை அறிந்து கொள்ளாமல் மாவட்டத்தின் முக்கியப் பிரமுகராக இருந்து கொண்டிருக்க நேர்ந்துவிட்டிருந்த குற்றத்திற்காக நவிடமும் வவிடமும் மன்னிப்புக் கேட்டுக்கொண்டார். அவர்களது குழந்தைகளின் கன்னங்களைத் தடவிக்கொடுத்தார். சிகையை வருடினார். தான் கையோடு எடுத்து வந்திருந்த பிஸ்கட்டுகளையும் கேக்குகளையும் கொடுத்தார். வ போட்டுக்கொடுத்த வரக்காப்பியைத் தயக்கமில்லாமல் பெற்று எவ்விதச் சிறு சங்கடத் திற்கும் இடந்தராமல் முழுமையாக உறிஞ்சித் தீர்த்தார். வெகு விரைவிலேயே வரலாற்றின் கணக்குச் சரிசெய்யப்பட்டு நட்ராஜ் மகராஜுக்குச் சேர வேண்டிய அரண்மனையும் தோட்டம் துரவுகளும் சொத்துபத்துக்களும் மீட்கப்பட்டு அவர்களிடம் ஒப்படைக்கப்படும் என்றார். அதற்கான முழுப் பொறுப்பையும் தானே ஏற்றுக்கொள்வதாக வாக்களித்துவிட்டு ஓ என்னும் அந்தச் சிறிய, மிகச் சிறிய கிராமத்தை விட்டு அவசர அவசரமாக வெளியேறினார். அடுத்தடுத்த நாட்களில் மேலும் சிலர் வந்தார்கள். ந என்னும் பெயருடைய நட்ராஜ் மகராஜைச் சந்திப்பதற்குத் தங்களுக்குக் கிடைத்த வாய்ப்புக்காகக் கடவுளுக்கும் குறிப்பிட்ட

அந்தத் தொலைக்காட்சி அலைவரிசைக்கும் வார இதழுக்கும் நன்றி தெரிவித்தார்கள். அவனுக்குத் தங்கள் வாழ்த்துகளைத் தெரிவித்துக்கொண்டார்கள். வவையும் குழந்தைகளையும் அனுதாபத்துடன் பார்த்துக்கொண்டிருந்தார்கள். மன்னிப்புக் கேட்டுக்கொண்டார்கள். வ போட்டுக்கொடுத்த வரக்காப்பியைக் குடித்தார்கள். தாங்கள் கொண்டுவந்திருந்த பிஸ்கட்டுகளையும் கேக்குகளையும் குழந்தைகளுக்குக் கொடுத்துவிட்டு அவசர அவசரமாக விடைபெற்றுக்கொண்டு போனார்கள். போகும்போது வழியனுப்புவதற்காக வந்து நின்ற நவிடமும் வவிடமும் வெகு சீக்கிரத்திலேயே வரலாற்றின் கணக்கு சரிசெய்யப்படும் எனத் தாங்கள் உறுதியாக நம்புவதாகவும் அப்போது நிச்சயமாக மீண்டும் வருவதாகவும் வாக்களிப்பதற்கு அவர்களில் ஒருவர்கூடத் தவறவில்லை.

தாங்கள் வசித்துவரும் பாழடைந்த அந்த அரண்மனைக்கு வந்துசெல்லும் விருந்தினர்களை எதிர்கொள்ள முடியாமல் வ திணறிப்போனாள். வருபவர்களிடம் என்ன பேசுவது என்றோ எப்படி உபசரிப்பது என்றோ அவளுக்குத் தெரியவில்லை. தங்களைச் சூழத் தொடங்கியிருப்பது என்ன என்பதையும் அவளால் புரிந்துகொள்ள முடியவில்லை. வருபவர்களுக்கு காபியோ, டீயோ அல்லது ஒரு குவளை மோரோ கொடுக்க வேண்டியிருந்தது. நாளிதழ்களில் வந்திருந்த செய்திகளையோ கட்டுரைகளையோ அவள் படித்திருக்கவில்லை. வந்திருந்தவர்கள் ஒவ்வொருவரும் தவறாமல் வரலாற்றின் கணக்கு சீக்கிரமே சரிசெய்யப்பட்டுவிடும் என அவர்களுக்குச் சொல்லிவிட்டுப் போனார்கள். தனது புதிய விருந்தினர்களை உபசரிப்பதற்காக ந மேலும் சிலரிடம் கடன் வாங்க வேண்டியிருந்தது. ஆனால் அதைப் பற்றி அதிகம் கவலைப்படாமலிருக்க விரும்பினான். தன்னிடம் இருந்த குடும்ப மரத்தோடு செய்தி இடம்பெற்றிருந்த சில நாளிதழ்களின் பக்கங்களையும் சேகரித்துவைத்துக்கொண்டான். இப்போது யாரிடமாவது தான் வெறும் நவோ ந என்னும் பெயரையுடைய சத்துணவு அமைப்பாளரோ அல்ல, பிரின்ஸ் – நட்ராஜ் மகராஜ் என்பதைச் சொல்ல நேரும்போது அவனது குரல் திடமானதாகவும் தன்னம்பிக்கைமிக்கதாகவும் ஒலிக்கிறது.

கடைசி வாக்கியமாக வரலாற்றின் கணக்கு சரிசெய்யப்படும் என்பதை உச்சரிக்கும்போது மட்டும் அவனுக்குக் குரல் தடுமாறுகிறது.

மீட்டெடுக்கப்படும் வரலாறுகளின் மீது மக்களுக்குக் கட்டுக்கடங்காத ஆர்வம் பெருகிக்கொண்டிருந்ததால் அந்தக் கதை சீக்கிரத்திலேயே முக்கியமான சமூக அரசியல்

பிரச்சினைகளில் ஒன்றாக உருவெடுக்கத் தொடங்கியிருந்ததை நவோ அவனுடைய மனைவி வவோ குழந்தைகளோ அறிந்திருக்கவில்லை. அவனால் இரண்டு வாரங்களாகச் சத்துணவுக் கூடத்திற்கும் போக முடிந்திருக்கவில்லை. யாராவது அவனது பொறுப்புகளை நிறைவேற்றுகிறார்கள். தங்களுடைய அந்தச் சத்துணவு அமைப்பாளர் வெறும் ந அல்ல, பிரின்ஸ் – நட்ராஜ் மகராஜ் என்பதை ஏதோவொரு செய்திக்கட்டுரையின் மூலமாகவோ தொலைக்காட்சி நிகழ்ச்சியின் வாயிலாகவோ அறிந்துகொண்டிருந்த ஆசிரியர்களில் யாராவதோ ரா என்னும் பெயரையுடைய எழுத்தரோ சு என்னும் பெயரையுடைய அலுவலக உதவியாளரோ யாரோதான் சமையலுக்குத் தேவையான பொருட்களை அளந்து தருகிறார்கள். எழுத்தர் பதிவேடுகளைப் பராமரிக்கிறார். சாப்பிட்ட பிறகு துப்புரவாளரைக் கொண்டு கூடத்தைச் சுத்தம் செய்யும் பொறுப்பைக் க என்னும் பெயரையுடைய ஓவிய ஆசிரியர் எடுத்துக்கொள்கிறார்.

14

நீண்ட நாட்களுக்குப் பிறகு ஒருநாள் சத்துணவு அமைப்பாளராகத் தனது பணிகளைத் தொடரும் முடிவோடு தா என்னும் பெயரையுடைய அந்த ஊரின் அரசு மேல்நிலைப் பள்ளிக்குத் திரும்பியபோது தனக்குக் கிடைத்த மரியாதையைக் கண்டு ந பதற்றமடைந்தான்.

அப்போது மீட்டெடுக்கப்படும் வரலாற்றின் மீது வேட்கைகொண்ட மாவட்டத்தின் காவல்துறை அதிகாரியொருவர் அவனைத் தனது சுழல் விளக்குப் பொருத்தப்பட்ட அரசு வாகனத்தில் அவனை அந்த அரசு மேல்நிலைப் பள்ளிக்கு அழைத்துச் சென்றிருந்தார். மற்ற எல்லோரையும் போலவே, ந என்னும் பெயரையுடைய பிரின்ஸ் – நட்ராஜ் மகராஜைச் சந்திப்பதற்காக அதிகாலையிலேயே பாழடைந்த அந்த அரண்மனைக்கு வருகை புரிந்திருந்த அந்தக் காவல்துறை உயரதிகாரி மற்ற எல்லோரையும் போலவே நவுக்குத் தன் வாழ்த்துகளைத் தெரிவித்துக்கொண்டார். மன்னிப்புக் கேட்டுக்கொண்டார். தான் கையோடு கொண்டுவந்திருந்த பிஸ்கட்டுகளையும் சாக்லேட்டு களையும் அவனுடைய குழந்தைகளுக்குக் கொடுத் தார். அவர்களது கன்னங்களைத் தடவினார். சிகையை வருடினார். ந, வ உள்ளிட்ட நால்வரையும் சற்று நேரம் அனுதாபத்துடன் பார்த்துக் கொண்டிருந்தார். பிறகு தானே தனது சொந்த முயற்சியில் வரலாற்றின் கணக்கைச் சரிசெய்வதாக வாக்களித்தார். அவருடன் வந்திருந்த துப்பாக்கி ஏந்திய பாதுகாவலர் ஒருவர் இமைக்காத விழிகளுடன் அவரது முதுகுக்குப் பின்னால் விரைப்பாக நின்றுகொண்டு நவையும் வ என்னும் பெயருடைய அவன் மனைவியையும் குழந்தைகள் இருவரையும் கண்காணித்துக்கொண்டிருந்ததால் அவர் என்ன சொல்ல முயல்கிறார் என்பதை

நவால் புரிந்துகொள்ள முடியவில்லை. நீண்ட நாட்களுக்குப் பிறகு பணிக்குத் திரும்புவதற்குத் தயாராகிக்கொண்டிருந்த நவுக்கு அந்தக் காவல்துறை அதிகாரியின் வருகை பெரும் பதற்றத்தை ஏற்படுத்தியிருந்தது.

எப்படியோ அவனது பதற்றத்திற்கான காரணத்தை அறிந்துகொண்ட அந்தக் காவல்துறை அதிகாரி அவனைத் தானே தனது காரில் அவன் பணிபுரியும் பள்ளிக்கு அழைத்துச் செல்ல முன்வந்தார். ந அதை மறுத்தபோது ஒரு வரலாற்று அநீதியின் காரணமாக மாவீரன் காளிங்க நடராஜ மகாராஜாவின் நேரடியான உயிருள்ள ஒரே வாரிசான பிரின்ஸ் – நட்ராஜ் மகராஜ் சிறிது காலம் சத்துணவு அமைப்பாளராகப் பணிபுரிந்து கொண்டிருக்க வேண்டியிருந்த பள்ளியையும் அந்தச் சத்துணவுக் கூடத்தையும் காண விரும்புவதாக அவர் சொன்னபோது நவால் அதை மறுக்க முடியாமல் போய்விட்டது. எதுவுமே பேசாமல் பின் சீட்டில் ஏறித் துப்பாக்கி ஏந்திய அவரது பாதுகாவலருக்குப் பக்கத்தில் அமர்ந்துகொண்டான் ந. தனது கடமையிலிருந்து கொஞ் சமும் வழுவ விரும்பாத அந்தப் பாதுகாவலர் சுழல் விளக்குப் பொருத்தப்பட்ட தங்களுடைய அந்த அரசு வாகனம் பள்ளியின் வாயிலை அடையும்வரை தனது இமைக்காத விழிகளால் தொடர்ந்து அவனைக் கண்காணித்துக்கொண்டிருந்தார்.

பள்ளியின் மெயின் கேட் அடைக்கப்பட்டிருந்தது. திறந்து விடுவதற்குக் காவலரோ வேறு யாருமோ பக்கத்தில் இல்லை. ந காரைவிட்டு இறங்குவதற்கும் கேட்டைத் தன் கையாலேயே திறந்துவிடுவதற்கும் விரும்பினான். ஆனால் அந்தக் காவல்துறை அதிகாரி அவனது யோசனையைப் புறக்கணித்துவிட்டு காரின் ஹாரனை ஒலிக்கச் செய்யுமாறு தன் சாரதிக்கு ஆணையிட்டார். ந பதறிப்போனான். தலைமையாசிரியர் அதை அத்துமீறியதொரு செயலாக எடுத்துக்கொண்டால் என்ன செய்வது என யோசிக்க முயன்றான். ஓட்டுநர் இருக்கையில் அவருக்கு இடதுபுறத்தில் உட்கார்ந்திருந்த காவல்துறை அதிகாரி கறுப்புக் கண்ணாடி அணிந்திருந்தார். காவல்துறை அதிகாரிகளுக்குரிய சீருடை உடுத்தியிருந்தார். இடுப்புவாரில் கைத்துப்பாக்கியொன்றைச் செருகிக்கொண்டிருந்தார். காரின் ஹாரன் சத்தத்தைக் கேட்டு வகுப்பறைகளிலிருந்து ஆசிரியர்களும் மாணவர்களும் பதற்றத்துடன் எட்டிப் பார்த்தார்கள். முதல் தளத்திலிருந்த அலுவலக அறைக்குள்ளிருந்து முதலில் அலுவலக உதவியாளரும் பிறகு ரா என்னும் பெயருடைய எழுத்தரும் பிறகு தலைமையாசிரியரும் ஒருவர் பின் ஒருவராக எட்டிப் பார்த்தார்கள். ஆனால் காரிலிருந்து அவசர அவசரமாக இறங்கிய ஓட்டுநர் ஒரு சுற்றுச் சுற்றிக்கொண்டு வந்து முதலில்

இடப்புறக் கதவைத் திறந்துவிடவே அந்தக் காவல்துறை அதிகாரி முதல் நபராக வாகனத்திலிருந்து இறங்கினார். பின்புறக் கதவு திறந்துவிடப்பட்டவுடன் ந இறங்கிக்கொண்டான். அவனுக்கு முன்பாகவே இறங்கியிருந்த பாதுகாவலர் துப்பாக்கியை நீட்டிப் பிடித்துக்கொண்டு காவல்துறை அதிகாரியைக் கடந்து அவருக்கு முன்னால் நடக்கத் தொடங்கியிருந்தார். அந்தக் காட்சியைப் பார்க்க நேரும் தலைமையாசிரியரும் மற்ற ஆசிரியர்களும் அலுவலகப் பணியாளர்களும் தன்னை அந்தக் காவல்துறை அதிகாரியின் கைதியாகக் கருதிக்கொள்வதற்கு வாய்ப்பிருக்கிறது என நினைத்தான் ந.

தான் நினைத்தது வெறும் கற்பனையல்ல என்பதை ந உடனடியாகப் புரிந்துகொண்டான். காவல்துறை அதிகாரியின் சுழல்விளக்குப் பொருத்தப்பட்ட வாகனமொன்று யாருடைய அனுமதியையும் பெறாமல் பள்ளியின் வளாகத்திற்குள் நுழைந்ததைப் பார்த்தமாத்திரத்திலேயே ஓய்வெடுத்துக்கொண்டிருந்த ஆசிரியர்கள் சிலர் ஓய்வறையிலிருந்து அவசர அவசரமாக வெளியேறி வகுப்பறைளை நோக்கி ஓட்டமும் நடையுமாக விரைந்ததை ந பார்த்தான். வந்திருப்பவர் ஒரு காவல்துறை அதிகாரி என்பதாலும் அவர் ந என்னும் பெயரையுடைய தங்கள் பள்ளியின் சத்துணவு அமைப்பாளரை அழைத்தக்கொண்டு வந்திருந்ததாலும் எல்லோரும் பதற்றமடைந்திருக்க வேண்டுமென நினைத்தான். அதைப் பற்றி அந்தக் காவல்துறை அதிகாரியிடம் சொல்லவும் செய்தான். அவர் வெறுமனே புன்னகைத்தார். அது வசீகரமானதாகவும் சக்திமிக்கதாகவும் பதற்றத்தை மூளச்செய்வதாகவும் இருந்ததால் ந அதற்கு மேல் எதுவும் சொல்லாமல் அவர்களைப் பின்தொடர முற்பட்டான். ஏற்கனவே தனது இருக்கையிலிருந்து எழுந்து நின்றிருந்த தலைமையாசிரியர் கைகளைக் கூப்பி அவரை வரவேற்றார். அங்கிருந்த நாற்காலிகளில் ஒன்றைச் சுட்டிக்காட்டி உட்காருமாறு கேட்டுக்கொண்டார். அந்தக் காவல்துறை அதிகாரி அதற்கு முன்பாகவே அங்கிருந்த வேறொரு நாற்காலியில் உட்கார்ந்துவிட்டிருந்தார். நீட்டிப் பிடித்த துப்பாக்கியுடன் அவருக்குப் பக்கத்தில் நின்றுகொண்ட பாதுகாவலர் நவோடு சேர்ந்து தலைமையாசிரியரையும் அலுவலக அறையில் மரத்தடுப்பு ஒன்றின் மறைவில் நின்று அவர்களை எட்டிப் பார்த்துக்கொண்டிருந்த எழுத்தரையும் அலுவலக உதவியாளரையும் கண்காணிக்கத் தொடங்கியிருந்தார். உட்காருமாறு தலைமையாசிரியரைக் கேட்டுக்கொண்ட அந்தக் காவல்துறை உயரதிகாரி தயங்கிநின்ற நவைக் கையைப் பற்றியிழுத்து அருகில் கிடந்த மற்றொரு நாற்காலியில் உட்கார்த்தி வைத்துக்கொண்டார். அதைக் கவனித்த தலைமையாசிரியர்

அதே நாற்காலியைச் சுட்டிக்காட்டி அதில் உட்காரும்படி நவைக் கேட்டுக்கொண்டார்.

ந புன்னகைத்தான். பதற்றமடைந்த தலைமையாசிரியர் உடனடியாக அழைப்பு மணியை அழுத்தினார். அது ஒலித்து முடிப்பதற்கு முன்பாகவே எழுத்தரும் அலுவலக உதவியாளரும் தடுப்புக்குள்ளிருந்து வெளியே வரத் தொடங்கியிருந்தனர். தலைமையாசிரியர் அந்தக் காவல்துறை அதிகாரியிடம், "காபி, டீ எதாவது சாப்படறீங்களா சார்?" எனக் கேட்டார். "எதுவானாலும் சரி" என இரண்டு சிறிய ஆங்கில வார்த்தைகளைக்கொண்டு அவருக்குப் பதிலளித்த அந்தக் காவல்துறை அதிகாரி தலைமையாசிரியரிடம் தான் நவைப் பற்றி சமீபத்திய வார இதழ் ஒன்றில் வெளிவந்திருந்த கட்டுரையின் மூலமாகவே அறிந்துகொண்டதாகவும் பிரின்ஸ் – நட்ராஜ் மகராஜ் வெறும் நவாகவும் ந என்னும் பெயரையுடைய சத்துணவு அமைப்பாளராகவும் இருந்துகொண்டிருப்பது தனக்கு ஆழ்ந்த வருத்தத்தை அளித்ததாகவும் அதன் விளைவாக எழுந்த குற்ற உணர்வின் காரணமாக அவனைப் பார்ப்பதற்காகவும் அவனுக்குத் தன் வாழ்த்துகளைத் தெரிவித்துக்கொள்வதற்காகவும் அவனுக்கு இழைக்கப்பட்டிருக்கும் வரலாற்று அநீதிக்கு வரலாற்றின் சார்பாகவும் நீதியின் சார்பாகவும் மன்னிப்புக் கேட்டுக்கொள்வதற்காகவும் வந்ததாகச் சொன்னார். தலைமை யாசிரியர் தனக்கும் அதுபோன்ற உணர்வுகள் ஏற்பட்டதாகவும் வரலாற்றின் மீது அக்கறைகொண்ட யாருக்குமே அப்படித்தான் தோன்றும் எனவும் பதிலளித்தார். தான் ஒருபோதும் நவை வெறும் நவாகவோ ந என்னும் பெயரையுடைய சத்துணவு அமைப்பாளராகவோ நடத்தியதில்லை என்றார். மட்டுமல்லாமல் நவை முதன்முதலாகப் பார்த்தபோதே அவன் அசாதாரணத் தோற்றம்கொண்ட ஒருவனாகவே தனக்குத் தோன்றினான் எனவும் சொன்னார்.

வரலாற்றின் மீது ஈடுபாடுகொண்ட அந்தக் காவல்துறை அதிகாரியை நேரில் பார்ப்பதற்காகவும் அவரிடம் தங்களை அறிமுகம் செய்துகொள்வதற்காகவும் தலைமையாசிரியரது அறைக்கு வருகைதந்த ஆசிரியர்களில் ஏறக்குறைய எல்லோருமே தன்னை வெறும் நவாகவோ ந என்னும் பெயரையுடைய சத்துணவு அமைப்பாளராகவோ பார்க்காமல் அசாதாரணத் தோற்றம்கொண்ட ஒருவனாகவே பார்ப்பதாக நினைத்தான் ந. பிறகு அந்தக் காவல்துறை அதிகாரி ந பணிபுரிந்துகொண்டிருக்கும் சத்துணவுக் கூடத்தைப் பார்க்க வேண்டும் என விரும்புவதாகச் சொன்னார். வருங்காலத்தில் அந்தச் சத்துணவுக் கூடம் மாவீரன் காளிங்க நடராஜ மகாராஜாவின் புதையுண்ட

வரலாறு மீட்டெடுக்கப்பட்டதன் அடையாளமாக மாறலாம் எனக் கருதுவதாகச் சொன்னார். தானும் அப்படித்தான் கருதுவதாகவும் தனக்கும் வரலாற்றின் மீது அளவுக்கதிகமான ஆர்வம் உண்டு எனவும் எந்தத் தயக்கமுமில்லாமல் பதிலளித்த தலைமையாசிரியர் தானே அவரை அந்தச் சத்துணவுக் கூடத்திற்கு அழைத்துசெல்ல முன்வந்தார். அதற்கு முன்னால் துப்புரவாளரை அழைத்து உடனடியாக அந்தச் சத்துணவுக் கூடத்தையும் நவின் அலுவலகமாகச் செயல்பட்டுக்கொண்டிருக்கும் கிடங்கையும் சுத்தம் செய்யுமாறு உத்தரவிட்டார். முதல் தளத்திலுள்ள அலுவலக அறையிலிருந்து இறங்கி வராந்தாவையும் சிறிய தோட்டத்தையும் அதையடுத்துள்ள வழிபாட்டு மைதானத்தையும் சில வகுப்பறைகளையும் கடந்து இடதுகோடியிலிருந்த சத்துணவுக் கூடத்தை அடைவதற்குள் வரலாற்றின் மீது ஆர்வம் கொண்ட அந்தத் தலைமையாசிரியரிடம் அந்த ஆர்வம் உண்மையானதுதானா எனச் சோதித்தறிய முற்பட்டவரைப் போல் பல கேள்விகள் கேட்டார் அந்தக் காவல்துறை அதிகாரி. போகும் வழியில் தென்பட்ட ஓரிரு வகுப்பறைகளை எட்டிப் பார்த்தார். பாடம் நடத்திக்கொண்டிருந்த ஆசிரியர்களிடம் மாணவர்கள் கல்வியின் மீது உண்மையாகவே ஆர்வம் செலுத்துகிறார்களா எனக் கேட்டார். பிறகு பள்ளியின் வரலாற்று ஆசிரியரைச் சந்திக்க வேண்டும் என்னும் தனது விருப்பத்தைத் தெரிவித்தார்.

வரலாற்றாசிரியர் உடனடியாக வரவழைக்கப்பட்டார். வரலாறு தொடர்பாகவும் அது தொடர்பான கல்வி பற்றியும் அவரிடம் சில கேள்விகளைக் கேட்ட அந்தக் காவல்துறை அதிகாரி பிறகு உடனடியாகத் தனக்கு நேரமாகிவிட்டது எனச் சொல்லி நட்ராஜ் மகராஜ் வெறும் நவாகவும் ந என்னும் பெயரையுடைய சத்துணவு அமைப்பாளராகவும் இருந்தபோது பணிபுரிய நேர்ந்திருந்த, வரலாற்றுப் புகழ்பெற்ற அந்தச் சத்துணவுக் கூடத்தில் சற்றுநேரம் பரவசத்துடன் நின்றுகொண்டிருந்த காவல்துறை அதிகாரி ஆழ்ந்த பெருமூச்சொன்றை வெளியேற்றிவிட்டுத் தான் உடனடியாக அவர்களிடமிருந்து விடைபெற வேண்டியிருக்கிறது என்றார். விடைபெறும் முகமாகத் தலைமையாசிரியரோடு கைகுலுக்கிக் கொள்வதற்கும் விரும்பினார். அதற்கு முன்னதாகவே தலைமையாசிரியரின் வலது கை அவரது வலது கையை நோக்கி நீண்டிருந்தது. அவசரஅவசரமாக அந்தக் கையைப் பற்றிக் குலுக்கிவிட்டுச் சீக்கிரத்திலேயே வரலாற்றின் கணக்கு சரிசெய்யப்பட்டுவிடும் எனவும் அப்போது ந என்னும் பெயருடைய நட்ராஜ் மகராஜின் கட்டளைகளுக்குத் தான் கீழ்ப்படிய நேரிடுமெனவும் தலைமையாசிரியருக்கும் அங்கிருந்த

மற்றவர்களுக்கும் ஒரு நகைச்சுவை போல் சொல்லிவிட்டு நவை அழைத்துக்கொண்டு சுழல்விளக்குப் பொருத்தப்பட்ட தன் வாகனத்தை நோக்கி நடந்தார். அவரது பதிலைக் கேட்டு அதிர்ச்சியுற்றவரைப் போல் சில வினாடிகள் நின்றுகொண்டிருந்த தலைமையாசிரியர் பிறகு வேகமாக அவரைப் பின்தொடர்ந்தார். அதற்குள் அந்தக் காவல்துறை அதிகாரியும் இமைக்காத விழிகளையுடைய அவரது பாதுகாவலரும் நவும் வாகனத்திற்குள் தத்தம் இருக்கைகளில் அமர்ந்துகொண்டிருந்தனர். சாரதி கதவுகளை இழுத்துச் சாத்திவிட்டு வண்டியைக் கிளப்பியிருந்தார். அப்போதுதான் தனது வாகனத்தை நோக்கிக் கிட்டத்தட்ட ஓடிவந்துகொண்டிருந்த தலைமையாசிரியரைப் பார்த்தார் அந்தக் காவல்துறை அதிகாரி. வண்டியைக் கிளப்பியிருந்த தனது சாரதியின் தோளை ஒரு தட்டுத் தட்டினார். வண்டி உடனடியாக நின்றது. மூச்சிரைக்க அருகில் வந்து நின்ற தலைமையாசிரியர் வரலாற்றின் அந்தக் கணக்கு எப்போது சரிசெய்யப்படும் என்பதைத் தான் தெரிந்துகொள்ள விரும்புவதாக அவரிடம் சொன்னார்.

காவல்துறை அதிகாரி உரத்த குரலில் சிரித்தார். "உரிய நேரத்தில்" என்றார், "உரிய நேரத்தில், உரியவர்களால், உரியவிதத்தில் நிச்சயமாக வரலாற்றின் கணக்கு சரிசெய்யப்படும்" என அதைத் தீர்மானிப்பதற்கான முழு உரிமையும் அதிகாரமும் தன்னிடமே உள்ளது என்பது போல் திடமான குரலில் அறிவித்துவிட்டு வண்டியைக் கிளப்புமாறு தனது சாரதிக்கு உத்தரவிட்டார்.

பகுதி IV

1

அந்தக் காவல்துறை உயரதிகாரியும் மற்றவர்களும் சொன்னதைப் போல் மாவீரன் காளிங்க நடராஜ மகாராஜாவின் மீட்டெடுக்கப்பட்ட வரலாற்றின் கணக்கைச் சரிசெய்வதற்கான நடைமுறைகள் உடனடியாகத் தொடங்கப்படவில்லை. மகத்தான அந்த நாளுக்காக நவும் அவன் மனைவி வவும் அடுத்த ஐந்தரையாண்டுகள் வரை காத்திருக்க வேண்டியிருந்தது.

உண்மையில் ஐந்தரையாண்டுகளுக்குப் பிறகு அதற்கான நடைமுறைகள் அதிகாரபூர்வமாகத் தொடங்கப்பட்டபோது அதுபற்றிய நினைவுகள் எதுவும் அவர்களுக்கு எஞ்சியிருந்திருக்கவில்லை. அதனால்தான் பேரழகி ஸ்ஸைப் போன்ற தோற்றமுடையவளாயிருந்த அந்தக் கதைசொல்லியை ஓ என்னும் பெயரையுடைய அந்தச் சிறிய, மிகச் சிறிய கிராமத்தின் தலைவாசலிலிருந்து காப்பாற்றித் தன் தோள்களின் மீது சுமந்துகொண்டு வந்த திடகாத்திரமான அந்த இளைஞனைப் பார்த்தபோது ந குழப்பமடைந்தான். அவளைப் பேரழகி ஸ் என்றே நினைத்தான். உணர்ச்சி மேலீட்டால் அவனது கண்களிலிருந்து நீர் பிதுங்கத் தொடங்கியிருந்தது. ந அப்போது வெற்றுடம்போடு சிதைந்துபோன அந்தக் காவல்கூண்டின் திண்ணையில் கால்களைத் தொங்கவிட்டு உட்கார்ந்திருந்தான். வ வீட்டிலில்லாததால் அவன் தனி ஆளாக இருந்தான். வெறும் நவாக இருந்தான். திடகாத்திரமான அந்த இளைஞனையும் அவனுடைய தோள்களின் மீது கவிந்திருந்த அந்தப் பேரழகியையும் பார்த்த ந ஏற்கனவே நடந்து முடிந்திருந்த ஒரு சம்பவம் திரும்பவும் நிகழத் தொடங்கியிருந்ததாகக் கற்பனை செய்துகொண்டான். ஆனால் அந்தக் கற்பனையிலிருந்து உடனடியாக விடுபட்டு நிகழ்காலத்திற்குத்

திரும்பினான். திடகாத்திரமான அந்த இளைஞனிடம் அவன் அந்தப் பேரழகி ஸ்ஸை எங்கே கண்டுபிடித்தான் எனவும் தோளில் சுமந்துகொண்டு வருமளவுக்கு அவளுக்கு என்னவாயிற்று எனவும் கேட்க நினைத்தான். பேசிக்கொண்டே எழுந்து அவசர அவசரமாகச் சட்டையை மாட்டிக்கொண்டு வந்து அவளைப் பார்த்துப் புன்னகைக்கவும் அவளோடு கைகுலுக்கவும் முற்பட்டபோதுதான் அவள் தான் ஸ் இல்லையென்றாள். நவுக்கு அது கடும் அதிர்ச்சியூட்டும் தகவலாகத் தென்பட்டதை ஊகித்துவிட்டவளாகத் தான் ஓ என்னும் பெயரையுடைய அந்தச் சிறிய, மிகச் சிறிய கிராமத்துக்கு அப்போதுதான் முதன்முதலாக வந்திருப்பதாகச் சொன்னாள். அவன் குறிப்பிட்ட அந்தப் பேரழகியைத் தான் பார்த்ததுகூட இல்லையெனவும் கூடுதலான தகவலொன்றைச் சொன்னாள் பேரழகி ஸ்ஸைப் போல் தோற்றமளித்த அந்தப் பேரழகி. தான் உண்மையாகவே பேரழகி ஸ்ஸைப் போல் தோற்றமளிப்பதாக அவன் கருதுகிறானா எனக் கேட்டாள். பிறகு அவள் நவைப் பார்த்து அவன்தான் ந என்னும் பெயரையுடைய சத்துணவு அமைப்பாளர் எனத் தான் கருதுவதாகச் சொன்னாள். தான் உண்மையாகவே நாட்டின் முதல் சுதந்திரப் போராட்ட வீரன், நாட்டின் தற்போதைய அடையாளமாக விளங்கும் மாவீரன் காளிங்க நடராஜ மகாராஜாவின் உயிருள்ள நேரடியான ஒரே வாரிசான பிரின்ஸ் – நடராஜ் மகராஜிடம்தான் பேசிக் கொண்டிருக்கிறாள் என்பதை நம்ப முடியவில்லை என்றாள்.

– நட்ராஜ் மகராஜ், மை டியர் பிரின்ஸ், உங்களைச் சந்திப்பது என் நெடுநாளைய கனவாக இருந்து வந்தது என்று சொன்னால் நீங்கள் நம்பமாட்டீர்கள் அல்லவா? ஆனால் அது உண்மை. அந்தக் கனவு ஒருபோதும் நிறைவேறாது என்றுகூட நினைத்திருந்தேன் –

ந திகைத்துப்போனான்.

– நட்ராஜ் மகராஜ், ஓ மை டியர் பிரின்ஸ்.

அது அவனுக்குச் சிதைந்துபோன, நினைவுகூரவியலாத கனவு.

ஆனால் ஐந்தரையாண்டுகளுக்குப் பிறகு ந வெறும் நவாகவும் ந என்னும் பெயரையுடைய சத்துணவு அமைப்பாள ராகவுமே இருந்தான். வ காடுகரைகளுக்கு வேலைக்குப் போய்க் கொண்டிருந்தாள். பல வருடங்களுக்கு முன்னால் இறந்துபோன தன் மாமியாரைப் போலவே இரண்டு மூன்று ஏலச்சீட்டுகளுக்குப் பணம் கட்டி வந்தாள். ந கொண்டுவந்து தரும் சத்துணவு அரிசி,

பருப்பைக்கொண்டு அவனுக்கும் குழந்தைகளுக்கும் வயிறாரச் சமைத்துப் போட்டாள். குழந்தைகள் வளர்ந்திருந்தார்கள். இருவருமே ந பணிபுரியும் தா என்னும் பெயரையுடைய ஊரின் அரசு மேல்நிலைப் பள்ளியில் உயர்நிலை வகுப்புகளில் பயின்றுகொண்டிருந்தனர். அந்த ஐந்தரையாண்டுகளில் ஒரு சத்துணவு அமைப்பாளராக இருப்பது என்றால் என்ன என்பதை ந தெள்ளத் தெளிவாகப் புரிந்துகொண்டிருந்தான். சத்துணவு சாப்பிடும் மாணவர்களின் எண்ணிக்கையை முடிந்தபோதெல் லாம் அதிகரிப்பதற்கும் சத்துணவுக்கான காய்கறிகளையும் மளிகைப் பொருட்களையும் எவ்வளவு முடியுமோ அவ்வளவு மலிவான விலையில் வாங்குவதற்கும் அவன் எந்தத் தயக்கமும் காட்டுவதில்லை. வட்டார வளர்ச்சி அலுவலக எழுத்தர்களையும் கண்காணிப்பாளர்களையும் சரிக்கட்டுவதில் மற்ற எல்லா சத்துணவு மைய அமைப்பாளர்களையும் அவன் விஞ்சி யிருந்தான். அவனுடைய அந்தப் பாழடைந்த அரண்மனை அந்த ஐந்தரையாண்டுகளில் மேலும் அதிகமாகப் பாழடைந்து போயிருந்தது. அதில் வசித்துவந்த பாம்புகளின் எண்ணிக்கையும் பருமனும் மேலும் அதிகரித்திருந்தன. நவின் சிதைந்துபோன அந்தக் காவல்கூண்டுகளுக்குள் சத்தமில்லாமல் அடிக்கடி வந்துபோகின்றன. நவோ அவனுடைய பட்டத் துராணி வவோ அதை அதிகமாகப் பொருட்படுத்துவதில்லை. அது அவர்களுடைய கண்களுக்குத் தெரிவதேயில்லை. தான் வசிக்கும் பாழடைந்த அந்த அரண்மனையின் புதர்களுக்குள்ளிருந்து வெளியே வரும் ஏதாவதொரு நாகம், சுண்டெலியொன்றைப் பார்க்கும்போது அதை விரட்டிக்கொண்டு போகிறது. சுண்டெலி தான் ஒளிந்துகொள்வதற்காக ந வசித்துவரும் சிதைந்துபோன அந்தக் காவல்கூண்டுக்குள் நுழைவதைப் பார்க்க நேரும்போது அதைப் பின்தொடர்ந்து தானும் உள்ளே வந்துவிடுகிறது. யாரையும் தொந்தரவு செய்வதில்லை. உண்மையில் சுண்டெலிகளைப் பிடித்துக்கொண்டு போவதைத் தவிர அந்தப் பாம்புகளுக்கு வேறு கெட்ட நோக்கம் எதுவும் இல்லை என்பதால் அவற்றுக்குப் பயந்து பாதுகாப்பான ஒரு வீட்டைக் கட்டிக்கொள்ள வேண்டுமென நவோ அவன் மனைவி வவோ இப்போது கனவு காண்பதில்லை. ஒவ்வொருநாளும் அதிகாலையில் காலைக்கடன்களைக் கழிப்பதற்காகத் தன் குழந்தைகளையும் அழைத்துக்கொண்டு நதிக்கரைக்குப் போவதை வழக்கமாக்கிக்கொண்டிருந்ததால் ந தன் பாழடைந்த அந்த அரண்மனையில் கழிப்பறை இல்லாமல் போனதைப் பற்றிக்கூடக் கவலைப்படுவதில்லை. கோடைக் காலங்களையும் குளிர் காலங்களையும் வெயிலையும் மழையையும் எதிர்கொள்வதற்கு நவும் அவனுடைய மனைவி வவும் அவர்களுடைய இரண்டு

நட்ராஜ் மகராஜ் 253

குழந்தைகளும் இப்போது பதற்றமடைவதில்லை. இருவரும் தாங்கள் வசித்துவந்த சிதைந்துபோன அந்தக் காவல்கூண்டு களை அடிக்கடி செப்பனிட்டுப் பாதுகாத்து வைத்துக் கொண்டிருந்தார்கள். நாகம் வந்துவிட்டுப்போன அந்தப் பயங்கரமான இரவை நவும் வவும் நவிடமிருந்து அந்தக் கதையைத் திரும்பத் திரும்பக் கேட்டுக்கொண்டிருந்த கு என்னும் பெயரையுடைய தமிழாசிரியையும் க என்னும் பெயரையுடைய ஓவிய ஆசிரியரும் முதுகலையாசிரியரும் பெ என்னும் பெயரையுடைய ஊராட்சித் தலைவரும் வருவாய் ஆய்வாளரும் சத்துணவு ஆயாக்களும் ஓ என்னும் பெயரையுடைய அந்தச் சிறிய, மிகச் சிறிய கிராமத்துவாசிகளும் மற்ற எல்லோரும் சுத்தமாக மறந்திருந்தார்கள்.

பேராசிரியர் பூவையும் பேரழகியான அவரது உதவியாளர் ஸ்ஸையும்கூட எல்லோரும் அடியோடு மறந்திருந்தார்கள். ந என்பவன் வெறும் நவோ ந என்னும் பெயரையுடைய சத்துணவு அமைப்பாளரோ அல்ல, நட்ராஜ் மகராஜ் என்பதை அறிவிப்பதற்காக அவர்கள் இருவரும் பாழடைந்த அந்த அரண்மனைக்கு வந்ததோ அவர்கள் சொன்ன கதைகளோ எதுவுமே அவர்கள் யாருக்கும் நினைவில்லை. பேரழகி ஸ் பாழடைந்த அந்த அரண்மனையின் உறக்கமஞ்சக் கூடத்தில் கரையான்களின் முற்றுகைக்குள்ளானதையும் அப்போது அங்கு தோன்றிய திடகாத்திரமான அந்த இளைஞன் அவளைக் காப்பாற்றித் தன் தோள்களில் சுமந்துகொண்டு வந்ததையும்கூட ந மறந்திருந்தான். அவனுக்குத் தங்களுடைய வாழ்த்துகளைத் தெரிவித்துக்கொள்வதற்காகவும் அவனுடைய மனைவியையும் குழந்தைகளையும் சற்றுநேரம் அனுதாபத்துடன் பார்த்துக்கொண்டிருப்பதற்காகவும் அவனிடம் மன்னிப்புக் கோருவதற்காகவும் வரலாற்றின் மோசடியை, துரோகத்தை, அநீதியை அம்பலப்படுத்துவதற்காகவும் கடைசியில் வரலாற்றின் கணக்கு சரிசெய்யப்படுவதற்கான உத்தரவாதத்தை அளிப்பதற் காகவும் வந்துசென்ற பத்திரிகையாளர்களையும் தொலைக்காட்சி அலைவரிசைகளின் நிகழ்ச்சித் தயாரிப்பாளர்களையும் தலைவர்களையும் கல்வியாளர்களையும் கவிஞர்களையும் எழுத்தாளர்களையும் அவன் பணிபுரிந்துவந்த சத்துணவுக் கூடத்தை அது புதையுண்டுபோன அந்த வரலாற்றின் ஓர் அடையாளம் என்பதால் பார்வையிடுவதற்காகத் தனது சுழல் விளக்குப் பொருத்தப்பட்ட வாகனத்தில் வந்துசென்ற காவல்துறை அதிகாரியையும் ந எப்போதாவது நினைவுகூர முயல்வான். மனைவி வவுடன் அவற்றைப் பற்றி ஏதாவது பேசவும் முற்படுவான்.

ஆனால் அவனிடமிருந்து அவற்றைக் கேட்க நேரும் ஒவ்வொருமுறையும் வ பதற்றமடைகிறாள். அதிகமாக உணர்ச்சிவசப்படுகிறாள். அவளுக்குக் கட்டுக்கடங்காத கோபம் வருகிறது. பிறகு ந மீதும் பேராசிரியர் பூ மீதும் பேரழகி ஸ் மீதும் வசைமாரி பொழிகிறாள். பாதியில் கைவிடப்பட்ட தங்களுடைய அந்த இலவசத் தொகுப்பு வீட்டைப் பற்றி நினைத்துக்கொள்கிறாள். மனப்பிறழ்வுக்குள்ளானவளைப் போல் உடனடியாக அங்கிருந்து போய்விடும்படி அவனைப் பார்த்துக் கத்துகிறாள். தன்னைச் சற்றுநேரமாவது தனியாக இருக்க அனுமதிக்கும்படி மன்றாடுகிறாள். அப்போதெல்லாம் அவள் தாங்க முடியாத தலைவலியால் அவதிப்படுகிறாள். எதையாவது தூக்கிப்போட்டு உடைக்கிறாள். எதையாவது கிழித்தெறிகிறாள். குழந்தைகளின் நோட்டுப் புத்தகங்களில் சிலவற்றையும், நவின் ஓரிரு ரசீதுப் புத்தகங்களையும் இரண்டு மூன்று பதிவேடுகளையும் தவிர அவன் சேகரித்து வைத்திருந்த சில செய்தித்தாள்களையும் வார இதழ்களையும் அவற்றின் நிழற்பட நகல்களையும் கிழித்தெறிந்திருந்த வ ஒருமுறை அவன் வெகு நாட்களாகப் பாதுகாத்து வைத்திருந்த தன் குடும்ப மரத்தையுங்கூடக் கிழித்தெறிந்தாள். அதற்குப் பிறகு ந ஒருபோதும் எதையும் நினைவுகூர்வதில்லை. யாராவது தன்னைப் பற்றிக் கேட்கும்போது, யாரிடமாவது தன்னை அறிமுகப்படுத்திக் கொள்ள நேரும்போது ந தன்னை வெறும் ந என்றே சொல்கிறான். வெறும் ந அல்லது ந என்னும் பெயரையுடைய சத்துணவு அமைப்பாளர்.

2

சுட்டெரிக்கும் வெயில்.

ந என்பவன் வெறும் நவோ ந என்னும் பெயரையுடைய சத்துணவு அமைப்பாளரோ அல்ல, பிரின்ஸ் – நட்ராஜ் மகராஜ் என்பதைத் தன் பத்தாண்டுகால இடையறாத உழைப்பின் வழியே கண்டறிந்து நிறுவியவரும் நாட்டின் தேசிய முக்கியத்துவம் வாய்ந்த வரலாறு ஒன்றை மீட்டெடுத்து முதன்முதலாக உலகிற்கு அறிவித்தவருமான பேராசிரியர் பூவைப் போன்ற தோற்றமுடைய நடுத்தரவயதைக் கடந்துவிட்டிருந்த மனிதர் ஒருவரையும் பேராசிரியரின் உதவியாளரும் பேரழகியுமான ஸ்ஸைப் போல் தோற்றமளித்த இளம்பெண் ஒருத்தியையும் ஏராளமான மூட்டை முடிச்சுகளையும் அட்டைப் பெட்டிகளையும் சுமந்துகொண்டு வந்த சொகுசு காரொன்று ஓ என்னும் பெயரையுடைய அந்த சிறிய, மிகச் சிறிய கிராமத்தின் தலைவாசலில் இருந்த வயதான வேப்ப மரமொன்றின் நிழலை அடைந்தபோது அங்குள்ள கல்கட்டில் இரண்டு முதியவர்கள் தாயக்கரம் விளையாடிக்கொண்டிருந்தனர். இரண்டு மூதாட்டிகளும் இளம்பெண்ணொருத்தியும் வேப்பம்பழம் பொறுக்கிக்கொண்டிருந்தனர். ஏழெட்டு வயதுடைய சிறுவனொருவன் பூவரசு இலையில் ஊதல் செய்து ‘பீப்பீப்பீப்’ எனச் சத்தமெழுப்பிக்கொண்டிருந்தான். அங்கிருந்த பம்பாய் மிட்டாய் வியாபாரியொருவன் அவர்களில் யாருமே தன்னைப் பொருட்படுத்தாதபோதும் தனது மிட்டாய்க்கம்பத்தைத் தோளில் சாய்த்து வைத்துக்கொண்டு “பம்ப்ம்பேய் முட்டேய்ய்” என

உரத்த குரலில் கூச்சலிட்டுக்கொண்டிருந்தான். அப்போதுதான் ஓ என்னும் பெயரையுடைய அந்தக் கிராமத்தை நோக்கித் தன் மூப்புற்ற சைக்கிளில் வந்துகொண்டிருந்த ஐஸ் விற்பனையாளன் ஒருவன், "ஐஸ், ஐஸ், சேமியா ஐஸே, பாலைஸே, ஐஸ்ஸேய்ய்" எனத் தொலைவிலிருந்து குரலெழுப்பிக்கொண்டிருந்தான். கார் அங்கு வந்து நின்றதை வேப்பம்பழம் பொறுக்கிக்கொண்டிருந்த மூதாட்டிகளில் ஒருத்திதான் முதலில் பார்த்தவள். காரின் சொகுசான தோற்றத்தில் தென்பட்ட அந்நியத் தன்மையைக் கண்டு அவள் மிகப் பயந்துபோனாள். தனக்குப் பக்கத்தில் வேப்பம்பழம் பொறுக்கிக்கொண்டிருந்த மற்ற இருவரையும் தாயக்கரம் விளையாடிக்கொண்டிருந்த முதியவர்களையும் ஊதல்செய்து விளையாடிக்கொண்டிருந்த சிறுவனையும் பம்பாய் மிட்டாய் வியாபாரியையும் ஒருசேர எச்சரிக்கும்விதத்தில் தன் தூர்ந்துபோன தொண்டையிலிருந்து கலவரமூட்டும் சத்தமொன்றை எழுப்பிக்கொண்டே அங்கிருந்து ஓடிச் சற்றுத் தொலைவிலிருந்த தண்ணீர்க் குழாய்க்குப் பக்கத்தில் இருந்த பூவரச மரத்திற்குப் பின்னால் பதுங்கிக்கொண்டாள். தாயக்கரம் விளையாடிக்கொண்டிருந்த முதியவர்கள் இருவரும் குழப்பத்துடன் நிமிர்ந்து பார்த்தனர். இளம்பெண் வேப்பம்பழங் களுள்ள தன் கொட்டுக் கூடையுடன் வீட்டை நோக்கி ஓடினாள். பம்பாய் மிட்டாய் வியாபாரி காரில் வந்திருப்பவர்கள் வழிப்போக்கர்களாக இருக்கக்கூடும் என நினைத்தான். அவனையும் மிட்டாய்க் கம்பத்தையும் அதன் உச்சியில் உள்ள பொம்மையையும் கண்ட அவர்களுக்கு மிட்டாய் வாங்கும் ஆசை வந்திருக்க வேண்டும், அதனால்தான் அவர்கள் அங்கு காரை நிறுத்தியிருக்கிறார்கள் எனக் கற்பனை செய்துகொண்டான். ஒரு அனிச்சைச் செயல்போலப் பொம்மையின் கால்களில் இருந்த சலங்கையை இழுத்து 'ஜல்ஜல்' எனச் சத்தமெழுப்பி, "பம்ப்பேய்ய் முட்டேய்ய்" என உற்சாகமாகக் குரல் கொடுக்கத் தொடங்கினான். தொலைவிலிருந்து வந்துகொண்டிருந்த ஐஸ் வியாபாரி, "ஐஸ்ஸேய்ய், ஐஸ்ஸேய்ய்" எனக் கத்திக்கொண்டும் பூம்பூம் எனத் தனது ஹாரனை அழுத்தி ஒலியெழுப்பிக்கொண்டும் சைக்கிளை வேகமாகத் தள்ளிக்கொண்டு மூச்சிரைக்க அங்கு வந்து சேர்ந்தான். அவன் வந்தது பம்பாய் மிட்டாய் வியாபாரிக்குக் கொஞ்சங்கூடப் பிடிக்கவில்லை. தன் சுருங்கிய கண்களால் அவனை வெறுப்பாகப் பார்த்தான். ஆனால் வியாபாரிகள் இருவரும் எதிர்பார்த்ததைப் போலவே பேரழகிஸ்ஸைப் போன்ற தோற்றமுடையவளாயிருந்த இளம்பெண் காரிலிருந்து இறங்கினாள். எந்த அவசரமும் அற்ற நளினமான அடிவைப்புகள் மூலம் மிட்டாய் வியாபாரியை நெருங்கினாள்.

பேரழகியான அவளைக் கண்டதும் மிட்டாய் வியாபாரி பெரும் பதற்றத்திற்குள்ளானான். அவளுடைய உடலிலிருந்தோ உடைகளிலிருந்தோ எழுந்த கிறக்கமூட்டும் வாசனையை எதிர்கொள்ள முடியாமல் திணறியவன் மற்றவர்களைப் போலவே தானும் அந்த இடத்திலிருந்து ஓடிப்போயிருந்திருக்கலாம் என நினைத்தான். ஸ்ஸைப் போன்ற தோற்றமுடையவளாயிருந்த இளம்பெண் அவனைப் பார்த்துப் புன்னகைத்தாள். நெருங்கி வந்து “ஹலோ” எனத் தன் வலக்கையை அவனிடம் நீட்டினாள். வெலவெலத்துப்போய்த் தன் மிட்டாய்க் கம்பத்தைக் கட்டிக்கொண்டு நின்றவனிடம் “நட்ராஜ் மகராஜ் வீடு எங்கே இருக்கிறது? அது உங்களுக்குத் தெரிந்திருக்குமென நம்புகிறேன். தயவுசெய்து அவரது வீட்டை எங்களுக்குக் காட்டுங்கள்” எனச் சுத்தமான ஆங்கிலத்தில் கேட்டாள்.

வாழ்வில் முதல்முதலாக அதுபோன்றதொரு மொழியைக் கேட்ட மிட்டாய் வியாபாரி மலங்க மலங்க விழித்தான். அதைக் கவனித்த பிறகே அவளுக்குத் தான் பழக்கம் காரணமாக அந்த வியாபாரியால் புரிந்துகொள்ள முடியாத மொழியில் பேசிவிட்ட தவறு புரிந்தது. பிறகு அவள் அதற்காக அந்த மிட்டாய் வியாபாரியிடம் மன்னிப்புக் கேட்டுக் கொண்டாள். முதலில் கேட்ட அதே கேள்வியை மீண்டுமொருமுறை தமிழில் கேட்டாள். மிட்டாய் வியாபாரி ஏனோ அதற்குப் பின்னும் அதே போல மலங்க மலங்க விழித்துக்கொண்டிருந்தான். ஆகவே அவள் மறுபடியும் ஒருமுறை அதே கேள்வியைக் கேட்டுவிட்டு அவனது பதிலுக்காகக் காத்திருந்தாள். சுதாரித்துக்கொண்ட மிட்டாய் வியாபாரி தன் போட்டியாளனான ஐஸ் வியாபாரியிடம் ஓ என்னும் பெயருடைய அந்தக் கிராமத்தில் நடராஜ் மகராஜ் என யாராவது இருக்கிறார்களா எனக் கேட்டான். ஐஸ் வியாபாரி அதற்குப் பதில் சொல்லாமல் “சனங்க ஒரே சமயத்துல பம்பாய் முட்டாயும் ஐஸூம் வாங்க மாட்டாங்க, அது உனக்குத் தெரியாதா?” எனக் கோபமாகக் கேட்டுவிட்டு “ஐஸ், ஐஸ், ஐஸ்ஸேய்ய் பாலைஸேய், சேமியா ஐஸ்ஸேய்” என ஐஸ் பெட்டியை அதன் தடிமனான மரமூடியால் ஓங்கித் தட்டினான். அது போதாதென்று சைக்கிள் ஹாண்டில்பாரோடு பிணைத்துக் கட்டப்பட்டிருந்த ஹாரனை அழுத்திக் கரடுமுரடான ஓசையொன்றையும் எழுப்பினான். ஸ்ஸைப் போன்ற தோற்றமுடையவளாயிருந்த அந்தப் பேரழகி தன் கைப்பையிலிருந்து எட்டாக மடிக்கப்பட்ட சுமார் நான்கு சதுரஅடிப் பரப்புக்கொண்ட நீள்சதுர வடிவிலான தாள் ஒன்றை எடுத்துக்கொண்டு கல்கட்டில் தாயக்கரம் விளையாடிக்கொண்டிருந்த முதியவர்களை நோக்கி நடந்தாள். தாளை விரித்து அந்தக் கல்கட்டின் மீது பரப்பி வைத்துக்கொண்டு

மூங்கில் குருத்தைப் போன்ற தன் அழகான சுட்டுவிரலால் அதை நிரடத் தொடங்கினாள்.

அது ஒரு வரைபடம்.

அவள் அந்த வரைபடத்தின் உதவியோடு நட்ராஜ் மகராஜின் வசிப்பிடத்தை அறிய முயன்றாள். வரைபடத்திலிருந்த கோடுகளோடும் குறியீடுகளோடும் ஓ என்னும் பெயரையுடைய அந்தச் சிறிய, மிகச் சிறிய கிராமத்தின் தெருக்களையும் குறியீடுகளையும் ஒப்பிட்டுப் பார்த்து அடையாளம்காண முயன்றாள். முதியவர்கள் இருவரும் சற்றுத் தொலைவிலிருந்து அவளது நடவடிக்கைகளைப் பார்த்துக்கொண்டிருந்தனர். அந்தத் தெருவில் அந்த வேப்ப மரத்தையும் கல்கட்டையும் தவிர வெவ்வேறு திசைகளில் பத்துக்கும் மேற்பட்ட தனித்தனி வீடுகளும் ஒரு தண்ணீர்த் தொட்டியும் சிறியதொரு பிள்ளையார் கோயிலும் மாட்டுக் கொட்டகை ஒன்றும் இருந்தன. வரைபடத்தில் மைதானமொன்றும் அதன் நடுவில் இரண்டு பெரிய பூவரச மரங்களும் இருப்பதாகக் காட்டப்பட்டிருந்தது. அவள் அதைத்தான் தேடிக்கொண்டிருந்தாள். ஒரு சமயம் வரைபடத்தை நோக்கிக் குனிவதும் பிறகு நிமர்ந்து தன் சுழலும் கண்களால் தெருவை ஒரு பார்வை பார்ப்பதுமான அவளுடைய நடவடிக்கைகளைப் பார்த்த ஐஸ் வியாபாரி மிகத் தயக்கத்துடன் அவளை நோக்கிச் சில அடிகள் நகர்ந்து சென்றான். அவள் அவனைப் பார்த்து நட்பாகப் புன்னகைக்க முயன்றாள். பிறகு திடீரென நினைத்துக்கொண்டவளைப் போல் வரைபடத்தை மடித்து எடுத்துக்கொண்டு அவனை நோக்கி நடந்தாள். ஐஸ் வியாபாரி கொஞ்சம் பதற்றமடைந்தவனாகத் தென்பட்ட போதிலும் அதை வெளிக்காட்டிக்கொள்ளாமல் இருக்க முயன்றான். முன்போலவே மூடியால் ஐஸ்பெட்டியின் பக்கவாட்டுப் பகுதியில் ஓங்கி அறைந்து திடுக்கிடவைக்கும் சத்தமொன்றை எழுப்பியவன் உரத்த குரலில் "ஐஸ், ஐஸ், ஐஸ்ஸேய்ய்ய், பாலஸைய்ய்ய், சேமியா ஐஸ்ஸேய்ய்ய்" எனப் பயங்கரமாகக் கூச்சலிட்டான். அவள் தன் கைப்பையிலிருந்து நூறு ரூபாய்த் தாள் ஒன்றை எடுத்து அதை நீளவாக்கில் இரண்டாக மடக்கி விரலிடுக்கில் செருகி அவனிடம் நீட்டினாள், "ரண்டு சேமியா ஐஸ் குடுங்க" என்றாள். நான்கைந்தடிகளுக்கு அப்பாலிருந்து அதைப் பார்த்துக்கொண்டிருந்த மிட்டாய் வியாபாரி கடுங்கோபம் கொண்டவனாகத் தன் மிட்டாய்க் கம்பத்தைத் தூக்கிக்கொண்டு அருகில் வந்தான். ஐஸ் வியாபாரி அதைக் கண்டுகொள்ளாமல் அந்த நூறு ரூபாய்த் தாளை அவசர அவசரமாகத் தன் சட்டைப் பையில் திணித்துக்கொண்டு, "எங்கிட்டச் சில்லற இல்லையே, எல்லாத்துக்கும் குடுத்துருட்டுமாங்க மேடம்?" என மிகப்

பணிவாக அந்தப் பேரழகியைப் பார்த்துக் கேட்டான். அவள் அதற்கு என்ன பதில்சொல்வது எனத் தெரியாதவளைப் போல் மௌனமாக நின்றாள். மிட்டாய் வியாபாரி ஆத்திரத்துடன் தலையிட்டான், “ஏமாந்தவங்க ஆராச்சும் கெடச்சாத் தலைல மொளகறச்சுப்புடுவியே, உம்பட பொட்டிக்குள்ள மொதல்ல அவ்வளவு சரக்கு இருக்குமாடா?” என அடிக்க முயல்வது போல மிட்டாய்க் கம்பத்தை ஓங்கினான். ஐஸ் வியாபாரி கொஞ்சங்கூட அவனது மிரட்டலைப் பொருட்படுத்தவில்லை. “நீ உம்பட வேலயப் பாத்துக்கிட்டுப் போ, ஒரு கிலோச் சக்கரயக் காச்சி, அதுல ரண்டு சாயத்தக் கலந்து கொண்டாந்து ஊர்ல இருக்கற சிறிசுகள ஏமாத்திப் பொளப்புத்தனம் பண்ணிக்கிட்டிருக்கறே, நீ என்னயக் கொறசொல்றியா? பல்ல ஒடச்சுப்புடுவேன்” என எச்சசரித்தான். தர்மசங்கடத்திற்குள்ளான அந்தப் பேரழகி அவர்களுடைய சண்டைக்கு முடிவு கட்டும்விதமாகத் தன் கைப்பையிலிருந்து மேலும் ஒரு நூறுரூபாய்த் தாளை உருவி எடுத்து அதேபோல் இரண்டாக மடித்து அதேபோல் விரலிடுக்கில் செருகி அந்த மிட்டாய் வியாபாரியிடம் நீட்டினாள். “நீங்க வேணா நூறு ரூபாய்க்கு இந்த ஊர்ல இருக்கற எல்லாக் கொழந்தைங்களுக்கும் ஆளுக்கொரு மிட்டாய் குடுத்துருங்க” என்றாள். அதைப் பார்த்து வாயடைத்துப்போய் நின்ற ஐஸ் வியாபாரியிடம் “நீங்களுந்தான், அவரப் போலவே இந்த ஊர்ல இருக்கற எல்லோருக்கும் ஆளுக்கொரு ஐஸ் குடுத்துருங்க” எனச் சொல்லிவிட்டு அதற்கு மேல் அவர்களுடைய விவகாரங்களில் தலையிட விரும்பாதவளைப் போல் கல்கட்டுக்குத் திரும்பி முன்போலவே வரைபடத்தை விரித்து வைத்துக்கொண்டாள். அதற்குள் செய்தியைக் கேள்விப்பட்டு அந்தச் சாவடிக்கு வந்த குழந்தைகளும் முதியவர்களும் பெண்களுமெனச் சுமார் இருபது பேர் பம்பாய் மிட்டாய் வியாபாரியையும் ஐஸ் வியாபாரியையும் சூழ்ந்துகொள்ளத் தொடங்கினர். ஐஸ் பெட்டி வெகு சீக்கிரத்திலேயே காலியாகிவிட்டது. பம்பாய் மிட்டாய் வியாபாரி பாவம், ஐஸ் வியாபாரியைப் போல பம்பாய் மிட்டாயைச் சும்மா எடுத்துக் கொடுத்துவிட முடியாது. வியாபாரம் என்றாலும் அது ஒரு கலை. அந்த மிட்டாயைக் கொண்டு பல வண்ணங்களாலான அழகிய கைக்கடிகாரங்ளைச் செய்து அவற்றை அவ்வளவு பேருடைய மணிக்கட்டுகளிலும் கட்டிவிட வேண்டும். சுலபமான காரியமல்ல அது. ஆனால் மிட்டாய் வியாபாரி அதைச் சவாலாக எடுத்துக்கொண்டான். ஒவ்வொருவரும் முதலில் ஐஸ் வியாபாரியிடம் சென்று தங்களுக்குக் கிடைத்த ஐஸைப் பெற்று அதை வலதுகையில் பிடித்துச் சப்பிக்கொண்டே மிட்டாய் வியாபாரியிடம்

வந்து தமது இடதுகையை அவனிடம் நீட்டிக்கொண்டு நிற்கத் தொடங்கியிருந்தனர். மிட்டாய் வியாபாரி அவர்கள் ஒவ்வொருவருடைய இடதுகை மணிக்கட்டிலும் மிட்டாயாலான கைக்கடிகாரம் ஒன்றை அணிவித்தான். பிறகு ஒவ்வொருவரும் அந்தக் கைக்கடிகாரத்தையும் ஐஸையும் சாப்பிட்டுக்கொண்டே தங்களுக்கு ஐஸூம் பம்பாய் மிட்டாயும் வாங்கித் தந்திருந்த அந்தப் பேரழகியைக் குறித்துப் பேசிக்கொள்ளத் தொடங்கினர். இப்போது எல்லோருக்குமே அவள் மீது மதிப்பும் கரிசனமும் ஏற்பட்டிருந்தன. ஒவ்வொருவரும் அவளை மரியாதையுடன் நடத்த விரும்பினர். அவள் அவர்கள் எல்லோருக்காகவும் அந்த இரண்டு வியாபாரிகளுக்கும் ஆளுக்கொரு நூறுரூபாய்த் தாளைத் தந்திருக்கிறாள். இதற்கு முன்பு வேறு யாருமே அவர்களுக்காக இப்படியொரு காரியத்தைச் செய்ய முன்வந்ததில்லை. அவள் சினிமா நடிகையைப் போல் இருக்கிறாள். களையான அவளுடைய முகத்தைப் பார்க்கும்போது அவள் மீது அன்பும் மரியாதையும் பெருகுகிறது.

ஓ என்னும் பெயரையுடைய தங்களுடைய சிறிய, மிகச் சிறிய கிராமத்திற்கு எதற்காக யாரைத் தேடிக்கொண்டு வந்திருக்கிறாள் அவள்? அவளுடன் வந்திருக்கும் மதிப்புமிக்க அந்த மனிதர் யார்? அவர்கள் அந்தக் கிராமத்துவாசிகளிடம் எதையாவது எதிர்பார்க்கிறார்களா? அவர்களுக்கு ஏதாவது உதவி தேவைப்படுகிறதா? அவர்களுடைய கேள்விகளுக்குப் பதிலளிப்பதைப் போல் அவள் சொன்னாள், அவர்களுடைய காரில் உள்ள அட்டைப் பெட்டிகளில் விதவிதமான உயர்ரக சாக்லேட்டுகளும் பிஸ்கட்டுகளும் இருக்கின்றன, பெரும் பாலானவை அயல்நாட்டுத் தயாரிப்புகள். அவர்களுடைய குழந்தைகளுக்குத் தருவதற்காகவே அவர்கள் அவற்றை அங்கே கொண்டுவந்திருக்கிறார்கள். குழந்தைகள் மட்டுமல்ல, வயது வந்தவர்களாலும் முதியவர்களாலும் கூட அவற்றைச் சாப்பிட முடியும்.

அவள் தான் சொல்ல வேண்டியவற்றை முழுமையாகச் சொல்லி முடித்த பிறகும்கூட யாரும் எதுவும் சொல்லாததைக் கண்ட, கல்கட்டில் தாயக்கட்டம் விளையாடிக்கொண்டிருந்த முதியவர்களில் ஒருவர் அங்கிருந்த எல்லோரையும் பார்த்து, “திங்கற பண்டமா இருந்தா அதுல பெரியவங்களுக்குத் தனியாக் கொழந்தைங்களுக்குத் தனியான்னு எதாச்சு வித்தியாச இருக்குதாக்கு? எதாருந்தாலுஞ்செரி, அல்லாரு ஒருக்காத் தின்னு பாத்தற வேண்டீததுதே” என்றார். அதைக் கேட்டு அவள் புன்னகைத்தாள். தங்களிடம் சாக்லேட்டுகளும்

பிஸ்கட்டுகளும் போதிய அளவுக்கும் அதிகமாகவே இருப்பதாகவும் குழந்தைகளோ முதியவர்களோ யாராக இருந்தாலும் விரும்பும் ஒவ்வொருவருக்கும் அவை வேண்டிய அளவு தாராளமாக வழங்கப்படும் எனவும் அறிவித்தாள். அதைக் கேட்ட மூதாட்டி, "அடிசக்க, பொம்பளைன்னு இருந்தா இப்படியல்ல இருக்கோணு" என்றாள், மூதாட்டியைத் தொடர்ந்து முதியவரும் ஏதாவது சொல்ல விரும்பினார், "அது செரியே, ஒரு காரியத்துக்காக ஒரு ஊருக்குப் புதுசா வாறவங்க அல்லாத்துக்குந் தயாராத்தான் வந்திருப்பாங்க பின்ன?" எனத் தணிந்த குரலில் முணுமுணுத்தார். ஆகவே சாக்லேட்டுகளைப் பற்றிய கவலைகளை விட்டுவிட்டு எல்லோரும் தங்களுக்கு உதவ வேண்டும் எனக் கேட்டுக்கொண்டாள் அந்தப் பேரழகி. பிறகு அவள் அங்கிருந்து நகர்ந்து காருக்கள்ளிருந்து அட்டைப் பெட்டியொன்றை எடுத்துக்கொண்டு திரும்பி வந்தாள். அதை அந்தக் கல்கட்டின்மீது வைத்துப் பிரித்தாள். எல்லோரையும் ஓர் ஒழுங்கு வரிசையில் நிற்கும்படி கேட்டுக்கொண்டவள் அதிலிருந்த சாக்லேட்டுகளையும் பிஸ்கட்டுகளையும் அள்ளிக் கைநிறைய ஒவ்வொருவருக்கும் கொடுக்கத் தொடங்கினாள். ஆவலுடன் அவற்றைப் பெற்றுக்கொண்டு காகிதங்களைப் பிரித்து ஒவ்வொன்றாகவோ மொத்தமாகவோ வாய்க்குள் போட்டுக்கொள்ள முயன்றுகொண்டிருந்தபோது அவள் அவர்களைப் பார்த்துப் பேசத் தொடங்கினாள்.

வெறும் பொட்டல் வெளியாகக் காட்சியளிக்கும் அவர்களுடைய அந்தச் சிறிய, மிகச் சிறிய கிராமத்திற்கு உண்மையில் ஒரு நீண்ட வரலாறு இருக்கிறது, மரபு இருக்கிறது, பண்பாடு இருக்கிறது, பெருமிதமிருக்கிறது என்றாள். நாட்டின் புகழ்பெற்ற வரலாற்றறிஞர் பேராசிரியர் பூ அவற்றை மீட்டெடுத்திருக்கிறார். அவளும் காருக்குள்ளிருக்கும் பேராசிரியர் பூவைப் போலவே தோற்றமளிக்கும் அந்த மனிதரும் அவற்றைப் பற்றி அவர்களுக்குச் சொல்லப் போகிறார்கள். ஓ என்னும் பெயரையுடைய அந்தச் சிறிய, மிகச் சிறிய கிராமத்தின் இழந்த பெருமையை நிலைநாட்டுவதே அவர்களது வருகையின் ஒரே நோக்கம். "என்ன வேணுமோ அதச் செய்யறோம். அதென்ன மலையத் தூக்கித் தோளும் பேருல வெக்கற காரியமாக்கு? ஆனா கொண்டாந்துருக்கற முட்டாயி, ரொட்டியெல்லா ஒருத்துரு பாக்கியில்லாம ஊருல இருக்கற அல்லாருத்துக்குமு செரியா பிரிச்சுக் குடுத்துரோணு, கடசீல எனக்குத் தருல உனக்குத் தருலீங்கற கம்பளையின்டு வாராப்பல வெச்சுக்கப்புடாது" என மற்ற அனைவரது சார்பாகவும் பேசுபவரைப் போல அவளது கண்களை நேருக்கு நேராகப் பார்த்துக்கொண்டு

262 தேவிபாரதி

பேசினார் அந்த முதியவர். சிறு மௌனத்திற்குப் பிறகு அவள் மறுபடியும் பேசத் தொடங்கினாள். அவர்களால் நம்ப முடியாத ஆனால் நம்ப வேண்டிய பல விஷயங்களைப் பற்றிச் சொல்லத் தொடங்கினாள். இரண்டு, மூன்று நூற்றாண்டுகளுக்கு முன்னால் ஓ என்னும் பெயரையுடைய அவர்களுடைய சிறிய, மிகச் சிறிய கிராமத்தில் ஓர் அரண்மனை இருந்தது, தர்பார் மண்டபமும் ஆலோசனைக் கூடங்களும் அந்தப்புரமும் இருந்தன, ஒரு ராஜா இருந்தார், ராணியும் சேடிப் பெண்களும் இருந்தனர். ராஜா வரலாற்றின் மாபெரும் நாயகர்களில் ஒருவர். நம் காலத்தின் ஈடு இணையற்ற வீரர்களில் ஒருவராகத் திகழ்ந்தவர். அவரிடம் படைகளும் பரிவாரங்களும் இருந்தன. அவர்களுடைய அந்த மிகச் சிறிய கிராமத்தில் அந்த ராஜாவின் படைகளுக்கும் அந்நியர்களான வெள்ளைக்காரர்களின் படைகளுக்குமிடையே பெரும் சண்டைகள் நடந்திருக்கின்றன. வெள்ளைக்காரர்களின் படைகள் அவரிடம் மூன்றுமுறை தோற்றோடியிருக்கின்றன. அந்த அந்நியர்களுக்கு அவர் சிம்ம சொப்பனமாகத் திகழ்ந்தார். கடைசியில் தன் சமையல்காரனால் காட்டிக் கொடுக்கப்பட்டுக் கும்பினிப் படையால் தூக்கிலிடப்பட்டுக் கொல்லப்பட்ட நாட்டின் முதல் சுதந்திரப் போராட்ட வீரர் அவர். அந்த வீரனை வரலாறு மறந்துவிட்டது. வஞ்சித்துவிட்டது. ஒரு பெரிய அநீதி இழைக்கப்பபட்டிருக்கிறது. தன்னுடைய கடின உழைப்பின் மூலம் பேராசிரியர் பூ மறைக்கப்பட்ட அந்த வரலாற்றை மீட்டெடுத்திருகிறார். ஓ என்னும் பெயரையுடைய அவர்களுடைய சிறிய, மிகச் சிறிய கிராமத்தின் இழந்த பெருமைகளை மீட்டெடுப்பதற்காகவும் நீதியை நிலைநாட்டுவதற்காகவும் வரலாற்றின் கணக்கைச் சரிசெய்வதற்காகவுமே இப்போது அவர்கள் அங்கு வந்திருக்கிறார்கள். அதற்கு அவர்கள் எல்லோரும் உதவ வேண்டும்.

“நாங்கள் பொய் சொல்லவில்லை” என்றாள் அந்தப் பேரழகி. எல்லாவற்றுக்கும் ஆதாரங்கள் இருக்கின்றன. அங்கே, அவர்களுடைய காரிலேயே டிக்கியில் இருக்கும் பெட்டிகளில் பாதுகாப்பாக வைக்கப்பட்டிருக்கின்றன. யாராவது அவற்றைப் பார்க்க விரும்பினால் பார்க்கலாம்.

அவள் கொஞ்சம் மூச்சு வாங்கிக்கொண்டாள். பிறகு மீண்டும் காருக்கு ஓடினாள். டிக்கியையும் அதிலிருந்த சூட்கேஸ்களில் ஒன்றையும் திறந்தாள். சட்டமிடப்பட்ட சில புகைப்படங்களை எடுத்து வந்தாள். வெகு கம்பீரமான தோற்றத்துடன் கூடிய அரண்மனை ஒன்றின் புகைப்படப் பிரதிகள், “அந்த ராஜா தன் பரிவாரங்களுடன் வாழ்ந்த அரண்மனை இதுதான்” என அவற்றை உயர்த்திக்காட்டிச் சொன்னாள். கூட்டத்திலிருந்து இரண்டு

பேர் மட்டும் நெருங்கிவந்து அவற்றைப் பார்வையிட்டார்கள். தான் சொன்ன தகவல்கள் யாருக்காவது ஆச்சரியத்தை ஏற்படுத்தியிருக்கிறதா என அறிய முயன்றவளைப் போல் அங்கிருந்த எல்லா முகங்களையும் அவசரமாக ஒரு பார்வை பார்த்தாள். ஒவ்வொருவருமே அவள் சொன்ன எல்லாவற்றையும் நம்ப விரும்பியவர்களைப் போலத் தோற்றமளித்தனர். பேராசிரியர் பூவைப் போல் தோற்றமளித்த மனிதர் காரிலிருந்து இறங்கிவந்து அவர்களுடன் சேர்ந்துகொண்டார். அவள் அவரிடம் ஏதோ சொன்னாள். அவர் அதற்கு ஏதோ பதிலளித்தார். அவள் பெருமூச்சுவிட்டாள், கொஞ்ச நேரம் மௌனமாக இருந்தாள். அந்த மனிதர் எல்லோரையும் மொத்தமாக ஒரு பார்வை பார்த்துப் புன்னகைத்தார். பிறகு ஏராளமான வினைச் சொற்களையும் பெயர்ச் சொற்களையும் கொண்ட நீண்டதொரு வாக்கியத்தை உச்சரிக்கத் தொடங்கினார். மிக நீண்ட அந்த வாக்கியம் முடிவதற்குச் சற்றுநேரம் ஆனபோதும் எல்லோரும் பொறுமையாகக் கேட்டுக்கொண்டிருந்தனர். பிறகு அவரும் அந்தப் பேரழகியும் தணிந்த குரலில் தங்களுக்குள் எதையோ விவாதித்துக்கொண்டார்கள். தாங்கள் கொண்டுவந்திருந்த பாட்டிலிலிருந்து தண்ணீர் குடித்தார்கள். பிளாஸ்கிலிருந்து காபி குடித்தார்கள். சாக்லேட்டுகளையும் பிஸ்கட்டுகளையும் கடித்தார்கள். மீண்டும் விவாதித்தார்கள். மீண்டும் பெருமூச்சு விட்டார்கள். பிறகு புன்னகைத்தார்கள்.

அங்கிருந்தவர்களில் சிலர் இந்தத் தருணத்தைப் பயன்படுத்திக் கொண்டு கொஞ்சம் ஓய்வெடுத்துக்கொள்ள விரும்பினார்கள். சிலர் மௌனமாக இருந்தார்கள். வேறு சிலர் தங்களுக்குள் எதையோ முணுமுணுத்துக்கொண்டிருந்தார்கள். ஆனால் எல்லோருமே உற்சாகமாகத் தென்பட்டார்கள். பேராசிரியர் பூவைப் போல் தோற்றமளித்த அந்த மனிதர் மறுபடியும் பேரழகிஸ்ஸைப் போல் தோற்றமளித்த தனது உதவியாளரிடம் தணிந்த குரலில் எதையோ சொன்னார். அவள் தொண்டையைச் செருமிக்கொண்டாள். தீர்க்கமான பார்வையால் கூட்டத்தை ஊடுருவினாள். எல்லோரையும் பொதுவாகப் பார்த்து, “இங்கே ந என்னும் பெயருடைய யாராவது இருக்கிறார்களா?” என உரத்த குரலில் கேட்டாள். பேராசிரியர் பூவைப் போன்ற தோற்றமுடைய மனிதர் கைதட்டி அதைப் பாராட்டினார், பிறகு ஆச்சரியம் தாளாதவராகக் கூச்சலிட்டார், “நேரடியான கேள்வி, கூடவே அருமையானது என்றும் சொல்வேன். ஒரு சிக்கலை எப்படி அணுகுவது என்பதைப் பற்றி உண்மையாகவே நீ அதிகம் தெரிந்திருக்கிறாய். இதுபோன்ற ஒரு கேள்வியைக் கேட்க முடிவெடுத்ததற்காக நான் உன்னைப் பாராட்டுகிறேன்”

என நேரடியாக அவளது கண்களைப் பார்த்துக்கொண்டு பேசினார்.

அங்கிருந்தவர்களில் ஒருவன் பெருங்குரலெடுத்துச் சிரித்தான். மற்றவர்கள் ஒருவரையொருவர் பார்த்துக்கொண்டார்கள். எல்லோருமே புன்னகைக்க முயன்றனர். ஒருவன் தனக்குப் பக்கத்தில் நின்றவனிடம், "இந்த மசுருதானா?" எனத் தணிந்த குரலில் கேட்டான். நடுத்தரவயது ஆள் ஒருவன் மற்ற எல்லோருடைய சார்பாகவும் பேச விரும்புபவனைப் போலச் சுட்டுவிரலை நீட்டிச் சற்றுத் தொலைவில் தென்பட்ட அடர்ந்த புதர்கள் மண்டிய இலக்கு ஒன்றைச் சுட்டிக் காட்டினான், "ஆமா, நன்னு அங்க ஒருத்தெ இருக்கறே, அங்க ஒரு பெரிய குட்டிச் செவுரு இருக்குது. அதுக்குள்ள குடியிருக்கறே, தாங்கற ஊர்ல இருக்கற கெவர்மெண்ட் பள்ளிக்கோடத்துல கொழந்தைகளுக்குச் சோறாக்கிப் போடற வேல, அவம் பொண்டாட்டி பேரு வ. அவனுக்கு ரண்டு கொளந்தைங்க. நீங்க அவனையா தேடறீங்க?" என நம்ப முடியாமல் அந்தப் பேரழகியின் முகத்தைப் பார்த்தான் அவன். அவன் சொன்னதைக் கேட்டு அவள் துள்ளிக் குதித்தாள்.

"ப்ரமாதம், நாங்க அவரத் தேடிக்கிட்டுத்தான் இங்க வந்திருக்கறோம். சந்தேககமேயில்ல, அவர்தான் நட்ராஜ் மகராஜ்"

முதலில் இந்த மசுருதானா எனக் கேட்ட அதே ஆள் அங்கிருந்த எல்லோருக்கும் கேட்கும்படியான உரத்த குரலில், "இதென்ன கூத்து?" எனக் கத்தினான், "இப்படி எத்தன பேரு கௌம்பி வருவீங்கொ?" எனத் தன்னிடம் இருந்த சாக்லேட் துண்டைத் தூக்கியெறிந்துவிட்டு ஆத்திரத்துடன் அந்தப் பேரழகியை நெருங்கினான். அவள் கொஞ்சம் பயந்தவளைப் போல் தென்பட்டாள். "ஹேய், வாட் ஹேப்பன்ட் வித் யூ?" என உரத்த குரலில் கேட்டுகொண்டே அவனிடமிருந்து தன்னைக் காப்பாற்றிக்கொள்ள முயன்றாள். மிகச் சாதுர்யமாகச் செயல்பட்டுப் பேராசிரியர் பூவைப் போல் தோற்றமளித்த மனிதரின் முதுகுக்குப் பின்னால் பதுங்கிக்கொண்டாள். ஆனால் அந்த ஆள் ஒரே எட்டில் நெருங்கி அவளது கூந்தலைப் பற்றினான், "ரண்டு பேரு மரியாதையா எடத்தக் காலிபண்ணுங்கொ, இல்லீனா நடக்கறதே வேற" எனச் சொல்லிக்கொண்டே கூந்தலை வளைத்து அவளது முதுகில் பளாரென அறைந்தான். அவளது துப்பட்டவைப் பறிக்கவும் முயன்றான். "ஹெல்ப் ஹெல்ப்" என அவள் கத்தினாள். அவ்வளவு நேரமும் நடந்த எதனோடும் தொடர்பற்றவனாகக் கண்களை மூடிக்கொண்டு ஓட்டுநர் இருக்கையில் உட்கார்ந்திருந்த அவர்களுடைய சாரதி அவளது கூச்சலைக் கேட்டு அதிர்ச்சியுற்றவனாக காரிலிருந்து இறங்கி

அவர்கள் மூவருக்குமிடையே நுழைந்து தடுக்கவும் மூர்க்கமான அந்த ஆளிடமிருந்து அவளைக் காப்பாற்றவும் முயன்றான். அவன் அந்தச் சாரதிக்கும் ஓர் அறை கொடுத்தான். சாரதி, “ஐய்யோ” என அலறிக்கொண்டே அவளை விட்டுவிட்டுக் கன்னத்தைப் பற்றியபடி கீழே தரையில் உட்கார்ந்துகொண்டான். பேராசிரியர் பூவைப் போல் தோற்றமளித்த மனிதர் அவர்கள் மூவரிடமுமிருந்தும் விலகிக் கல்கட்டுக்குப் போய் முதியவர்கள் இருவரும் தாயக்கட்டம் விளையாடிக்கொண்டிருந்த இடத்தில் உட்கார்ந்துகொண்டார். புகலற்றவளானாள் அந்தப் பேரழகி. தொடர்ந்து சீரான இடைவெளியில், “ஹேய், வாட் ஹேப்பன்ட் வித் யூ? வாட் ஹேப்பன்ட் வித் யூ?” எனவும், “ஹெல்ப் ஹெல்ப்” எனவும் மாறி மாறிக் கூச்சலிட்டுக்கொண்டே இருந்தாள். அப்போதுதான் அவன் வந்தான். அவனது இடதுகை மணிக்கட்டில் பம்பாய் மிட்டாயாலான கிட்டத்தட்ட திரவமாக மாறிவிட்ட கைக்கடிகாரம் ஒன்று ஒட்டியிருந்தது. முன்பு கரையான்களின் பிடியில் சிக்கித் தவித்துக்கொண்டிருந்த பேரழகி ஸ்ஸைப் பாழடைந்த அந்த அரண்மனையின் கரையான் புற்றுகளால் சூழப்பட்ட உறக்கமஞ்சக் கூடத்திலிருந்து காப்பாற்றித் தன் தோள்களில் சுமந்து கொண்டு வந்த திடகாத்திரமான இளைஞனைப் போல் தோற்றமளித்தான் அவன். முன்பே திட்டமிடப்பட்ட காரியமொன்றை நடைமுறைப்படுத்துவதைப் போல் தன் மணிக்கட்டிலிருந்த மிட்டாயாலான கைக்கடிகாரத்தைப் பிய்த்துத் தூரவீசிவிட்டு அவளது கூந்தலைப் பற்றிக்கொண்டிருந்தவனை அலேக்காகத் தூக்கிக் கூட்டத்தினிடையே வீசினான். பிறகு முன்பு கரையான்புற்றிலிருந்து பேரழகி ஸ்ஸைத் தூக்கியது போலவே அவளையும் தூக்கித் தன் தோள்களின் மீது சாய்த்துக்கொண்டு ந வசித்துவரும் பாழடைந்த அந்த அரண்மனையை நோக்கி எந்தச் சிரமுமின்றி நடக்கத் தொடங்கினான். கூட்டத்திலிருந்து யாரோ விசிலடித்தார்கள், வேறு யாரோ கைதட்டினார்கள். கல்கட்டில் உட்கார்ந்து புகைபிடித்துக்கொண்டிருந்த பேராசிரியர் பூவைப் போல் தோற்றமளித்த அந்த மனிதர் தன் விரலிடுக்கில் புகைந்துகொண்டிருந்த சிகரெட் துண்டைக் கீழே போட்டு நசுக்கிவிட்டு எழுந்து தன்னை வேடிக்கை பார்த்துக்கொண்டிருந்தவர்களை நோக்கி அவர்களில் யாராவது மேலுமொரு சாக்லேட்டோ பிஸ்கட்டோ சாப்பிட விரும்பினால் தங்கள் வலது கையை உயர்த்தும்படி கேட்டுக்கொண்டார். ஏறக்குறைய எல்லோருமே தங்களது வலதுகையை உயர்த்தினார்கள். அவர் தன் சாரதியிடம் அவர்கள் ஒவ்வொருவருக்கும் தேவைப்படும் பிஸ்கட்டுகளையும் சாக்லேட்டுகளையும் தாராளமாக அளிக்கும்படி உத்தரவிட்டார். பிறகு மீண்டுமொரு சிகரெட்டைக் கொளுத்தி

உதடுகளில் பொருத்திக்கொண்டு நடக்கத் தொடங்கினார். பிஸ்கட்டுகளையும் சாக்லேட்டுக்களையும் சாப்பிட்டுக் கொண்டிருந்தவர்களில் ஏறக்குறைய எல்லோருமே யாருடைய கட்டளைக்கோ கீழ்ப்படிந்தவர்களைப் போல் தங்களுக்குள் ஒழுங்குவரிசை ஒன்றை உருவாக்கிக்கொண்டு ஒருவர்பின் ஒருவராக அணிவகுத்து அவரைப் பின்தொடர்ந்தார்கள். சிலர் விசிலடிக்கவும் தொடங்கியிருந்தனர். அவர்களுக்கு முன்பாகவே திடகாத்திரமான அந்த இளைஞனின் உதவியுடன் மிகப் பாதுகாப்பாக நவின் பாழடைந்த அந்த அரண்மனையை அடைந்திருந்தாள் ஸ்ஸைப் போன்ற தோற்றமுடையவளாகத் தென்பட்ட அந்தப் பேரழகி.

3

வெகு சீக்கிரத்திலேயே அங்கே பெருங்கூட்டமொன்று உருவாகத் தொடங்கியிருந்தது. காடுகரைகளிலிருந்து உழவர்களும் இடையர்களும் வந்து முன்பு கொன்றை மரத்தால் சூழப்பட்டு இப்போது வெட்டவெளியாகிவிட்டிருந்த மைதானம் போன்ற இடத்தில் குழுமத் தொடங்கினர். காணாமல்போயிருந்த பம்பாய் மிட்டாய் வியாபாரி தன் கம்பத்தில் பெரும்சுமையாக மிட்டாயைச் சுற்றிக்கொண்டு திரும்பி வந்து, மைதானத்தின் விளிம்பில் நின்றுகொண்டு "பம்ப்ப்பேய்ய் முட்டடேய்ய்" என உற்சாகமாகக் குரல் கொடுக்கத் தொடங்கியிருந்தான். பார்வையாளர் வரிசையிலிருந்து சில குழந்தைகளும் இளம்பெண்களும் மிட்டாய் வாங்குவதற்காக அவனை நோக்கி ஓடினர். அதே சமயத்தில் தொலைவிலிருந்து ஐஸ் விற்பவனின் குரலும் கேட்டது. அவன் தன் ஹாரனை அடித்தபடியே "ஐஸ் ஐஸ், பாலைஸ், சேமியா ஐஸ், ஐஸ் ஐஸ் ஐஸ்ஸ்ஸ்ஸ்" என மிக உற்சாகமாகக் கூவிக்கொண்டே தன் மூப்படைந்த சைக்கிளைத் தள்ளிக்கொண்டு அங்கு வந்ததை வியர்வையில் குளித்துக்கொண்டிருந்த பார்வையாளர்களில் சிலர் ஆவலுடன் திரும்பிப் பார்க்கத் தொடங்கியிருந்தனர். அந்த வழியாகப் போய்க்கொண்டிருந்த பள்ளி மாணவ மாணவியரின் கூட்டமொன்றும் அவர்களுடன் சேர்ந்துகொண்டது. வந்திருந்த பெண்களில் சிலர் மாவீரன் காளிங்க நடராஜ மகாராஜாவின் கீர்த்தியைப் பறைசாற்றும் கும்மியடிப் பாடல்களைப் பாடிக்கொண்டிருந்த ஓ என்னும் பெயரையுடைய அந்தச் சிறிய, மிகச் சிறிய கிராமத்தின் மற்ற பெண்களுடன் சேர்ந்துகொள்ளத் தொடங்கியிருந்தனர். அவர்களுடைய பாடல்களும் கும்மிச்சத்தமும் அண்டையிலிருந்த கிராமங்களையும் காடு, கரைகளில் இருந்த விவசாயிகளையும் எட்டின.

சுற்றுவட்டாரக் கிராமங்களெங்கும் மின்னல் வேகத்தில் பரவிக்கொண்டிருந்த தகவல்கள் எல்லோரையும் ஆச்சரியத்தில் மூழ்கடித்திருந்தன. ஓ என்னும் பெயரையுடைய அந்தச் சிறிய, மிகச் சிறிய கிராமத்திற்கு யாரோ இரண்டு பேர் புதிதாக வந்திருக்கிறார்கள். கம்பீரமான தோற்றம்கொண்ட நடுத்தர வயதுடைய மனிதர் ஒருவரும் பேரழகியான இளம் பெண்ணொருத்தியும். அவர்கள் தங்களுடன் ஏராளமான சாக்லேட்டுகளையும் பிஸ்கட்டுகளையும் கொண்டு வந்திருக்கிறார்கள். தங்கள் பார்வையில் தென்படும் எல்லோருக்கும் அவற்றைச் சாப்பிடத் தந்துகொண்டிருகிறார்கள். பம்பாய் மிட்டாய்க்காரனுக்கும் ஐஸ் வியாபாரிக்கும் தாராளமாகப் பணம் கொடுக்கிறார்கள். குழந்தைகள், முதியவர்கள். பெண்கள் என யார் கேட்டாலும் அவர்களுக்கு வேண்டிய ஐஸ் இலவசமாகத் தரப்படுகிறது. ஊரிலுள்ள அனைவரது மணிக்கட்டுகளிலும் பம்பாய் மிட்டாயாலான கைக்கடிகாரம் இருக்க வேண்டுமென அந்த மிட்டாய்க்காரனுக்குக் கண்டிப்பான உத்தரவு பிறப்பிக்கப் பட்டிருக்கிறது.

யாராம் அவர்கள்?

இதெல்லாம் எதற்காகவாம்?

ஒருவேளை அவர்கள் கதை சொல்லிகளாக இருக்கலாம். ஓ என்னும் அந்தச் சிறிய, மிகச் சிறிய கிராமத்தைச் சேர்ந்தவர்களுக்குக் கதை சொல்வதற்காகவே அவர்கள் வந்திருக்கிறார்கள் என நிச்சயமாகச் சொல்ல முடியும். கதையோடு பாட்டும் படிக்கிறார்கள். கூத்தாடிகளின் குடும்பத்தில் பிறந்தவளைப் போல் அந்த இளம்பெண் அவ்வளவு கவர்ச்சியாக இருக்கிறாள். அவள் ஒரு நடிகையாகக்கூட இருக்கலாம். முன்னெப்போதோ திரைக்கு வந்த சில திரைப்படங்களில் அவளைப் பார்த்ததாகக்கூட நினைவு. கம்பீரமான தோற்றம் கொண்ட அந்த மனிதர் அவளைவிட முக்கியமானவராகத் தோற்றமளிக்கிறார். வெட்டவெளியில் உட்கார்ந்துகொண்டு யாராலும் நம்ப முடியாத, சுவாரஸ்யமான கதையொன்றை எல்லோருக்கும் சொல்லிக்கொண்டிருக்கிறார். இப்போது வெறும் பொட்டல் வெளியாகக் காட்சியளிக்கும் ஓ என்னும் அந்தச் சிறிய, மிகச் சிறிய கிராமத்தில் முன்பு ஒரு மகாராஜா இருந்தார், மகாராணியும் சேடிப்பெண்களும் இருந்தனர், பாழடைந்துபோகாத அரண்மனை ஒன்றும் இருந்தது. அந்தப் பொட்டலில் அந்த ராஜாவுக்கும் வெள்ளைக்காரர்களுக்குமிடையே பெரும் சண்டைகள் நடந்திருக்கின்றன. வெள்ளைக்காரத் தளபதியின் தலையைக் கொய்து ராஜா தன் அரண்மனை வாயிலில்

தொங்கவிட்டார். இப்போது பாழடைந்துகிடக்கும் புதர் மண்டிய அந்த அரண்மனையின் முற்றத்தில் உள்ள சிதிலமடைந்த காவல்கூண்டில் வெகுகாலமாக வசித்துவரும் தா என்னும் ஊரின் அரசு மேல்நிலைப் பள்ளியின் சத்துணவு அமைப்பாளர் ந அந்த மகாராஜாவின் நேரடியான, உயிருள்ள ஒரே வாரிசு. அவனை அவர்கள் பிரின்ஸ் எனவும் நட்ராஜ் மகராஜ் எனவும் அழைக்கிறார்கள். அல்லது பிரின்ஸ் – நட்ராஜ் மகராஜ் என அழைக்கிறார்கள். அவன் மனைவி வவைப் பிரின்ஸஸ் என அழைக்கிறாள் அந்தப் பேரழகி. அதாவது பட்டத்து ராணி. அப்படித்தான் கம்பீரமான தோற்றம் கொண்ட அந்த மனிதர் சொல்கிறார். இந்தக் கதைகளை அவர் யாராலும் புரிந்துகொள்ள முடியாத மொழியில் சொல்லிக்கொண்டிருக்கிறார். ஆனால் அந்த நடிகை, பேரழகி, தனது இனிமையான குரலில் எல்லோருக்கும் புரியும் விதத்தில் அதை அழகாக மொழிபெயர்த்துச் சொல்லிக் கொண்டிருக்கிறாள். ஒவ்வொன்றும் ஏற்கனவே நடந்த ஒன்று திரும்பவும் நடந்துகொண்டிருப்பது போல் தெனபட்டாலும், தற்போது வந்திருப்பவர்கள் ஏற்கனவே வந்திருந்தவர்களைப் போல் தோன்றினாலும் நிச்சயமாக வித்தியாசம் இருக்கிறது. பெரிய வித்தியாசம். அந்த இருவரையும் பின்தொடர்ந்து ஏராளமானவர்கள் வந்து சேர்ந்திருக்கிறார்கள். ஒவ்வொருவர் கையிலும் ஆயுதங்களைப் போல் தோற்றமளிக்கும் ஏராளமான கருவிகள் இருக்கின்றன. சுத்தியல்கள், அரிவாள்கள், கடப்பாறைகள், மண்வெட்டிகள், பிக்கோஸ்கள் தவிர கனத்த அச்சுறுத்தும் தோற்றத்தைக்கொண்ட குப்பை அள்ளும் எந்திரங்களும் பொக்லீன்களும் டிராக்டர்களும்கூட வந்திருக்கின்றன. ஓ என்னும் பெயரையுடைய அந்தச் சிறிய, மிகச் சிறிய கிராமத்தை அவர்கள் அடியோடு மாற்றிக்கொண்டிருக்கிறார்கள். கதை சொல்லிகளுக்காக மேடை ஒன்று அமைக்கப்பட்டிருப்பதைத் தவிர தெருக்கள் யாராலும் கற்பனை செய்து பார்க்க முடியாத அளவுக்குத் துப்புரவாக்கப்படுகின்றன. புதர்கள் வெட்டியகற்றப்படுகின்றன. குடிநீர்த் தொட்டிகளும் குழாய்களும் அமைக்கப்படுகின்றன. கழிப்பிடங்கள் கட்டப்படுகின்றன.

ஆக, இதுதான் விஷயம்,

வந்தவர்கள் எல்லோரும் பாழடைந்த அந்த அரண்மனையைச் சூழ்ந்திருந்த பொட்டல் வெளியிலும் மர நிழல்களிலும் உட்கார்ந்தபடி கதை கேட்கத் தொடங்கியிருந்தார்கள். கூட்டம் நம்ப முடியாதபடி பெருகிக்கொண்டிருந்ததால் அங்கே பெரிய அளவில் இட நெருக்கடி உருவாகியிருந்தது. பம்பாய் மிட்டாய் வியாபாரி, மிட்டாய்க் கம்பத்தைத் தோளில் சாய்த்து வைத்துக் கொண்டு மரமொன்றின் கீழே நின்றுகொண்டிருந்தான். அவனது

கம்பத்திலிருந்த மிட்டாயின் பருமன் வேகமாகக் குறைந்து கொண்டிருந்தது. வேடிக்கை பார்க்கத் திரண்டிருந்த குழந்தைகளில் அநேகமாக அனைவரது மணிக்கட்டுகளிலும் மிட்டாயாலான கைக்கடிகாரங்கள் தென்பட்டன. நவின் பாழடைந்த அரண்மனைக்கு எதிரே உருவாக்கப்பட்டிருந்த புத்தம்புதிய மேடையில் பேராசிரியர் பூவைப் போல் தோற்றமளிக்கும் கதைசொல்லியான அந்த மனிதரும் ஸ்ஸைப் போல் தோற்ற மளிக்கும் பேரழகியும் நவும் அவனுடைய மனைவி வவும் ஆளுக்கொரு நாற்காலியில் உட்காரவைக்கப்பட்டிருந்தார்கள். குழந்கைளிருவரும் மேடைக்குக் கீழே மற்ற குழந்தைகளுடன் சேர்ந்து விளையாடிக்கொண்டிருந்தார்கள். – ஒரப்பட்டா தரப்பட்டா, ஒரியா மங்கா, உங்கப்பம் பேரென்ன? முருங்கப் பூ . . . –

எதிரே பார்வையாளர்களின் வரிசையில் ந பணிபுரியும் பள்ளியின் தலைமையாசிரியரும் ரா என்னும் பெயரையுடைய எழுத்தரும் சு என்னும் பெயரையுடைய அலுவலக உதவியாளரும் கு என்னும் பெயரையுடைய தமிழாசிரியையும் க என்னும் பெயரையுடைய ஓவிய ஆசிரியரும் ஆயாக்கள் இருவரும் மற்ற ஆசிரியர்களும் நின்றுகொண்டிருந்தனர். பெ என்னும் பெயரையுடைய ஊராட்சித் தலைவர் மேடைக்கு மிக அருகிலேயே போடப்பட்டிருக்கும் நாற்களிகளிலொன்றில் உட்கார்ந்திருந்தார். தலைமையாசிரியரும் அலுவலக உதவியாளரான சுவும் அவர்கள் சொல்லிக்கொண்டிருந்த கதையைக் கேட்டு அவ்வப்போது உய்உய்உய்யென விசிலடித்துக்கொண்டிருந்தனர். அந்தப் பேரழகி சிறிய மைக் ஒன்றைப் பிடித்தபடி அழகாகப் புன்னகைத்துக் கொண்டு அந்த மேடையில் நின்றாள். பேராசிரியர் பூவைப் போல் தோற்றமளித்த அந்த மனிதர் நிகழ்த்தத் தொடங்கியிருந்த உரையை மொழிபெயர்த்துச் சொல்லும்போது முகத்தில் விழுந்து புரளும் தன் அழகான கூந்தலை அவ்வப்போது ஸ்டைலாக ஒதுக்கிவிட்டுக் கொண்டாள். பேராசிரியரைப் போல் தோற்றமளித்த மனிதரின் உடலில் போர் வீரனுக்குரிய விரைப்பு தென்பட்டுக்கொண்டிருந்தது. அவர் அடிக்கடி தொண்டையைச் செருமிக்கொண்டார்.

எல்லாவற்றையும் முதலிலிருந்து தொடங்கச்சொல்லிப் புதிதாக வந்திருந்த கூட்டம் வற்புறுத்தியதால் அவர் அப்படியே செய்தார். ஒரு பெரிய மக்கள்திரள் வரலாற்றின் கணக்கைச் சரிசெய்யும் மகத்தான அந்தக் காரியத்துக்குச் சாட்சியாக இருப்பது உண்மையிலேயே தனக்குப் பெரும் உத்வேகத்தை அளித்திருப்பதாக அறிவித்துவிட்டு மீண்டும் முதலிலிருந்து கதையைச் சொல்லத் தொடங்கினார். அவரது மொழி

கூர்மையடைந்திருந்தது. வரலாற்றை மீட்டெடுக்க முற்படும் ஒவ்வொருவரும் பயன்படுத்துவது போன்ற மகத்தான வாக்கியங் களைப் பயன்படுத்தினார். வரலாற்றுச் சிறப்புமிக்க ஒரு தருணத்திற்குச் சாட்சியாக இருந்துகொண்டிருப்பவர்களுக்காக வரலாற்றுச் சிறப்புமிக்க உரையொன்றை நிகழ்த்த விரும்பினார். ஒருமுறைக்கு இருமுறை தொண்டையைச் செருமிக்கொண்டார்.

"நீங்கள் இப்போது இருந்துகொண்டிருக்கும் இந்த நிலம் இப்போது இருந்து கொண்டிருப்பது போலவே எப்போதும் இருந்துகொண்டிருந்தது என யாராவது உங்களுக்குச் சொன்னால் அதை நம்பாதீர்கள்" என்னும் நீண்ட, சிக்கலான வாக்கியம் ஒன்றிலிருந்து தன் உரையைத் தொடங்கினார் அவர். தொடக்கம் தனது எதிர்பார்ப்புக்கு ஏற்றாற்போல் கம்பீரமாக அமைந்து விட்ட திருப்தியுடன் அதையொத்த சில வாக்கியங்களால் உரையைத் தொடர முற்பட்டவர் முதல் வாக்கியத்திற்கான பார்வையாளர்களின் எதிர்வினையை அறிந்துகொள்ள விரும்பி அவர்களைக் கூர்ந்து பார்த்தார். அவர்களின் முகங்களில் தென்பட்ட பாறையின் இறுக்கம் அவரைச் சோர்வடையச் செய்தது. பிறகு அந்தப் பேரழகியை தன் கடமையைச் செய்வதற்கு அனுமதித்துவிட்டு அதற்கடுத்த வாக்கியத்தைப் பற்றி யோசிக்கத் தொடங்கினார். அவளும் தொண்டையைச் செருமிக்கொண்டாள். அவள் மொழிபெயர்த்துச் சொன்ன அந்த முதல் வாக்கியத்திற்கு நல்ல எதிர்வினை.

"ஆரும் வந்து இங்க ஆருகிட்டயும் ஒண்ணுஞ் சொல்லுலியே?" என்றான் ஓ என்னும் பெயரையுடைய அந்தச் சிறிய, மிகச் சிறிய கிராமத்தின் விவசாயிகளில் ஒருவன்.

"சொல்லாத பழமய நம்ப வேண்டான்னு சொன்னா அது கூறுகெட்டத்தனமா இல்லையா?"

"அது செரியே" எனச் சிரித்தாள் நடுத்தரவயதுப் பெண்மணியொருத்தி.

"நல்ல ஓப்பனிங்" எனக் கத்தினான் அப்போதுதான் கூட்டத்திற்கு வந்து சேர்ந்திருந்த பள்ளி மாணவன்.

அதைக் கேட்டு வெட்கப்பட்ட அந்தப் பேரழகி கதைசொல்பவரின் முகத்தைப் பார்த்தாள். அவர் அவளுடைய முகத்தையோ வேறு யாருடைய முகத்தையோ பார்க்காமல் தனது உரையைத் தொடர்ந்தார்.

"உண்மையில் தற்போது நீங்கள் வாழ்ந்துகொண்டிருக்கும் இந்த நிலம் தொன்மைச் சிறப்புள்ள நிலம். நூற்றாண்டுகளாகப்

பெருகிக்கொண்டிருக்கும் உங்களுடைய இந்த நதியின் கரையில் ஒரு காலத்தில் உலகின் மிக உயர்ந்த நாகரிகம் ஒன்று இருந்தது. ஓ என்னும் பெயரையுடைய உங்களுடைய இந்தக் கிராமமும்கூட இப்போது இருப்பதைப் போலவே எப்போதும் இருந்துகொண்டிருந்தது என யாராவது உங்களுக்குச் சொல்லக்கூடும். நீங்கள் அதையும்கூட நம்ப வேண்டாம் என உங்களைக் கேட்டுக்கொள்வதற்காகவே நான் இப்போது உங்கள் முன் நிற்கிறேன்" எனச் சொல்லிவிட்டு அந்த வாக்கியம் கூட்டத்தை உற்சாகப்படுத்தியிருக்கிறதா என அறிந்துகொள்ள விரும்பி நிமிர்ந்து பார்த்தார். யாரோ ஒருவன், "ஏ நிக்கறீங்க? உக்காருங்க, நாங்களா வேண்டாமுங்கறொ" என உண்மையான பரிதாபத்துடன் உரத்த குரலில் சத்தமிட்டான். அது யார் எனக் கண்டுபிடிக்க முடியுமா என யோசிக்க முயன்றார் கதை சொல்பவர். இந்த வாக்கியத்தை அங்கிருந்த எல்லோருக்கும் புரியும்விதத்தில் எப்படி மொழிபெயர்த்துச் சொல்வது எனத் தெரியாமல் பேரழகி குழம்பினாள். பேராசிரியர் பூவைப் போல் தோற்றமளித்தவர் யாரையும் பொருட்படுத்தாமல் தன் உரையைத் தொடர்ந்தார். அவர் தன் முழு உரையையும் நிறைவுசெய்யும்வரை காத்திருக்க முடிவுசெய்தாள் அவள். அவரது உரையின் அந்தப் பகுதி உண்மையிலேயே உற்சாகமூட்டக்கூடியதாக இருந்தது. அவர் தொன்மைச் சிறப்புள்ள மகத்தான நாகரிகம் ஒன்றைப் பற்றிய கதைகள் சிலவற்றைச் சொல்லத் தொடங்கியிருந்தார். இப்போது பாழடைந்து போயிருக்கும் அவர்களுடைய நதி ஒரு காலத்தில் நாகரிகத்தின் தொட்டிலாக விளங்கியது. அந்த நதியின் கரையில் பல நகரங்கள் இருந்தன. அவர்களுடைய முன்னோர்கள் வேளான்மை, தொழில், வணிகம் என அனைத்திலும் சிறந்து விளங்கியவர்கள் என்றவர் பிறகு உலகின் புகழ்பெற்ற சில பேரரசுகளைப் பற்றிச் சொன்னார், சில பேரரரசர்களைப் பற்றியும் அவர்களுக்கிடையே நடைபெற்ற பயங்கரமான யுத்தங்களைப் பற்றியும் சொன்னார். பேரழகி அற்புதமாக மொழிபெயர்த்தாள்.

ஆனால் அந்தப் பள்ளி மாணவன், "போரடிக்குது, இத உட்டுட்டு மெயின் பிக்சரப் போடுங்க" எனக் கூச்சலிட்டான். சிலர் அந்த மாணவனின் கருத்தை ஆமோதித்துக் கைதட்டினார்கள். அதைக் கேட்ட பம்பாய் மிட்டாய் வியாபாரியும் வரலாற்றின் மீது ஆர்வம்கொண்ட நவின் தலைமையாசிரியரும் உய்உய்யென்று விசிலடித்தனர். நேரம் கடந்துகொண்டிருந்தது. கூட்டமும் மர்மமான முறையில் பெருகிக்கொண்டிருந்தது. வந்தவர்கள் அனைவரும் ஒரே பிரதேசத்தைச் சேர்ந்தவர்கள் எனச் சொல்ல முடியாத அளவுக்கு வெவ்வேறு சாயல்களையும்

நிறங்களையும் உடையவர்களாகத் தென்பட்டார்கள். கூட்டத்தை ஒழுங்குபடுத்துவதற்காகவும் அதன் தேவைகளைக் கவனிப்பதற்காகவும் தன்னிச்சையாக இளைஞர் குழுக்கள் உருவாகிக்கொண்டிருந்தன. பாழடைந்த அந்த அரண்மனைக்கு எதிரே இருந்த பொட்டல் வெளியில் நிரம்பியிருந்த செடிசெத்தைகளும் புதர்களும் பொக்லீன்களின் உதவியுடன் அகற்றப்பட்டு எல்லோரும் சௌகரியமாக அமர்வதற்குரிய பெரும் மைதானம் ஒன்று உருவாக்கப்பட்டுக்கொண்டிருந்தது. பேரழகி பேராசிரியரைப் போல் தோற்றம்கொண்ட அந்த மனிதரின் உரையைத் தொடர்ந்து மொழிபெயர்த்துச் சொல்லிக்கொண்டிருந்தாள். மாவீரன் காளிங்க நடராஜ மகாராஜா கும்பினியாருக்கெதிரான முக்கியமானதொரு யுத்தத்தை அவர்களுடைய ஓ என்னும் பெயருடைய சிறிய, மிகச் சிறிய கிராமத்திலிருந்துதான் நடத்தினான் என அவள் சொன்னபோது கூட்டத்திலிருந்த ஒருவன் இடைவிடாமல் நீண்ட நேரம் கைதட்டினான். வேறு யாரும் தன்னுடன் சேர்ந்து கொள்ளாதபோதும் அவன் அதற்காக வெட்கப்படாமல் தொடர்ந்து தன் கைகளைத் தட்டிக்கொண்டிருந்தான். அதற்கான அவகாசத்தை அவனுக்கு அளித்துவிட்டுச் சற்றுநேரம் அமைதியாக இருந்த அவள் பிறகு தனது கடமையைத் தொடர்ந்தாள். வெல்லப்பட முடியாதவன் எனக் கருதப்பட்ட கும்பினிப் படைத்தளபதி வ் கொல்லப்பட்டது இதோ இங்கேதான் எனப் பாழடைந்த அந்த அரண்மனையின் காலியான முற்றத்தைச் சுட்டிக்காட்டிச் சொன்னாள் அவள். அவனது வெண்சிகையடர்ந்த தலையைக் கொய்து மிகப் பிரம்மாண்டமான இந்த அரண்மனையின் வாயிலில் தொங்கவிட்டான் மாவீரன் காளிங்க நடராஜன் என்றாள். அதைக் கேட்ட பள்ளி மாணவன், "இது நெசமாவே இன்ட்ரஸ்ட்டிங்காத்தே இருக்குது, இதுக்கு விசிலடிக்கணும்னு உனக்குத் தோணுலியாக்கு?" என பம்பாய் மிட்டாய் வியாபாரியைப் பார்த்துக் கேட்டான். மற்றொருவன் "எங்க பீடி இருந்தா ஒண்ணு குடு" என அதே பம்பாய் மிட்டாய் வியாபாரியிடம் கேட்டான். பம்பாய் மிட்டாய் வியாபாரி அப்போதுதான் பீடியொன்றைப் பற்றவைத்து ஒரு இழுப்பு இழுத்திருந்தான். எனினும் அதைத் தூர வைத்துவிட்டு மாணவன் கேட்டுக்கொண்டபடி விசில் அடிப்பதற்கு விரும்பினான். அதே சமயம் தன்னிடம் பீடி கேட்டவனுக்குப் பீடியொன்றைக் கொடுப்பதற்கும் முடிவுசெய்தான். இரண்டில் எதை முதலில் செய்வது என உடனடியாக முடிவெடுக்க முடியாமல் திணறியவனின் விரலிடுக்கிலிருந்த கரிந்த பீடித்துண்டை அவனிடம் பீடி கேட்டவன் அவனது அனுமதியின்றியே பறித்துக்கொண்டான். இதன் மூலம் மிகத்

தர்மசங்கடான சூழலொன்றிலிருந்து தப்பிவிட்டதாக நினைத்துச் சந்தோஷப்பட்ட வியாபாரி மாணவன் கேட்டுக்கொண்டபடி தனது இரு ஆட்காட்டி விரல்களையும் வாய்க்குள் முழுமை யாகத் திணித்துக்கொண்டு எச்சில் தெறிக்கச் சத்தமாக விசிலடித்தான். பிறகு சட்டைப் பையிலிருந்து புத்தம் புதிய பீடியொன்றை உருவி அதைப் பற்றவைத்து உதடுகளுக்கிடையே பொருத்திக்கொண்டான். அவனது வாயிலிருந்து தெறித்த உமிழ்நீர் எதிரே இருந்த ஒரு முதியவரின் தாடையின் மீது தெறித்து வழிந்திறங்கிக்கொண்டிருந்தது. மேடையிலிருந்து அதைக் கவனித்த அந்தப் பேரழகி மிகச் சாதுர்யமாகச் செயல்பட்டு அவனது அந்தக் கோலத்தைத் தனது புகைப்படக் கருவியில் பதிவுசெய்துகொண்டாள். பிறகு "இது ஒரு அற்புதமான புகைப்படமாக இருக்கப் போகிறது பாருங்கள்" எனப் பேராசிரியர் பூவைப் போல் தோற்றமளித்த அந்த மனிதரிடம் சொன்னாள். அவர் அவள் சொன்னதை ஆமோதிப்பதைப் போல் தலையை அசைத்தார். பிறகு அவள் முன்னிலும் அதிகத் திடமான முறையில் நின்றுகொண்டு அதைவிடத் திடமான குரலில் கதையின் மொழிபெயர்ப்பைத் தொடர்ந்தாள், "இப்போது பாழடைந்து கிடக்கும் இந்த அரண்மனை முன்பு கவச குண்டலங்கள் தரித்த கர்ணனைப் போல் கம்பீரமான தோற்றத்துடன் விளங்கியது" எனத் தொடங்கிய உடனேயே கதைசொல்பவர் அவசரமாகக் குறுக்கிட்டார். "இந்த மேற்கோள் தவறானதென்று கருதுகிறேன். நான் சொன்னது போர்க்களத்தில் அம்பறாத் தூணியுடன் நின்ற அர்ச்சுனனைப் போன்று விளங்கியது என்பதுதான்" எனச் சற்றுக் கடுமையான குரலில் சற்றுக் கடுமையான ஆங்கிலத்தில் அதைவிடக் கடுமையாக முகத்தை வைத்துக்கொண்டு சொன்னார். அவள் தான் மோசமான முறையில் அவமானப்படுத்தப்படுவதாக நினைத்தாள். அவரைப் பதிலுக்கு அவமானப்படுத்தவும் விரும்பினாள், "ஆனால் இதன் மூலம் மோசமான விளைவுகள் ஏதாவது ஏற்படும் என்று எப்படிக் கருதுகிறீர்கள்?" என உரத்த குரலில் கேட்டாள். அவர் பதிலுக்கு ஏதோ சொன்னார். அவள் மீண்டும் அதே போன்ற ஒரு கேள்வியைக் கேட்டாள். அவரும் மீண்டுமொரு முறை அதே பதிலைச் சொன்னார். மேடையின் முன்புறத்தில் தென்பட்ட பார்வையாளர்களின் வரிசையில் முதல் பார்வையாளனாக இருந்து அதைக் கவனித்துக்கொண்டிருந்த மாணவன் "விளம்பரத்த நிறுத்தீட்டுச் சீக்கிரமாப் படத்தப் போடுங்கப்பா" என மீண்டுமொருமுறை கத்தினான். உடனே அவர் வாயை இறுக மூடிக்கொண்டார். பேரழகி அதற்கு முன்பு பலமுறை செய்தது போலவே அப்போதும் புன்னகைத்தாள். பிறகு "இப்போதிருப்பது அழிவிலிருந்து தப்பிய அதன் எச்சங்கள்தாம்" என உடனடியாகக் கதையைத் தொடர்ந்தாள். அதோடு

அது உண்மையானதுதானா என அறிய விரும்புபவளைப் போல் அண்ணாந்து பாழடைந்த அந்த அரண்மனையை ஒருமுறை பார்த்தாள். மற்றவர்களும் அவளைப் பின்பற்றி அப்போதுதான் முதல்முதலாகப் பார்ப்பதைப் போன்ற ஆச்சரியத்துடன் பாழடைந்த அந்த அரண்மனையை நோக்கிக் கண்களைத் திருப்பினர். அவர் கண்களில் சோகம் படர எல்லோரையும் பார்த்துப் பெருமூச்சுவிட்டார். பாழடைந்த அந்த அரண்மனையின் சிதைந்துபோன நுழைவாயிலைப் பார்த்த பின்பு கதையை வேறு பரிமாணத்தில் சொல்ல முடியும் எனத் தோன்றியதால் பேரழகி உற்சாகமடைந்தாள். “சரி இப்போது நாம் கதையைத் தொடரலாம். தயவுசெய்து அதற்கு அனுமதியுங்கள்” எனக் கேட்டுக்கொண்டவள் தன் அழகான மிருதுவான கைகளைத் தட்டி ஓசையெழுப்பி எல்லோரையும் உற்சாகப்படுத்த முயன்றாள். கூட்டத்தினரில் பெரும்பாலோர் அவள் விரும்பியபடியே உற்சாகமடைந்தனர். சிலர் அவளோடு சேர்ந்து தமது கரடுமுரடான கைகளைத் தட்டிக் கரடுமுரடான ஓசைகளை எழுப்பினர். பம்பாய் மிட்டாய் வியாபாரியும் நவின் தலைமையாசிரியரும் அலுவலக உதவியாளர் சுவும் க என்னும் பெயரையுடைய ஓவிய ஆசிரியரும் ஒரே குரலில் ஓயாமல் விசிலடித்துக்கொண்டிருந்தனர். அந்தச் சத்தங்கள் சற்றுத் தணியட்டும் எனக் காத்திருந்த பேரழகி பிறகு கதையைத் தொடர முற்பட்டபோது பார்வையாளர்களிடையே இருந்த இளைஞனொருவன் குறுக்கிட்டான், “நீங்க ரொம்ப நேரமாச் சொல்லிக்கிட்டிருக்கறீங்க, சினிமாவாட்ட கேக்கறதுக்கு நல்லாத்தான் இருக்குது, ஆனா சினிமாவுல விடறாப்பல நீங்க ஒரு இண்ட்ரூல் உடணும். என்னதே கத நல்லாருந்தாலு ஒண்ணுக்குத் தண்ணிக்குப் போவறதுக்கு இண்ட்ரூல்னு ஒண்ண உட்டாத்தான நல்லாருக்கு? ஒருக்கா அப்பிடிப் போயிட்டு வந்துட்டா மறுக்கா எவ்வளவு நேரம்னாலும் எந்திரிக்காமக் கோந்திருக்கலா, அதுக்குத்தேஞ் சொல்றெ” என்றான்.

யாரும் அவன் சொன்னதை ஆட்சேபிக்காததால், “ஓகே, நோ ப்ராப்ளம்” எனச் சொல்லிவிட்டுத் தலையை அழகாகச் சாய்த்துக் கூந்தலை நிரடிக்கொண்டே பேராசிரியரைப் போல் தோற்றமளித்த கதைசொல்பவருடன் தங்களுடைய காருக்குத் திரும்பினாள் அந்தப் பேரழகி. சிலருக்கு அவள் அப்படி அங்கிருந்து திடீரென மறைந்தது ஏமாற்றமளித்தாலும் பெரும்பாலோர் உற்சாகமடைந்தனர். கிடைத்த அந்த இடைவேளையை எப்படிக் கழிக்கலாம் என ஒவ்வொருவரும் தனித்தனியாகவும் கூட்டாகவும் ஆலோசிக்கத் தொடங்கினர். சீக்கிரமாகவே ஆலோசனைகளை முடித்துக்கொண்டு பெண்கள் அடுப்படிகளை நோக்கியும்

ஆண்கள் காடுகளை நோக்கியும் ஓடினார்கள். சிலர் சிறுநீர் கழித்தனர். வேறு சிலர் பீடி பற்றவைத்துக்கொண்டனர். சிலர் அந்த ஐஸ் வியாபாரியையும் பம்பாய் மிட்டாய் வியாபாரியையும் நோக்கி ஓடினர். எல்லாத் தரப்பினரும் கதைசொல்பவர்கள் சொல்லியிருந்த கதைகளைப் பற்றித் தங்களுக்குள் விவாதித்துக் கொள்ளத் தொடங்கியிருந்தார்கள். "அவ சும்மா கத உடறா" எனச் சிறுநீர் கழிப்பதற்காகத் தன் குறியைப் பற்றிக்கொண்டிருந்த ஒருவன் அதே போலக் குறியைப் பற்றிக்கொண்டிருந்த மற்றொருவனிடம் சொன்னான். அவன் அதற்கு எந்தப் பதிலும் சொல்லவில்லை. இருவருடைய குறிகளிலிருந்தும் வேகமாகப் பீய்ச்சியடித்துக்கொண்டிருந்த சிறுநீர் புதர்களின் மீது விழுந்து சலசலப்பை ஏற்படுத்தியது, "அவ எப்படிச் செவச்செவன்னு வெள்ளக்காரியாட்ட இருக்கறான்னு பாத்தையா?" எனச் சிறுநீர் தீர்ந்துபோன பின்பும் தளராத தன் குறியை மடக்கி அண்டர்வேருக்குள் திணித்துக்கொண்டே கேட்டான் முதலாமவன். "நீ எத்தன வெள்ளக்காரிச்சிகளப் பாத்திருக்கறே?" என அவனது குறியைக் கள்ளத்தனமாகப் பார்த்துக்கொண்டே கேட்டான் மற்றொருவன்.

பெண்களில் சிலர் தங்கள் வீடுகளிலிருந்து நிறைய வரக்காபி போட்டுக்கொண்டு வந்து கேட்ட எல்லோருக்கும் கொடுத்துக்கொண்டிருந்தார்கள். பம்பாய் மிட்டாய் வியாபாரி, "பம்ம்ப்பேய் முட்டேய்ய்" என நீண்ட உரத்த குரலில் கூவி அழைத்தபடியே மிட்டாய்க் கம்பத்தின் உச்சியில் இருந்த பொம்மையின் கால்களைப் பிடித்து இழுக்கத் தொடங்கினான். பொம்மை அதைக் கைதட்டுவதற்கான சமிக்ஞையாக எடுத்துக் கொண்டது. அதன் கைகளிலிருந்த பித்தளைத் தட்டுகள் ஒன்றோடொன்று மோதி 'சையீங் சையீங்' என ஓசையெழுப்பத் தொடங்கின. கூட்டத்திலிருந்த குழந்தைகள் அந்த ஓசையைக் கேட்டு "ஐய் பம்பாய் முட்டாய், பம்பாய் முட்டாய்" என உற்சாகமாகக் கூச்சலிட்டுக்கொண்டே அவனை நோக்கி ஓடினார்கள். பெரியவர்களில் சிலரும் அந்த பம்பாய் மிட்டாய் வியாபாரியை நெருங்கினார்கள். ஒருவன் அந்த வியாபாரி வெளியூரிலிருந்து வந்து ஓ என்னும் பெயரையுடைய தங்களுடைய கிராமத்தைச் சேர்ந்த குழந்தைகளிடம் மிட்டாய் விற்பதை அனுமதிக்க முடியாது என மிரட்டினான். மிட்டாய் வியாபாரி அவனைப் பார்த்து ஓநாயைப் போல் பற்கள் அனைத்தையும் வெளிக்காட்டிச் சிரித்தான். மிரட்டியவன் அதைக் கண்டு பயந்தது போல் தென்பட்டான். அதே சமயத்தில் அங்கே வந்து நின்ற வேறொருவனும் முந்தையவனைப் போலவே வியாபாரியை மிரட்டத் தொடங்கினான். மிட்டாயிலிருந்து

அழகான தோற்றம்கொண்ட கைக்கடிகாரங்களைச் செய்து குழந்தைகளின் மணிக்கட்டுகளில் அணிவித்துக்கொண்டிருந்த வியாபாரி தன்னை மிரட்டிய இரண்டு மனிதர்களுக்கும் ஆளுக்கொரு கைக்கடிகாரத்தைக் கட்டிவிட்டதும் அவர்கள் அவனிடம் நட்புப் பாராட்டத் தொடங்கினார்கள். அதைப் பார்த்த வேறு சிலரும் அதே போல மிரட்டத் தொடங்கினார்கள். வியாபாரி அதைக் காதிலேயே போட்டுக்கொள்ளாமல் தொடர்ந்து “பம்பாய் முட்டாய்ய், பம்பாய் முட்டாய்ய்ய்யிஈஈ” என்று பெருங்குரலெடுத்துக் கத்திக்கொண்டிருந்தான். அவன் இப்படிக் கத்திக்கொண்டிருந்தபோதே பொரி கடலை வியாபாரி ஒருவனும் ஐஸ் விற்பவனும் மாம்பழ வியாபாரியொருவனும் அந்த இடத்துக்கு வந்து சேர்ந்தார்கள். எல்லோருமே தங்கள் சரக்குகளைப் பற்றிச் சொல்லி எல்லோரையும் கூவிக்கூவி அழைத்துக்கொண்டிருந்தனர். பம்பாய் மிட்டாய், பம்பாய் மிட்டாய், மிட்டாஈஈஈ, பொரி கடல, பொரி கடல, பொரி கடலேய்ய், ஐஸ், ஐஸ், ஐஸேய், பாலஸ்ஸேய், சேமியா ஐஸ்ஸேய்ய், மாம்பழ, மாம்பழ, சேலத்து மாம்பழேய்ய் என எல்லாவிதமான குரல்களும் ஒன்றோடொன்று கலந்து வினோதமாக ஒலிக்கத் தொடங்கியிருந்தன. அப்போதுதான் அங்கு வந்து சேர்ந்திருந்த வட இந்தியத் தொலைக்காட்சி அலைவரிசை ஒன்றின் இளம்பெண் செய்தியாளர் எல்லாவற்றையும் பார்த்து எல்லாவற்றையும் படமெடுக்கத் தொடங்கியிருந்தாள். பம்பாய் மிட்டாயைப் பற்றி யாரோ ஒரு சிறுவன் தனக்குச் சொன்ன செய்தியைக் கேள்விப்பட்டவள் வெகு ஆச்சரியத்துடன் அவனைத் தேடிக்கொண்டு வந்தாள். அவள் வந்து சேர்ந்தபோது வியாபாரி அன்றைய தினத்தின் கடைசி மிட்டாயைச் செய்துகொண்டிருந்தான். அதைப் பெறுவதற்காக இளம்பெண்ணொருத்தி அவனெதிரே நின்றுகொண்டிருந்தாள். அவளது முகத்தில் வெட்கம் படர்ந்திருந்தது. தலையைக் குனிந்துகொண்டிருந்தபோதிலும் அவ்வப்போது கண்களை மலர்த்தி வியாபாரியைப் பார்த்துப் புன்னகைத்துக்கொண்டிருந்தாள். மிட்டாய் வியாபாரி தன் வாழ்நாளில் அதற்கு முன் ஒருபோதும் கொண்டிருந்திராத ஈடுபாட்டுடன் மிக மிக நேர்த்தியான கைக்கடிகாரம் ஒன்றைத் தன் மிட்டாயிலிருந்து உருவாக்க முயன்றுகொண்டிருந்தான். வண்ணமூட்டப்பட்ட வெறும் சர்க்கரைப் பாகிலிருந்து அவ்வளவு அழகான கைக்கடிகாரத்தை உருவாக்க முடியுமா என அந்த ஆங்கில தொலைக்காட்சிச் செய்தியாளரான இளம்பெண் ஆச்சரியப்பட்டாள். அவள் தன் தொலைக்காட்சிக்காக அந்த பம்பாய் மிட்டாய் வியாபாரியிடம் பேட்டியெடுக்க விரும்பிச் சில கேள்விகளைக் கேட்டாள். மிட்டாய் வியாபாரி அவளை அதிகம்

பொருட்படுத்தவில்லை. ஒரு தேர்ந்த பொற்கொல்லனைப் போல் மிட்டாயை மெல்லிய கம்பிகளாக இழைத்து இழைத்து அந்தக் கைக்கடிகாரத்தை உருவாக்கிக்கொண்டிருந்தான் அவன். அதைக் கண்ட அந்தத் தொலைக்காட்சிப் பெண் செய்தியாளர் ஸ்தம்பித்துப் போய்விட்டாள். பிறகு அந்த வியாபாரியை எந்தத் தொந்தரவும் செய்யாமல் விலகி நின்று அந்தக் காட்சியை முழுமையாகப் படம்பிடிக்க முற்பட்டாள். வியாபாரி அதுவே தன் வாழ்வின் கடைசி மிட்டாய் என்பதுபோல அதற்கு மெருகூட்டிக்கொண்டிருந்தான். மிட்டாயைச் செய்து முடித்ததும் அதை நெருக்கமான கோணத்தில் படம் பிடிக்க விரும்புவதாகத் தெரிவித்த அந்தத் தொலைக்காட்சிச் செய்தியாளர் அந்தக் கைக்கடிகாரத்தைப் பக்கத்தில் வெட்கத்துடன் நின்றுகொண்டிருந்த இளம்பெண்ணின் மணிக்கட்டில் கட்டிவிடச் சொல்லி மிட்டாய் வியாபாரியைக் கேட்டுக்கொண்டாள். அவன் முதலில் மறுத்தான். ஒரு பெண்ணைப் போல வெட்கப்பட்டான். பிறகு வேறு யாராவது கவனிக்கிறார்களா எனக் கூட்டத்தைப் பார்த்தான்.

ந இருந்த இடத்தை விட்டு நகராமல் தனது நாற்காலியில் உட்கார்ந்திருந்தான். ஓ என்னும் பெயரையுடைய தனது மிகச் சிறிய கிராமத்தில் என்ன நடந்துகொண்டிருக்கிறது எனப் புரிந்துகொள்ளவதற்கும் முயன்றான். அவர்கள் இருவரும் பேராசிரியர் பூ என்றும் அவருடைய உதவியாளரான பேரழகி ஸ் என்றுமே அவன் உறுதியாக நம்பிக்கொண்டிருந்தான். ஆனால் என்ன காரணத்தாலோ இருவரும் அதை மறுக்கிறார்கள். தாங்கள் அவன் குறிப்பிடும் பேராசிரியர் பூவையோ பேரழகி ஸ்ஸையோ ஒருமுறைகூட நேரில் பார்த்ததில்லை எனச் சத்தியம் செய்கிறார்கள். இருவரும் வரலாற்றின் கணக்கைச் சரிசெய்யும் மகத்தான விழா ஏற்பாடுகளில் தங்களிடம் ஒப்படைக்கப்பட்ட சில பொறுப்புகளை நிறைவேற்றுவதற்காகவே ஓ என்னும் பெயருடைய அந்தச் சிறிய, மிகச் சிறிய கிராமத்திற்கு முதல்முறையாக வருகை புரிந்ததாகச் சொன்னார்கள். ஆனால் தன்னைப் பேராசிரியர் பூ எனவும் தனது மொழிபெயர்ப்பாளரைப் பேரழகி ஸ் எனவும் அழைப்பதைப் பற்றித் தங்களுக்கு எந்த ஆட்சேபனையும் இல்லை என்றார் அவர். பேரழகி ஸ்ஸைப் போல் தோற்றமளித்த அந்த இளம்பெண்ணும் அதை ஆமோதித்தாள். ஆகவே ந அவர்களை மிஸ்டர் பூ எனவும் மிஸ் ஸ் எனவும் அழைக்கத் தொடங்கியிருந்தான். ந அந்த மேடையில் அவர்களுடன் அவர்களில் ஒருவனைப் போல் உட்கார்ந்திருந்தாலும் ஒரு பார்வையாளனாகவே இருப்பதற்கு விரும்பினான். பேராசிரியர் சொன்ன கதையைக் கவனமாகக் கேட்க முயன்றான். அவர்கள் மாவீரன் காளிங்க நடராஜ மகாராஜாவின் கதையைச் சொல்லிக்

கொண்டிருக்கிறார்கள். இடையிடையே நவைப் பற்றியும் சொல்கிறார்கள். ந என்பவன் வெறும் நவோ ந என்னும் பெயரையுடைய சத்துணவு அமைப்பாளரோ அல்ல, பிரின்ஸ் – நட்ராஜ் மகராஜ் எனச் சொல்கிறார்கள். அவர்களிடம் ஏராளமான கதைகள் இருக்கின்றன. ஒவ்வொன்றுக்கும் ஆதாரமாக எதாவதொரு ஆவணத்தையோ புகைப்படத்தையோ அல்லது ஓவியத்தையோ காண்பிக்கிறார்கள். ஒவ்வொருமுறையும் கூட்டம் ஆர்ப்பரிக்கிறது, விசிலடிக்கிறது, கைதட்டுகிறது. வரலாற்றின் கணக்கை இப்படித்தான் சரிசெய்வார்கள் போலிருக்கிறது என நினைத்துக்கொண்டான் ந. அவன் மிகக் களைப்பாக உணர்ந்தான். ஏதாவது சாப்பிடவும் சற்றுநேரம் தூங்கவும் விரும்பினான். தான் வெகுகாலமாக வசித்துவரும் பாழடைந்த அந்த அரண்மனையின் சிதைந்துபோன காவல்கூண்டுகளில் ஒன்றில் கயிற்றுக்கட்டிலில் சாய்ந்துகொண்டால் நன்றாக இருக்கும் என நினைத்தான்.

வ மிக உற்சாகமாகத் தென்பட்டாள். இடைவேளை தொடங்கியவுடன் குழந்தைகள் இருவரையும் அழைத்துக்கொண்டு போய் அவர்களுக்கு முகம் கை, கால்களைக் கழுவி உடைமாற்றிவிட்டுத் தானும் இருப்பதிலேயே நல்லதான புடவையொன்றை எடுத்து உடுத்திக்கொண்டாள். அவள் சந்தோஷமாக இருந்தாள். எல்லாமே அவளுக்குப் பிடித்திருந்தன. ஓ என்னும் பெயரையுடைய அவர்களுடைய சிறிய, மிகச் சிறிய கிராமத்திற்கு ஒவ்வொரு வருடமும் ஐப்பசி, கார்த்திகைகளில் வந்துசெல்லும் பாட்டுக்காரர்களைப் போல அவர்கள் கதை சொல்லிக்கொண்டிருக்கிறார்கள். பாட்டுக்காரர்கள் சொல்லும் கதைகள் அல்ல, ராஜா, ராணி கதை. ந அந்த ராஜாவின் பேரன் அல்லது கொள்ளுப்பேரன். ஏன், எள்ளுப்பேரனாகக்கூட இருக்கட்டுமே, ஊரில் வேறு யாருக்கும் அந்தக் கொடுப்பினை இல்லை. அவர்களது வருகையால் நவுக்குப் பெரிய கௌரவம் கிடைத்திருக்கிறது. இனி ந வெறும் நவோ ந என்னும் பெயரை யுடைய சத்துணவு அமைப்பாளரோ அல்ல. பிரின்ஸ் – நட்ராஜ் மகராஜ். மாவீரன் காளிங்க நடராஜ மகாராஜாவின் நேரடி வாரிசு. அவர்கள் அதை இந்த உலகுக்கு அறிவிப்பதற்காகவே வந்திருக்கிறார்கள். முன்பு அவர்களைப் பார்ப்பதற்காக வந்திருந்த பேராசிரியர் பூவும் பேரழகி ஸ்ஸூம் சொல்லிவிட்டுப் போனதைப் போல வரலாற்றின் கணக்கைச் சரிசெய்யத் தொடங்கியிருக்கிறார்கள்.

வ அவர்கள் சொன்ன கதைகளை நம்ப விரும்பினாள். தன் கணவன் தா என்னும் பெயரையுடைய ஊரின் அரசு மேல்நிலைப் பள்ளியின் சத்துணவு அமைப்பாளராக இருப்பதை

விடவும் ஏதோ ஒரு ராஜாவின் கொள்ளுப்பேரனாக இருப்பது கௌரவமான விஷயம் இல்லையா? நவுக்கு இது ஏன் புரியவில்லை? அவனிடம் எந்தப் பரபரப்பும் தென்படவில்லை. தீராத கவலையில் மூழ்கியவனைப் போல கன்னத்துக்குக் கைகளை முட்டுக் கொடுத்துக்கொண்டு வெறுமனே உட்கார்ந்து ஒரு பார்வையாளனைப் போல அவர்கள் சொல்லும் கதைகளைக் கேட்டுக்கொண்டிருக்கிறான். அந்தக் கதையை அவன் வேறு யாருடையதோ என நினைத்துவிட்டான் போலிருக்கிறது. உண்மையில் வெறும் கதையாகக் கேட்டால்கூட அது நன்றாகத்தான் இருக்கிறது, அந்த ராஜா, நவின் கொள்ளுத் தாத்தாவான மாவீரன் காளிங்க நடராஜ மகாராஜா யாரோ ஒரு வெள்ளைக்காரனின் தலையைத் துண்டித்து வீட்டு வாயிலில் தொங்கவிட்டிருக்கிறார். வீடு அல்ல அரண்மனை. பாழடைந்து போகாத புத்தம்புதிய அரண்மனை. பிறகென்ன நடந்தது? அதைத்தான் இப்போது கேட்க வேண்டும்.

நவுக்காகக் கொஞ்சம் பொரிகடலையை வாங்கி மடியில் கட்டிக்கொண்டாள் வ. குழந்தைகளுக்கு பம்பாய் மிட்டாயாலான கைக்கடிகாரமும் சேமியா ஐஸும் வாங்கிக் கொடுத்தாள். பிறகு வேறெதையும் யோசிக்காமல் கதை சொல்லுமிடத்தை நோக்கி விரைந்தாள். ஆனால் ஓ என்னும் பெயரையுடைய அந்த ஊர் போர்க்களம் போல் காட்சியளித்தது. கூட்டம் நம்பவே முடியாதபடி பல மடங்குகளாகப் பெருகியிருந்தது. தென்பட்ட எல்லாத் தெருக்களிலும் எல்லாப் பொட்டல் வெளிகளிலும் எல்லா நிழல்களிலும் சுட்டெரிக்கும் வெயிலிலும் அறிமுகமற்ற புதிய மனிதர்கள் பலர் தென்பட்டனர். திடீரெனத் தங்களுடைய சிறிய, மிகச் சிறிய கிராமத்தின் எல்லை விரிவடைந்துவிட்டது போல் தோன்றியது அவளுக்கு. இதற்குமுன் இவ்வளவு அதிகமான மனிதர்களின் நடமாட்டத்தை இந்த நிலம் கண்டிருக்க முடியாது என நினைத்தாள் வ.

தனக்கு முன்னால் சென்றுகொண்டிருந்த தன்னைப் போலவே தோற்றமளிக்கும் பெண்ணொருத்தியைக் காண நேர்ந்தபோது வ வியப்புற்றாள். அவளைப் பின்தொடரவும் விரும்பினாள். தன்னைப் போலவே அவளும் நெரிசலுக்குள் சிக்கித் தவித்துக்கொண்டிருந்தாள். நெருங்க நெருங்க அவளுக்கும் தனக்குமான ஒற்றுமை அதிகமாகிக்கொண்டே போனதை உணர்ந்த வ நடையின் வேகத்தைத் துரிதப்படுத்தி அவளை எட்டிப்பிடிக்க முயன்றாள். கூர்ந்து கவனித்ததில் அவளும் தன்னைப் போலவே தன் இடமும் வலமுமாக ஆணும் பெண்ணுமான இரு குழந்தைகளை நடத்திக்கொண்டு போவது தெரிந்தது. வ மற்ற எல்லாவற்றையும் மறந்தாள்.

நெருங்கியபோதுதான் வேறு சில விஷயங்களும் அவளது கவனத்திற்கு வந்தன. தனக்கு முன்னால் நடந்துகொண்டிருந்த தன்னைப் போலவே தோற்றமளிக்கும் அந்தப் பெண்ணை ஆண் உடல் ஒன்று மிக நெருக்கமாகப் பின்தொடர்ந்து கொண்டிருந்ததைக் கவனிக்க முடிந்தது. தோற்றத்தில் அந்த மனிதன் அவளுக்குப் பரிச்சயமானவனாகத் தென்பட்டான். உதாரணமாக நவை. அல்லது அவன் வெறும் நவோ ந என்னும் பெயரையுடைய சத்துணவு அமைப்பாளரோ அல்ல பிரின்ஸ் – நட்ராஜ் மகராஜ் என்பதைக் கண்டுபிடித்து உலகுக்கு அறிவித்த பேராசிரியர் பூவைப் போலவோ ந பணிபுரியும் பள்ளியின் தலைமையாசிரியரைப் போலவோ ரா என்னும் பெயரையுடைய எழுத்தரைப் போலவோ பெ என்னும் பெயரையுடைய ஊராட்சித் தலைவரைப் போலவோ அல்லது நவைப் பார்ப்பதற்காகவும் அவனுக்குத் தன் வாழ்த்துகளைத் தெரிவிப்பதற்காகவும் வவையும் அவளது இரண்டு குழந்தைகளையும் அனுதாபத்துடன் பார்ப்பதற்காகவும் இறுதியாக வரலாற்றின் கணக்குச் சரிசெய்யப்படும் என அவர்களுக்குச் சொல்வதற்காகவும் வந்திருந்த காவல்துறை உயரதிகாரி அல்லது தொலைக்காட்சி, வார இதழ்களின் செய்தியாளர்களில் யாரோ ஒருவரைப் போலத் தோற்றமளித்தான். அது அவளுக்குப் பதற்றத்தை ஏற்படுத்தியது. அந்த மனிதனால் தன்னைப் போலவே இருக்கும் அந்தப் பெண்ணுக்கு மோசமாக ஏதாவது நேர்ந்துவிடக்கூடுமோ என வ கவலைப்பட்டாள். அது குறித்து அவளை எச்சரிக்க வேண்டியது மாவீரன் காளிங்க நடராஜ மகாராஜாவின் நேரடி வாரிசான பிரின்ஸ் – நட்ராஜ் மகராஜின் பட்டத்து ராணியான தனது கடமை என நினைத்தாள். ஆனால் மோசமானது ஏற்கனவே நடக்கத் தொடங்கியிருந்தது. பார்வைக்கு அவ்வளவு மூர்க்கமாகத் தென்படாத அந்த நபரின் கைகளிலொன்று மற்றவர்களுக்குத் தெரியாமல் பின்புறமிருந்து தன்னைப் போலவே தோற்றமளிக்கும் அந்தப் பெண்ணின் முலைகளிலொன்றைப் பற்ற முயன்றுகொண்டிருந்தது. அந்தப் பெண் நெளிந்தாள். அருவருப்பு அல்லது கூச்சம், இவற்றில் ஏதாவதொன்று காரணமாக இருக்கலாம். வவுக்கு ரத்தம் கொதித்தது. அவளை எச்சரிக்கும்விதத்தில் அபாயம் என உணர்த்தக்கூடிய ஒலி ஒன்றைத் தன் தொண்டையிலிருந்து எழுப்பினாள். ஆனால் அவ்வளவு பெரிய கூட்டமும் ஒட்டுமொத்தமாக எழுப்பிக்கொண்டிருந்த பேரோசையின் கடலில் அவளுடைய அபாய எச்சரிக்கைக்கு எந்தப் பலனும் இல்லாமல் போயிற்று. ஆகவே வ பார்வையாளரைப் போல வெறுமனே அவர்களது நடவடிக்கைகளைக் கவனிக்க மட்டுமே செய்தாள். இப்போது அந்த நபர் தன்னைப் போலவே தோற்றமளிக்கும் அந்தப்

பெண்ணை மேலும் நெருங்கிக் கிட்டத்தட்ட அவளது உடலோடு ஒட்டிக்கொண்டு பின்தொடர்ந்துகொண்டிருந்தான். அவனுடைய கை அவளது முலைகளில் ஒன்றைப் பற்றுவதில் கிட்டத்தட்ட வெற்றி பெற்றிருந்தது. அவளால் அதைத் தடுக்க முடியவில்லை, எதிர்த்துப் போரிடவும் முடியவில்லை, அதுதான் கொடுமை. அவ்வளவு பக்கத்தில் இருந்து கவனிக்க முடிந்தபோதும் மாவீரன் காளிங்க நடராஜ மகாராஜாவின் நேரடியான ஒரே வாரிசான பிரின்ஸ் – நட்ராஜ் மகராஜின் மனைவி, பிரின்ஸஸ் – வ என்னும் பட்டத்து ராணியால்கூட எதுவும் செய்ய முடியவில்லை. அவ்வளவுக்குத்தான் இருக்கிறது உலகம் என நினைத்துக்கொண்டாள். வாய்ப்புக் கிடைத்தால் அந்த மனிதனுக்குச் சரியான முறையில் பாடம் கற்பிக்க வேண்டுமெனவும் தீர்மானித்துக்கொண்டாள். அதற்கு முதலில் தான் அவர்களை நெருங்கிச் செல்ல வேண்டும். கையும் களவுமாக அவனைப் பிடிக்க வேண்டும். வரலாற்றின் மிக முக்கியமான கட்டத்தில், இன்னும் குறிப்பாகச் சொல்ல வேண்டுமென்றால் பேராசிரியர் சொன்னது போல் மீட்டெடுக்கப்பட்டிருக்கும் ஒரு வரலாற்றின் கணக்கு சரிசெய்யப்படும் மகத்தான அந்தத் தருணத்தில் அதன் சாட்சியாகத் திகழ்ந்திருக்க வேண்டிய ஒருவன் இப்படியொரு அருவருக்கத்தக்க, அநீதியான காரியத்தைச் செய்கிறான். கோபம் கொண்ட வ நடையின் வேகத்தை மேலும் அதிகரித்து நெரிசலைப் பிளந்துகொண்டு முன்னேறி அவனை நெருங்க முயன்றாள். இம்மனிதக் கடலுக்குள் அது பெரும் சவால். ஆனாலும் பெரும் பிரயத்தனத்திற்குப் பிறகு அவளால் அதில் வெற்றிபெற முடிந்திருந்தது. அப்போது அவ்விருவரது உடல்களும் கைக்கெட்டும் தொலைவில். அப்போது அவள் எல்லாவற்றையும் முழுமையாக அறிந்துகொள்வதற்கான கண்களைப் பெற்றாள். ஆனால் அது மிகக்கொடிய, வெட்கித் தலைகுனியத் தக்க அனுபவம். தொலைவிலிருந்து தென்பட்டது போல் அல்லாமல் அந்தப் பெண் தன் முலைகளைப் பற்றியிருந்த அந்த மனிதனுக்கு ஒத்துழைப்புக் கொடுத்துக்கொண்டிருந்தாள். அவனுக்கு வசதியாகத் தனது மேலாடையைத் தளர்த்தி விட்டிருந்தாள். அந்த மனிதனின் உடல் நெரிசலைச் சாதகமாக்கிக்கொண்டு அவள் மீது முழுமையாகக் கவிந்திருந்தது. அப்போது அவனுடைய விரைத்த குறி அவளது புட்டத்தைத் துளைத்துக்கொண்டிருந்ததை வ பார்த்தாள். அவளைப் போலவே தோற்றமளித்த அந்தப் பெண் கண்களை மூடிக்கொண்டிருந்தாள். முகத்தில் களிப்பின் வியர்வை. பார்ப்பவர்களுக்கு அது வெப்பத்தின் விளைவைப் போல் தோற்றமளிக்கலாம். ஆனால் யாராவது கவனித்திருக்க மாட்டார்களா என்ன? வ பதற்றமடைந்தாள். தன்னைத் தவிர வேறு யாராவது அதைக் கவனித்துக்கொண்டிருக்கிறார்களா

எனக் கூட்டத்தைத் தேடினாள். ஆனால் அதைப் பற்றி அவனோ அவளோ கவலைப்பட்டது போல் தெரியவில்லை. சீரான அசைவுகளுடன் மேடையை நோக்கி நகர்ந்து கொண்டிருந்த அவ்விரு உடல்களையும் நிச்சயமாக யாரும் பொருட்படுத்தியிருக்க மாட்டார்கள் என முடிவுசெய்தாள் வ. தாயின் கரங்களைப் பற்றிக்கொண்டு இடமும் வலமுமாக அவளைத் தொடர்ந்துகொண்டிருக்கும் அந்தப் பெண்ணின் இரு குழந்தைகளுங்கூடக் கவனித்திருக்க மாட்டார்கள்தாம்.

அங்கே சூழ்ந்திருந்த நூற்றுக்கணக்கான பார்வையாளர்களில் ஒருத்தியாக எல்லாவற்றையும் வேடிக்கை பார்த்தவாறே வ முன்னேறிக்கொண்டிருந்தாள். கைக்கெட்டும் தொலைவில் கதைசொல்லிகள் தென்பட்டனர். அற்புதமாகக் கதை சொல்கிறாள் அந்தப் பேரழகி. குரலில் கும்மிப் பாடல்களின் தொனியை வெகு இயல்பாக அவளால் கொண்டுவந்துவிட முடிகிறது. அப்போது கும்பினிப் படைக்கும் மாவீரன் காளிங்க நடராஜ மகாராஜாவின் வீரர்களுக்குமிடையே நடைபெற்றுக்கொண்டிருந்த மூர்க்கமான போரைப் பற்றி வர்ணித்துக்கொண்டிருந்தாள் அவள். அவளது குரலில் வாள்கள் மோதின. க்ளிங், க்ளிங், க்ளிங். அவற்றோடு விஷ் விஷ்ஷென ஓசையுடன் பாய்ந்து செல்லும் ஈட்டிகள்.

திடீரெனத் தன் உடல் சிலிர்த்து நடுங்குவதை உணர்ந்தாள் வ.

இப்போது அவளால் அந்தப் பெண்ணையோ மூர்க்கமான கைகளையுடைய அந்த நபரையோ காணமுடியவில்லை. இப்படி மாயமாக மறைந்துவிட்டார்களே அவர்கள். வ ஆச்சரியப்பட்டாள். ஆனால் இதோ கதைசொல்லியான அந்தப் பேரழகி தென்படத் தொடங்கிவிட்டாள். மிகச் சோர்ந்து போனவனாக அவளுக்குப் பக்கத்தில் உட்கார்ந்திருக்கிறான் ந. நாற்காலியொன்றில் சாய்ந்தபடி வைத்த கண்வாங்காமல் அந்தப் பேரழகியைப் பார்த்துக்கொண்டிருந்தான். வ தன் கலைந்த ஆடையைச் சரிப்படுத்திக்கொண்டாள். ஈரம் படர்ந்த முலைகளை ஆடைக்குள் தள்ளி மறைக்க முயன்றபோது கன்றிப் போன காம்புகளின் வலியைப் பொருட்படுத்தாமல் தன் இரு குழந்தைகளோடும் அந்த மேடையை அடைந்து கணவனுக்குப் பக்கத்தில் உட்கார்ந்துகொண்டாள். தேநீர் இடைவேளையை முடித்துக்கொண்டு அப்போதுதான் மேடைக்கு வந்திருந்தார் பேராசிரியர் பூவைப் போல் தோற்றமளித்த அந்த மனிதர். முகம் வியர்த்திருந்தது. மிகக் களைத்துப் போனவராகத் தென்பட்டவர் கதையின் எஞ்சிய பகுதியைச் சொல்ல விரும்புபவரைப் போல ஸ்ஸைப் போன்ற தோற்றமுடைய அந்தப் பேரழகியின் கைகளிலிருந்து மைக்கைப் பிடுங்கிக்கொண்டார். ஆனால்

கதையின் பெரும்பகுதி ஏற்கனவே முடிந்துவிட்டிருந்தது. எஞ்சியிருந்தது தோல்வியின் ஒரு சோகச் சித்திரம் மட்டுமே. அது தொடங்கியவுடன் கூட்டம் கலையத் தொடங்கியது. வந்தது போலவே நிமிஷத்தில் காணாமல்போனது. ஏதோ விபரீதமென்று பேச்சு. என்னவென முன்வரிசையிலருந்த பார்வையாளர் ஒருவரிடம் விசாரித்தாள் வ, “உங்குளுக்குத் தெரியாதாக்கு? முட்டாய் விக்கறவனொருத்தன் நம்மூருப் புள்ளயக் கூட்டிக்கிட்டு ஓடீட்டானாமா, இந்த மாதிரி நேரத்துல இப்படியொரு கூத்து” எனச் சொல்லிக்கொண்டே கூட்டத்திலிருந்து அவனும் வேகமாக ஓடினான். ராணி தன்னைப் போன்ற தோற்றமுடையவளாயிருந்த பெண்ணின் முலைகளைப் பிடித்த அந்த மனிதனை நினைத்துக்கொண்டாள். பதற்றத்துடன் பேராசிரியர் பூவைப் போன்ற தோற்றமுடையவராயிருந்த மனிதரைப் பார்த்தாள். நவைப் பார்த்தாள். கேட்பதற்கு யாருமே இல்லாதபோதும் கதையைத் தொடர்ந்துகொண்டிருந்த அந்தப் பேரழகியையும் பார்த்தாள். பெருமூச்செரிந்தாள்.

“நமக்குக் கிடைத்திருக்கும் குறிப்புகளைப் பார்த்தால் மூச்சு முட்டுகிறது. உண்மையிலேயே மூச்சு முட்டுகிறது. 1800ஆம் ஆண்டு செப்டம்பர் மாதம் பதினெட்டாம் தேதி கும்பினியார்களுடனான ஒன்பது மாத முற்றுகையிலிருந்தும் தாக்குதல்களிலிருந்தும் தப்பிப் பிழைத்திருந்த மாவீரன் காளிங்க நடராஜ மகாராஜா வெறும் ஒன்பது பேருடன் சுரங்கப்பாதையொன்றின் வழியாகத் தப்பிச் சென்றான். ஒரு வாரம் கழித்து உள்ளே நுழைந்த கும்பினிப் படை அந்த அரண்மனையின் ஒவ்வொரு அங்குலத்தையும் சல்லடை கொண்டு சலித்தெடுத்தது. எதுவுமே கிடைக்காததால் ஏமாற்றமடைந்த தளபதி உடனடியாகக் கோட்டையையும் அரண்மனையையும் தரைமட்டமாக்குமாறு உத்தரவிட்டான். இப்படித்தான் ஏழுநாட்களில் கும்பினியாரின் பீரங்கிப் படையால் அந்த மாபெரும் அரண்மனை தரைமட்டமாக்கப்பட்டது. கும்பினியாரின் ஆவணங்களில் மேற்கண்ட தாக்குதல் குறித்த எல்லா நிகழ்வுகளும் மிகத் துல்லியமாகப் பதிவு செய்யப்பட்டிருக்கின்றன. அந்தப் பீரங்கிப் படையின் மூன்றாம் கட்டத் துணைத் தளபதிகளில் ஒருவராக இருந்தவர் திரு. மூர். பாரம்பரியமான வணிகக் குடும்பத்தைச் சேர்ந்தவர். அவருடைய மாமன்மார்களில் ஒருவர் புகழ்பெற்ற ஆங்கிலக் கவி. இங்கிலாந்து அரச குடும்பத்தோடு அவருக்கு நல்ல நட்பு இருந்தது. மாமனின் பாதிப்புகள் திரு. மூருக்கு அதிகமாகவே இருந்தன. வணிகத்துக்காகத் தன் தந்தையோடு நம் நாட்டுக்கு வந்தவருக்கு இந்தியாவின் கலைகள், கலாச்சார அடையாளங்கள் மீது பெரும் ஈடுபாடு உண்டாயிற்று. நாடு முழுவதும் சுற்றி அதன் சிறப்பை

அறிந்துகொள்ள விரும்பினார். வணிகரான அவரது தந்தை அதை அனுமதிக்கவில்லை. தந்தையோடு ஏற்பட்ட முரண்பாடு காரணமாக கும்பினிப் படையில் சேர்ந்து நாடுமுழுவதும் போர்வீரனாகத் தன் பயணங்களைத் தொடர்ந்தார்.

குறுநில மன்னர்கள், சிற்றரசர்களின் கோட்டைகளையும் அரண்மனைகளையும் கலாச்சாரச் சின்னங்களையும் அழித்தொழிப்பது அவர் இடம்பெற்றிருந்த பீரங்கிப் படையின் முதன்மையான பணியாக இருந்திருக்கிறது. மூர் அந்தப் படையோடு செல்வார். உத்தரவை நிறைவேற்றுவதற்கு முன் அவற்றை முழுமையாகச் சுற்றிப் பார்ப்பார். அவற்றின் சிறப்புகளோடு அவற்றுக்குள் புதைந்திருக்கும் விலை மதிப்பற்ற செல்வங்களைப் பீரங்கிப் படை கொள்ளையடிப்பதையும் அழித்தொழிப்பதையும் கண்கூடாகப் பார்த்து அதைப் பற்றிய விரிவான குறிப்புகளை எழுதியிருக்கிறார் திரு. மூர். சில கவிதை களையுங்கூட எழுதியிருக்கிறார். சொல்லப்போனால் அந்தக் குறிப்புகளேகூடக் கவித்துவம் நிரம்பப்பெற்றவை என்றே சொல்ல வேண்டும். மாவீரன் காளிங்க நடராஜனின் அரண்மனையைத் தரைமட்டமாக்குவதற்கான உத்தரவு கிடைத்தவுடன் மூர் தான் இடம்பெற்றிருந்த படையோடு ஓ என்னும் பெயரையுடைய தற்போது வெறும் பொட்டல் வெளியாக மாறிவிட்ட இந்தச் சிறிய, மிகச் சிறிய கிராமத்திற்கு வந்தார். அப்போது அரண்மனை யில் யாருமே இருந்திருக்கவில்லை. மூரின் தளபதி அவருக்கு முழுமையாக இருபத்து நான்கு மணி நேர அவகாசத்தை அளித்திருந்தான், “அதற்குள் எல்லாவற்றையும் பார்த்து, வேண்டிய கவிதைகளை எழுதிக்கொள் பையா, அதற்குப் பிறகு இந்த அரண்மனையின் ஒரு செங்கல்லைக்கூட உன்னால் முழுமையாகப் பார்க்க முடியாது” என்றானாம் அந்தத் தளபதி. அப்போது யாருடைய உதவியும் இல்லாமல் யாருமே இல்லாத அரண்மனைக்குள் நுழைந்திருக்கிறார் திரு. மூர். கிடைத்த அவகாசத்தை முழுமையாகப் பயன்படுத்திக்கொண்டார். அதைப் பற்றிக் கவித்துவம் ததும்பும் மொழியில் விரிவாகவும் சுருக்கமாகவும் அவர் எழுதிய குறிப்புகளின் எண்ணிக்கை முந்நூற்று எழுபத்திரண்டு. அவற்றில் ஐந்து முக்கியமான குறிப்புகளைத் தவிர மற்றவையெல்லாம் லண்டனில் உள்ள ஆவணக் காப்பகத்தில் பாதுகாத்து வைக்கப்பட்டிருந்தன. முக்கியமான அந்த ஐந்தும் பிரான்சில் வசிக்கும் மூரின் மகள்வழிக் கொள்ளுப்பேத்தியிடம் இருந்தது. தொண்ணூற்று மூன்று வயதான அந்தக் கொள்ளுப்பேத்தியைச் சந்திப்பதற்காகப் பேராசிரியர் பூவும் பேரழகி ஸ்ஸூ இரண்டு வருடங்களுக்கு முன்பு பிரான்சுக்குச் சென்றிருந்தார்கள். அதற்கு முன்னால்

லண்டனில் ஆறு மாதங்கள் தங்கி அந்த ஆவணங்களை முழுமையாகப் பார்வையிட்டுத் தேவையான குறிப்புகளை எடுத்துக் கொண்டார்கள். பிறகே அவர்கள் காளிங்க நடராஜன் என்ற ஒரு மாவீரன் தற்போதைய கோ என்னும் மாவட்டத்தில் இருக்கும் ஒ என்னும் மிகச் சிறிய கிராமத்தில் பிறந்ததையும் கண்டறிந்தார்கள்" என மூச்சுவிடாமல் சொல்லி முடித்தாள் பேரழகி ஸ்ஸைப் போல் தோற்றமளித்த அந்தப் பேரழகி.

நவும் வவும் அவர்களுடைய இரண்டு குழந்தைகளும் அவ்வளவுதான் என எழ முற்பட்டார்கள். ஆனால் அந்தப் பேரழகி தன் கைகளை அசைத்து அவர்களை அப்படியே அமர்ந்திருக்கும்படி கேட்டுக்கொண்டாள். தொண்டையைச் செருமினாள்.

"தாக்குதலைக் கோழைத்தனமாகப் பின்புறமிருந்து தொடங்கியிருக்கிறது கும்பினிப் படை. ஏழு நாள்களுக்குள் 90 சதவீத அழித்தொழிப்பு வேலைகள் நிறைவடைந்துவிட்டன. எட்டாம் நாள் அதிகாலையில் பீரங்கிப் படை தயாராகித் தளபதியின் உத்தரவுக்காகக் கூடாரத்தின் முன் காத்துக் கிடந்திருக்கிறது. எப்போதும் அதிகாலையிலேயே எழுந்துவிடுகிற தளபதி அன்று வெகுநேரம் வரை எழவே இல்லை. குறிப்பிட்ட நேரம்வரை பொறுத்துப் பார்த்த துணைத் தளபதி தயக்கத்துடன் கூடாரத்திற்குள் சென்று பார்த்தபோது தளபதி வாயெல்லாம் நுரைதள்ளத் தன் படுக்கையில் சடலமாகக் கிடந்திருக்கிறார். நீலம் பாரித்த உடல். அதிர்ச்சிக்குள்ளான துணைத் தளபதி விஷயம் என்னவாயிருக்கும் எனத் தெரிந்துகொள்ளக் கூடாரத்தைச் சோதனையிட முயன்றபோது தலைமாட்டில் காத்திருந்திருக்கிறது ஒரு கொடிய நாகம்"

"அது அதே நாகம்தான்" எனக் கத்தினான் ந.

அவள் பேச்சை நிறுத்திவிட்டு அவன் என்ன சொல்ல முயல்கிறான் எனப் பார்த்தாள்.

4

உண்மையில் அது ஓர் அரசு அலுவலகம். ஒருவேளை, வரலாற்றின் கணக்கைச் சரிசெய்வதற்காகவும் ந என்பவன் வெறும் நவோ ந என்னும் பெயரையுடைய சத்துணவு அமைப்பாளரோ அல்ல, நாட்டின் முதல் சுதந்திரப் போராட்ட வீரன் மாவீரன் காளிங்க நடராஜ மகாராஜா வின் உயிருள்ள நேரடியான ஒரே வாரிசான பிரின்ஸ் – நட்ராஜ் மகராஜ் என்பதை அதிகாரபூர்வமாகவும் நிச்சயமாகவும் பயனுள்ள முறையிலும் அறிவிப்பதற்காக மேற்கொள்ளப்பட்டு வரும் முடிவற்ற, கற்பனைக்கப்பாற்பட்ட, மகத்தான நடைமுறைகளில் மிக முக்கியமான ஒன்றை நிறைவேற்றுவதற்கான கலைக்கூடமாக மாற்றப் பட்டிருந்த கைவிடப்பட்ட ஓர் அரசு அலுவலகம் அல்லது பள்ளிக்கூடமாக இருக்கலாம். கூடத்தில் போடப்பட்டிருந்த பத்துக்கும் மேற்பட்ட சிம்மாசனங்களில் ஒன்றில் அசைவற்றவனாக உட்கார்ந்திருந்தான் ந. தனக்கெனத் தைக்கப்பட்டிருந்த பட்டுப் பீதாம்பரங்களில் ஒன்றை உடுத்திக்கொண்டிருந்தான். சிரசுக்குத் தங்க முலாம் பூசப்பட்ட கிரீடம், இடுப்பில் உடைவாள், கையில் வெள்ளிநிறச் செங்கோல், கழுத்திலும் மார்பிலும் மணிக்கட்டுகளிலும் பவள நிறத் தோற்றம் கொண்ட மணியாரங்கள், பத்துக்கு எட்டு விரல்களில் மோதிரங்கள், கால்களில் பாதுகைகள், தலைக்கு மேல் வெண்கொற்றக்குடை. சாயம் பூசப்பட்ட முகம், உதடுகள், நீண்ட கரிய முறுக்கு மீசை. ந இப்போது வெறும் நவாகவோ ந என்னும் பெயரையுடைய சத்துணவு அமைப்பாளராகவோ இல்லாமல் பிரின்ஸ் – நட்ராஜ் மக ராஜ் ஆக இருந்தான். அவனோடிருந்த ஒப்பனைக் கலைஞர்களும் தையல் கலைஞர்களும் ஓவியர்களும் சிற்பிகளும் புகைப்படக் கலைஞர்களும் நாவிதர்களும் கருமான்களும்

தச்சர்களும் சமையல்காரர்களும் மற்ற பணியாளர்களும் அவனை மகராஜ் என்றே அழைத்தனர். எல்லோருமே ஓய்வொழிச்சலின்றி உழைத்துக்கொண்டிருக்கிறார்கள். ஒவ்வொருவருக்கும் ஒவ்வொரு வேண்டுகோள், கட்டளை. கொஞ்சம் நிமிர்ந்து நில்லுங்கள் மகராஜ், வலது காலைச் சற்று உயர்த்தி வைத்துக்கொள்ளுங்கள் மகராஜ், உடைவாளைச் சுழற்றினாற்போல் பிடித்துக்கொள்ளுங்கள் மகராஜ், யாரங்கே, மகராஜாவின் மீசையைப் பார், அவ்வளவொன்றும் எடுப்பாக இல்லை, அதை மாற்று. மகராஜாவின் மீசையைப் போன்றதாக அல்லாமல் சிப்பாயின் மீசையைப் போன்று இருக்கிறது. கிருதாவைக்கூட மாற்றலாம். புருவங்களை இன்னும் சற்று அடர்த்தியானவையாக மாற்ற வேண்டும். மகராஜாவின் கன்னக் கதுப்புகளுக்குக் கொஞ்சம் சாந்து பூசுங்கள். மகாராஜாவின் நெற்றியைப் பார், அதில் தென்படும் கோடுகள் அவரது வயதைக் கூட்டிக் காண்பிக்கின்றன. மகராஜாவின் ஷூக்களைப் பார்க்கச் சகிக்கவில்லை, இதற்குப் பெயர் பாதுகை என்று சொல்வாயா? நீங்களே அவனுக்குச் செவிட்டில் ஓர் அறை கொடுங்கள் மகராஜ்.

மகராஜ், மகராஜ், மகராஜ்.

ஓவியர்கள், புகைப்படக் கலைஞர்கள், ஒப்பனையாளர்கள், சிற்பிகள் என எல்லோரும் சக்கரத்தைக் கட்டிக்கொண்டு பறக்கிறார்கள். கட்டுக்கடங்காத வேகம். நவுக்குச் சாப்பிடக்கூட நேரமில்லை. மொத்தம் இருபத்தேழு ஓவியங்கள், நான்கு சிற்பங்கள், இரண்டு ஆளுயர வெண்கலச் சிலைகள். ஒவ்வொன்றுக்கும் ஒவ்வொருவிதமான உடையலங்காரம். நாற்பத்தேழு நாட்களில் குறைந்தபட்சம் இருபத்தேழு புத்தம் புதிய பட்டாடைகளை உடுத்திக் கழற்றி வீசியிருந்தான் ந. கழுத்திலும் மார்பிலும் அணிவிப்பதற்காகக் கொண்டுவந்து குவிக்கப்பட்டிருந்த அணிகலன்களின் எண்ணிக்கைக்குக் கணக்கில்லை. சிம்மாசனம் ஆறுமுறை மாற்றப்பட்டுவிட்டது. வாள்களையும் கேடயங் களையும் கவச குண்டலங்களையும் பாதுகைகளையும் மெருகேற்றுவதற்காக நியமிக்கப்பட்டிருந்த தச்சர்களுங்கூட இடையறாது மாற்றப்பட்டுக்கொண்டிருந்தார்கள். ஒப்பனைக் கலைஞர்களும் ஓவியர்களும் சிற்பக்கலைஞர்களும்கூடத் தம் பதவிகளை இழக்க வேண்டியிருந்தது. அவர்களுடைய பணிகளைப் பார்வையிடுவதற்காக மாவட்ட நிர்வாகம் சில அதிகாரிகளையும் ஏராளமான பணியாளர்களையும் குற்றேவலர்களையும் நியமித்திருந்தது.

திடீர் திடீரென யாராவது வருகிறார்கள். அதிகாரிகள், ஊராட்சி மன்றத் தலைவர்கள், சட்டமன்ற நாடாளுமன்ற உறுப்பினர்கள், அமைச்சர் பெருமக்கள், காவல்துறை அதிகாரிகள்,

கல்வியாளர்கள், புலவர் பெருமக்கள் எனப் பலர். யாராவது வரும்போது அந்தக் கூடம் பதற்றமடைந்துவிடுகிறது. ஓவியர்களும் சிற்பிகளும் ஒப்பனைக் கலைஞர்களும் இயந்திரங்களாக மாறிவிடுகிறார்கள். வாலைச் சுருட்டிக்கொள்கிறார்கள். மண்டியிடத் தயாராகிறார்கள். வருபவர்கள் திரைச் சீலைகளையும் சிற்பங்களையும் உடைகளையும் அணிகலன்களையும் சிம்மாசனங் களையும் வெண்கொற்றக்குடைகளையும் கிரீடங்களையும் வாள்களையும் கேடயங்களையும் கவச குண்டலங்களையும் பாதுகைகளையும் கவனமாகப் பார்வையிடுகிறார்கள். ஏதாவதொரு குறை தென்படுகிறது. உடனே சம்பந்தப்பட்ட சிற்பியையோ ஓவியரையோ ஒப்பனைக் கலைஞரையோ தையல் கலைஞரையோ நாவிதரையோ கருமானையோ அழைத்து அதைச் சுட்டிக்காட்டுகிறார்கள். விமர்சிக்கிறார்கள், வசைமாரி பொழிகிறார்கள், எச்சரிக்கிறார்கள், உடனடியாகச் சரிசெய்யுமாறு கட்டளையிடுகிறார்கள். எல்லோரும் எச்சிலைக்கூட்டி விழுங்கிக் கொள்கிறார்கள், மன்னிப்புக் கோருகிறார்கள், வாக்குறுதிகளை அளிக்கிறார்கள். எல்லோருக்குமே வியர்த்துக்கொட்டுகிறது. பிறகு ஒவ்வொருவரும் தனித்தனியே யோசிக்கிறார்கள், ஒன்றாகக்கூடி விவாதிக்கிறார்கள்.

ஆலோசனைகள் முற்றுப்பெற்றவுடன் ஒப்பனையாளர் வந்து நவின் புருவங்களை மேலும் அடர்த்தியானதாக மாற்றுகிறார், மீசை மயிர்களுக்கு இன்னும் கொஞ்சம் மெழுகு தடவப்படுகிறது, உதடுகளில் முன்னர் பூசப்பட்டிருந்த சாயம் அழிக்கப்பட்டு வேறொரு நிறத்தில் புதிதாக வேறொரு சாயம் பூசப்படுகிறது. ஓவியர்கள் புதிய ஓவியங்களை வரைகிறார்கள், புதிய சிற்பங்கள் வடிக்கப்படுகின்றன. தையல் கலைஞர்கள் ஓய்வேயில்லாமல் புதிது புதிதாக ஆடைகளை வடிவமைத்துக்கொண்டிருக்கிறார்கள். ஒன்று தயாரானவுடன் நவை அழைத்துச்சென்று அதை அணிவித்துப் பார்க்கிறார்கள். அணிவிக்கப்பட்ட புதிய பட்டாடைகளுடன் பரல்கள் பதிக்கப்பட்ட புதிய கிரீடத்துடன் புதிய சிம்மாசனத்தில் புதிய செங்கோலைப் பிடித்துக்கொண்டு ந மணிக்கணக்காகச் சில சமயங்களில் நாட்கணக்காக நின்று கொண்டிருக்கிறான், உட்கார்ந்திருக்கிறான். திரும்பத் திரும்ப இதுதான் நடந்துகொண்டிருக்கிறது. வவையும் குழந்தைகளையும் பார்த்து இரண்டு வாரங்கள் கழிந்திருந்தன.

கடைசியாக இரண்டு வாரங்களுக்கு முந்தைய பிற்பகல் நேரமொன்றில் குழந்தைகள் இருவரோடும் அந்தத் தற்காலிகக் கலைக்கூடத்திற்கு வந்திருந்தாள் வ. அப்போது ந குதிரையொன்றின் முதுகில் உயர்த்திப்பிடித்த வாளுடன் போர்க்கோலம் கொண்டு உட்கார்ந்திருந்தான். கண்கள் கோபத்தால்

சிவந்திருக்க வேண்டுமெனச் சிற்பிகள் வலியுறுத்தியதால் ந எப்போதும் கிரீம்களால் சிவப்பாக்கப்பட்ட தனது விழிகளை உருட்டி வைத்துக்கொண்டிருக்க வேண்டியிருந்தது. குதிரை வெண்கலத்தால் ஆனதாக இருந்ததால் கனைக்கும் கோலத்தில் முன்னங்கால்களை உயர்த்தி அசையாமல் நின்றுகொண்டிருந்தது. நவின் கண்களைப் போலவே அதன் கண்களும் சிவந்திருந்தன. ஆனால் அவனது கண்களின் எரிச்சல் தாங்க முடியாததாக இருந்தது. கனத்த உடைவாளையும் அதைவிடக் கனமான கவச குண்டலங்களையும் கேடயத்தையும் சுமக்க முடியாமல் அவன் திணறிக்கொண்டிருந்தான்.

நவைப் பார்ப்பதற்காக வந்திருந்த வவும் குழந்தைகளும் அவன் குதிரையிலிருந்து இறங்கி வருவதற்காக வெகுநேரம்வரை காத்திருந்தனர். ந சிறிதும் பொறுமையற்றவனாக அக்குதிரையின் மீது உட்கார்ந்திருந்தான். கண்களைச் சுழற்றி மனைவியையும் குழந்தைகளையும் ஒரு பார்வை பார்க்கவும் புன்னகைக்கவும் முயன்றான். அதைப் பார்த்துக்கொண்டிருந்த சிற்பிக்கு ஆத்திரம். கட்டுப்பாட்டையும் அறிவையும் முற்றாக இழந்துவிட்டவனைப் போலவும் யாரிடம் பேசிக்கொண்டிருக்கிறோம் என்பதை மறந்துவிட்டவனைப் போலவும் வசைமாரிப் பொழியத் தொடங்கிவிட்டான், "ஏப்பா ந, உனக்குக் கொஞ்சமாவது அறிவிருக்குதா?" என அவனை ஒருமையில் விளித்துப் பயங்கர மாகக் கூச்சலிடுகிறான். அப்போது ந அதிர்ச்சியுற்றான். ந என்பவன் வெறும் நவோ ந என்னும் பெயரையுடைய சத்துணவு அமைப்பாளரோ அல்ல, பிரின்ஸ் – நட்ராஜ் மகராஜ் என்பது கிட்டத்தட்ட அதிகாரபூர்வமாக நிரூபணமாகிவிட்ட நிலையில், அவனுக்கு இழைக்கப்பட்டிருக்கும் வரலாற்று அநீதிக்குக்கும் துரோகத்திற்கும் எதிரான போராட்டங்கள் தீவிரமடைந்து கொண்டிருந்தபோது, வரலாற்றின் கணக்கைச் சரிசெய்வதற்கான கொண்டாட்டங்கள் தொடங்கியிருந்த மகத்தான அந்தத் தருணத்தில் ஒரு சாதாரண மனிதன், கேவலம் உளியையும் சுத்தியலையும் வைத்துப் பிழைப்பு நடத்திக்கொண்டிருக்கும் சிற்பி அவனை ந என ஒருமையில் அழைக்கவும் அவன் மீது வசைமாரி பொழியவும் துணிந்திருக்கிறான். ந கடுங்கோபம் கொண்டான். அவனுக்குத் தக்க பதிலடி கொடுப்பதைப் பற்றி யோசிக்கத் தொடங்கினான். உடனடியாகக் குதிரையிலிருந்து கீழே குதித்தான். வாளை உருவிச் சுழற்றுவதைப் பற்றியும் ஒரே வீச்சில் அவனது சிரசைக் கொய்து அக்கூடத்தின் நுழைவாயிலில் தொங்கவிடுவதைப் பற்றியுமான கற்பனைகளில் மூழ்கத் தொடங்கினான். ஆனால் அந்தச் சிற்பியால் உடனடியாக நிதானத்தை மீட்டுக்கொள்ள முடிந்திருந்தது. தனது நடத்தைகளுக்காகவும்

வசைகளுக்காகவும் நவிடம் மன்னிப்புக் கேட்டுக்கொள்ள அவனுக்கு முடிந்திருந்தது. தனக்கு அவகாசமில்லை என்றான் அந்தச் சிற்பி, குறித்த நாளுக்குள் சிலையைப் பூர்த்திசெய்து ஒப்படைக்க வேண்டிய கட்டாயம் குறித்து விளக்கமளிக்க முயன்றான். தவிர அந்தச் சிலை, தனது கலைவாழ்வின் உச்சமாக இருக்க வேண்டுமென விரும்பியதால், உரிய காலத்தில் அதைப் பூர்த்திசெய்ய முடியாமல் போனால், சிறுபிழைக்கு இடங்கொடுக்க நேர்ந்துவிட்டால் தான் தன் கௌரவத்தையும் பிழைப்பாதாரத்தையும் இழக்க வேண்டியிருக்கும் என்றான். அவன், மாவீரன் காளிங்க நடராஜ மகாராஜாவின் நேரடி வாரிசு, பிரின்ஸ் – நட்ராஜ் மகராஜ், உளிகளையும் சுத்தியல் களையும் வைத்துப் பிழைப்பு நடத்திக்கொண்டிருக்கும் ஒரு சாதாரணச் சிற்பியான தன்னை மன்னிக்க வேண்டுமெனக் கேட்டுக்கொண்டான். அவனது கண்களில் நீர்த் துளிர்க்கத் தொடங்கியிருந்தது. நீண்ட சொற்பொழிவைப் போல் தோற்றமளித்த அவனுடைய பேச்சைக் கேட்ட ந வாளை உறையில் செருகிக்கொண்டான். நிபந்தனைகளே இல்லாமல் அவனை மன்னித்தான்.

பிறகு எந்தக் குறுக்கீடும் இல்லாமல் வவோடும் குழந்தைகளோடும் உட்கார்ந்து வயிறாரச் சாப்பிட முடிந்தது அவனுக்கு.

வ வெறும் பாசிப் பருப்பைக் கடைந்து எடுத்துக்கொண்டு வந்திருந்தாள். துணைக்கு ரசமும் தயிரும், தொட்டுக்கொள்ள அவரைக்காய்ப் பொரியலும், வேகவைத்த முட்டையும் ஒரு சில்வர் போகானி நிறைய வடையும் இருந்தன. பத்திருபது பேர் வயிறாரச் சாப்பிடப் போதுமான சத்துணவு அரிசிச் சமையல், “அல்லாருத்துக்குங் குடுங்கொ, பாவொ, நல்லாச் சாப்புட்டாங்களா என்னமோ, ராத்திரிப் பகலா வேல வேலன்னு கெடக்கறாங்கொ” என்றாள். அந்தக் கூடத்தின் யாருமற்ற மூலையொன்றில் நான்கு பேரும் சம்மணமிட்டு உட்கார்ந்து கொண்டார்கள். ந வயிறாரச் சாப்பிட முடிவுசெய்தான். அவனிடம் சொல்வதற்கு வவிடம் எவ்வளவோ விஷயங்கள் இருந்தன. பரிமாறிக்கொண்டே ஒவ்வொன்றாகச் சொல்லத் தொடங்கினாள். எல்லாவற்றையும் சொல்வதற்கான அவகாசம் கிடைக்குமா என்னும் பதற்றம் காரணமாக அவளுக்குப் பேச்சுத் தடுமாறியது. ஒரு வாரத்துக்கு முன்னால் சத்துணவுக் கூடத்தின் ஆயாக்கள் இருவரும் சு என்னும் பெயரையுடைய பள்ளியின் அலுவலக உதவியாளரும் நவுக்கு இலவசத் தொகுப்பு வீடு கோரும் விண்ணப்பத்தை எழுதுவதற்கு உதவிய தமிழாசிரியையும் வந்துவிட்டுப் போனதாகச் சொன்னாள், “வேணும்ங்கற அரிசி,

பருப்பு, முட்டையெல்லாங் கொண்டாந்து குடுத்துப்புட்டுப் போனாங்கொ” என்றாள். சு என்னும் பெயரையுடைய அலுவலக உதவியாளரின் பெண்பிள்ளை பூப்பெய்திவிட்டதாகவும் அநேகமாக ஓரிரு மாதங்களில் அவளுக்குத் திரட்டிச் சீர் செய்யவிருப்பதாகவும் அவள் சொன்ன தகவலைக் கேட்டு ந மகிழ்ச்சியடைந்தான். கட்டாயமாக அதில் கலந்துகொண்டு அந்தப் பெண்ணுக்கு நல்லதாக ஒரு பட்டுப் புடவை எடுத்துத் தர வேண்டுமென்றான் ந. தானும் அப்படித்தான் நினைப்பதாகச் சொன்ன வ அடுத்த நான்கைந்து நாட்களில் பள்ளியின் தலைமையாசிரியர் ஓய்வுபெறவிருப்பதாக அவர்கள் சொன்ன தகவலையும் அவனுக்குச் சொன்னாள். ரா என்னும் பெயரையுடைய பள்ளியின் எழுத்தர் ஒரு வாரத்திற்கு முன்னால் சாலை விபத்தொன்றில் சிக்கிப் படுகாயமடைந்து மருத்துவமனையில் உயிருக்குப் பேராடிக்கொண்டிருக்கிறார் என்பதுதான் கடைசியாக அவள் சொன்ன தகவல். அதைக் கேட்ட ந முற்றாக நிலைகுலைந்து போனான், “கடவுளே” என்றான். அவனது கைப்பிடியில் இருந்த சோற்றுருண்டை நழுவிக் கீழே சிதறியது. பிறகு எதையும் சாப்பிடப் பிடிக்காமல் கைகழுவிக்கொணடான். “பாவொ நல்ல மனசனாச்சே” எனப் புலம்பினான், “நீ ஆஸ்பத்திரிக்குப் போயி அவரப் பாக்குலியா?” எனக் கேட்டான். சற்றுநேரம் எதுவும் பேசத் தோன்றாமல் தலையைக் குனிந்துகொண்டு உட்கார்ந்திருந்தான். பிறகு நேரம் கடந்துவிட்டதை அறிந்து உடனடியாக அவளுக்கும் குழந்தைகளுக்கும் விடை கொடுத்தனுப்ப முற்பட்டான். வ போக மனமில்லாதவளாகத் தென்பட்டாள். “நேரத்துக்குச் சாப்புடுங்கொ, நல்லாத் தூங்குங்கொ, எதையாவுது நெனச்சுக் கவலப்பட்டுக்கிட்டுக்கீது இருக்காதீங்கொ” எனத் திரும்பத் திரும்பச் சொல்லிக்கொண்டிருந்தவள் திடீரென அவனை இழுத்துக் குழந்தையைப் போல் தன் நெஞ்சோடு அணைத்துக் கொண்டாள். அந்தத் தருணத்தில் அவளுடைய உடலிலிருந்து வீசிய கொத்தமல்லி வாசனை நவைக் கிறங்கச் செய்தது. அவன் அவளுக்கு ஒரு முத்தம் கொடுத்து வழியனுப்ப விரும்பினான். அவள் சாப்பிட்டாளா எனக் கேட்க விரும்பினான். குழந்தைகளைக் கவனமாகப் பாதுகாத்துக்கொள்ளச் சொல்ல வேண்டும் என நினைத்தான். பாழடைந்த அந்த அரண்மனையும் தங்களுடைய சிதைந்துபோன இரு காவல்கூண்டுகளும் பாதுகாப்பாக இருக்கின்றனவா எனவும் தான் இல்லாத அந்த நாட்களில் மறுபடியும் எப்போதாவது அந்த நாகம் தென்பட்டதா எனவும் கேட்க விரும்பினான். முதல் காரியமாக வவை இறுக அணைத்து முத்தமிடுவதற்காக உதடுகளைக் குவித்தபோதுதான் தனக்காகக் காத்துக்கொண்டிருந்த ஒப்பனைக் கலைஞரைப் பார்த்தான்.

“எக்ஸ்க்யூஸ் மீ சார்” என்றார். ந அதைக் கேட்கவில்லை எனத் தோன்றியதால் தொடர்ந்து இரண்டுமுறை, “எக்ஸ்க்யூஸ் மீ சார், எக்ஸ்க்யூஸ் மீ சார்” எனச் சொல்லிக்கொண்டே இருந்தார்.

ந, வவின் அணைப்பிலிருந்து தன்னை விடுவித்துக்கொண்டு அவர் சொல்வதைக் கேட்கத் தயாரானான்.

“சொல்லுங்க மிஸ்டர், நான் எதுக்கு உங்கள மன்னிக்கனும்? நீங்க என்ன தப்புச் செஞ்சீங்க?” எனச் சிரித்துக்கொண்டே கேட்டான். அதை நகைச்சுவையாகப் புரிந்துகொள்ளுமளவுக்கு அந்த ஒப்பனைக் கலைஞருக்கு அவகாசமில்லை.

அவசரம், மிக அவசரம்.

அவர் நேரடியாக விஷயத்துக்கு வந்தார்.

மிஸ்டர் ந உடனடியாகத் தயாராகி ஒப்பனை அறைக்கு வர வேண்டும்.

மாவீரன் காளிங்க நடராஜ மகாராஜா சங்கிலி பிணைக்கப் பட்ட கைதியாகக் கும்பினியாரின் நீதி மன்றத்தில் நிற்க வேண்டியிருக்கிறது. கும்பினியாரின் கட்டளைக்குக் கீழ்ப்படியாம லும் அவர்களது கேள்விகளுக்குப் பதிலளிக்காமலும் தன்னைப் பிணைத்திருக்கும் சங்கிலியை அறுத்தெறியும் முனைப்போடும் சிங்கத்தைப் போல கர்ஜித்துக்கொண்டும் புலியைப் போல உறுமிக்கொண்டும் அவன் அங்கு நிற்க வேண்டியிருக்கிறது. வரலாற்றின் கணக்கைச் சரிசெய்யவதற்கான மகத்தான அந்தக் கொண்டாட்டத்தின்போது மேடையிலேயே அந்த ஓவியம் காட்சிக்கு வைக்கப்படவிருப்பதாகத் தெரிகிறது. திறந்துவைப்பதற்கு மாநிலத்தின் ஆளுநரே வரவிருப்பதாகத் தகவல். தயாராகிக்கொண்டிருக்கும் குதிரையின் முதுகில் உயர்த்திய வாளுடன் போர்க்களத்தில் நிற்கும் மாவீரன் காளிங்க நடராஜ மகாராஜாவின் வெண்கலச் சிலையைத் திறந்து வைக்க இசைந்திருப்பவர் யாரென்று தெரியுமல்லவா மகராஜ்? மாண்புமிகு முதல்வர் – அவர்களேதான். எவ்வளவு பெரிய பேறு அது? மாவீரனுக்கும் அந்தக் குதிரைக்கும் ந என்னும் பெயரையுடைய பிரின்ஸ் – நட்ராஜ் மகராஜுக்கும்.

ந திகைத்துப் போனான்.

அப்போதுதான் ந கடந்த முப்பது, முப்பத்தைந்து நாட்களாக அவனுடைய முப்பாட்டனரான மாவீரன் காளிங்க நடராஜ மகாராஜாவின் சிற்பங்களுக்கும் ஓவியங்களுக்குமான மாடலாகத் தான் பணிபுரிந்துகொண்டிருந்ததைப் புரிந்துகொண்டான் ந. முன்னங்கால் உயர்த்திக் கனைத்து நிற்கும் அந்த வெண்கலக்

குதிரையின் முதுகில் வாளேந்தி நின்று சிங்கத்தைப் போல் கர்ஜித்துக்கொண்டிருப்பது உண்மையில் நவோ, ந என்னும் பெயரையுடைய சத்துணவு அமைப்பாளரோ பிரின்ஸ் – நட்ராஜ் மகராஜோ அல்ல. நாட்டின் முதல் சுதந்திரப் போராட்ட வீரன், மாவீரன் காளிங்க நடராஜ மகாராஜா.

வவையும் குழந்தைகளையும் உடனடியாக வழியனுப்பிவிட்டு அந்த ஒப்பனைக் கலைஞரைப் பின்தொடர்ந்தான் ந. பிறகு ஊண் இல்லை, ஓய்வோ உறக்கமோ இல்லை. அந்த ஓவியங்களுக்காகவும் சிற்பங்களுக்காகவும் ந சங்கிலியால் பிணைக்கப்பட்டான். பிடரியைச் சிலுப்பி நின்று சிங்கத்தைப் போல் கர்ஜித்தான். செங்கோல் ஏந்தி தர்பாரில் நீதிபரிபாலனம் செய்தான். புலவர்களுக்கும் நடன மங்கையருக்கும் பொற்காசுகளைப் பரிசளித்தான். புள்ளினங்கள் பாடத் தன் அந்தப்புரத்தில் கணிகையரைக் கூடிக் களித்தான். கால்மேல் கால் போட்டுத் தன் சிம்மாசனத்தில் கம்பீரமாக நிமிர்ந்து உட்கார்ந்துகொண்டு மாதம் மும்மாரி பொழிகிறதா எனத் தன் மந்திரிமார்களைக் கேட்டான். கொடிய மிருகங்களை வேட்டையாடினான். புலி ஒன்றின் குருதி வழியும் மார்பின்மீது தன் வலது காலை ஊன்றி நின்றான். வாளுடனும் கேடயத்துடனும் கவச குண்டலங்களுடனும் சிவந்த விழிகளுடனும் தன் குதிரையின் மீதேறி கால்கடுக்க நின்றுகொண்டிருந்தான் ந.

5

தந்துபிகளின் இடையறாத முழக்கங்களைக் கேட்டே ந விழித்தெழுந்தான்.

அப்போது கூடத்தில் யாருமே இல்லை. ஒப்பனையாளர்களோ ஓவியக் கலைஞர்களோ சிற்பிகளோ தையல் கலைஞர்களோ நாவிதர்களோ தச்சர்களோ கருமான்களோ சமையல்காரர்களோ பணியாளர்களில் யாருமோ இல்லாமல் வெறிச்சோடிக் கிடந்தது அக்கலைக்கூடம். சிற்பங் களையும் திரைச்சீலைகளையும்கூடக் காணோம். நவின் ஒப்பனைகள் முற்றாகக் கலைந்திருந்தன. உடுத்தியிருந்த பட்டாடை கசங்கியிருந்தது. வாளும் கேடயமும் தாறுமாறாகச் சிதறிக் கிடந்தன. கவச குண்டலங்கள் மட்டும் தைத்தது தைத்தாற்போல் அவனது மார்பின் மீது கவிந்திருந்தன. போதிய வெளிச்சமில்லாததால் ந எழுந்து சுவிட்ச் பாக்ஸைத் தேடியடைந்து விளக்குகள் சிலவற்றை எரியவிட்டான். கசங்கிய திரைச்சீலைகளும் உடைந்த சிற்பங்களும் காலியாகிவிட்ட பெயிண்ட் டப்பாக்களும் சிரைத்து வீசப்பட்ட மயிர் கற்றைகளும் அழுகிய காய்கறிகளும் கெட்டுப்போய்விட்ட சோற்றுப் பருக்கைகளும் காலியாகிவிட்டிருந்த மதுப்புட்டிகளும் கரிந்த சிகரெட் துண்டுகளும் பயன்படுத்தி வீசப்பட்ட ஆணுறைகளும் அந்தக் கூடம் முழுவதும் சிதறிக் கிடந்தன. துர்நாற்றத்தைச் சகித்துக்கொள்ள முடியாமல் தன் நாசித் துவாரங்கள் விடைப்பதை ந உணர்ந்தான். எல்லா இடங்களிலும் தம் நீண்ட, அருவருப்பான மீசைகளை அசைத்தபடி ஊர்ந்து திரிந்துகொண்டிருந்த ஆயிரக்கணக்கான கரப்பான் பூச்சிகளைக் காணநேர்ந்தபோது சகிக்க முடியாத அந்த துர்நாற்றத்திற்குக் கரப்பான் பூச்சிகளே காரணமாக இருக்க வேண்டும் என நினைத்தான்

ந. விளக்கொளி படர்ந்ததும் அவை தம் மெலிந்த சிறகுகளை விரித்தன, குன்றிமணிகளைப் போன்ற அவற்றின் சிறிய, மிகச் சிறிய கண்கள் மூர்க்கமாக ஒளிரத் தொடங்கின, அவற்றின் நீண்ட மீசைமயிர்கள் விடைத்தன. நம்பவே முடியாதபடி எல்லாக் கரப்பான்களும் முடிவற்ற போர் ஒன்றுக்குத் தயாராக முற்பட்டுவிட்டவை போல ஒரே அணியாகத் திரண்டு தமக்குள் ஓர் ஒழுங்கு வரிசையை ஏற்படுத்திக்கொண்டு நிற்கத் தொடங்கின. அவற்றின் மெலிந்த உடல்களில் ஒருவிதமான விரைப்புத் தென்படத் தொடங்கியிருந்தது. தங்களில் ஏதோவொரு கரப்பானின் கட்டளைக்குக் கீழ்ப்படிந்ததைப் போல எல்லாக் கரப்பான்களும் ஒரே சமயத்தில் உமிழ்நீரைப் பீய்ச்சியடித்தன. அவற்றின் அசாதாரணமான பருமனையும் முன்னங்கால்களை உயர்த்தி நின்ற கோலத்தையும் கவனித்தபோது, உண்மையில் அவை கரப்பான் பூச்சிகளா சுண்டெலிகளா என்ற சந்தேகம் ஏற்பட்டது நவுக்கு. ந அவற்றோடு போரிட முடிவு செய்தான். மூர்க்கமான அந்தச் சுண்டெலிகளை நசுக்குவதற்கு ஏதாவது ஆயுதம் தென்படுமா எனத் தேடினான். சிற்பிகள், ஓவியக் கலைஞர்கள், ஒப்பனையாளர்கள், தையல் கலைஞர்கள், தச்சர்கள், பணியாளர்கள் முதலியவர்களில் தனக்குத் தெரிந்த சில பெயர்களைச் சொல்லி உதவிக்கு அழைத்துப் பார்த்தான். ஆனால் முற்றிலும் எதிர்பாராதவிதமாக அவனுக்குச் சிறுநீர் கழிக்க வேண்டுமென்னும் உந்துதல் ஏற்பட்டது. ஆகவே ந கழிப்பறைக்குச் சென்றான். கழிப்பறையின் எல்லா இடங்களையும் ஆக்கிரமித்துக்கொண்டிருந்த கரப்பான்களைப் பார்த்துக் கொஞ்சம் தயங்கினான். உண்மையில் சிறுநீர் கழிப்பதற்கான ஒரு மிகச் சிறிய இடத்தைக்கூட அவை அவனுக்கு விட்டு வைத்திருக்கவில்லை. எனவே ந அவற்றோடு ஏதாவது ஒப்பந்தம் செய்துகொள்ள விரும்பினான். தான் உடுத்தியிருந்த வெண்ணிறப் பட்டாடையிலிருந்து ஒரு சிறிய துண்டைக் கிழித்தெடுத்து அசைத்தான். ஆச்சரியமூட்டும் விதத்தில் அவை அங்கிருந்த சிறுநீர்த் தொட்டிகளில் ஒன்றையும் ரசம்போன கண்ணாடியையும் அவனுக்காகக் காலி செய்து கொடுத்துவிட்டு விலகிக்கொண்டன. அவற்றைப் பார்த்துப் புன்னகைத்தவாறே சிறுநீர் கழித்தான் ந. பிறகு எதிரே தென்பட்ட ரசம்போன அந்தக் கண்ணாடியில் தன் உருவத்தைப் பார்த்தான். சிவந்த விழிகளோடும் வீங்கிய ரப்பைகளோடும் பயங்கரமாகத் தோற்றமளித்தது அந்த முகம். நவுக்குத் தன்னையே அடையாளம் கண்டுகொள்ள முடியவில்லை. ரசம்போன அந்தக் கண்ணாடியில் தென்பட்டுக்கொண்டிருப்பது வேறு யாரோவாக இருக்கலாம் என நினைத்தான். வெறும் நவோ ந என்னும் பெயரையுடைய சத்துணவு அமைப்பாளரோ பிரின்ஸ் – நட்ராஜ் மகராஜோ அல்ல. அவர்களில் யாரோ

ஒருவரைப் போல் ஒப்பனை பூண்டுகொண்டிருக்கும் அவர்களது போலியான பதிப்பு.

பயனற்ற யோசனைகளிலிருந்து விலகிக் கடந்த நாற்பத்தேழு நாட்களாக அந்தக் கூடத்தில் தன்னோடிருந்த மற்றவர்கள் என்ன ஆனார்கள் என யோசிக்க முயல்வதே சரியாக இருக்கும் என நினைத்தான் ந. எல்லோரும் அதற்குள் தத்தம் பணிகளை முடித்துக்கொண்டு போய்விட்டார்களா? புதையுண்ட வரலாற்றின் கணக்கைச் சரிசெய்வதற்கான மகத்தான பணியை நிறைவேற்றுக்கதற்காகத் தங்களையே அர்ப்பணித்துக்கொண்டிருக்கும் லட்சியவாதிகளாகத் தங்களைக் காட்டிக்கொண்ட அந்த மனிதர்களுக்குக் கடந்த நாற்பத்தேழு நாட்களாகத் தங்களுக்கு உறுதுணையாக இருந்த, தங்களுடைய சாதனைகளுக்கு ஆதாரமாக இருந்த ஒருவனைப் போர்வெறி பிடித்த, மூர்க்கமான கரப்பான்களால் முற்றுகையிடப்பட்டிருக்கும் துர்நாற்றம் கவிந்த அந்தக் கூடத்தில் தன்னந்தனியாக விட்டுவிட்டுச் சொல்லாமல் கொள்ளாமல் ஓட்டம் பிடிப்பதற்கான மனத்துணிவு எங்கிருந்து வந்திருக்க முடியும்? இதைவிடப் பெரிய வரலாற்று மோசடி, துரோகம், அநீதி என வேறெதைச் சொல்ல முடியும்? லட்சியவாதிகள் கரப்பான் பூச்சிகளாக மாறிவிட்டார்கள் என்பதற்கு இதைவிட வேறு என்ன ஆதாரம் வேண்டும்?

எங்கே தவறு நிகழ்ந்தது? யார் குற்றவாளி?

ந ஞாபகங்களை மீட்டுக்கொள்ள முயன்றான். அந்த வெண்கலக் குதிரையின் மீது வாளை உயர்த்திப்பிடித்து வாரக்கணக்காக அசைவற்று நின்றுகொண்டிருந்ததில் தனக்கேற்பட்ட வலியை நினைவுகூர்ந்தான். கடைசியாகத் தன் கலைப்பணியை வெற்றிகரமாக நிறைவேற்றிவிட்டதாக லட்சியவாதியான அந்தச் சிற்பி ஒருவித ஆணவத்துடன் அறிவித்ததையும் அது தன் செவிகளை எட்டிய மறுவிநாடியே ஒருவாய் பச்சைத் தண்ணீர்கூடக் குடிக்காமல், ஒப்பனையைக் கலைக்காமல், உடைமாற்றிக்கொள்ளாமல் மாவீரன் காளிங்க நடராஜ மகராஜாவின் வாளோடும் கேடயத்தோடும் கவச குண்டலங்களோடும் பாதுகைகளோடும் குப்புற வீழ்ந்து உறக்கத்தில் ஆழ்ந்ததையும் அவனால் நினைவுகூர முடிந்தது.

முடிவற்றதும் மீட்டெடுக்கவியலாததுமான உறக்கத்தின் கடலில் தான் அதுவரை மூழ்கிக் கிடந்திருக்க வேண்டும் என ஊகித்தான் ந. விடைபெற்றுக் கொள்வதற்காகவும் தங்கள் மதிப்புக்குரிய பிரின்ஸ் – நட்ராஜ் மகராஜை வழியனுப்பி வைப்பதற்காகவும் அவர்களுயை பணிகளுக்கு உறுதுணையாக

அவன் உடுத்தியிருந்த பட்டாடைகளையும் அணிகலன்களையும் கிரீடம், வாள், கேடயம் முதலான ஒப்பனைப் பொருட்களையும் திரும்பப் பெற்றுச் செல்வதற்காகவும் இதர விஷயங்களுக்காவும் அவர்கள் அவனை விழித்தெழச் செய்ய முயன்றிருக்கலாம். அதில் வெற்றிபெற முடியாமல் போனபோது அவர்கள் அவனை அப்படியே விட்டுச் சென்றிருக்கக்கூடும். அதற்குப் பிறகே சுண்டெலிகளைப் போல் தோற்றமளிக்கும் கரப்பான்களின் முற்றுகைக்குள்ளாகியிருக்க வேண்டும் தற்காலிகமான இந்தக் கலைக்கூடம். அப்படியென்ன அவசரமாக இருக்க முடியும்? ஒலித்துக்கொண்டிருந்த தந்துபியோசைகளுக்கும் அந்த லட்சியவாதிகளின் வெளியேற்றத்திற்கும் ஏதாவது தொடர்பு இருக்குமா என யோசிக்க முயன்றான் ந. கூர்ந்து கேட்டபோது தந்துபிகளின் ஓசைகளோடு வேறு சில ஓசைகளையும் கேட்க முடிந்தது. ஒருவேளை வரலாற்றின் கணக்கைச் சரிசெய்வதற்கான மகத்தான அந்தத் தருணம் ஏற்கனவே தொடங்கி நடைபெற்றுக்கொண்டிருந்தால்? ந பதற்றமடையத் தொடங்கினான். உடனடியாகச் செயலில் இறங்கவும் தீர்மானித்தான்.

முதலில் தன் பாழடைந்த அரண்மனைக்குப் போக வேண்டுமென நினைத்தான் ந. வவையும் குழந்தைகளையும் பார்க்க வேண்டும். மாவீரன் காளிங்க நடராஜ மகாராஜாவின் உயிருள்ள ஒரே நேரடி வாரிசு, பிரின்ஸ்–நட்ராஜ் மகராஜின் அந்தப் பட்டத்தரசியும் குட்டி இளவரசனும் இளவரசியும் எப்படியிருக்கிறார்களோ? அவர்கள் இல்லாமல் மீட்டெடுக்கப் பட்டுள்ள அந்த வரலாற்றின் கணக்கை எப்படிச் சரிசெய்ய முடியும்? முதலில் வியர்வை பிசுபிசுக்கும் இந்தப் போலிப் பட்டாடையிடமிருந்தும் பெரும் சுமையாய்க் கவிந்திருக்கும் போலி அணிகலன்களிலிருந்தும் போலியான கிரீடத்திலிருந்தும் வாளிலிருந்தும் கேடயத்திலிருந்தும் கவச குண்டலங்களிலிருந்தும் விடுபட வேண்டும். ந உடைமாற்றும் அறைக்குச் சென்று தான் வெறும் நவாக அங்கே வந்துசேர்ந்தபோது உடுத்தியிருந்த வேட்டி, சட்டைகளைத் தேடினான். அங்கே எஞ்சியிருந்தவை இரண்டு அழுக்கு வேட்டிகளும் துவண்டு போன ஒரு கைத்தறிச் சட்டையும் மட்டுமே. நிச்சயமாக அவற்றில் எதையும் உடுத்திக்கொண்டு வெளியே தலைகாட்ட முடியாது. மாவீரன் காளிங்க நடராஜ மகாராஜாவின் பட்டுப் பீதாம்பரங்களுடனும் கவச குண்டலங்களுடனும் போனால்தான் என்ன? அதன் விளைவுகளைப் பற்றிக் கொஞ்சம் கற்பனை செய்ய முயன்றான் ந. சிலரது கேலிக்குள்ளாகலாம். ஆனால் நிச்சயமாகத் அவனுடைய பட்டத்து ராணி வவும் குட்டி இளவரசனும் இளவரசியும்

சந்தோஷப்படுவார்கள். அவன் அந்தக் கூடத்திலிருந்த நாற்பத்தேழு நாட்களில் ஆறு முறை வ அங்கே வந்திருந்தாள். ஒவ்வொரு முறையும் ந ஒவ்வொரு கோலத்தில் தென்பட்டான். ஒவ்வொருமுறையும் வ அவனை அதிசயமாகப் பார்த்தாள். வாய்ப்புக் கிடைத்தபோது அவற்றில் ஏதாவதொன்றை – மாவீரனின் பட்டாடைகளையோ கிரீடத்தையோ வாளையோ கேடயங்களையோ கவச குண்டலங்களையோ – ஆசையோடு தடவி, கண்ணிமைக்காமல் பார்த்து ரசித்துக்கொண்டிருந்தாள். பெருமூச்செரிந்தாள். ந என்பவன் வெறும் நவோ ந என்னும் பெயரையுடைய சத்துணவு அமைப்பாளரோ அல்ல பிரின்ஸ் – நட்ராஜ் மகராஜ் என்னும் உண்மை வேறெப்போதையும்விட நம்பத்தகுந்ததாக, உண்மையானதாக, திடமானதாக அவளுக்குத் தென்பட்ட தருணங்கள் அவை. எப்போதாவது ஒருமுறை அவன் அந்தக் கோலத்தில் ஓ என்னும் பெயரையுடைய தங்கள் சிறிய, மிகச் சிறிய கிராமத்தின் புழுதிபடிந்த தெருக்களின் வழியே ஒரு நடை நடக்க வேண்டுமென ஒரு தருணத்தில் அவள் தன்னைக் கேட்டுக்கொண்டதுகூட அவனது நினைவுக்கு வந்தது.

ரசம்போன அந்த நிலைக் கண்ணாடியின் முன்பு நின்று, முடிந்தவரை ஒப்பனையைச் சரிப்படுத்திக்கொண்டான். ஒப்பனையாளர்கள் தவறவிட்டுவிட்டுப் போயிருந்த பயன்படுத்தி வீசப்பட்ட உதட்டுச் சாயத்தையும் கறுப்புமையையும் கொண்டு உதடுகளையும் மீசையையும் புருவங்களையும் தீற்றிக்கொண்டான். விளக்குகளை அணைத்துவிட்டு நீண்ட பெருமூச்சொன்றுடன் அங்கிருந்து வெளியேற முற்பட்டான். கதவு கிரீச்சிட்டது. திறந்ததும் அத்துமீறி, மூர்க்கமாக உள்ளே நுழைந்துவிட்டிருந்த கண்களைக் குருடாக்கும் ஒளிவெள்ளத்தைக் கண்டு ந திகைத்துப்போனான். முழங்கும் தந்துபிகளின் ஓசைகளோடுக் காதைச் செவிடாக்கும் வேறு பல சத்தங்களையும் அவனால் கேட்க முடிந்தது.

6

ஓ என்னும் பெயரையுடைய அந்தச் சிறிய, மிகச் சிறிய கிராமம் அடையாளம் கண்டு கொள்ளப்பட முடியாத அளவுக்குத் தலைகீழாக மாறியிருந்தது. கோலமிடப்பட்ட தெருக்கள், வெள்ளையடிக்கப்பட்ட வீடுகள், எங்கும் ஒளிவீசும் வண்ண விளக்குகள், தோரணங்கள், பதாகைகள், சுவரொட்டிகள், பேனர்கள், திரைச்சீலைகள், சிற்பங்கள். சுழலும் ராட்டினங்கள், இசை, நடனக் கச்சேரிகள், கரகாட்டமும் பொய்க்கால் குதிரையும், வளையல், ஸ்டிக்கர்பொட்டுக் கடைகளும். ஊர் திருவிழாக்கோலம் பூண்டிருந்தது. எல்லாத் தெருக்களிலும் சந்துபொந்துகளிலும் இண்டு இடுக்குகளிலும் கட்டுக்கடங்காத மக்கள் வெள்ளம். குழந்தைகள், பெண்கள், ஆண்கள் மற்றும் முதியவர்கள். ஏறக்குறைய எல்லோருமே புத்தாடை உடுத்திக்கொண்டிருந்தார்கள். ந தீராத வியப்புடன் எல்லாவற்றையும் வேடிக்கை பார்த்துக்கொண்டு நடந்தான். சுவரொட்டிகளிலும் பேனர்களிலும் நாட்டின் முதல் சுதந்திரப் போராட்ட வீரன், மாவீரன் காளிங்க நடராஜ மகாராஜாவின் வண்ணச் சித்திரங்கள். மகாராஜா ஒன்றில் மந்திரிப் பிரதானிகள் சூழ தன் சிம்மாசனத்தில் வீற்றிருந்தார், ஒன்றில் கொடைவள்ளலாக மாறி புலவர்களுக்கும் மற்ற கலைஞர்களுக்கும் பொற்கிழிகளை வழங்கிக் கொண்டிருந்தார். ஒன்றில் எதிரிகளோடு பொருதிக்கொண்டிருந்தார், மற்றொன்றில் தனது வேட்டைக்களத்தில் வீழ்த்தப்பட்ட புலியொன்றின் குருதி வழியும் மார்பின் மீது காலூன்றி நிற்கும் கோலம், வேறொன்றில் சங்கிலி பிணைக்கப்பட்ட கும்பினியாரின் கைதி. முகத்தில் அடங்க மறுக்கும் புலியின் சீற்றம், சிங்கத்தின் கர்ஜனை. ஏறக்குறைய ஒவ்வொரு பத்தடி இடைவெளியிலும் அந்தச் சித்திரம் இடம்பெற்றிருந்த பேனர்களோ சுவரொட்டிகளோ

தென்பட்டுக்கொண்டிருந்ததைப் பார்த்தபோது மாவீரன் நாட்டின் புதிய அடையாளச் சின்னமாக உருவெடுத்திருந்ததைப் புரிந்துகொள்ள முடிந்தது.

உண்மையில் பேராசிரியர் பூ தன் ஏழாண்டுகால உழைப்பில் மீட்டெடுத்திருந்த புதைக்கப்பட்ட வரலாற்றின் நாயகனான மாவீரன் காளிங்க நடராஜ மகாராஜாவின் உருவங்களல்ல அவை, ந என்னும் பெயருடைய சத்துணவு அமைப்பாளருடையவை. ந அவை எல்லாவற்றையும் ஒன்றுவிடாமல் பார்க்க விரும்பினான். பத்தடி அகலத்தில் மிகப் பெரிதாகத் தென்பட்ட பேனர் ஒன்றில் தன் பட்டத்து ராணியின் கரம் பற்றி நின்றுகொண்டிருந்தார் மகாராஜா. பட்டத்து ராணிக்குப் பேரழகி ஸ்ஸைப் போன்ற தோற்றம். ஆனால் நிச்சயமாக ஸ் இல்லை. ஸ் தன் சிகையைக் குட்டையாகக் கத்தரித்து விட்டிருப்பதைப் போல் அல்லாமல் மாவீரனின் பட்டத்து ராணி நீண்ட கூந்தலுடையவளாயிருந்தாள். ஸ்ஸின் கண்களைவிடப் பட்டத்து ராணியின் கண்கள் அகன்றவை. புருவங்களும்கூட அடர்த்தியானவையாகத் தென்பட்டன. ஆனால் முலைகள் நூறுசதவீதமும் ஸ்ஸின் முலைகளை ஒத்திருந்தன. மற்றொரு பானரில் தென்பட்ட சித்திரத்தில் அவை இன்னும் எடுப்பானவையாகத் தோன்றின. அதில் அவள் மட்டும் தனியாக இருந்தாள். தன் நந்தவனத்தில் தடாகமொன்றின் கரையில் கால்களிலொன்றை மடக்கி மற்றொன்றை நீட்டி உட்கார்ந்தபடி பூத்துக் குலுங்கிய தாமரை மலர்களையும் அவற்றை மொய்த்துத் திரிந்த வண்டினங்களையும் தன் அகன்ற விழிகளை மலர்த்தி வேடிக்கை பார்த்துக்கொண்டிருந்தாள். புள்ளிமான்களும் அன்னப் பறவைகளும் பஞ்சவர்ணக் கிளிகளும் அவளைக் கொஞ்சி மகிழ்ந்துகொண்டிருந்தன. ஈரம் சொட்டும் உடலைத் தழுவியிருந்த மெல்லிய வெண்ணிற ஆடையில் கவர்ச்சியான, கிறக்கமூட்டும் தோற்றம் கொண்டவளாகத் தென்பட்டாள் மாவீரனின் பட்டத்து ராணி.

நூற்றுக்கணக்கானவர்கள் கண்கொட்டாமல் அவளது அந்தச் சித்திரத்தை ரசித்துக்கொண்டிருந்ததைக் கவனித்தான் ந. அவள் தன் கொள்ளுப் பாட்டனரான மாவீரன் காளிங்க நடராஜ மகாராஜாவின் பட்டத்து ராணி என்பதால், தனது கொள்ளுப்பாட்டி என்பதால் ந அவளது அந்த எடுப்பான முலை களைக் காண நேர்ந்ததற்காக வெட்கமடைந்தான், குற்ற உணர்வுக்கும் உள்ளானான். பேனரைச் சூழ்ந்து நின்ற பார்வையாளர்கள் மீது ஆத்திரமாகக்கூட வந்தது. ஓரிரு பார்வையாளர்கள் தற்செயலாக வும் வேறு கெட்ட நோக்கமில்லாமலும் செய்வதைப் போன்ற பாவனைகளுடன் பேனரில் தென்பட்ட அவளது முலைகளைத் தடவ முயன்றுகொண்டிருந்தை ந கவனித்தான். அவர்கள்

இருவரையும் தன் உடைவாளால் வெட்டி வீசிவிட்டாலென்ன என்றுகூட அவனுக்குத் தோன்றியது. ஆனால் மாவீரன் காளிங்க நடராஜ மகாராஜாவின் மறைக்கப்பட்ட வரலாறு மீட்டெடுக்கப்பட்டதையும் வரலாற்றின் பிழையான அந்தக் கணக்கைச் சரிசெய்து ந என்பவன் வெறும் நவோ ந என்னும் பெயரையுடைய சத்துணவு அமைப்பாளரோ அல்ல, பிரின்ஸ்– நட்ராஜ் மகராஜ் என்பதை அறிவிப்பதற்காகவும் நடை பெற்றுக்கொண்டிருக்கும் மகத்தான அந்த விழாவின்போது அதுபோல் ஆத்திரத்தை வெளிக்காட்டிக் கொள்ளக் கூடாது எனக் கருதியதால், அதனால் ஏற்படும் குழப்பம் விழாவின் புனிதத்தைச் சிதைப்பதற்கோ அது ரத்துசெய்யப்படுவதற்கோ கூடக் காரணமாகிவிடக்கூடும் என்பதால் ந தன்னைக் கட்டுப்படுத்திக்கொள்ள முடிவுசெய்தான். நிச்சயமாக அது தன்னுடைய கொள்ளுப்பாட்டியின் சித்திரமாக இருக்க முடியாது என நம்ப விரும்பினான் அவன். தன்னை மாடலாக வைத்து மாவீரன் காளிங்க நடராஜ மகாராஜாவின் சித்திரங்களைத் தீட்டியதைப் போலவே பேரழகியான யாராவது ஒரு நாடக நடிகையை அல்லது கணிகையை மாடலாக வைத்து அவரது பட்டத்து ராணியின் ஓவியங்களைத் தீட்டியிருக்கலாம். சாயலை வைத்துப் பார்க்கும்போது பேரழகி ஸ்ஸின் நினைவு வந்ததால் நிச்சயம் தன்னோடு கூடத்தில் இருந்த அந்தச் சிற்பிகளும் ஓவியர்களும் நாற்பத்தியேழு நாட்களுக்கு மாவீரன் காளிங்க நடராஜ மகாராஜாவின் பட்டத்து ராணியாக இருப்பதற்கு அவளைச் சம்மதிக்க வைத்திருக்கக்கூடும் என நினைத்தான் ந. ஆனால் ந ஒருபோதும் பேரழகி ஸ்ஸையோ அவளைப் போன்ற தோற்றமுள்ள அந்தக் கதைசொல்லியையோ அந்தக் கூடத்தில் பார்த்ததில்லை. அவளை அணைத்துக்கொண்டு நின்றதுமில்லை. வெறும் ஒட்டுவேலை. தன்னையும் அவளையும் தனத்தனி ஓவியங்களாக வரைந்து பிறகு இணைத்திருக்கக்கூடும். பொய்கையும் புள்ளிமான்களும் பஞ்சவர்ணக்கிளிகளும் அந்த ஓவியர்களின் கற்பனை.

ந ஏமாற்றமாக உணர்ந்தான்.

முன்பு, பேரழகி ஸ்ஸை அழைத்தக்கொண்டு பாழடைந்த அந்த அரண்மனையின் புதர் மண்டிய பாதைகளினூடாக நடந்துகொண்டிருந்தபோது மிகத் தற்செயலாக அவளுடைய முலைகளைத் தீண்டியது அவனது நினைவுக்கு வந்தது. அந்தத் தருணத்தில் அது பதற்றம்தரும் அனுபவமாக இருந்ததால், கூச்சமாக இருந்ததால் பிறகு கரையான் புற்றுகளால் முற்றுகையிடப் பட்டிருந்த அந்த உறக்கமஞ்சக் கூடத்தின் இடிபாடுகளிலிருந்து அவளை மீட்டெடுக்க ந துணியவில்லை. ஆனால் அவளைக்

காப்பாற்றித் தன் தோள்களில் ஏற்றிச் சுமந்துகொண்டு போன திடகாத்திரமான அந்த இளைஞன் அந்தத் தனிமையை, நெருக்கடியைப் பயன்படுத்திக்கொண்டு இரண்டுமுறை அவளது முலைகளைப் பற்றியதை ந கவனித்திருந்தான். அதே திடகாத்திர மான இளைஞன் பிறகொருமுறை மாவீரனின் கதையைச் சொல்வதற்காக அந்தச் சிறிய, மிகச் சிறிய கிராமத்திற்கு வந்திருந்த ஸ்ஸைப் போன்ற தோற்றமுடையவளாகத் தென்பட்ட பேரழகியையும் அதே போல் தோள்களில் ஏற்றிச் சுமந்துகொண்டு பாழடைந்த தன்னுடைய அரண்மனைக்குக் கொண்டுவந்ததையும் ந நினைவுகூர்ந்தான். திடகாத்திரமான அந்த இளைஞன் அப்போது அவளது முலைகளையும் பற்றியிருப்பதற்கு வாய்ப்பிருக்கிறது என நினைத்தான். ந அப்போது வெறும் நவாக இருந்ததால் ந என்னும் பெயரையுடைய சத்துணவு அமைப்பாளராக இருந்ததால் அவனால் அந்த இளைஞனுக்கு எந்த எதிர்ப்பையும் தெரிவிக்க முடியாமல் போயிற்று. ஒருவேளை இப்போது மாவீரன் காளிங்க நடராஜ மகாராஜாவின் பட்டத்து ராணியான தனது கொள்ளுப்பாட்டியின் முலைகளைத் தடவிக் கொண்டிருக்கும் இருவரில் யாராவதொருவன் திடகாத்திரமான அதே இளைஞனாக இருக்கலாமோ எனச் சந்தேகித்த ந மற்றொருமுறை அந்தச் சித்திரத்தைக் கூர்ந்து பார்த்தான். அப்போது மூன்றாவதாக ஒரு மனிதன் அவளது முலைகளைத் தடவிக்கொண்டிருந்து தெரிந்தது.

ந உடனடியாக அந்த இடத்தைவிட்டு அகன்றான்.

எங்கும் துப்பாக்கி ஏந்திய காவலர்கள், சரியாகப் பத்தடிக்கு ஒருவர். விரைத்த உடல்கள். தென்படும் எல்லாவற்றையும் கண்காணித்துக்கொண்டிருக்கும் சந்தேகம் நிரம்பிய விழிகள். வாகனங்களில் ஒளிரும் சுழல்விளக்குகள்.

ஒலிபெருக்கிகள் ஓயாது அலறிக்கொண்டிருந்தன.

மீட்டெடுக்கப்பட்டிருக்கும் மாவீரன் காளிங்க நடராஜ மகாராஜாவின் புதையுண்ட வரலாற்றை உலகிற்கு அர்ப்பணிப்ப தற்காகவும் அந்த வரலாற்று நாயகனின் வெண்கலச் சிலையைத் திறந்து வைப்பதற்காகவும் இறுதியாக வரலாற்றின் கணக்கைச் சரிசெய்வதற்காகவும் ஓ என்னும் பெயரையுடைய இந்தச் சிறிய, மிகச் சிறிய கிராமத்திற்கு வருகை தந்திருக்கும் மாண்புமிகு முதல்வரையும் மேதகு ஆளுநரையும் அமைச்சர் பெருமக்களையும் சட்டமன்ற, நாடாளுமன்ற உறுப்பினர்களையும் மற்ற தலைவர்களையும் தொண்டர்களையும் விழாக் கமிட்டியின் சார்பாக யாரோ வருக வருக எனப் பெருமகிழ்ச்சியுடன் வரவேற்றுக்கொண்டிருந்தனர். வேறெதற்காக இல்லாவிட்டாலும்

304 தேவிபாரதி

வரலாற்றின் கணக்கைச் சரிசெய்வதற்கு மாவீரனின் உயிருள்ள ஒரே நேரடி வாரிசான பிரின்ஸ் – நட்ராஜ் மகராஜ் வேண்டும் அல்லவா?

ந பதற்றமடைந்தான். விழா மேடை எங்கே இருக்கிறது என அறிய முயன்றான்.

ஆனால் மகத்தான அந்த விழாவின் நாயகனான நவை அழைப்பதற்கு ஏன் யாருமே முயலவில்லை? எங்கே தவறு நிகழ்ந்திருக்க முடியும? யார் செய்த பிழை அது?

நிச்சயம் அது தன்னைத் தவிர வேறு யாருடைய பிழையாக வும் இருக்க முடியாது என நினைத்தான் ந. மகத்தான அந்த நாளைப் பற்றிய அக்கறையில்லாமல், பொறுப்பில்லாமல் பிரக்ஞையைத் தவறவிட்டதற்கும் புழுதியில் புரண்டு கிடந்தற்கும் அவன் வேறு யாரைக் குற்றம் சுமத்த முடியும்? தான் செய்த பிழையைத் தானே உடனடியாகச் சரிசெய்ய வேண்டு மெனத் தீர்மானித்துக்கொண்டான் ந. முதலில் வவையும் குழந்தைகளையும் கண்டுபிடிக்க வேண்டும். வ என்னும் பெயரையுடைய பட்டத்து ராணியையும் குட்டி இளவரசனையும் இளவரசியையும். அவர்கள் இல்லாமல் மகத்தான அந்த விழா நிறைவு பெறாது என்பதால், வரலாற்றின் கணக்கைச் சரிசெய்ய முடியாது என்பதால் எப்படியாவது அந்தப் பெரும் கூட்டத்தைப் பிளந்துகொண் டு அவனுடைய பாழடைந்த அந்த அரண்மனையையும் சிதைந்துபோன காவல்கூண்டுகளையும் அடைய வேண்டும். வ அவனுக்காகப் பதற்றத்துடன் அங்கே காத்திருப்பாள். தன்னந்தனி மனுஷியாக மாபெரும் அம்மனிதக் கடலுக்குள் தன்னைத் தேடி அலைந்துகொண்டிருப்பதற்கும் வாய்ப்பு இருக்கிறது. ஆனால் மகத்தான அந்த விழாவை நேரடியாகக் காண்பதற்காகவும் முதல்வரைத் தரிசிப்பதற்காகவும் மேடையை நோக்கி மூர்க்கமாக முன்னேறிக்கொண்டிருந்த பெரும் கூட்டத்தைப் பிளந்து அவனால் ஓர் அடிகூட எடுத்துவைக்க முடியவில்லை. எல்லோருமே மூர்க்கமாக இருந்தார்கள். எல்லோருமே ஒருவரையொருவர் இடித்துத் தள்ளிக்கொண்டு முன்னேறுவதில் குறியாக இருந்தார்கள். யாரோ ஒருவன் மற்ற யாரோ ஒருவனின் விலாவில் இடித்தான். மற்றொருவன் தனக்கு முன்னால் போய்க்கொண்டிருந்த மற்றறொரு மனிதனின் கழுத்தைப் பிடித்துத் தள்ளிக் கொண்டிருந்தான். இன்னொருவன் அபயம்கோரிக் கூச்சலிட்டான். சாகசங்களின் மீது ஈடுபாடு கொண்ட இளைஞனொருவன் தனக்கு முன்னால் போய்க்கொண்டிருந்தவர்களின் சிரசுகளின்மீது தாவி ஏறி அவற்றை மிதித்துக்கொண்டு நடக்கத் தொடங்கியிருந்தான்.

பலர் கூச்சலிட்டனர். பலர் அவனைச் சகிக்க முடியாத கெட்ட வார்த்தைகளால் வசைபாடத் தொடங்கியிருந்தனர். கூட்டம் தன் கட்டுப்பாட்டை முற்றாக இழந்திருந்தது. கூட்டத்திலிருந்தவர்களில் சிலர் பிடிமானத்தை இழந்து கீழே தரையில் சரிந்திருந்தார்கள். அதைப் பொருட்படுத்த விரும்பாத வேறு சிலர் அவர்களை மிதித்துக்கொண்டு நடக்க முற்பட்டிருந்தார்கள். சத்தம் கேட்டு வந்த பாதுகாவலர்கள் பாரபட்சமின்றி எல்லோரையும் அடித்து நொறுக்கினார்கள். கூட்டம் பயந்தது, சிதற முற்பட்டது.

ந சோர்வடைந்தான்.

தெரிந்தவர்கள் யாராவது தென்படுகிறார்களா என அப்பெரும் மக்கள் வெள்ளத்தினுள் தேடிக் கண்டடைய முயன்றான்.

யாராவது.

அவன் பணிபுரிந்துகொண்டிருக்கும் தா என்னும் பெயரை யுடைய ஊரின் அரசு மேல்நிலைப் பள்ளியின் ஆசிரியர்களில் யாராவதோ அலுவலக உதவியாளரோ ஆயாக்களோ, அவனது ஊர்க்காரர்களோ உறவினர்களோ பெ என்னும் பெயரையுடைய ஊராட்சித் தலைவரோ பூ என்னும் பெயரையுடைய அந்தப் பேராசிரியரோ பேரழகியான அவருடைய உதவியாளர் ஸ்ஸோ பம்பாய் மிட்டாய் வியாபாரியோ ஐஸ் வியாபாரியோ. அவனைச் சந்திப்பதற்காகப் பாழடைந்த அந்த அரண்மனைக்கு வந்துசென்ற பத்திரிகையாளர்களோ தொலைக்காட்சி அலைவரிசைகளின் நிகழ்ச்சித் தயாரிப்பாளர்களோ அரசியல்வாதிகளோ சாதி அமைப்புகளின் தலைவர்களோ காவல்துறை உயரதிகாரிகளோ வேறு யாராவதோ நிச்சயமாக அங்கு தென்படுவார்கள் என ந நம்பினான்.

மேடையில் ஒலித்துக்கொண்டிருந்த உரையாடல்களில் ஒன்று ஒலிபெருக்கிகளின் வழியே காதில் விழுந்தபோது அது தனக்கு நன்கு அறிமுகமான ஒன்றாக இருப்பதை உணர்ந்த ந பரபரப்புற்றான். செவிப்புலன்களைக் கூர்தீட்டி அது யாருடையதாயிருக்கும் எனக் கண்டறிய முயன்றான். நிச்சயமாக அது அவனால் என்றுமே மறக்க முடியாத பேராசிரியர் பூவின் குரல். அவர் தன் பரிசுத்தமான ஆங்கிலத்தில் உரையைத் தொடங்கியிருந்தார். அடிக்கடி தொண்டையைச் செருமிக்கொண்டார். முதலில் வரலாற்றைப் பற்றியும் அதன் முக்கியத்துவத்தைப் பற்றியும் பேசத் தொடங்கினார். பிறகு சுதந்திரத்தைப் பற்றிப் பேசினார். வரலாற்றுக்கும் சுதந்திரத்திற்கும் உள்ள தொடர்புகளைக் குறித்துப் பேசினார். யாருமே அவரது அந்த உரையைப்

பொருட்படுத்தியதாகத் தெரியவில்லை. எங்கும் ஒரே நிசப்தம். அப்போது பேராசிரியர் மற்றொருமுறையும் தொண்டையைச் செருமிக்கொண்டது கேட்டது. திடீரெனக் கூட்டம் கைதட்டியது. காதைப் பிளக்கும் விசில் சத்தம். அநேகமாக மேடையில் பேரழகி ஸ்ஸின் உருவம் தோன்றியிருக்க வேண்டும் என நினைத்தான் ந. தான் வெறுமனே கற்பனை செய்து கொள்ளவில்லையென்பதைக் கைதட்டலும் விசில் சத்தமும் ஒலித்துக்கொண்டிருந்தபோதே பேராசிரியரின் உரையை மொழிபெயர்க்கத் தொடங்கியிருந்த ஸ்ஸின் குரலைக் கேட்க முடிந்தபோது உணர்ந்துகொண்டான். விசிலடிப்பதையும் கைதட்டுவதையும் விட்டுவிட்டு நாட்டின் புகழ்பெற்ற வரலாற்றுத்துறைப் பேராசிரியரான பூவின் வரலாற்றுச் சிறப்புமிக்க உரையைக் கேட்குமாறு எல்லோரையும் வேண்டி, விரும்பிக் கேட்டுக்கொண்டிருந்தாள் அந்தப் பேரழகி. ஆனால் தணிவதற்குப் பதிலாக அவை உயர்ந்தன. அது தவிர்க்க முடியாதது என்பதால், வேறு வழியில்லை என்பதால் ஸ் அவற்றைப் பொருட்படுத்தாமல் தனது பணியைத் தொடர முற்பட்டிருந்தாள். ஆனால் அந்தப் பேரழகி, பெருவேடன் நடராஜ காளிங்க மகாராஜாவின் வரலாற்றைப் பற்றிச் சொல்லத் தொடங்கியதும் கூட்டம் அதைக் கேட்க விரும்பியதைப் போல் அமைதியானது. முதலில் பெருவேடன் நடராஜ காளிங்க மகாராஜா, பிறகு மாவீரன் காளிங்க நடராஜ மகாராஜா, கும்பினியாரின் வருகை, கும்பினிப் படைக்கும் மாவீரன் காளிங்க நடராஜ மகாராஜாவின் படைகளுக்குமிடையே இடையறாமல் நடைபெற்றுக்கொண்டிருந்த வீரஞ்செரிந்த போர்கள், சமையல்காரனின் துரோகம், காட்டிக்கொடுத்தல், கைது, விசாரணை, தண்டனை. நாட்டின் முதல் சுதந்திரப் போராட்ட வீரன் மாவீரன் காளிங்க நடராஜ மகாராஜா இதோ இப்போது ச என்னும் மலை நகரில் சாலையோரம் உள்ள அந்தப் புளியமரத்தில் அந்நியர்களால் தூக்கிலிடப்பட்டுக் கொல்லப்படப்போகிறார்.

எல்லோரும் மிக மோசமாக உணர்ச்சிவசப்பட்டிருந்தார்கள். துக்கம் தொண்டையை அடைக்கப் பலர் விசும்பிக்கொண்டிருந்தார்கள். சிலர் வாய்விட்டுக் கதறினார்கள். வேறு சிலர் கும்பினியாருக்கு எதிராகவும் நாட்டின் முதல் சுதந்திரப் போராட்ட வீரன் மாவீரன் காளிங்க நடராஜ மகாராஜாவுக்கு ஆதரவாகவும் முழக்கங்களை எழுப்பத் தொடங்கியிருந்தார்கள். அவற்றினூடாக ஓய்வின்றி ஒலித்துக்கொண்டிருக்கும் பெருத்த கைதட்டல்கள்களும், விசில் சத்தங்களும். பிறகு ஸ் வரலாறு மறைக்கப்படுவதன் அரசியலைப் பற்றிப் பேசத் தொடங்கினாள். உலகின் வெவ்வேறு பகுதிகளின் மறைக்கப்பட்ட வரலாறுகளைப்

பற்றிப் பேசினாள். விசில் சத்தங்களும் கைதட்டல்களும் முற்றாக ஒடுங்கிப் பேரமைதி சூழத் தொடங்கியது. சிலர் கொட்டாவி விட்டார்கள். வெகுதொலைவிலிருந்து யாரோ ஒரு பம்பாய் மிட்டாய் வியாபாரி தன் கம்பத்திலிருந்த பொம்மையின் கால்களை இழுத்து எழுப்பும் ஜல்ஜல் என்னும் ஓசையைக்கூடக் கேட்க முடிந்தது.

"முட்டேய், முட்டேய், பம்ப்பேய்ய் முட்ட்டேய்ய்..."

அந்த ஐஸ் வியாபாரி என்ன ஆனான் என யோசித்த ந கூட்டத்தைப் பிளந்துகொண்டு அந்த மேடையை நோக்கி முன்னேற முயன்று கொண்டிருந்தான். பேராசிரியரும் அந்தப் பேரழகியும் அப்போது நாட்டின் முதல் சுதந்திரப் போராட்ட வீரன் மாவீரன் காளிங்க நடராஜ மகாராஜாவின் வரலாறு மறைக்கப்பட்ட கதையைப் பற்றிப் பேசத் தொடங்கியிருந்தனர். முடிவில் வரவிருக்கிறது மாவீரனின் உயிருள்ள ஒரே வாரிசான ந என அழைக்கப்படும் சத்துணவு அமைப்பாளர் பிரின்ஸ் – நட்ராஜ் மகராஜின் உள்ளத்தை உருகவைக்கும் உண்மைக் கதை. அதற்குள் அங்கே போய்ச் சேர்ந்துவிட வேண்டுமென நினைத்தான் ந. யாராவது அதற்கு உதவ முன்வந்தால், அவன் வெறும் நவோ ந என்னும் பெயரையுடைய சத்துணவு அமைப்பாளரோ அல்ல பிரின்ஸ் – நட்ராஜ் மகராஜ் என்பதை அறிந்துகொண்டிருப்பவர் யாரையாவது அந்தக் கூட்டத்தினிடையே சந்திக்க முடிந்தால்? ந பெருமூச்செறிந்தான். அறிமுகமானவர்கள் யாருமே தென்படாத துரதிர்ஷ்டத்திலிருந்து மீள வேண்டுமானால் யாராவதொரு அந்நியனின் உதவியைப் பெறுவதற்காவது முயல வேண்டும். யாரிடமாவது தான் ந என்பதை, பலரும் நினைத்துக்கொண் டிருப்பதைப் போல் தான் வெறும் நவோ ந என்னும் பெயரையுடைய சத்துணவு அமைப்பாளரோ அல்ல, மாவீரன் காளிங்க நடராஜ மகாராஜாவின் உயிருள்ள நேரடியான ஒற்றை வாரிசான பிரின்ஸ் – நட்ராஜ் மகராஜ் என்பதைச் சொல்ல வேண்டும்.

மிகச் சரியாக அந்தத் தருணத்தில்தான் யாரோ ஒரு காவல்துறை அதிகாரியின் வலுவான கரமொன்று தன் பிடரியின் மீது விழுவதை ந உணர்ந்தான். "எதுக்குய்யா இப்பிடி இந்தக் கூட்டத்துக்குள்ள பூந்து டிஸ்டர்ப் பண்ணிக்கிட்டிருக்கறே?" எனக் கேட்டுக்கொண்டே அவனை நெட்டித்தள்ள முற்பட்டிருந்தார் அந்தக் காவல்துறை அதிகாரி.

ந தன் மீது கவிந்த நல்லூழின் கரமாக அதை நினைத்துக் கொண்டான்.

308 தேவிபாரதி

ந என்பவன் வெறும் நவோ ந என்னும் பெயரையுடைய சத்துணவு அமைப்பாளரோ அல்ல, நட்ராஜ் மகராஜ் என்பதை மிகத் தாமதமாக அறிந்துகொண்டு அதற்காக மன்னிப்புக் கேட்பதற்காகவும் அவனுக்குத் தன் வாழ்த்துகளைத் தெரிவித்துக் கொள்வதற்காகவும் அவனுடைய பட்டத்து ராணி பிரின்சஸ் – வவையும் குட்டி இளவரசனையும் இளவரசியையும் அனுதாபத் துடன் பார்ப்பதற்காகவும் பாழடைந்த அந்த அரண்மனைக்கு வந்து சென்ற அதே காவல்துறை அதிகாரி. அவன் பணிபுரிந்துவந்த சத்துணவு மையத்தை அது வரலாற்று அநீதியின் ஓர் அடையாளம் என்பதால் பார்வையிடுவதற்காக நவைத் தன் சுழல்விளக்குப் பொருத்தப்பட்ட வாகனத்தில் அழைத்துச் சென்றவர். விடைபெற்றுக்கொண்டு சென்றபோது வரலாற்றின் கணக்கு விரைவிலேயே சரிசெய்யப்படும் எனத் தனக்கும் தலைமையாசிரியருக்கும் எழுத்தருக்கும் மற்ற எல்லோருக்கும் வாக்களித்துவிட்டுச் சென்றவரும் அவர்தான்.

"சார் நான் ந, பிரின்ஸ் – நட்ராஜ் மகராஜ்" என அவரது முகத்தை நேராகப் பார்த்துப் புன்னகைக்க முயன்றான் ந. நெருக்கடியான அந்தத் தருணத்தில் நிச்சயமாகத் தன்னுடன் கைகுலுக்கிக்கொள்வதற்கு அவர் முன்வருவார் எனக் கருதித் தன் வலது கரத்தை நீட்டவும் செய்திருந்தான்.

"நவா?" என ஒப்பனை பூண்ட அவனது முகத்தைக் கேலியாகப் பார்த்தார் அந்தக் காவல்துறை அதிகாரி. சாயம் பூசப்பட்ட உதடுகளையும் முறுக்கிய மீசையையும் அடர்த்தியாக்கப்பட்ட புருவத்தையும் பார்த்தார், "நதான். நவேதான், நட்ராஜ் மகராஜ். மாவீரன் காளிங்க நடராஜ மகாராஜாவின் உயிருள்ள நேரடியான ஒற்றை வாரிசு, பிரின்ஸ், இல்லையா?" எனப் பெருங்குரலெடுத்துச் சிரிக்கத் தொடங்கினார், "ஆனா இந்த மாவீரன் உன்ன மாதிரி பலபேரப் பைத்தியக்காரனுகளாக மாத்தி அலைய உட்டுப்புட்டுப் போயிருக்கறாரு, என்ன செய்ய?" எனத் தொடர்ந்து சிரித்தவர் உடனடியாகக் குரலை உயர்த்தினார், "சரி, போ, போயி உங்க ஆளுகளோட ஆளாச் சேந்து அப்பிடி ஓரமா நின்னு வேடிக்க பாரு, கூட்டத்துக்குள்ள பூந்து தொந்தரவு பண்ணிக்கிட்டிருக்காத" என எதிரில் முண்டியடித்துக்கொண்டிருந்த ஏழெட்டுப் பேர் கொண்ட கூட்டம் ஒன்றைச் சுட்டிக்காட்டினார்.

அவர் பொய் சொல்லவில்லை.

மாவீரன் காளிங்க நடராஜ மகாராஜாவைப் போல் ஒப்பனை பூண்ட பத்துப் பதினைந்து பேர் அங்கே தென்பட்டார்கள். பட்டும் பீதாம்பரமும் கிரீடமும் வாளும் கேடயமும் கவச குண்டலங்களும் அணிகலன்களும் சாயம் பூசுப்பட்ட உதடுகளும்

முறுக்கிவிடப்பட்ட மீசைகளும். நிச்சயமாக அவர்கள் பாட்டுக் காரர்களாகவோ கூத்தாடிகளாகவோ நாடக நடிகர்களாகவோ இருக்க வேண்டும் என நினைத்தான் ந. தான் அவர்களைப் போலவே ஒப்பனை பூண்டிருந்ததால் தன்னை நன்கறிந்த அந்தக் காவல்துறை அதிகாரி தன்னையும் அவர்களில் ஒருவனாக நினைத்துவிட்டார் என நினைத்த ந, பதற்றமில்லமல் கிரீடத்தையும் கவச குண்டலங்களையும் ஒவ்வொன்றாகக் கழற்றினான். உதட்டுச் சாயத்தை அழித்தான். முறுக்கிக்கொண்டு நிற்கும் பொய் மீசையைக்கூடப் பிடுங்கி அப்புறப்படுத்தினான். மிச்சமிருந்தது மாவீரன் காளிங்க மகாராஜாவின் அந்தப் பீதாம்பரமும் உடைவாளும் மட்டுமே. ந நம்பிக்கையோடு மீண்டும் அந்தக் காவல்துறை அதிகாரியை நெருங்கினான். அவர் நிமிர்ந்தார், "என்னய்யா?" என்றார். ந அசட்டுத்தனமாக புன்னகைக்க முயன்றான்,

"சார் நான் ந" எனத் திடமான, பிசிரற்ற குரலில் அவருக்குச் சொன்னான்.

அவர் ஒன்றுமே சொல்லாமல் தன் மயிடர்ந்த, வலுவான கரங்களால் அவனைப் பற்றித் தூக்கி மாவீரன் காளிங்க நடராஜ மகாராஜாவைப் போல் ஒப்பனை பூண்டிருந்த அந்தக் கூட்டத்திற்குள் வீசியெறிந்தார். பெருமூச்செறிந்தார். புன்னகைத்துக்கொண்டார். தோள்களைக் குலுக்கிக்கொண்டார். பிறகு எந்தப் பதற்றமுமில்லாமல் அந்த இடத்தைக் கடந்து சுழல் விளக்குப் பொருத்தப்பட்ட தன் வாகனத்தை நோக்கி நடந்தார். அவரைப் பின்தொடர்ந்து சென்றுகொண்டிருந்த துப்பாக்கி ஏந்திய அவரது பாதுகாவலர் தன் இமைக்காத விழிகளால் அவனை ஆச்சரியத்துடன் பார்த்துக்கொண்டிருந்ததைத் தன்னைப் போலவே ஒப்பனை பூண்டிருந்த அந்தக் கூட்டத்திற்கிடையில் தலைகுப்புற விழுந்து கிடந்த ந கவனிக்கவில்லை.

7

தான் அவனை எங்கே அழைத்துச் செல்ல வேண்டுமென விரும்புகிறான் என நவிடம் கேட்டான் அவனைத் தன் தோள்களில் சுமந்துகொண்டு நடந்த திடகாத்திரமான அந்த இளைஞன். தன்னை, தான் நீண்டகாலமாக வசித்துவரும் பாழடைந்த அந்த அரண்மனையின் சிதைந்துபோன காவல்கூண்டுக்கு அழைத்துச் செல்லும்படி கேட்டுக் கொள்வது என்றே ந தீர்மானித்திருந்தான். அப்போதுதான் மேடையிலிருந்து ஒலிக்கத் தொடங்கியிருந்த முதல்வரின் குரலை அங்கிருந்த நூற்றுக்கணக்கான ஒலிபெருக்கிகளின் வழியே கேட்கத் தொடங்கியருந்தான் அவன். பெருத்த ஆரவாரங்களுக்கும், இடைவிடாத கைதட்டல் களுக்கும் தீராத விசில் சத்தங்களுக்குமிடையே நவின் பெயரை உச்சரிந்திருந்தார் முதல்வர். திடகாத்திரமான அந்த இளைஞனின் தோள்களில் ஒரு வேதாளத்தைப் போல் தொங்கிக்கொண்டிருந்த ந உடனடியாகத் தன் முடிவை மாற்றிக்கொள்ள விரும்பினான்.

– ஆனால் மிஸ்டர் நவை, பிரின்ஸ் – நட்ராஜ் மகராஜ் அவர்களை வரலாறு ஏமாற்றியிருக்கிறது, அவருக்குத் துரோகம் செய்திருக்கிறது, வரலாற்றின் பெயரால் மிஸ்டர் நவுக்குப் பெரும் அநீதி இழைக்கப்பட்டிருக்கிறது. வரலாற்றின் மிக மோசடி யான கணக்கு அது. அதைச் சரி செய்வதற் காகவே இப்போது நான் உங்கள் முன் நின்று கொண்டிருக்கிறேன்–

கைதட்டல்களும் விசில் சத்தங்களும் மீண்டுமொரு முறை விண்ணைப் பிளந்தன. பேசிக்கொண்டிருந்தவர் மாவீரன் காளிங்க நடராஜ மகாராஜாவின் புதையுண்ட வரலாற்றை மீட்டெடுத்த பேராசிரியர் பூவோ, அவளுடைய உதவியாளரான பேரழகி ஸ்ஸோ, அவர்களைப்

போன்ற தோற்றமுடைய கதைசொல்லிகளோ அல்ல, வரலாற்றின் கணக்கு எவ்வளவு மோசடியானதாக இருந்தாலும் அதைச் சரிசெய்வதற்குரிய வலிமையையும் சட்டபூர்வமான அதிகாரத்தையும் பெற்றிருந்தவரான முதல்வர். பாழடைந்த அந்த அரண்மனைக்கல்ல, தன்னை மகத்தான அந்த விழா நடை பெற்றுக்கொண்டிருக்கும் மேடைக்கே அழைத்துச் செல்லுமாறு திடகாத்திரமான அந்த இளைஞனைக் கேட்டுக்கொண்டான் ந.

– மேடைக்கா?

– ஆமாம், மேடைக்கு. முதல்வருடைய உரையைக் கேட்கவில்லையா என்ன? இப்போது அவகாசமில்லை. வரலாற்றின் கணக்கைச் சரிசெய்வதற்கான மகத்தான தருணம் கிட்டத்தட்ட நெருங்கிவிட்டது. பிரின்ஸ்–நட்ராஜ் மகராஜ் அப்போது அங்கே அவர்களோடு, அவர்களுக்குப் பக்கத்தில் இருக்க வேண்டாமா?

திடகாத்திரமான அந்த இளைஞன் நடையின் வேகத்தைத் துரிதப்படுத்தினான். அவனுக்கு மூச்சு வாங்கியது, வியர்த்துக் கொட்டிக்கொண்டிருந்தது. அவனது உச்சந்தலையிலிருந்து பெருகி வழிந்துகொண்டிருந்த வியர்வை தன் கழுத்தையும் மார்பையும் நனைத்துக்கொண்டு கீழே இறங்கியதை ந உணர்ந்தான். எனினும் திடகாத்திரமான அந்த இளைஞன் சோர்வடையாமல் இருக்க விரும்பினான். தோளின்மீது கவிந்து ஒரு மரப்பல்லியை போல் தன்னை இறுகப் பற்றிக்கொண்டிருந்த நவை வலக்கரத்தால் பத்திரமாக அணைத்துக்கொண்டு இடக்கையை வீசி நடந்தான் அவன். அவனது நடையில் தென்பட்ட மூர்க்கத்தைக் கண்டு பயந்திருந்த அப்பெருங்கூட்டம் அவனுக்குப் பணிந்து, சிதறி, வழிவிட்டு ஒதுங்கியது. காவல்துறை அதிகாரி நவைத் தூக்கி வீசியதும் எங்கிருந்தோ பாய்ந்து வந்த அந்த இளைஞன் அவனைத் தன் வலுவான கைகளில் தாங்கிக்கொண்டபோது தனது நல்லூழின் மீது மீண்டுமொருமுறை நம்பிக்கை கொண்டான் ந. பாழடைந்த அந்த அரண்மனையின் கரையான் புற்றுகளால் சூழப்பட்ட உறக்கமஞ்சக் கூடத்திலிருந்து ஒருமுறையும் தலைவாசலில் அவளைத் தாக்க முற்பட்ட ஒருவனிடமிருந்து இரண்டாம் முறையாகவும் பேரழகி ஸ்ஸைக் காப்பாற்றித் தன் தோள்களில் சுமந்துசென்ற அந்த இளைஞன் மட்டும் அந்த நேரத்தில் பருந்தைப் போல் அங்கு வந்து சேராமலிருந்திருந்தால் ந அப்பெருங்கூட்டத்தின் கனத்த பாதங்களில் சிக்கி நசுங்கி யிருந்திருப்பான்.

தான் முக்கியமானதெனக் கருதிய அந்தக் கேள்விக்கு இளைஞனிடமிருந்து எந்தப் பதிலும் வராததால் ந வருத்தமடைந்

தான். அவன் மிகச் சோர்ந்துபோயிருக்க வேண்டும் என நினைத்தான். சோர்வைப் பொருட்படுத்தாமல் தன்னைக் காப்பாற்றி எடுத்துக்கொண்டு போகும் அந்த இளைஞனை உற்சாகப்படுத்துவது தன் கடமை எனக் கருதிய ந அதற்கு ஏதாவது வழியுண்டா என யோசித்தான். யாரையும் உற்சாகப் படுத்திவிடக்கூடிய பெரும் களியாட்டங்கள் அவர்களை மகத்தான அந்த மேடையை நோக்கி இட்டுச் செல்லும் புத்தம்புதிய கான்கிரீட் சாலையை ஒட்டிய பொட்டல் வெளிகளில் நிரம்பியிருந்தன. ராட்டினங்களைத் தவிர அங்கே ஏராளமான நாடகங்களும் கூத்துகளும் நடனங்களும் அரங்கேற்றப் பட்டிருந்தன. எங்கு நோக்கினும் இசைக் கச்சேரிகள். ஓரிரு ரெக்கார்ட் டான்ஸ்கள்கூட நடைபெற்றுக்கொண்டிருந்தன. மேடையொன்றில் அரைகுறை ஆடைகளை உடுத்திக்கொண்டிருந்த இளம்பெண்கள் ஒலித்துக்கொண்டிருந்த திரையிசைப் பாடல்களின் தாளங்களுக்கேற்ப முலைகள் குலுங்க நடனமாடிக் கொண்டிருந்ததைப் பார்த்த ந அந்த இளைஞன் அதை ரசிக்க விரும்புகிறானா எனக் கேட்க நினைத்தான். ஆனால் அப்போது தான் வெறும் நவோ ந என்னும் பெயரையுடைய சத்துணவு அமைப்பாளரோ அல்ல பிரின்ஸ் – நட்ராஜ் மகராஜ் என்பதால், நாட்டின் முதல் சுதந்திரப் போராட்ட வீரன் மாவீரன் காளிங்க நடராஜ மகாராஜாவின் உயிருள்ள நேரடியான ஒரே வாரிசு என்பதால் ந தயங்கினான்.

அவனிடம் ஏதாவது பேச விரும்பினான். என்ன பேசுவது என்பதைத் தீர்மானிக்க முடியாததால் வெறுமனே அவர்கள் மேடையை அடைவதற்கு நீண்ட நேரம் பிடிக்குமா எனக் கேட்டான். இளைஞன் ஆமாம் என ஒற்றை வார்த்தையில் அவனுக்குப் பதிலளித்தான். மகத்தான அந்த மேடையில் யார் யாரெல்லாம் இருக்கிறார்கள் என அவனுக்குத் தெரியுமா எனக் கேட்டு உரையாடலை நீட்டிக்க முயன்றான். அந்த இளைஞன் தெரியும் என அதற்கும் ஒற்றை வார்த்தையில் பதிலளித்ததால் ந ஏமாற்றமடைந்தான். தனது கேள்விகள் அவனுக்கு அலுப்பூட்டுவதாக இருக்கக்கூடும் எனக் கருதிய ந அவனைக் கொஞ்சம் உற்சாகப்படுத்துவதற்காகவும் அவனுடன் நட்பை உருவாக்கிக்கொள்வதற்காகவும் தான் உடுத்தியிருக்கும் அந்தப் பட்டாடைகளும் அணிகலன்களும் கிரீடமும் கேடயமும் உடைவாளும் நன்றாக இருக்கின்றவா எனக் கேட்டான். அதற்கு நேரடியாகப் பதிலளிக்காமல் அவை உண்மையாகவே பட்டாலும் தங்கத்தாலும் வைரத்தாலும் ஆனவையா எனக் கேட்டான். ந இல்லையென்றான். மாவீரன் காளிங்க நடராஜ மகாராஜாவின் சிற்பங்களுக்கும் ஓவியங்களுக்கும் தானே மாடலாக இருந்ததைப் பற்றி அவனுக்குச் சொல்லலாமா என

நினைத்தான். அது கௌரவக் குறைச்சலாகத் தோன்றியதால் அந்தக் கேள்விக்குப் பதிலளிக்காமல் மௌனமாக இருப்பதே சரி எனத் தீர்மானித்தான். ஆனால் இளைஞன் உரையாடலைத் தொடர விரும்பியவனைப் போல் தென்பட்டான். அவனைப் பார்த்த உடனேயே அவை போலியானவை என்பதைத் தான் தெரிந்துகொண்டு விட்டதாகச் சொன்னான்.

ந நீங்கள் ஏதாவது நாடகத்தில் நடித்துக்கொண்டிருக்கிறீர்களா?

இல்லை.

அது உண்மையானால் ஏன் இந்த ஒப்பனை? எதற்காக இப்படியொரு வேடம்?

அது ஒரு துடுக்குத்தனமான, ஆத்திரத்தைத் தூண்டக்கூடிய கேள்வி என நினைத்தான் ந. அதற்கான தனது பதில் அந்த இளைஞனுக்குத் தக்க பதிலடி தருவதாக இருக்க வேண்டும் என முடிவுசெய்தான். தான் வெறும் நவோ ந என்னும் பெயரையுடைய சத்துணவு அமைப்பாளரோ அல்ல, மாவீரன் காளிங்க நடராஜ மகாராஜாவின் நேரடியான உயிருள்ள ஒரே வாரிசு, பிரின்ஸ் – நட்ராஜ் மகராஜ் என்பதை அவன் ஏற்றுக்கொள்ள வில்லையா என அவனிடம் கேட்க நினைத்தான் ந. அவனுடைய துடுக்குத்தனமான கேள்விக்கு அது சரியான பதிலாகக்கூட இருக்க முடியும். ஆனால் அவன் அதை முன்வைத்து ஒரு விவாதத்திற்குள் தன்னை இழுத்துச் செல்ல முயலலாம். இன்னும் அதிகத் துடுக்குத்தனமான, தன்னுடைய ஆத்திரத்தை மேலும் அதிகமாகத் தூண்டக்கூடிய புதிய கேள்வியொன்றின் மூலம் அவனுக்குப் பதற்றத்தை ஏற்படுத்த முற்படலாம். இருவரும் ஒருவரோடொருவர் மோதிக்கொள்ளக்கூட வேண்டியிருக்கும். தான் அப்போது அந்த இளைஞனைச் சார்ந்திருக்க வேண்டியவனாக, ஒருவகையில் அவனது பிடியில் சிக்கியிருப்பவனாக இருந்துகொண்டிருக்கும் அபத்தம் நினைவுக்கு வரவே ந குழம்பினான். மகத்தான அந்தத் தருணத்தில் அசாதாரணமான விளைவுகள் எதற்கும் இடம் கொடுத்துவிடக் கூடாது என்பதால் தொடர்ந்து மௌன மாக இருப்பதே புத்திசாலித்தனமான முடிவாக இருக்க முடியும் எனத் தீர்மானித்தான் ந. தன்னுடைய கேள்விக்கு நவிடமிருந்து எந்தப் பதிலும் வராததால் இளைஞன் மீண்டும் அதே கேள்வியைக் கேட்டான்.

ஏன் இந்த ஒப்பனை? எதற்காக இப்படியொரு வேடம்?

கரகாட்டக் குழு ஒன்று அவர்களுடைய பாதையில் குறுக்கிட்டு நின்றதால் அவற்றின் இரைச்சல்களுக்கிடையே இரண்டாவது முறையாக அந்தக் கேள்வியை எதிர்கொள்ளும் சங்கடத்திலிருந்து ந தற்காலிகமாகவேணும் தப்பினான்.

ஆணும் பெண்ணுமான ஐந்தாறு கரகாட்டக் கலைஞர்கள், ஒப்பனை பூண்ட முகங்கள், கால்களில் சலங்கைகள், மை தீட்டப்பட்ட புருவங்கள், மட்டரகமான உதட்டுச் சாயங்களால் வெளிறிப்போன உதடுகள். உருமிகளும் மேளங்களும் முழங்க மூர்க்கமான அசைவுகளுடன் சுழன்றாடிக்கொண்டிருந்தார்கள் வட்டுடை உடுத்திய அப்பெண்கள். அவர்களைச் சுற்றி வட்டமாகக் கூடிநின்று ஆட்டத்தை ரசித்துக்கொண்டிருந்த பார்வையாளர்களிடமிருந்து வீசிக்கொண்டிருந்த சாராய வாடை குமட்டியது. திடகாத்திரமான அந்த இளைஞன் ஆட்டத்தை ரசித்துக்கொண்டு சற்றுநேரம் அங்கே நிற்க விரும்பினான். ந அதற்கு உடன்படவில்லை. வரலாற்றின் கணக்கைச் சரிசெய்வதற்கான மகத்தான அந்தத் தருணம் ஏற்கனவே தொடங்கி நடைபெற்றுக்கொண்டிருந்தது. விழா அதன் இறுதிக்கட்டத்தை எட்டியிருந்ததை ஒலிபெருக்கிகளின் வழியே வந்துகொண்டிருந்த சத்தங்கள் உணர்த்தியிருந்தன. உடனடியாக மேடையை அடைய வேண்டியதன் அவசியத்தைப் பற்றித் தன்னைச் சுமந்துகொண்டிருந்த திடகாத்திரமான அந்த இளைஞனிடம் சொன்னான் ந. வேறு வழியில்லாமல் இளைஞன் அந்தக் கரகாட்ட நிகழ்வைக் கடந்து செல்ல வேண்டியதாயிற்று. இளைஞன் நடையின் வேகத்தை மேலும் அதிகரித்தான். அசுர வேகம். அந்த வேகத்தைத் தாங்க முடியாமல் ந திணறினான். இதென்ன மூர்க்கம்? இளைஞன் அவனை எதற்காகவாவது பழிதீர்க்க விரும்புகிறானா? அல்லது தனது விளையாட்டு ஒன்றில் அவனைப் பங்கேற்கச் செய்யும் முயற்சியா அது? ந கண்களை இறுக மூடிக்கொண்டான்.

நடையின் வேகம் சற்றுத் தணிந்தபோது இளைஞன் திடீரென நினைத்துக்கொண்டதைப் போல் மூன்றாவது முறையாகவும் அதே கேள்வியைக் கேட்டான்.

– ஏன் இந்த ஒப்பனை?

– எதற்காக இப்படியொரு வேடம்?

அதற்கான பதிலாக ந தன்னிடமிருந்த அந்தக் கேள்வியை முன்வைத்தான்.

– ந என்பவன் வெறும் நவோ ந என்னும் பெயரையுடைய சத்துணவு அமைப்பாளரோ அல்ல, பிரின்ஸ் – நட்ராஜ் மகராஜ், மாவீரன் காளிங்க நடராஜ மகாராஜாவின் உயிருள்ள நேரடியான ஒரே வாரிசு – இந்த வரலாற்று உண்மையை நம்ப மறுக்கிறாயா?

திடகாத்திரமான அந்த இளைஞன் மௌனமாக மேடையை நோக்கி அவனைச் சுமந்துகொண்டு நடந்தான். மேடையை எட்டும்வரை அவனிடம் பதிலில்லை.

— மாட்டிக்கொண்டுவிட்டாய் அல்லவா?

ந சிரித்தான்.

— ஆனால் இளைஞனே, நீ ஒன்றை நினைவில் வைத்துக் கொள்ள வேண்டும். என்னுடைய கேள்விக்கான பதில் தெரிந்திருந்தும் அதைச் சொல்லாமல் விட்டால் உனது தலை வெடித்துச் சிதறிவிடும், அது ஞாபகமிருக்கட்டும்.

திடகாத்திரமான இளைஞன் அவனது மகத்தான அந்த நகைச்சுவையைப் புரிந்துகொண்டதாகத் தெரியவில்லை. உதடுகளை இறுக்கிக்கொண்டு நடையின் வேகத்தை மேலும் அதிகரித்தான்.

சீக்கிரத்திலேயே இருவரும் மேடையை ஒட்டி அமைக்கப் பட்டிருந்த தடுப்புக் கட்டைகளை எட்டியிருந்தார்கள்.

— ந, வெறும் நவாக இருந்திருக்கலாம், வெறும் நவாகவும் ந என்னும் பெயரையுடைய சத்துணவு அமைப்பாளராகவும்.

தனக்குத் தானே சொல்லிக்கொள்வதைப் போல் தணிந்த குரலில் முனகிக்கொண்டே தன் தோளின் மீது சரிந்திருந்த நவைப் பற்றித் தூக்கி மேடைக்கு எதிரே தென்பட்ட பார்வையாளர்களின் ஒழுங்கற்ற வரிசையொன்றில் நிறுத்தினான் திடகாத்திரமான அந்த இளைஞன். அப்போதுதான் அவன் ஓரளவுக்காவது தனக்கு நகைச்சுவை உணர்வு உண்டு என்பதை நவுக்குப் புரியவைக்க முயன்றான்.

— ந, இதோ இருக்கிறது உங்களுடைய முருங்கை மரம்.

மகத்தான அந்த மேடையைச் சுட்டிக்காட்டினான் இளைஞன்.

பிறகு விடை பெற்றுக்கொள்ளக்கூடத் தோன்றாமல் வேகமாக நடந்து அந்த இடத்தை விட்டு அகன்றான். தன் பார்வையிலிருந்து முற்றாக மறையும்வரை ந அவனைப் பார்த்துக்கொண்டிருந்தான். பிறகே மேடையை நோக்கித் திரும்பினான். எடுத்த எடுப்பில் நவின் பார்வையில் பட்டது மாவீரன் காளிங்க நடராஜ மகாராஜாவின் வெண்கலச் சிலைதான். வாளும் கேடயமும் ஏந்தி தன் குதிரையின் மீது போர்க்கோலம் பூண்டு நிற்கும் நாட்டின் முதல் சுதந்திரப் போராட்ட வீரன். கும்பினியாரை மூன்று முறைக்கு மேல் போரில் தோற்கடித்தவன், அவர்களது தளபதிகளில் ஒருவனது தலையைக் கொய்து ந வசித்துவரும் பாழடைந்த அந்த அரண்மனையின் நுழைவாயிலில் தொங்க விட்டவன், மாவீரன் காளிங்க நடராஜ மகாராஜா. சொல்லப் போனால் அது ந. ந என்னும் பெயரையுடைய சத்துணவு அமைப்பாளர். ஆனால் விழா ஏற்கனவே அதன் நிறைவுப்

பகுதியை எட்டியிருந்தது. யாரோ ஒருவர் எல்லோருக்கும் நன்றி சொல்லிக்கொண்டிருந்தார். எல்லோரும் விடைபெற்றுக் கொள்ளத் தயாராகிக்கொண்டிருந்தனர். ஒவ்வொருவரும் மற்ற எல்லோருடனும் கை குலுக்குவதற்காக முண்டியடித்துக் கொண்டிருந்தனர்.

ஆக, புதையுண்டு கிடந்த அந்த மாவீரனின் வரலாறு இப்போது உரிய நேரத்தில், உரியவர்களால், உரியவிதத்தில் அதிகாரபூர்வமாக மீட்கப்பட்டு விட்டது, கணக்குச் சரி செய்யப்பட்டுவிட்டது. ஆனால் ந என்பவன் இல்லாமல், மாவீரன் காளிங்க நடராஜ மகாராஜாவின் நேரடியான உயிருள்ள ஒரே வாரிசான பிரின்ஸ் – நட்ராஜ் மகராஜ் இல்லாமல், அவனுடைய பட்டத்து ராணி பிரின்ஸஸ் – வ இல்லாமல், குட்டி இளவரசனும் இளவரசியும் இல்லாமல் வரலாற்றின் மகத்தான அந்தத் தருணம் முடிவுற்றிருக்கிறது. மேடைக்கு மிக அருகில் முண்டியடித்து முன்னேற முயன்றுகொண்டிருந்த பெரும் கூட்டத்திற்கிடையே துவண்டுபோன உடைகளுடனும் கலைந்த ஒப்பனைகளுடனும் உடைந்த வாளுடனும் வெறும் பார்வையாளனாக நின்றுகொண்டிருக்கிறான் பிரின்ஸ் – நட்ராஜ் மகராஜ்.

வவும் குழந்தைகளும் எங்கே? அவர்கள் இந்தக் கொண்டாட்டங்களின் சத்தங்களுக்கு அப்பால் எங்கோ வெகுதொலைவில் இருக்கும் பாழடைந்த அந்த அரண்மனையின் சிதைந்துபோன காவல்கூண்டுகளில் ஒன்றில் முடங்கியிருக்கலாம். அதன் புதர்களில் வசிக்கும் பாம்புகளிடமிருந்தும் சுவர்களில் பதுங்கியிருக்கும் பூராண்களிடமிருந்தும் வாசற்படியில் ஊறிக் கொண்டிருக்கும் தேள்களிடமிருந்தும் தன் குழந்தைகளைக் காப்பாற்றுவதற்காக வ கதவை இறுகச் சாத்தித் தாளிட்டுக் கொண்டிருப்பாள்.

உடனடியாகத் தான் வெகு காலமாக வசித்துவந்த பாழடைந்த அந்த அரண்மனைக்குச் செல்ல வேண்டுமென்னும் வேட்கை உண்டாயிற்று ந என்னும் பெயரையுடைய அந்தச் சத்துணவு அமைப்பாளருக்கு. தன்னைச் சுமந்துகொண்டு வந்த திடகாத்திரமான அந்த இளைஞன் சொன்னதைப் போல அவன் வெறும் நவாக, ந என்னும் பெயரையுடைய சத்துணவு அமைப்பாளராக அவன் உண்மையிலேயே வெகு காலமாக வசித்துவரும் பாழடைந்த அந்த அரண்மனையின் சிதைந்துபோன காவல்கூண்டுகளுக்குத் திரும்பிச் செல்லலாம். மிக எளிமையான அந்த வாழ்க்கை நிச்சயம் போராட்டங்கள் நிரம்பியது. எனினும் அதில் பெரிய, மகத்தான அவமானங்கள்

எவற்றுக்கும் இடமில்லை. துரோகங்கள் இல்லை, மோசடிகள் இலலை, பெரிய அநீதிகளும் இல்லை. முக்கியமாக யாருடைய கேலிக்கும் உள்ளாக வேண்டியதில்லை. தான் வெறும் நவோ ந என்னும் பெயரையுடைய சத்துணவு அமைப்பாளரோ அல்ல, நட்ராஜ் மகராஜ் எனக் கற்பனை செய்துகொள்வதைவிட வேறு எதுவுமே நிச்சயம் பயங்கரமானதல்ல என நினைத்தான் அந்தச் சத்துணவு அமைப்பாளர். உண்மையில் மகத்தான அந்த வரலாறு ந என்பவனுக்காகவோ ந என்னும் பெயரையுடைய சத்துணவு அமைப்பாளருக்காகவோ மீட்கப்படவில்லை. அவன் பொருட்டு அது புதையுண்டு போகவுமில்லை. வேறு யாராலோ, எதற்காகவோ புதைக்கப்பட்டிருக்கிறது, மீட்கப்பட்டிருக்கிறது. வரலாற்றின் கணக்கைச் சரிசெய்யும் மகத்தான இந்த விழாவுங்கூட வேறு யாருக்காகவோ எதற்காகவோதான் நடத்தி முடிக்கப்பட்டிருக்க வேண்டும் என நினைத்தான் ந. இதைவிடப் பெரிய மோசடி, துரோகம், அநீதி வேறு என்ன இருக்க முடியும்?

ஆக வரலாறு மற்றொரு முறையும் புதைக்கப்பட்டுவிட்டது என நினைத்தான் ந.

எல்லாவற்றுக்கும் பதிலளிக்கும் விதத்தில் ஏதாவது செய்ய வேண்டும் என விரும்பினான். முடிவுற்றுவிட்ட இந்தக் கொண்டாட்டத்தின் காலடியில் எதையாவது சமர்ப்பிக்க வேண்டும். இங்கே முதல்வரும் ஆளுநரும் அமைச்சர் பெருமக் களும் மற்ற அதிகாரிகளும் இருக்கிறார்கள். சட்டமன்ற, நாடாளுமன்ற உறுப்பினர்கள் இருக்கிறார்கள், காவல்துறை அதிகாரிகள் இருக்கிறார்கள் அறிஞர்கள் இருக்கிறார்கள், கலைஞர்களும் புலவர் பெருமக்களும் இருக்கிறார்கள், நடிகர்கள் இருக்கிறார்கள், பத்திரிகையாளர்கள் இருக்கிறார்கள், புகைப்படக் கலைஞர்கள் இருக்கிறார்கள், முடிவே இல்லாமல் கைகளைத் தட்டிக்கொண்டும் விசிலடித்துக்கொண்டும் பல்லாயிரக்கணக்கான பார்வையாளர்கள் இருக்கிறார்கள். அவர்கள் முன்பு மகத்தான இந்த இரவின் காலடியில் ஒரு சாபம் போல எதையாவது வைக்க வேண்டும். பெருமிதங்களில் மூழ்கித் திளைத்துக்கிடக்கும் பாதுகாப்பான இந்தப் பெரும் கூட்டத்திற்குச் சிறிதளவாவது பதற்றத்தை உண்டாக்குவதே மாவீரன் காளிங்க நடராஜ மகாராஜாவின் உயிருள்ள நேரடியான ஒரே வாரிசான பிரின்ஸ் – நட்ராஜ் மகராஜின் வரலாற்றுக் கடமையாக இருக்க முடியும்.

தன் மீது பெரும் சுமையாகக் கவிந்திருக்கும் கசங்கிய பட்டாடையையும் அணிகலன்களையும் பரல்களை இழந்த கிரீடத்தையும் உடைந்த வாளையும் கேடயத்தையும் கவசத்தையும்

பிய்ந்துபோன பாதுகைகளையும் கழற்றி வீசித் தன்னை நிர்வாணப் படுத்திக் கொள்ள வேண்டுமென நினைத்தான் ந. ஒரு வகையில் இது வரலாற்றின் மீது காறித் துப்புவதைப் போன்றது. அல்லது அதை அம்மணமாக்குவது.

முதலாவதாகத் தன் சிரசை அலங்கரித்திருந்த கிரீடத்தைக் கழற்றி அப்பெரும் கூட்டத்தினிடையே வெட்டப்பட்ட சிரசொன்றைப் போல் வீசியெறிந்தான் ந. உடைகளையும் அணிகலன்களையும் ஒவ்வொன்றாகக் கழற்றித் திசைக்கொன்றாக வீசிக் கண்ணிமைக்கும் நேரத்திற்குள் தன்னை நிர்வாணமாக்கிக் கொண்டான்.

உடைவாளை உருவினான்.

ந எதிர்பார்த்ததைப் போலவே சிலர் பதறினார்கள். பலர் கூச்சலிட்டார்கள். வேறு சிலர் கைதட்டினார்கள், விசிலடித்தார்கள். நம்பவே முடியாதபடி மேடைக்கப்பால் வெகுதொலைவிலிருந்தும்கூடக் கைதட்டல்கள் உயர்ந்திருந்தன.

யாரோ, "ஹேய்ய்" எனக் கூச்சலிட்டது கேட்டது.

ந அதைப் பொருட்படுத்தாமல் உருவிய வாளுடன் மேடையை நோக்கி அடியெடுத்து வைத்தான். உறுமினான். கூட்டம் சிதறியது. யாரோ "ஐயோ" எனக் கத்தினார்கள். யாரோ சிரித்தார்கள். யாரோ, "ஹேய் வாட் ஹேப்பன்ட் வித் யூ?" எனக் கூச்சலிட்டார்கள். "ஹெல்ப் ஹெல்ப் ஹெல்ப்" எனக் கத்திக்கொண்டே மேடையிலிருந்து குதித்தாள் யாரோ ஒரு பேரழகி. மேடையிலிருந்த பாதுகாவலர்கள் முதல்வரையும் ஆளுநரையும் மற்ற அனைவரையும் அவசர அவசரமாகச் சூழ்ந்துகொண்டார்கள். நீட்டிய துப்பாக்கிகளுடன் தன்னைச் சூழத்தொடங்கியிருந்த ஒன்பது சிறப்பு அதிரடிப் படை வீரர்களை ந ஒரு பார்வை பார்த்தான். பதற்றம்கொண்ட ஒன்பது சுண்டெலிகள். சுண்டெலிகளைப் போல் தோற்றமளிக்காத சிறிய, மிகச் சிறிய சுண்டெலிகள். ந பெருங்குரலெடுத்துச் சிரித்தான். ஒரே ஒரு முறை வாளைச் சுழற்றினான்.

"ஷூட்" என யாரோ யாருக்கோ ஆணையிட்டதை நட்ராஜ் மகராஜ் என்னும் பெயரையுடைய சத்துணவு அமைப்பாளர் ந கேட்டான்.